மௌனி படைப்புகள்
முழுத் தொகுப்பு

மௌனி படைப்புகள்
முழுத் தொகுப்பு

மௌனி (1907 – 85)

1907 ஜூலை 27ஆம் நாள் தஞ்சை மாவட்டம் மாயவரத்திற்கு அருகிலுள்ள கிராமத்தில் பிறந்தார். அவருடைய தந்தையார் செம்மங்குடியில் வாழ்ந்து வந்தார். 1935வரை கும்பகோணத்தில் படித்தார். கணிதத்தில் பட்டம் பெற்றார். திருமணத்திற்குப் பிறகு 14 ஆண்டுகள் கும்பகோணத்தில் வசித்தார். பின்னர் தன் குடும்பச் சொத்து மற்றும் தொழிலைப் பராமரிக்க சிதம்பரம் வந்து இறுதிவரை அங்கேயே வாழ்ந்தார். மௌனிக்கு மொத்தம் ஐந்து குழந்தைகள். நான்கு மகன்களும் ஒரு மகளும். இரண்டு மகன்கள் இளம் வயதிலேயே விபத்தில் சிக்கி அகால மரண மடைந்தனர். ஒருவர் எம்.ஏ. படித்து மனநிலை பாதிக்கப்பட்ட நிலையில் 2004இல் காலமானார். ஒரு மகன் அமெரிக்காவில் வசிக்கிறார். மகள், மௌனியின் வீட்டில் சிதம்பரத்தில் வாழ்ந்து வருகிறார். மௌனி 1985 ஜூலை 6ஆம் தேதி காலமானார்.

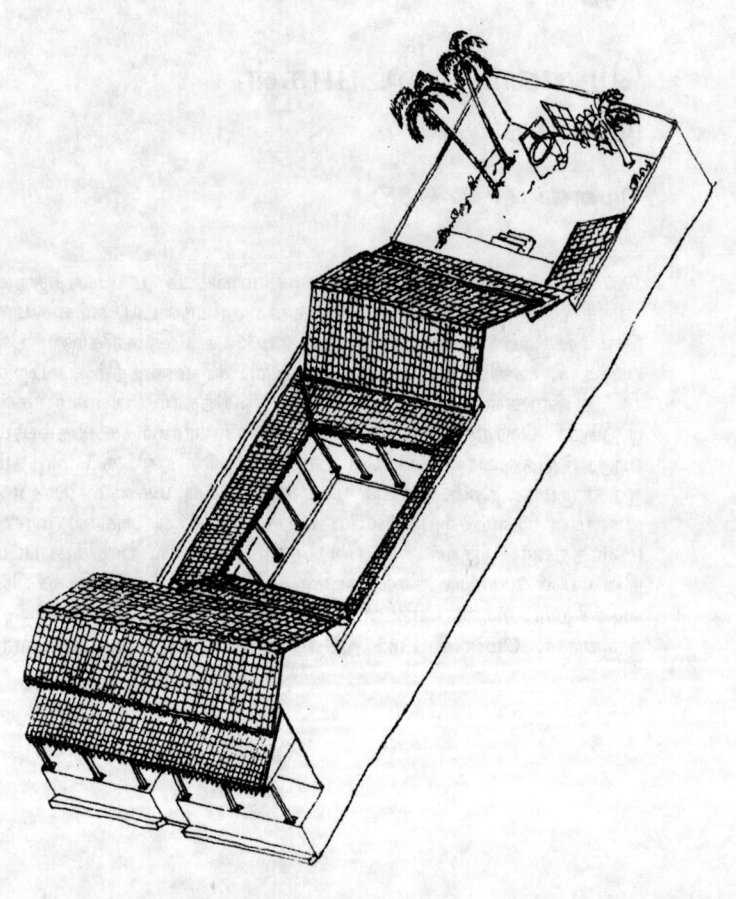

மௌனி படைப்புகள்
முழுத் தொகுப்பு

தொகுப்பாசிரியர்
சுகுமாரன்

காலச்சுவடு பதிப்பகம்

அன்பார்ந்த வாசகருக்கு,

வணக்கம்.

காலச்சுவடு நூலை வாங்கியமைக்கு நன்றி.

நூலின் உள்ளடக்கம், உருவாக்கம், அட்டைப்படம் இன்ன பிற அம்சங்கள் பற்றிய உங்கள் கருத்துகளையும் ஆலோசனைகளையும் காலச்சுவடு வரவேற்கிறது. தகவல், எழுத்து, வாக்கியப் பிழைகள் தென்பட்டால் அவசியம் தெரிவித்து உதவுங்கள். நூல் தயாரிப்பில் கடும் குறைபாடு இருப்பின் மாற்றுப் பிரதி உங்களுக்குக் கிடைக்கக் காலச்சுவடு ஏற்பாடு செய்யும்.

மின்னஞ்சல்: **publisher@kalachuvadu.com**

காலச்சுவடு நாகர்கோவில் அலுவலகத்திற்குக் கடிதம் அனுப்பலாம்.

தங்கள்
எஸ்.ஆர். சுந்தரம் (கண்ணன்)
பதிப்பாளர் — நிர்வாக இயக்குநர்

மௌனி படைப்புகள் ◆ முழுத் தொகுப்பு ◆ தொகுப்பாசிரியர்: சுகுமாரன் ◆

© மௌனி குடும்பத்தினருக்கு

 ◆ முதல் பதிப்பு: டிசம்பர் 2010, திருத்தப்பட்ட இரண்டாம் பதிப்பு: அக்டோபர் 2011, மேம்படுத்திய ஒன்பதாம் பதிப்பு: செப்டம்பர் 2022, பதினொன்றாம் பதிப்பு: ஜனவரி 2025 ◆ வெளியீடு: காலச்சுவடு பப்ளிகேஷன்ஸ் (பி) லிட்., 669 கே. பி. சாலை, நாகர்கோவில் 629001

mouni paTaippukaL ◆ Complete Collection ◆ Compiler: Sukumaran ◆

© Mauni's Family

 ◆ Language: Tamil ◆ First Edition: December 2010, Second Edition with Corrections: October 2011, Enlarged Ninth Edition: September 2022, Eleventh Edition: January 2025 ◆ Size: Demy 1 x 8 ◆ Paper: 18.6 kg maplitho ◆ Pages: 304

Published by Kalachuvadu Publications Pvt. Ltd., 669 K.P. Road, Nagercoil 629001, India ◆ Phone: 91-4652-278525 ◆ e-mail: publications @kalachuvadu.com ◆ Illustrations: M. Natesh ◆ Printed at Real Impact Solutions, No. 12, 3rd Street, East Abiramapuram, Mylapore, Chennai 600 004

ISBN: 978-93-80240-22-0

01/2025/S.No. 350, kcp 5570, 18.6 (11) uss

பொருளடக்கம்

பதிப்புரை	9
ஒன்பதாம் பதிப்பிற்கான குறிப்பு	11
முன்னுரை	13
சிறுகதைகள்	19
1. ஏன்?	21
2. சுந்தரி	26
3. காதல் சாலை	31
4. கொஞ்ச தூரம்	39
5. குடும்பத்தேர்	48
6. பிரபஞ்சகானம்	57
7. 'மிஸ்டேக்'	65
8. 'இந்நேரம், இந்நேரம்'	74
9. அழியாச்சுடர்	83
10. மாறுதல்	93
11. நினைவுச் சுழல்	99
12. சிகிச்சை	107
13. மாபெருங் காவியம்	118
14. எங்கிருந்தோ வந்தான்	124
15. மாறாட்டம்	139
16. மனக்கோலம்	147

17. நினைவுச் சுவடு	153
18. சாவில் பிறந்த சிருஷ்டி	161
19. குடை நிழல்	175
20. பிரக்ஞை வெளியில்	189
21. மனக்கோட்டை	205
22. உறவு, பந்தம், பாசம் . . .	219
23. அத்துவான வெளி	231
24. தவறு	241

கட்டுரைகள் — 249

1. எனக்குப் பெயர் வைத்தவர்	251
2. செம்மங்குடி - தன் ஊர் தேடல்	255

பின்னிணைப்புகள் — 261

1. மௌனியின் கலை	263
2. மௌனி கதைகள் தொகுப்பின் முன்னுரை	266
3. மௌனி சில நினைவுகள்	277
4. மௌனியின் பெண்களும் ஆண்களும்	291
5. படங்கள்	302

பதிப்புரை

மௌனியின் படைப்புகள் மொத்தம் இருபத்தி நான்கு கதைகளும் இரண்டு கட்டுரைகளும். இவை இதுவரை நான்கு நூல்களாக வெவ்வேறு காலங்களில் வெளியிடப்பட்டன. க.நா. சுப்ரமணியம் தொகுத்து ஸ்டார் பிரசுர வெளியீடாக வந்த 'அழியாச் சுடர்' (1967), பதிப்பாளர் பெயர் குறிப்பிடப்படாமல் தருமு சிவராமூ முன்னுரையுடன் 1975இல் வெளிவந்த 'மௌனி கதைகள்', 1978இல் க்ரியா வெளியிட்ட 'மௌனி கதைகள் – தொகுப்பு இரண்டு' நூல். அனைத்துக் கதை களையும் உட்படுத்தி பீக்காக் பதிப்பகம் 1992இல் வெளியிட்ட 'மௌனியின் கதைகள்' நூல். மௌனி கதைகள் (1975), மௌனி கதைகள் – தொகுப்பு இரண்டு (1978) இவ்விரு நூல்களை அடியொற்றியே இந்த முழுத் தொகுப்பு உருவாக்கப்பட்டிருக்கிறது.

மௌனியின் மொத்த எழுத்துக்களும் 1936 முதல் 1971 வரையிலான காலப்பகுதியில் வெளியானவை. பீக்காக் வெளியீடு தவிர்த்த பிற நூல்கள், தேர்ந்தெடுத்த கதைகளைக் கொண்டிருந்தவை. இவை நான்குமே கால வரிசைப்படி அமைக்கப்படாதவை. குறிப்பாக மௌனி யின் ஒவ்வொரு கதையும் எந்தெந்த காலத்தில் எழுதப் பட்டவை என்று காண்பதே கடினமாக இருந்தது. மௌனி யின் படைப்பையும் வாழ்வையும் பற்றி இலக்கியச் சிந்தனை அமைப்புக்காக, திலீப்குமார் எழுதிய 'மௌனி யுடன் கொஞ்ச தூரம்' (வானதி பதிப்பக வெளியீடு, 1992) என்ற நூல் இந்தச் சிக்கலிலிருந்து விடுவித்தது.

*1936*இல் *மணிக்கொடியில்* வெளியான ‘ஏன்?’ மௌனியின் முதல் கதை. *1971*இல் *கசடதபற* இதழில் அச்சேறிய ‘தவறு’ அவரது இறுதிக் கதை என்ற தெளிவை திலீப்குமாரின் புத்தகத்தில் உள்ள பட்டியல் அளித்தது.

மௌனியின் மகள் ஞானம் மகாலிங்கம் காலச்சுவடு பதிப்பகத்திற்கு எழுதிய கடிதத்தில் மேலதிக விவரங்கள் கிடைத்தன. “*1935*ஆம் ஆண்டு பிற்பகுதியில் மௌனி ஆறு கதைகள் எழுதினார். *1936*லிருந்து *1939*வரையிலான காலத் திற்குள் மேலும் ஒன்பது சிறுகதைகள் எழுதினார். இதற்குப் பிறகு பத்து ஆண்டுகள் எதுவும் எழுதவில்லை. *1948*ஆம் ஆண்டு எம்.வி. வெங்கட்ராமின் வேண்டுகோளுக்கு இணங்க *தேனீ* பத்திரிகைக்காக இரண்டு கதைகள் எழுதினார். பிறகு *1954*வரை அவர் ஒன்றும் எழுதவில்லை. அதற்குப் பின்பு நீண்ட இடைவெளிகள் விட்டு ஒரு சில கதைகளை எழுதினார். அவரது கடைசிக் கதை ‘தவறு’ *1971*ஆம் ஆண்டு *கசடதபற* இதழில் வெளியானது” (கடிதம் *20.05.2010*). இந்த இரு செய்திகளில் சில தகவல்கள் தெளிவுபடும் முறையை ஒட்டியே இந்நூலில் கதைகள் வரிசைப்படுத்தப்பட்டுள்ளன.

மூன்று ஆண்டுகளுக்கு முன் ‘மௌனி படைப்புகள் முழுத் தொகுப்’பின் பதிப்பாக்க முயற்சியைத் தொடங்கியவர் நண்பர் ராஜமார்த்தாண்டன். முயற்சியை முழுமையாக்கும் முன்பே மரணம் அவரைப் பறித்துக்கொண்டது. முழுத் தொகுப்புக்கு அவர் கற்பனை செய்திருந்த வடிவம் இன்னதென்று அறிந்து கொள்ளும் வாய்ப்பு கை நழுவிப் போயிற்று. எனினும் அவர் தொகுத்து வைத்திருந்த அதே வடிவில் *2010*இல் ‘மௌனி படைப்புகள் முழுத் தொகுப்’பை காலச்சுவடு பதிப்பகம் வெளியிட்டது. நூலுக்குக் கிடைத்த வாசக வரவேற்பே இந்தப் பதிப்பைத் திருத்தி மேலும் செம்மைப்படுத்தத் தூண்டுகோலாக அமைந்தது.

மௌனி எழுதிய மொத்தக் கதைகள் *24*, கட்டுரைகள் *2* என்ற எண்ணிக்கையை உறுதிப்படுத்தியும் அவை வெளியான கால வரிசைப்படி கதைகளை நிரல்படுத்தியும் இந்தப் பதிப்பு உருவாக்கப்பட்டுள்ளது. முந்தையப் பதிப்பில் இடம்பெற்ற மௌனியின் படைப்புகளை அறிமுகப்படுத்தி க.நா.சு எழுதிய கட்டுரையும் அதேபோல இடம்பெறுகிறது. பெண்நிலைக் கோணத்திலிருந்து மௌனி படைப்புகளை அணுகி லக்ஷ்மி ஹோம்ஸ்ரோம் எழுதிய ஆங்கிலக் கட்டுரையின் தமிழாக்கம் இந்தப் பதிப்பில் பின்னிணைப்பாகச் சேர்க்கப்பட்டுள்ளது. கதா வெளியீடாக வந்த ‘**Mauni** A Writers’ Writer’ ஆங்கில மொழியாக்க

நூலில் இடம்பெற்றிருந்த மு. நடேஷின் கோட்டோவியங்களும் புகைப்படங்களும் இந்தப் பதிப்பிலும் சேர்க்கப்பட்டுள்ளன. மௌனியின் புதல்வி ஞானம் மகாலிங்கம் அரிய புகைப்படங் களையும் மௌனியின் கையெழுத்துப் பதிவையும் தேடி அளித்தார். அவையும் பின்னிணைப்பில் இடம்பெற்றுள்ளன.

ஒரு பெரும் கலைஞரின் படைப்புகளைச் செம்மைப் படுத்தி பதிப்பிப்பது என்பது ஓர் இனிய கனவு. அந்தக் கனவு மெய்ப்படப் பலரும் உதவியிருக்கிறார்கள். அந்த உதவிகளுக்கு நன்றி.

திருவனந்தபுரம் **சுகுமாரன்**
2 அக்டோபர், 2011

○ ○ ○

ஒன்பதாம் பதிப்பிற்கான குறிப்பு

மௌனி படைப்புகள் – முழுத் தொகுப்பின் ஒன்பதாம் பதிப்பு இது. காலச்சுவடு பதிப்பாக 2010இல் வெளியிடப்பட்ட தொகுப்பு தொடர்ந்து பல பதிப்புகளைக் கண்டு வருகிறது. இந்தச் செயல் மௌனியின் இலக்கியப் பொருத்தப்பாட்டை வலியுறுத்துகிறது. 'எழுத்தாளர்களின் எழுத்தாளர்' என்று எட்டாத உயரத்தில் தூக்கி வைக்கப்பட்ட மௌனி இன்றைய வாசிப்புக்கும் வாசகர்களுக்கும் நெருக்கமானவர் என்ற உண்மையை எடுத்துக்காட்டுகிறது.

மௌனியின் ஆளுமையையும் எழுத்தியல்பையும் குறித்து எழுதப்பட்ட இரு முக்கியமான கட்டுரைகள் இந்தப் பதிப்பில் புதிதாகச் சேர்க்கப்பட்டுள்ளன. அவை: மௌனி கதைகள் – தொகுப்பு ஒன்று (1967)க்கு தருமு சிவராமு (பிரமிள்) எழுதிய முன்னுரை. பாண்டிச்சேரியில் (2001 செப்டம்பர்) நடைபெற்ற மௌனி கருத்தரங்கில் சுந்தர ராமசாமி ஆற்றிய உரையின் கட்டுரை வடிவம். இந்த இரு பின்னிணைப்புகளும் மௌனியின் படைப்புலகை மேலும் துலக்கமாக அணுக உதவுகின்றன.

பிரமிளின் முன்னுரையைச் சேர்த்துக்கொள்ள இசைவளித்த கால சுப்பிரமணியத்துக்கு மனமார்ந்த நன்றி.

கோவை **சுகுமாரன்**
20 செப்டம்பர், 2022

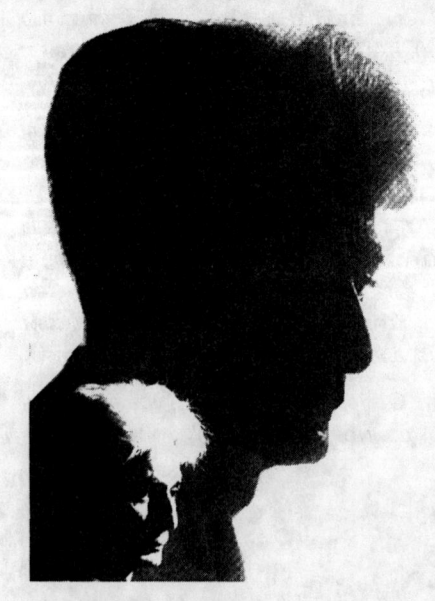

முன்னுரை

அகவுலகின் முதல் பயணி

பிரக்ஞை சுடர் மாதிரி எரிஞ்சிண்டே இருக்கணும், உள் மனசிலே.

– மௌனி

எப்போதும் மனிதன் அஞ்சுவது அஃறிணைகளைக் கண்டல்ல. சில நேரங்களில் இயற்கை நிகழ்த்தும் ஊழிக் கூத்துகளைப் பார்த்துகூட அல்ல. அவன் பயப்படுவது மற்றொரு மனிதனைக் கண்டுதான். பெரும் வியப்பல்லவா இது? தான் கூடிவாழத் தொடங்கிய ஆதி நாள் முதல் அனுதினமும் உறவாடிக் களிக்கும் ஒருவனைப் பற்றி அவன் அறிந்திருப்பது, வெளியே நின்று நதியைக் காண்பதுபோலத்தான். இருப்பினுங்கூட அவன் அதில் இறங்கி நீராடலாம், குதூகலிக்கலாம், அந்தரங்கமாகக் கண்ணீரும் உகுக்கலாம். ஆனால் அதன் ஆழத்தை மட்டும் அவன் ஒரு நாளும் காணப்போவதில்லை. துணிந்து மூழ்கிச் சென்று திரும்பிவரும் சிலரும் காண்பது அதன் பிரம்மாண்டத்தின் ஒரு பகுதியையே. அதுபோலக் கணக்கற்ற ஆழங்களைத் தன்னுள்ளாகக் கொண்டு அது ஓடிக்கொண்டிருக்கும். இங்குதான் படைப்பாளியின் பிரசன்னம் நிகழ்கிறது. அடியறிய முடியாத ஆழம் நோக்கி இரு கரைகளுக்குமிடையே அலைக்கழிக்கப்பட்ட

மனத்துடன் நிம்மதியின்மையோடு அலைந்துகொண்டிருக்கும் படைப்பாளியைக் கண்டு ஞானி மெல்லிய புன்னகையை உதிர்த்துவிட்டு அந்நதியின் மீதே நடந்து சென்றுவிடுவார். பின், ஒரு நாள் உற்சாகம் நடையில் கூடியிருக்க, முகத்தில் கண்டடைந்த பரவசத்தோடு அந்த ஞானியை அப்படைப்பாளி தாண்டிச் செல்வான். அப்போது அவர் எழுந்து திடுக்கிட்டுத் தன் முன் ஓடிக்கொண்டிருந்த நதி எங்கே எனக் குழம்பி நிற்பார். அந்த நதியையே சுருட்டித் தன் எழுத்தென்னும் கமண்டலத்துள் அடைத்து அவன் எடுத்துச் சென்றுகொண் டிருப்பான். அவருக்கு உண்மை உறைக்கும்போது அவன் தொடுவானத்திற்கடியில் முதுகு அசையப் புள்ளியாக மாறிக் கரைந்துபோவதைக் காண்பார்.

நவீனத் தமிழ் இலக்கியத்தில் அதுபோல மனம் நோக்கி இறங்கிச் சென்ற எழுத்தின் முதல் புள்ளியின் பெயர் மௌனி. அவர்தான் வாசிப்பதையும் பயிற்சியாக்கியவர். கூறியவற்றின் பொருளைக் காட்டிலும் கூறப்படாததில் அடங்கியுள்ள அர்த்தங் களை நோக்கிச் செல்வதற்கான வெளிகளை வாசகனுக்கு உருவாக்கியவர் அவர். பூட்டப்பட்ட மனக் கதவுகளுக்கு அப்பாலுள்ள நிகழ்வுகளுக்குத் தன் எழுத்தில் பிரதானமான பங்கைத் – முக்கால் சதவீதத்திற்கும் அதிகமாக – தந்தவர் மௌனி. அதற்குரிய திறவுகோல்களை அவர் முன்வந்து வழங்குவதுமில்லை. சிரத்தையும் ஆர்வமும் கொண்ட வாசகன் தன் நுட்பமான ரசனையால் ‘வசீகரம் மிகக்கொண்டு தாக்கும்’ அவ்வுலகுக்குள் நுழைந்துவிடுவான். அந்தத் தூய உலகத்திலிருப்பவை அவரது கதைகளிலுள்ள மனச் சலனங் களுக்கு ஏற்ப சூட்சும உலகில் வேறொன்றை நுட்பமாக உணர்த்தும் குறியீடுகளாகத் தளமாற்றம் அடைந்துவிடுவதை அவ்வாசகன் உய்த்துணர்வான்.

மிகக் கறாரான சுயவிமர்சனப் பிரக்ஞை கொண்ட மௌனி யின் – அச்சுக்குக் கதைகள் செல்லும்வரை அதை மீண்டும் மீண்டும் திருத்தி மெருகேற்றும் – இலக்கியப் பிரவேசம் ஒரு விபத்துபோலத்தான் நிகழ்ந்தது. தொலைந்துபோன ஒரு குறு நாவலைத் தவிர்த்துவிட்டால் ஒருவித மன எழுச்சிக்கு ஆட்பட்டு எழுதி *மணிக்கொடி*க்கு அவர் அனுப்பிய ஆறு கதைகளோடு அவரது படைப்பிலக்கியச் செயல்பாடு சம்பவித்தது. ஒரு புதிய குரலைக் கண்டெடுத்த பெருமையோடு தலைப்பின்றி வந்து சேர்ந்த அக்கதைகளுக்குத் தலைப்பையும் எழுதியவருக்கான புனைபெயரையும் தந்து வெளியிட்டவர் பி.எஸ். ராமையா. மௌனியைத் திருமூலரோடு ஒப்பிட்டு அவரை முதன்முதலில் பல்லக்கில் ஏற்றியவர் புதுமைப்பித்தன். அவரது சொற்களை

இன்றுவரை புனிதக் கடமைபோலச் சுமந்துவரும் வாசகர்கள் அநேகர் இருக்கக்கூடும். ஆயினும் தனக்கு வாய்ப்பு கிடைத்த போது எழுதியும் கிடைக்காதபோது பிறருடன் பிரஸ்தாபித்தும் மௌனியின் கதைகளின் மேல் கூடுதல் ஒளியை ஏற்றியவர் க.நா.சு.

மௌனியின் படைப்பாக்கங்களில் தொடர்ந்து தத்தளிப்பும் மனச்சஞ்சாரமும் கொண்ட இளைஞனது (சேகரன்?) அகவுலகத் தின் மறைக்கப்பட்ட பக்கங்கள் நம்முன் விரிகின்றன. அவன் எப்போதும் காதலால் கைவிடப்பட்ட கைப்பு நிலையுடன் கூடிய அமைதியுடன் துயரம் நிரம்பியவனாக இருக்கிறான். நிறை வேறாமல்போவதாலேயே அக்காதல் சாஸ்வதம் அடைகிறது போலும். அந்த மகத்தான உணர்ச்சி, ஒரே மனத்தில் பரவசத்தை யும் துக்கத்தையும் மாற்றி மாற்றிப் பீறிடச் செய்யும் விநோத ஊற்று என அவரது படைப்புலகம் நமக்குக் காட்டுகிறது. அது போலவே பிரிவும் மரணமும் விலக்க முடியாத நிரந்தர நிழல்போல அவர் கதைகளில் கவிழ்ந்திருக்கின்றன. அவருடைய ஆண்களும் பெண்களும் நினைவுகளுக்குள் – காதலில் – மூழ்கி அல்லல்பட்டு அதிலிருந்து மீளும் வழிகளைக் கண்டுண ராமல் அதற்குள்ளேயே லயித்துக்கிடப்பதை (அழியாச் சுடர், பிரபஞ்ச கானம்) ஒருவித இன்பம் எனக் கொள்கின்றனர். இதிலிருந்து மேலும் முன்னோக்கி நகர்ந்து ‘சுசீலா’வால் மனப்பித்துக்கொண்டவனாகக் கனவிலும் நனவிலும் உழலும் நகுலனின் உலகம் இன்னும் ஆழமான ஒன்றே.

‘ஏன்’ என்ற தன் முதல்கதையிலேயே – பிரசுரம் சார்ந்து – மௌனி, இதற்குப் பிறகு தான் உருவாக்கவிருந்த மன உலகம் குறித்து, அவர்களது அல்லாடல்கள் பற்றிக் குறிப்புணர்த்திவிடுகிறார். செய்நேர்த்தியும் நுட்பமான படிமங் களும் கொண்ட அவரது மிகச் சிறந்த கதைகளான ‘அழியாச் சுடர்’, ‘பிரபஞ்ச கானம்’ போன்றவற்றுக்கான முதல் சுவடாக இக்கதையையே கொள்ள வேண்டும். பெண்களின் மீதான ஆண்களது உறவு ஒரு பார்வையாலோ சிறு உரையாட லாலோ முடிந்துபோகக்கூடியது. அதற்குப் பின் ஆண்களின் மனம் புற உலகிலிருந்து தன்னை விடுவித்து மனத்தின் கூடாரங்களுக்குள் சென்று சேர்கிறது. பின்னர் அக்குரல் அங்கு மட்டுப்படுத்தப்பட்டு – இருவருக்குமே – அமுங்கிய தொனி யில் கவித்துவச் செறிவுடன் அந்தக் குரல் ஒலிப்பதாலேயே அவரது கதைகள் நித்தியத்துவத்தைப் பெறுகின்றன.

அவரது கதைகளிலேயே, புற உலகில் நிகழும் சம்பவங்கள் அனைத்தையும் தன் மொழி மூலம் குறியீடுகளாக மாற்றிக் காட்டும், மிக முக்கியமான சிறுகதை ‘மாறுதல்’. கலையின்

சூட்சுமம் கூடிய கதையிது. மனைவியின் மரணம் உண்டாக்கும் வெற்றிடமும் அதன் வழியாகப் பேதலிப்பும் தோன்றும்போது, மன ஊசலாட்டங்களுக்கு ஏற்பவே கண்முன் ஓடிக்கொண்டிருக்கும் உலகம் புரிந்துகொள்ளப்படுகிறது என்னும் சிக்கலான உளவியல்கூறு இக்கதையில் அற்புதமாகத் தீட்டிக்காட்டப் பட்டுள்ளது. காகம், இரட்டை மாட்டுவண்டி, மூங்கில் கழியின் இரு முனைகளிலும் தொங்கும் பதநீர்க் குடங்கள் எனச் சகலமும் குறியீடுகளாக மாற்றமடைந்துவிடுகின்றன. மௌனிக்குச் சமூகப் பிரக்ஞை இல்லை என்னும் குறைபட்ட பல்லவியை இங்கே மீண்டும் வாசிக்க முடியாது. ஏனெனில் மௌனியின் உலகம் அக்கேள்வி நிற்கும் திசையைக் கூடப் பாராமல் திரும்பி நிற்கக்கூடியது.

ஒருவரில் மற்றொருவரின் சாயலைக் காண்பது அவரது பாத்திரங்களின் இயல்புபோலும். இந்த ஆள்மாறாட்டத்தை சுவாரஸ்யமாக ஆக்கிக்காட்டும் 'மாறாட்டம்' கதை முடிந்தபின் எவ்விதச் சலனத்தையும் வாசகனுக்கு உண்டாக்குவதில்லை. ஆனால் இக்கதையின் முதிர்ந்த வடிவம்போல எழுதப்பட்டிருக்கும் 'அத்துவான வெளி' மீண்டும் மீண்டும் வாசித்த பிறகே எதன் குறியீடாக அம்மரம் அங்குத் திடுமெனத் தோற்றம் தந்து அதன் அப்போதைய முகத்தை அவனுக்குக் காட்டுகிறது என்பதை நிதானத்துடன் அசைபோடும்போதுதான் நமக்கு விளங்குகிறது. வாசித்த பின்னும் அக்கதையில் எட்டித் தொட்டுவிட முடியாத கிளைகள் அந்தர வெளியில் அசைவதையும் வாசகன் உணரக்கூடும். தன் மனைவி 'சுசீலா'வின் சாயலைப் பட்டணத்துச் 'சுசீலா'விடம் கண்டு ஊர் திரும்புதலை மறந்து கூற முடியாத காதலில் – இருவருக்குமே – உழன்று, இன்புற்றுப் பின் திரும்ப முடியாத உலகிற்குச் சென்றுவிடும் சேகரனைக் கொண்டு எழுதப்பட்டிருக்கும் 'பிரக்ஞை வெளியில்' கதையையும் இங்கு நினைவூட்டிக்கொள்ளலாம். ஆனால் இக்கதையை மாறாட்டம் சார்ந்த ஒன்றாகச் சுருக்கிவிட முடியாது.

கடற்கரையும் கோவிலும் சங்கீதமும் தெருக்களும் மௌனியின் கதைகளில் முக்கியமான இடத்தைப் பெற்றுவிடுகின்றன. பெரும்பான்மையான கதைகளில் இவற்றைத் தன் பிரத்தியேகமான குறியீடாக மாற்றிவிடுகிறார். இவரது கதைகளுக்குள் வரும் தாசிகள் பாந்தமானவர்கள். நாசூக்கும் மிருதுவும் கொண்டிருப்பதாலேயே அந்த ஆண்களின் மன அலைவரிசைகளின் தடுமாற்றங்களுக்குக் காரணப்புள்ளிகளாக அவர்கள் ஆகிவிடுகிறார்கள். பெரும்பான்மையான கதாபாத்திரங்களுக்

குப் பெயர்களேதுமின்றி இயங்கும் இக்கதையுலகம், நம் ஸ்திதியில் குறுக்கீட்டை நிகழ்த்திச் சில கணங்கள் அந்த நிமிடத்திலேயே உறையச்செய்யுமளவிற்கு வல்லமை கொண்டவை.

நேரடியான கதைக்களன்களைக் கொண்ட 'சாவில் பிறந்த சிருஷ்டி', 'இந்நேரம் இந்நேரம்', 'மிஸ்டேக்' ஆகியவற்றில்– அவரது இலக்கிய ஆக்கங்களிலேயே பலவீனமான 'மிஸ்டேக்' கைத் தவிர்த்துவிட்டால் மீதி இரண்டு கதைகளிலும்– நுட்பமாக சுப்பய்யரின் மனக்கசடுகளைத் துழாவிச் செல்லும் 'சாவில் பிறந்த சிருஷ்டி'யை வாசகனால் எளிதில் மறந்துவிட முடியாது. இக்கதையை வாசிக்கும்போது ஜானகிராமனின் 'பாயசம்' கதையின் நினைவு வந்தது. (பாயசத்தில் வரும்) சாமநாதுவின் வன்மம் சுப்பய்யருடையதைவிடவும் மூர்க்கமானது. உக்கிரம் நிரம்பியது. இரு கதைகளுமே அதனதன் தளத்தில் சிறப்பாக எழுதப்பட்டிருப்பினும்கூட ஜானகிராமனின் கலை மௌனியை விடவும் மேலானது.

ஏனென்றால் மௌனியின் உலகம் விஸ்தாரமானது அல்ல. அது எல்லைக்குட்பட்டது. இந்தக் குறுகிய வெளிகளுக் குள்ளேயே அவரால் சிறப்பாகச் செயல்பட முடிந்திருக்கிறது. மௌனியின் சமகாலத்தவரான புதுமைப்பித்தன் ஒரு மேதை. அவரது ஆவேசமும் பரீட்சார்த்த முயற்சிகளும் கலை ஆற்றலும் மௌனிக்குக் கைகூடவில்லை. தன் கதை யொன்றுக்கு 'மனக்குகை ஓவியங்கள்' என அப்போதே அர்த்தச் செறிவுடன் தலைப்பிட்ட மேதமை புதுமைப்பித்த னுடையது. மௌனி மன உணர்வுகளைக் காகிதத்தில் கடத்த ஒருவிதத் திணறலைச் சந்திக்கும்போது, அதைப் புதுமைப் பித்தன் அனாயாசமாகக் கையாள்வதை அவரது ஆளுமை யின் தனித்த கூறு எனலாம். மௌனியின் உரைநடை தெளி வின்மையைக்கொண்டு இயங்கக்கூடியது. அது சிலசமயம், பொருட்சிக்கலுக்கு இட்டுச் சென்றாலும்கூடக் கதை நிகழும் சூழல் உண்டாக்கும் மனத்திரிபுகளின் வரிவடிவம் என்றே அதைக் கொள்ள வேண்டும். பல தருணங்களில் அதுதான் அந்த வரிகளுக்கு அபூர்வ ஒளியைத் தருகிறது. சில குறிப்பிட்ட ஆண்டுகள் மட்டுமே தீவிரமாகச் செயல்பட்டுப் பிறகு, அவ்வப்போது ஓரிரு கதைகளை எழுதியதோடு தன் படைப் பாக்கத் தொழிலை மௌனி நிறுத்திவிட்டது நவீனத் தமிழுக்கு இழப்புதான். அவர் மேலும் தீவிரமாகச் செயல்பட்டிருந்தால் அவருடைய இடம் வேறொன்றாகவும் மாறியிருக்க வாய்ப்புண்டு.

மௌனியை உன்னதக் கலைஞன் என்றும் பம்மாத்துக் காரர் என்றும் இருவேறு நிலைகள் கொண்ட விமர்சனங்கள் அவற்றிற்குரிய நியாயங்களோடு தமிழ்ச் சூழலில் பல காலமாக நிலவிவருகின்றன. இந்த மாறுபட்ட கருத்துருவங்களுக்கான இடங்களைத் தன் படைப்புகளிலேயே மௌனி விட்டுச்சென்றிருக்கிறார். வாசிப்பில் நம்பிக்கையும் சுயமதிப்பீடுகளைத் தம் ரசனை மூலம் உருவாக்கிக்கொள்வதில் நாட்டமும் கொண்ட வாசகர்களே இலக்கியத்தைச் செழுமைப்படுத்துகிறார்கள். பிறர் கூறியதைத் திருப்பிச் சொல்லும் கிளிப்பிள்ளைகள் அல்ல அவர்கள். முன்செல்வதின் நிழலைத் தலைகுனிந்து தொடரும் செம்மறியாட்டுக் குணத்தைத் தேர்ச்சிமிக்க படைப்பாளியோ நுட்பமான வாசகனோ தன்னிடம் அண்டவிடுவதில்லை.

மௌனியின் கதையொன்றில் வரும் வரியை (வாழ்க்கை ஒரு உன்னத எழுச்சி – பிரபஞ்ச கானம்) சற்றே இப்படி மாற்றிச் சொல்லத் தோன்றுகிறது. பல சமயங்களில் இலக்கியமும் உன்னத மன எழுச்சி அல்லவா?

கே.என். செந்தில்

சிறுகதைகள்

ஏன்?

சுசீலா, வக்கீல் ராஜமய்யரின் மூத்த பெண். அவள் சிறு வயதிலிருந்தே அதிக வசீகரத் தோற்றமுடையவ ளென்று பிரசித்தம். சற்று மாநிறமாயினும், அவள் இரு விழிகளும் அதிக கருமையாகவும், புருவங்கள் செவ்வனே வளைந்து மிகக் கருப்போடியனவாகவும் இருந்தன. "ஏன், ஏன்?" என்ற கேள்விகளை அவள் கண்கள் சதா கேட்பவை போன்று தோன்றும். அதற்குச் சாதகமாக அவள் புருவங் கள் வளைந்து சிற்சில சமயம் கண்களுக்கு மேலே பாதி சுழித்துக்கொள்ளும். அப்போது அவளைப் பார்ப்பவர் களுக்கு ஆச்சரியமும் அமைதி இன்மையும் ஏற்படும்.

அவளுக்கு பதினான்கு வயது ஆகும்போது, அவளுடைய பார்வையின் ஒளி கொஞ்சம் குறைவுற்றது. பளீரென்று மின்னல்போன்று தாக்காமல், வசீகரச் சோர் வுற்று அவள் கண்கள் வருத்தமுற்ற கேள்விக் குறியாகத் தோன்றின. பழையபடியே பள்ளிக்கூடத்திற்குச் சென்று வந்தாள். அப்போது அவள் எட்டாவது வகுப்பில் படித்துக் கொண்டிருந்தாள்.

அவள் வீட்டிற்கு எதிர்வீட்டில் மாதவன் இருந்தான். மாதவன் மிராசுதார் கிருஷ்ணய்யரின் ஒரே புதல்வன். அவன் நல்ல சிவப்பு நிறமும் அழகிய தோற்றமும் உள்ளவன். அவன் முகத்தில் சதா ஆனந்தமும் சுறுசுறுப்பும் குடிகொண்டிருக்கும். அவனும் சுசீலா படித்துவந்த பள்ளிக் கூடத்திலேயே அப்போது பத்தாவது வகுப்பில் படித்து வந்தான். சுசீலாவை இவன் சிறு வயதிலிருந்து பார்த் திருந்தும் அவளோடு பேசியது கிடையாது. தன் வீட்டு மாடியில் சில வேளையில் இவன் உலாவும்போது சுசீலாவை அவள் வீட்டுத் திண்ணையில் நிற்கப் பார்த்த துண்டு.

ஒருநாள் மாதவன் பள்ளிவிட்டு வீட்டிற்கு வந்து கொண்டிருந்தான். பாதி வழியில் வீடு போய்க்கொண்டிருக்கும் சுசீலாவைக் கண்டான். அவள் அருகில் அவன் நெருங்க நெருங்கத்தான் அவளுக்கு வெகு தூரத்திலிருப்பதாக எண்ணம் ஏற்பட்டது அவனுக்கு. அவள் பின்புறத்திலேயே சற்றுத் தள்ளி வந்துகொண்டிருந்தான். "சுசீ, நானும் வீட்டிற்குத்தானே போகிறேன். இருவரும் சேர்ந்து போகலாமே?" என்று திடீரென்று கேட்டான். அவள் திடுக்கிட்டுப் பின்புறம் திரும்பிப் பார்த்தாள். அவள் புருவங்கள் சற்று உயர்ந்து, கண்களும் சிறிது பெரிதாகி, 'ஏன், எதற்கு?' என்று வியப்போடு கேட்டதுபோல் தோன்றின. மாதவன் தன் மனக் கட்டுப்பாட்டை இழந்தவன் போன்று. "சுசீ, நான் உன்னை மறக்கமாட்டேன். நீயும் என்னை மறக்காமல் இருக்கிறாயா?"என்று பொருத்தமில்லாமலே கேட்டான். "என்ன, ஏன்?" என்று அவள் அவனைக் கேட்டதுதான் அவனுக்குத் தெரிந்தது. சிறிது ஆனந்தம் அவன் மனதில் தோன்றி மறைந்தது. மாதவன் "ஏன், எதற்கு?" என்ற கேள்வி கேட்டுப் பழக்கப்படாதவன். ஆயினும் அன்று அவள் வாயினின்றும் வந்த அச்சொல்லினால் "ஏன் அவள் என்னிடம் இப்படி இருக்கிறாள்" என்று எண்ணலானான். வேறு பேச்சில்லாமலே இருவரும் தத்தம் வீடுபோய்ச் சேர்ந்தார்கள். வீடு சேர்ந்ததும் மாதவன் வழியில் நடந்தவைகளை மறந்தவன்போல் ஆனான். பந்தடி மேடையிலிருந்து அவன் விளையாடி விட்டு இரவு வீடு வந்ததும் பழைய மாதவனே போன்றுதான், சாயங்காலம் நடந்த சம்பவம் அர்த்தமற்ற ஒரு நிகழ்ச்சி என்றுதான் இவன் மனதில்பட்டது.

சுசீலாவிற்கு கலியாணம் நிச்சயமாகி அந்த வருஷம் கோடைக்கால விடுமுறைக்குள்ளே நடந்தது. கலியாணம் நடக்கும் போது மாதவன் ஊரிலில்லை. விடுமுறைக்காகத் தன் மாமன் கிராமம் சென்றிருந்தான். அவளுக்குக் கலியாணமான விஷயமும் அவனுக்குத் தெரியாது.

அந்த வருஷம் அவன் பரீக்ஷையில் தேறிவிட்டான். கலா சாலைப் படிப்பிற்காக அவன் மறுவருஷம் பட்டணம் போய் விட்டான். அடிக்கடி மாதவன் ஊருக்கு வருவதும் இல்லை. சுசீலாவைப் பற்றிய எண்ணமே அவனுக்கு இல்லை. அவளை மறந்தவன் போன்றே ஆனான். அந்த வருஷம் கோடை விடு முறைக்கு ஊருக்கு வந்தபோது சுசீலா புக்ககம் சென்றிருந்தாள். அவன் தன் வீட்டு மாடியில் மேலும் கீழும் உலாவும்போது சிலசில சமயத்தில் ராஜமய்யரின் வீட்டுத் திண்ணையைப் பார்ப்பான். அங்கு சுசீலாவைப் பார்க்க முடியாததும் அவன் மூளையில்படவில்லை, அதுவும் அர்த்தமில்லாமலும் ஏன் என்று தெரியாமலும் பார்ப்பதுதான்.

மற்றும் இரண்டு வருஷங்கள் சாதாரணமாகவே கழிந்தன. மாதவன் படிப்பு முடிய இன்னும் ஒரு வருஷம் இருந்தது. விடுமுறைக்காக அவன் ஊர் வந்திருந்த அந்தச் சமயம் சுசீலா வும் தன் தகப்பனார் வீட்டிலிருந்தாள். அப்போது அவளுக்கு ஒரு வயதுக் குழந்தை ஒன்று இருந்தது.

ஒருநாள் மத்தியானம் மாதவன் தன் வீட்டின் மாடியில் நின்றுகொண்டு இருக்கும்போது எதேச்சையாக ராஜமய்யரின் வீட்டுத் திண்ணைப் பக்கம் பார்த்தான். அச்சமயம் சுசீலா தன் அழும் குழந்தைக்கு, தெருவில் போகும் வண்டியை விளையாட்டுக் காட்டிக்கொண்டு இருந்தாள். அவளையே பார்த்துக்கொண்டு மாதவன் கற்சிலைபோன்று நின்று இருந்தான். "ஏன்?" என்ற கேள்வி எழுந்துவிட்டால் ஒருவன் மூளையை இழந்தவன் போன்றாகிவிடுகிறான். சிறிது நேரம் சென்றவுடன் சுசீலா அவன் நிற்கும் மாடிப்பக்கம் பார்த்தாள். அவனை நான்கு வருஷங்களுக்குப் பிறகு அப்பொழுதுதான் அவள் பார்க்கிறாள்.

அப்போது அவனிடம் தோன்றிய மாறுதல் அவள் மனதில் படாமல் இருக்கமுடியாது. ஆனால் அவன் முகத்தில் அவ்வகை மாறுதல் ஏன் என்று மட்டும் அவளுக்குத் தெரியவில்லை.

மாதவனுக்கு அவள் கண்கள் பழையபடியே கேள்விக்குறி களாகத் தோன்றின. சிறிதுநேரம் கழிந்து சுசீலா வீட்டினுள் சென்று மறைந்துவிட்டாள். மாதவன் தான் பாதி படித்துவிட்டு பிரித்தபடியே விட்டிருந்த புத்தகத்திடம் செல்லவில்லை. திடீ ரென்று ஏன் என்ற கேள்வி அவன் மனத்திடையே எழுந்து விட்டது. சந்தோஷக் களையும் அவள் முகத்தினின்று இழந் தான். மன நிம்மதியும் அதே கணத்தில் அவனைவிட்டு அகன்றது

அவள் பார்வையின் தத்துவத்தை அவன் அறிந்து கொண் டான் போலும். திடீரென்று ஏற்பட்ட சிந்தனை மாறுதலால் அவன் சந்தோஷத்தையும் மன நிம்மதியையும் இழந்தான் என்று சொல்லுவது அவ்வளவு சரியல்ல. அவள் பார்வையின் கேள்விக் குறி அவனைத் தாக்கி, அதற்குத் தன் மனத்தில் தனக்குச் சாதகமாக அளித்துக்கொண்ட விடையும், மறுபடியும் மற்றொரு கேள்வியின் ஆரம்பம்தானே?

அதுமுதல் அவன் ஒடுங்கலுற்றான். தேகமும் மிக மெலிந்து இளைக்கலுற்றது. எல்லாவற்றையும் பற்றி யோசிக்கலானான். அவன் யோசனைகளெல்லாம் ஆரம்பித்த இடமான சுசீலா இடத்திலே முடிவடைந்து, முற்றிலும் முடியாமல், திரும்பவும் ஆரம்பிப்பதுபோன்று சலிக்க ஆரம்பித்தன. கலாசாலை திறக்க இன்னும் பத்து நாட்களே இருந்தன. ஆனால் சுசீலாவைப்

மௌனி படைப்புகள் ◆ 23 ◆

புக்ககத்திற்குக் கொண்டுபோய் விடவேண்டிய நாள் வர பதிமூன்று தினங்கள் இருந்தன.

இரண்டொரு நாளில் மாதவனுக்குச் சுரம் கண்டது. அச்சுரம் வரவர அதிகமாகி மூளையைப்பற்றின கடுஞ்சுரமாக மாறியது. சொந்தப் பிரக்ஞையுடன் இருக்கும்போது ‘ஏன், ஏன்?’ என்று மனதில் கேட்டுக் கேட்டு களைப்படைந்து பிரக்ஞையை இழக்கும்போது, சோர்வுற்று சற்று தூங்குவான்.

அப்போது அவன் தன்னையறியாமல் பிதற்றுவான். ஆனால் அவனையும் சுசீலாவையும் பிடித்த நல்ல காலம் அவன் பிதற்றல் பட்டணத்தையும் அவன் படிப்பையும் பற்றியதாகவே இருந்தது.

அவன் கலாசாலை திறக்கும் தினத்துக்கு முதல் நாள் காலையில் எவ்வகை சிகிச்சையும் பயன்படாது இறந்து போனான். சாதாரணமாக இருப்பின் அவன் அன்று பட்டணம் கிளம்பிப்போக வேண்டியவன். அவன் இறக்கும்போதும் தன் ஜீவியத்தை வெறுக்கும் கசப்பின் வேகத்தைச் சற்று உறுதியுடன் எதிர்பார்ப்பவன் போன்று “மூட்டைகளைக் கட்டு, இன்று பட்டணத்துக்குப் புறப்படவேண்டும்” என்று சொல்லித்தான் இறந்தான். அவன் இறந்த பிறகு அவன் பெற்றோர் எவ்வளவோ வாய்விட்டு அலறினார்கள். ஆனால் அவர்களுக்கு மன ஆறுதல் ஏற்படாதென்றுதான் தோன்றியது.

சுசீலா அவன் பிரேதம் சுடுகாட்டிற்குக் கொண்டு போகப் பட்டபோது வீட்டுத் திண்ணையில் நின்று பார்த்துக் கொண் டிருந்தாள். மாதவனுடைய பெற்றோர் ஒன்றுக்கு ஒன்று சம்பந்த மற்ற வார்த்தைகளால் ஓலமிட்டது அவளுக்கு வியப்பையே கொடுத்தது. அவள் கண்களும் புருவங்களும் எப்போதையும் போல ‘ஏன்’ என்பது போலச் சுழித்தன.

அவள் கண்களின் தோற்றம் தன் ஆட்சியை மீறி, பழக்கத் தின் காரணமாகவே மனத்தில் தோன்றியதைவிட்டு வேறு எதையோ குறிப்பது போலத்தான் அப்போதும் இருந்தது. கண்களின்றும் கன்னம் வழியாக ஓடி, முத்துப்போன்று கீழே விழுந்து சிதைவுற்றுப்போன இரு சொட்டுக் கண்ணீரும் ‘ஏன்’ என்ற கேள்விக்கும் அகப்படாமலேதான் கீழே சொட்டின.

உள்ளே இருந்து ‘சுசீ’ என்று அவள் தாயார் கூப்பிட்ட போதும் ‘ஏன்’ என்று தெரியாமலேதான் உள்ளே சென்றாள்.

பட்டணத்தில் உயர்தரக் கல்லூரி திறந்து ஒரு மாதம் ஆகிவிட்டது. மாதவனது மரணத்தைப்பற்றி அறியாத அவன் சிநேகிதர்கள், அவன் ஒரு மாதம் வரையிலும் வராததைப்பற்றி

ஆச்சரியம் அடைந்தனர். இவ்வளவு மேன்மையான உடைய மாதவன் ஏன் படிப்பை நிறுத்தி விட்டான் என்று கேட்டும் ஒன்றும் புரியாமலும், தெரியாமலும் திகைத்தனர்.

சுசீலாவும் புக்ககம் சென்று கிட்டத்தட்ட ஒரு மாதம் ஆகப்போகிறது. இப்போது ஊரிலிருந்து வந்தது முதல், அவள் கண்கள் என்றுமில்லாத ஒரு மகத்தான சோகம் கலந்த வசீகரத் தோற்றமுடையவையாக ஏன் தோன்றுகின்றன என்று அறிய முடியாமலே, அவளைப் பார்க்குங்கால் ஆனந்தமடைந்து கொண்டு இருந்தான் அவள் கணவன்.

நானோவெனில் எல்லாம் தெரிந்தும் ஒன்றும் தோன்றாமல் என் நண்பன் இறந்ததைக் குறித்து மனம் புகைந்து கொண் டிருக்கிறேன்.

மணிக்கொடி 1936

சுந்தரி

கோடை மிகக் கடுமையாகக் கண்டுவிட்டது. எழுதுவதற்கு ஆரம்பிக்கும் எவ்வித முயற்சியும் எள்ளளவும் பயனாகாததைப் பற்றி யோசித்தேன். அதற்கு இருவகைக் காரணம் வெகு யுக்தியாகக் கண்டுவிட்டேன். மூளை, மூளையாக இல்லாது, வயல்களைப்போல் கட்டிதட்டிப் போயிருக்கலாம். அல்லது பேனாவின் மசி உறைந்து, எழுத ஓடாதிருக்கலாம். என் எழுதுகோலை எடுத்து இரண்டுதரம் வேகமாக உதறியதில், பேனாவைப்பற்றிய தகராறை ஒருவகையில் தீர்த்துவிட்டேன். ஆனால் என் தலையை உதறிக்கொண்டால், பரிதாபம்! சிரமங்கொண்டு பன்றிக்கு வாரிவிட்டதுபோல் படியவைத்த எனது அழகான கிராப் தலைமயிர் சிலிர்த்து நிற்குமே என்று ஒரு பயம் அடைந்தேன். எனினும், அப்படி இப்படி எழுத ஆரம்பித்துவிட்டேன். இப்போதுதான் எழுதுவதன் முட்டாள்தனத்தையும் கஷ்டத்தையும் உணர ஆரம்பிக் கிறேன்.

கடுங்கோடையானதினால் கொஞ்சம் இளகிய என் மூளை நன்றாக உருக்கம்கொண்டு அபார அற்புதக் கற்பனைகளை ஏராளமாகக் கொட்டுகிறது. உருகி வழியும் கற்பனைகளைத் தாறுமாறாக ஓட்டம் கொள்ளாமல் தடை செய்வதில்தான் என் முழுபிரயாசையும் செலுத்த வேண்டியிருக்கிறது. எனினும் அநேகர் இப்பிரயாசை யில்லாமலே எழுதுவதாக எனக்குப்படுவது, அவர்களிடம் எனக்குப் பொறாமை உண்டாகக் காரணமாகிறது.

நிற்க, நடந்ததைப்பற்றி எழுதுவது என்றாலோ – அது நவீனத்திற்கு அழகன்று என்பதினால், அது என் மனத்திற்கு இப்போது பிடிக்கவில்லை. நடக்கப்போவதை எழுதினால், அது பவிஷ்யத் புராணமாகிவிடும் என்பத

னால், அதுவும் அவ்வளவு நாஸூக்கு இல்லை. நடக்கிறதைப் பற்றியே நான் ஒரு கை பார்க்கிறேன்.

கலியில் எது வேண்டுமானாலும் நடக்க முடியும் என்று பண்டைக்காலத்திலேயே எழுதியிருப்பதாக எனக்குக் கேள்வி உண்டு. பழைய காலத்தில் எழுதியிருந்தாலும், எழுதியிருப்ப தாகக் கேள்விப்பட்டாலும், அதில் எனக்கு நல்ல நம்பிக்கை. இக்கலியில் எதுவும் நடக்க முடியுமென்றால், நான் எழுது வதில் எனக்குக் கொஞ்சங்கூட ஆச்சரியமில்லை. மற்றும் இவ்வகைச் சிந்தனைப்போக்கில் நான் ஒரு விநோதம் கண்டேன். நடக்கிறதை எழுத வேண்டுமானால், உண்மையில் நடக் கிறதையே எழுத வேண்டுமென்பதில்லை. ஏனெனில், இக் கலியில் எதுவும் நடக்க முடியும் என்று சொல்லியிருப்பதன் நிமித்தம், ஏன் எழுதினவெல்லாம் நடக்கிறதாக இருக்கக்கூடாது? இந்த எண்ணமே என் மனத்திற்குத் தோன்றியதை எழுதத் தைரியமாக மாறுகிறது. ஒருகால் நான் எழுதியதுதான் நடக் கிறதாக ஏன் இருக்கக்கூடாது?

'பன்னிக் குட்டிக்குப் பதினாறு' என்ற ஒரு பழைய மொழி உண்டு. பன்றிக்குட்டிக்கல்ல – பன்றிபோன்ற குட்டிக்கு, என்று ஒரு தமிழ்ப் பெரியார் அதன் பொருளை எனக்கு விளக்கி யிருக்கிறார். பழைய மொழி அவ்வாறாயின், புதுக்காலத்தில், நாகரிகத்தில் தட்டுத் தடையின்றி மேலே போய்க்கொண் டிருக்கும் நமது பெண்மணிகள் விஷயத்தில், அதே மொழி புதுமொழியாக எவ்வளவு தூரம் பொருத்தம் கொள்ளுகிறது! மற்றும் பன்றிக் குட்டிக்கே இப்படி என்றால், சுந்தரி மாதிரியான குட்டிக்குப் பதினாறு வயது வந்தால் . . .

சுந்தரி அவளுடைய பதினாறாவது வயதில் 'மிஸ் சுந்தரி' யாகப் பட்டணத்தில் படித்துக் கொண்டிருந்தாள். அவளுடைய பதினோராவது வயதில் வந்த ஒற்றைத் தலைவலி. இரண்டு கண்களுக்கும் கண்ணாடி போட்டுவிட்டுப் போய்விட்டது. மூக்குக் கண்ணாடியும், சப்பை மூக்கானால், அடிக்கடி நழுவிக் கடிவாளம்போன்று வாய்க்கு இறங்கும் என்பதில்லாது, அவளுடைய கிளி மூக்கின் பேரில் 'ஜம்'மென்று பொருந்தி, அழகுக்கு அழகு செய்து கொண்டிருந்தது. அந்தக் கண்ணாடி யுடன் அடிக்கடி அவள் மாலை நேரங்களில், காற்று வாங்கக் கடற்கரையில் உலாவுவது உண்டு.

மதுசூதனன் (இவனுக்கு விபரம் தெரிந்த பின்னே நாகரிக மான பழைய பெயரை இவன் தகப்பனார் வைத்தார்போலும்) அப்போது கல்லூரியில் படித்துக்கொண்டிருந்தான். இவனை இவன் தோழர்கள் பெயரை குறைத்துப் பிரியமாக 'மது'வென

அழைப்பது வழக்கம். இவனும் மாலை வேளையில் ஆரோக் கியத்திற்காக கடற்காற்று வாங்கப் போவான். இப்படியாக நடந்து வருங்கால், ஒரு நாள் இவ்விருவரும் ஒருவரையொருவர் பார்க்க நேர்ந்தது. சுந்தரி பத்துப்பெண்களின் நடுவில் ஒருவளாக இருந்தும், மதுவின் கண்களிலிருந்து உண்டான காதல் சுந்தரி யின் மீதுதான் பார்வையாக விழுந்துவிட்டது.

'அவளுக்கு . . .ம்?' என்பதை அவன் யோசித்துக் கொண்டு தன் அறையை அடைந்தான். நிச்சயமாக அம்மங்கை, இரவில் தன்மீது விழுந்த காதலில் தவித்து, தன் விடுதி மேன்மாடியில், வேதனையில் உலாவுவாள் என்று எண்ணிக்கொண்டே, தன் அறையில் குறுக்கும் நெடுக்குமாக நடந்தான். மறுநாள் . . . இப்படியே இருவரும் சந்தித்ததிலிருந்து, இருவருக்கும் பரஸ்பரம் 'லவ்' விழுந்துவிட்டது.

சுந்தரி கெட்டிக்காரி. நவீன நாவல் கதாநாயகன் ஒருவன், திடீரென ஒருநாள் குறுக்காக வந்து தன்னைக் காதலிப்பான் என்று அவள் எண்ணியிருக்கலாம். மதுவே தன்னுடைய கடற்கரையில் உலவும் முழு 'டிரஸ்ஸில்' அவளுக்கு ஏன் அப்படியான காதல் நாயகனாகத் தோன்றியிருக்கக்கூடாது? மூன்று முழு உடுப்புக்களை முப்பது விதமாக அலங்கரித்து, நங்கையர் முன்னே முந்நூறுதரம் குறுக்காக அவனுக்கு நடக்கத் தெரியும்.

இருவர் காதலும் சிறிது காலத்திற்குப் பிறகு கல்யாணமாக முடிந்தது.

மதுவின் படிப்பு முடிந்தவுடன், அவனுக்கு வேலையும் கிடைத்துவிட்டது.

அவனுக்கு முப்பது ரூபாய் சம்பளமானாலும், முதலில் இரண்டு வருஷத்திற்கு ஒருதரம் ஒரு ரூபாயாக அது ஐம்பது ரூபாயாகும். பிறகு அந்த மாதச் சம்பளம் வருஷத்திற்கு ஒரு ரூபாய் விழுக்காடு சேர்ந்து நூறு ரூபாய் ஆகும். மற்றும் நமது மதுவுக்கு ஜாம்பவான் வயது இருந்து, அவனுடைய வேலைக்கும் 'ரிடையரிங்' காலமும் இல்லாது போனால், அவன் சம்பளம் படிப்படியாய் உயர்ந்துகொண்டே மாதம் ஆயிரம் ரூபாயாகவும் ஆகிவிடக்கூடும்!

வேலையானதும் இருவரும் சேர்ந்தே குடித்தனம் செய் தார்கள். அப்போது அவர்கள் என்னவெல்லாமோ மனத்தில் எண்ணியிருந்திருக்கலாம். 'ஐ.ஸி.எஸ்' ஆத்துக்காரராகத் தனக்கு அகப்படவில்லையே என சுந்தரி ஏங்கியிருக்கலாம். என்னவோ சுந்தரியைத் தான் முதலில் கண்டது மாதிரி வாழ்க்கை இப்போது

அவ்வளவு வசீகரமாக இல்லையே என்று ஏக்கமுற்றிருக்கலாம். எனக்கு அதெல்லாம் நிச்சயமாகத் தெரியாது. மற்றும் இவ் விஷயத்தில் என் மனக் கற்பனைகளுக்கு இடம் கொடுக்க எனக்கு இஷ்டமில்லை.

ஆனால், மாலையில் இருவரும் சேர்ந்து ஜோராக வெளி யில் 'வாக்கிங்' போகும்போது எல்லோரும் பார்த்திருக்கமுடியும். அவர்கள் அப்போது பேசுவதைக் கவனித்தால், ஆங்கிலம் தெரியாதவர்களுக்கு ஒன்றும் புலப்படாது, தெரிந்த சிலருக்கும் புரியாதுதான். அக்காட்சி இயற்கை அளிக்கக்கூடிய எதையும் விட மிகவும் கண் உறுத்தும் காட்சியாகத்தான் தோன்றும்.

அடிக்கடி மதுவுக்கு ஊருக்கு ஊர் வேலை மாற்றம் உண்டு.

எங்கேயாவது, ரயிலடியில், காலில் சிலிப்பரும், மூக்கில் கண்ணாடியும், தலையில் கட்டுக் கனகாம்பரப் பூக்கொத்து நழுவி விழத் தொங்கும் தோரணையிலும், கையில் ஒரு வெள்ளிக் கூஜாவுடனும், ஒரு சுந்தரியையும், அவள் பக்கத்தில் பெட்டி யுடன் ஒரு கரப்பான் மீசை ஆணும் நிற்க நீங்கள் கண்டால், நமது தம்பதிகள்தான் வேலை மாற்றப்பட்டு, வேறு ஊருக்குப் போக ரயிலுக்குக் காத்திருக்கிறார்கள் என ஊகித்துக் கொள் ளுங்கள்.

ஒருதரம் நான் அவர்களைத் தஞ்சாவூர் 'ஜங்ஷ'னில் பார்த்தேன். அந்த ரயிலுக்கு நல்ல கூட்டம் காத்திருந்தது. எட்டி நின்ற ஆயிரம் ஆடவர்களும், மது கடற்கரையில் காதல் விழ எப்படிச் சுந்தரியை முதலில் பார்த்தானோ, அதே பார்வை யில், பார்த்து நின்றார்கள். மதுவோவெனில் அந்த நாகரிக நங்கை தன்னுடைய மனைவி என்பதில் அநேகர் ஐயங்கொள்ளு கிறார்கள் என்பதை அறிந்தவனே போலவும், மற்றும் அதைப் பிறருக்குப் புரியும்படி காட்டுவதில் ஆவல் கொண்டவனே போலவும், அவள் அருகில் வந்து, அடிக்கடி, 'மை டார்லிங்' போட்டுப் பேசிக்கொண்டிருந்தான். சுந்தரி, சுருங்கிய முகத் துடன், சுற்று முற்றும் பார்த்துக் கொண்டிருந்ததுடன், அடிக்கடி அண்ணாந்து கொட்டாவி விட்டுக்கொண்டும், தலையைக் கையால் அலட்சியமாகக் கோதிக்கொண்டும் இருந்தாள்.

காதல் பூர்த்தி கல்யாணம், கல்யாணப் பூர்த்தி விவாக ரத்து என்று எவ்வளவோ வெகு அழகான கற்பனைகளுக்கும் நான் இப்போது உடன்படத் தயாராக இல்லை.

ஒரு சந்தேகம் யாருக்கும் தோன்றலாம்... எவ்வளவு தடையிருந்தாலும் இவர்களுக்கு ஒரு குழந்தை பிறந்தால்...

மௌனி படைப்புகள்

என்ற எண்ணம் எழலாம். ஆமாம், அது அப்பாவைக் கொண்டால், கட்டை குட்டையாக, கறுப்பாக இருக்கும். இருந்தாலும் கரப்பான் மீசையோடும், கிராப்புடனும் முதலில் இருக்காது என்பது நிச்சயம். அம்மாவைக் கொண்டாலோ, ஏன், அதன் அழகிலிருந்து நீங்கள் பார்த்தவுடனே ஊகித்துக்கொண்டு விடலாமே! மற்றும் அது யாரைக் கொண்டாலும், முதலிலாவது 'நாகரிக' மற்று, தமிழில்தான் பேச ஆரம்பிக்கும் என்று நான் எண்ணுகிறேன்.

மணிக்கொடி 1936

காதல் சாலை

அன்றைய தினம்

அன்று காலை அவன் மனங்கெட்டுத் திரிந்தான்.

அன்று நடுப்பகல் மேகமூட்டுக்கொண்டு இருண்டு இருந்தது. ஆலமரத்தடியில் சிறிது அவன் படுத்து அயர்ந்தான். தன்னெதிரில் அவள் தொங்கிக்கொண்டு தன்னை அழைப்பதைக் கண்டு மருண்டு எழுந்தான். எதிரில் ஆலமர விழுதுகள் தொங்குவதைப் பார்த்தான். அதைப் பிடித்திழுத்து ஒன்றை வீசி ஆட்டிவிட்டு வழி நடந்தான்.

மாலையில் மேற்குவானம் மிகுந்த பிரகாசம் அடைந்திருந்தது. சூரியன் மறைந்தான். தன்னை அறியாது நடந்தான். காதல் காதல், எங்கும் காதல்தான், இவன் மனம் உடைந்தது. யோஜனைகள் அற்றன. காலடியினின்றும் மிக வெறுப்புற்றது போன்று பாதை நழுவி நகர்ந்தது. உயிரற்று நடந்தவன் நிற்பதைத்தான் கண்டான். முன்னே தோன்றியது முன்போன்றே இருந்தது. பின் கடந்த வழிவிடாமல் சுற்றி இவனைச் சூழ்ந்தது. வேகமாக நடக்கலுற்றான். உடம்பு ஒருதரம் மிகக் குலுங்கியது. வண்டிச்சோடு, தோன்றுவதின்று உதறமுடியாது போன்று வெகு ஆழமாகப் பாதையில் பதிந்திருக்கக் கண்டான்.

பொழுது போயிற்று, கடந்த காலம் கதைத் தோற்றம் கொண்டது. நிகழ்வது நிச்சயம் கொள்ளவில்லை. "பிறகு – பிறகு?" ஒன்றுமில்லை. பழையபடியேதான் திரும்பத் தோற்றம்.

அவ்வகை அவன் வாழ்ந்தவிதம் எவ்வளவு காலம்? உயிர்கொண்டா, இறந்தா? ஒரு கணமா அநந்த காலமா?

இரவு

இரவு கண்டது. உலகை இருள் மூடியது. அன்றிரவு, அவனுக்குச் சதா இரவாகவே முடிந்தது.

முந்தின தினம்

தன் ஊரைவிட்டு இவன் சாலைவழியே நடந்து வந்தான். வழியில் சிறிது நேரம் களைப்பாற உட்கார்ந்தான். ஒரு கூடைக் காரி, கூடையை கீழே இறக்கி வைத்து சிறிது தூரத்தில் உட்கார்ந் தாள். ஒரு சிறு பறவை, பக்கத்து வரப்பின் மீது பறந்து வந்து உட்கார்ந்தது. கூடைக்காரி தன் முந்தாணியால் முகத்தைத் துடைத்துக் கொண்டாள். முந்தாணியை உதறி மேலே போட்டுக் கொண்டாள். சிறிது நேரம் சென்று நின்றுகொண்டு, அருகாமை யைச் சுற்றிச் சுற்றி திரும்பிப் பார்த்தாள். இவன் இருப்பதை அறிந்தவள் அவனை அருகில் அழைத்தாள். அவனைப் பார்த்து, “ஐயா, இந்தக் கூடையைச் சிறிது தூக்கி விடுங்கள்” என்றாள்.

இவன் “என்ன? எதை?” என்றான்.

“இதை ஐயா” என்று இரண்டு கைகளையும் விரித்து நீட்டிக் கீழே இருந்த கூடையைக் காட்டினாள். “வெகு பளுவாக இருக்குமே? உன் கழுத்தை அமுக்குமே? உன்னால் தாங்க முடியுமா? ஏன் தூக்கிக்கொண்டு . . .” என்றான்.

“அதற்காகத்தான் ஐயா உங்களை . . .”

“யார் எங்களையா? புருஷர்களையா? கூடைக்காரி; சரி சரி, என்ன செய்யச் சொல்லுகிறாய்?” என்றான்.

“கூடையைத் தூக்கிவிடுங்கள்” என்றாள் அவள். கூடையை அவள் தலையில் ஏற்றிவிட்டான். அவள் முகத்தை அருகிலிருந்து பார்த்தான். அவள் தன் இருகைகளையும் மேலே முழுதும் நீட்டிக் கூடையின் விளிம்பைப் பிடித்துக்கொண்டாள். அவள் கழுத்து சிறிது சிறுத்துப் பெருத்ததை அவன் கண்டான். மார்பும் சுமையைத் தாங்கி கெட்டியானதை கண்டான். அவள் முகத்தில் வசீகரமும் நன்றி அளிக்கும் புன்னகையும் தோன்றின. இவன் மிகுந்த வருத்தங்கொண்டான். அவன் நின்ற இடத்தைவிட்டு அகலவில்லை. ஒதுங்கி அவனைத் தாண்டி அவள் சென்றாள்.

சிறிது சென்று, அவன் திரும்பிப் பார்த்தான். ரவிக்கை இல்லாது திறந்த அவள் முதுகைக் கண்டான். திடீரென்று வரப்பில் உட்கார்ந்திருந்த அப்பறவை நடுவே பறந்து எதிர் புறத்து மரக்கிளையில் மறைந்தது. இவனுக்குத் தன்னை அறியாது சிரிப்பு வந்தது; சிரித்துவிட்டான். அந்தப் பறவை "சீ சீ" என்று கூவிக்கொண்டே பறந்துவிட்டது.

கொஞ்சம் மேலே நடந்து திரும்பினாள் கூடைக்காரி. சாலைத் திருப்பத்தில் மறைந்துவிட்டாள். பக்கத்து ஓடை மதகுக் கட்டையில் உட்கார்ந்தான். மறுபடியும் கூடைக்காரி, தன் பளுவை இறக்க வருவதை எதிர்பார்த்தவன் போன்றிருந்தான். ஆனால் எதிரில் எதிர் மதகுக் கட்டை, வலது புறமும், இடது புறமும், சாலையும், சாலை மரங்களுமே. சிறிது தூரத்தில், இடிந்து பாழ் அடைந்த அச்சாவடியும் சமீபகாலத்தில் இடிந்தது போன்று முற்றும் பாழ் தோற்றம் கொடுக்கவில்லை.

அலுப்புற்று எழுந்து, நடந்து அவன் பக்கத்து ஊரை அடைந்தான். கீழக் கோடியிலிருந்து மேற்கே அவ்வூர்த்தெரு வழியாக மெதுவாக நடந்துகொண்டே போனான். அவன் முன் குறுகிய அவன் நிழல் போய்க்கொண்டிருந்தது.

பின்னிருந்து அவ்வக்கிரகாரத்து நாய் குரைத்தது. அவன் திரும்பிப் பார்த்தான். அவ்வூர்ப் பெண்கள் சிலர் இடுப்பில் குடத்துடன் ஜலம் மொள்ள, கோயிற் கிணத்தடிக்குச் சென்று கொண்டிருப்பதைக் கண்டான். "ஏன்? எங்கே?" என்பதுபோல் நாய் குரைத்து.

"சீ சீ நாயே, நான் அவளைப் பார்க்க – தேட – போகிறேன்."

குரைப்பு. "ஏன்? எங்கே?"

"சீ சீ! நாயே! ஏன் என்கிறாயே – என் காதலி அல்லவா – என் காதல் இருப்பிடம் அல்லவா? எங்கே? தெரிந்தால் ஏன் போகிறேன்."

"ஏன்? எங்கே?"

"சீ சீ! நாயே அப்பெண்கள் ஜலமெடுக்க, கிணற்றுக்குப் போவது போலவா? காதல் இதுமாதிரி அல்ல."

மறுபடியும் குரைப்பு.

அவனுக்கு மிகுந்த ஆத்திரம் உண்டாயிற்று. பொறுக்காமல், அந்த நாயைத் துரத்தினபோது, நாய் சிரித்துக்கொண்டே "சரி – சரி" என்று சந்தேகத்துடன் ஆமோதித்துக் குரைத்துக் கொண்டே ஓடிவிட்டது.

ஜலத்திற்குப் போகும் பெண்களைப் பார்த்தான். அதில் ஒருத்தி கறுப்பு. அவள் இடுப்பில் பித்தளைக் குடம், முகத்தில் மிகுந்த வசீகரம். அப்பெண் குனிந்து குதிகாலில் தண்டின குயவானை இழுத்துவிட்டுக் கொண்டாள். எல்லாப் பெண் களும் எதையோ பேசிக்கொண்டு போனார்கள். புரியாத பேச்சுச் சத்தத்திலும் தனிப்பட்டு ஒரு சிரிப்புச் சத்தம் கேட்டது. சிரிப்பவளை இவன் பார்த்தான். அவள் முகத்தோற்றமே இவன் மனதில் பதியவில்லை. ஆனால் அவள் சிரிப்பதைத்தான் இவன் கண்டான். பார்த்துக்கொண்டு இருக்கும்போதே எல்லோரும் கோவிலினுள் சென்று மறைந்துவிட்டனர். திரும்பி அவன் அப்பெண்ணுடைய சிரிப்பை எண்ணிக்கொண்டு, அந்த ஊரைக் கடந்து சென்றான்.

அவ்வூரை விட்டதும் அவன் அறுவடையான வயல்கள் வழியாகப் போனான். சிறுசிறு மேகங்கள், உருவை மாற்றி மாற்றிக்கொண்டு கிழக்கு நோக்கி ஊர்ந்து சென்றுகொண்டிருந் தன. சிறு வெண்மை மேகம் ஒன்று சூரியனை மெதுவாகக் கடக்கும்போது, வயல் வழியாக நிழல் பாய்ந்தோடியது. அறுவடை யான வயல்களில் ஒற்றையடிப் பாதை இன்னும் சரியாக ஏற்படவில்லை. நடுநடுவே ஒன்றிரண்டு கெட்டியான கட்டைத் தாள் இவன் காலால் மிதிக்கப்பட்டபோது குத்தியது. வயலை விட்டு அதன் வரப்போடு சிறிது தூரம் சென்றான் நன்கு காயாமல் இருக்கும் வரப்பில், சில சில இடங்களில் இவன் குதிகால் அமுங்கும். "அப்படியே பாதாளம் வரையில் நான் அமுங்கிப் போனால் – எனக்குப் பளு ஜாஸ்தி – பளு இல்லா விடில் இப்படி அமுங்குவேனா . . ."

சில சில இடத்தில் வரப்பில் விதைத்த துவரை வெட்டப் படாமல் இருந்தது. இருபக்கமும் தன்னைவிட உயர்ந்து வளர்ந்து இருக்கும் இச்செடிகளின் இடையே சென்றான். நடுநடுவே இவன் திடுக்கிடும்படி தத்துக்கிளி உயர எழும்பும். திடீரென்று மறுபடியும் மறைந்துவிடும். இப்படியே இவன் ஒரு களத்து மேட்டிற்குச் சென்றான், நடுவில், கதிரடிக்கும் சிறு இடத்தைத் தவிர மற்ற இடத்தில் ஒரே செடி, புல் பூண்டுகள் மண்டி இருந்தன. சிறு புல் நீல புஷ்பங்கள், மிகுந்து ஒரு இடத்தில் பூத்திருந்தன. அவ்விடம், கண் குளிர்ந்த ஒரே நீலத்தால், சலவை செய்தது போன்றிருந்தது.

போய்க்கொண்டிருக்கும்போது ஒரு நெரிஞ்சி முள் இவன் காலில் தைக்க கீழே உட்கார்ந்தான். உள்ளங்காலைக் கையால் தடவிக்கொண்டே, இவன் சுற்றுமுற்றும் பார்த்துக் கொண்டிருந் தான், முள் இல்லை; ஆனால் வலிமட்டும் இருந்ததை இவன் உணர்ந்தான். தனக்கு முன்னால் போடப்பட்டிருந்த பெரிய வைக்கோல்போர், பழுப்பாக வைக்கோல் மாதிரியே தோன்ற வில்லை. நன்கு காயாமல் பசுமை கலந்த பழுப்பிலேயே, உயர்ந்து, ஏதோ தோற்றம்கொண்டது. தூரத்தில் இருந்த வேலிக் கால் காட்டாமணக்குச் செடியின் மீது ஒரு குருவி வாலை ஆட்டிக்கொண்டு கத்தியது. அது கத்திக்கொண்டே இறங்கும் போன்று தோன்றியது.

"சீசீ! அவள் போய்விட்டாள்" என்றது அக்குருவி. "யார்? எங்கே?" என்றான் இவன். மிக வெட்கமுற்றுப் பறந்தோடி விட்டது அக்குருவி. "குருவியே உனக்குப் புத்தியில்லை. ஏன் கத்திக் கத்திச் சாகிறாய்?" என்று வெற்றுக் காட்டாமணக்குச் செடியைப் பார்த்துச் சொன்னான்.

திடீரென்று எழுந்து நடக்கலுற்றான். சிறிது சென்றவுடன் மற்றொரு முள் குத்த இவன் கீழே உட்கார்ந்தான். முள்ளைப் பிடுங்கி எறிந்தான். பக்கத்தில் ஒரு எருக்கஞ்செடி முளைத்திருந் தது. அதன் மலராத மொட்டுகளை நசுக்கினான். அப்போது உண்டான சிறு சப்தத்தில் கொஞ்சம் ஆனந்தம் அடைந்தான்.

அவள் ஞாபகம் வந்தது: "காதலி எங்கே ஏன் நான் காதல் மணந்தானே புரிந்துகொண்டேன்? அவளும் என்னைக் காதலித்தாளே! எங்கே அவள்? அவள் எருக்கமொட்டில்தான் இருக்கிறாள். நசுக்கினால் வெளிவருவாள்." மறுபடியும் மிஞ்சின மொட்டுகளை நசுக்கினான். மொட்டுகள் இல்லை. சப்தமும் இல்லை. அவளையும் காணோம். கோபம்கொண்டான். செடியின் இலைகளைப் பிடித்து வெடுக்கென்று பிடுங்கினான். கைநிறையக் கசங்கின. இலைகள் வந்தன. ஓங்கிக் கீழே அடித்தான். போக எண்ணி எழுந்தான். காட்டாமணக்குச் செடியின் மீது மறு படியும் அக்குருவி இருந்து கத்தியது. "சீ சீ, அவள் போய் விட்டாள்." குனிந்து ஒரு சிறு கல்லை எடுத்து வீசி எறிந்தான். அது பறந்துவிட்டது. இவன் நடந்து போனான்.

சிறிய நகரம் ஒன்றைச் சேர்ந்தான் இவன். சாயங்கால வேளையும் ஆயிற்று. இவன் அவ்வூர் கடைத்தெருவின் வழியாகச் சென்றான். பண்டங்கள் வாங்குபவர்களைக் கண்டான். "காதல் – காதல் ஏன் இங்கு இருக்க முடியாது?"என்று பார்த்துக்கொண்டே, ஒரு முச்சந்தி வந்ததும் நின்றான். காணமுடியாததை 'அதோ–

அதோ' என்பது போலச் சுற்றும் முற்றும் தேடிப் பார்த்தான். தன் பின்னால் ஒருவன் நிற்பதைக் கண்டான். அவன் மீசை சற்றுப்பெரிது; கிராப் தலை சிறிது கோணல்; நெற்றிச் சந்தனப் பொட்டு மிகப் பெரியது. எல்லாம் கலந்து அவன் தோற்றம் இவன் மனத்தில் நன்றாகப் பதிந்தது.

"ஐயா, மிக உயர்ந்த அழகு; சிறு வயது; நீங்கள் சாதாரண மாக வாருங்கள். மயங்கியே விடுவீர்கள். காதல் மயக்கம் ஐயா, ரொம்ப அழகு ஐயா..." என்றான் அவன்.

இவன் "எங்கே? எங்கே? போவோம்?" என்றான். அவனோடு கூடச் சென்றான். ஒரு சந்தில், சிறிய, மட்டமான வீட்டிற்குள் இருவரும் சென்றனர். உள்ளே, மங்கலாக தீபம் ஒன்று, இருக்கும் ஏழ்மையைப் பார்க்க வெட்கமும், வருத்தமும் அடைவது போன்று எழுந்தும் விழுந்தும் அழுதுகொண்டு எரிந்தது.

கூடத்தில் ஒரு பெண் இருப்பதை இவன் கண்டான். அவள் உட்கார்ந்திருந்தாள். எழுந்து நின்றாள். கோணலாகத் தலையை வாரிக்கொண்டிருந்தாள். புது வறுமையையும் சேர்த்துக் கட்டிக்கொண்டதுபோல் அவள் முகம் தோன்றியது.

"இவள்தான் கிருஷ்ணவேணி. வெகு அழகு ஸார். எல் லோரும் அப்படித்தான் எண்ணுகிறார்கள். நீங்களும் கட்டாயம் சொல்லப்போகிறீர்கள் ஸார்" என்றான் அவன்.

"இங்கே... ஆம் அதைத்தானே நான் தேடி அலைகிறேன்."

"சரி ஐயா, இருங்கோ. நான் இதோ வரேன்" என்று சொல்லிவிட்டு அவன் வெளியே போய்விட்டான்.

இவனுக்குக் காதல் வந்தது! "எப்படி? எங்கே? எது போல?" இவனுக்கு ஒன்றும் புரியவில்லை. கொஞ்சம் கொஞ்சமாகவா இல்லை. மிகுந்து திடீரென்று வாய் பிளக்கவா? தெரியவில்லை. ஆனால் சமுத்திரக் கரையில் ஒழுங்கு உடை தரித்த வாலிபர் களுக்கு, நாகரீக ஒய்யார நடை மாதர்களைக் கண்டால் வருவது போலவா? அவ்வகை இல்லை. அது மாதிரியிருந்தால் இவனுக்கு தெரிந்து இருக்குமே!

"காதல் எங்கே? வந்ததா? கண்டேனா?"

"ஆம். காதலை நேருக்கு நேராக." தீபச் சுடர் சிறிது தூண்டி விடப்பட்டது; கோபமாக கடைசியில் எல்லாவற்றையும் பார்ப்பது போன்றேதான், நிமிர்ந்து ஜ்வலித்தது.

அவன் பேசவில்லை. உட்காரவில்லை, தீபத்திற்கும் சுவற்றுக்கும் நடுவே இவனுக்கு நேராக இல்லாமல் நின்று கொண்டிருந்தாள். அவள் நிழல் பாதி கூடத்திலும், இடுப்பிற்கு மேல் எதிர்ச் சுவரிலும் விழுந்து சிறிது சிறிது ஆடிக்கொண் டிருந்தது. அது சுவர் முழுவதும் வியாபித்துத் தலை உச்சி மேடு வரைபோய் மறைந்து, பயங்கரத் தோற்றத்தைத் கொடுத்தது. அவள் அத்தீபச் சுடரைப் பார்த்து நின்றிருந்தாள்.

அன்றிரவு, இவன், அங்கு தங்கினான். அவள் இரவெல்லாம், தூங்கவில்லை. அவன் பக்கத்திலே, கண்ணயராமல், விழித்துப் படுத்திருந்தாள். இவன் நடு நடுவே சிறிது விழித்துக்கொண்டான். இரண்டொருதரம் பிதற்றுவதுபோல் பேசினான்.

"நாய் சொல்லியது : சீ சீ, அவள் போய்விட்டாள். ஓடி விட்டாள். காதல் ஏன்? எங்கே? சீ சீ, நாயே காதல் எங்கேயா? இருட்டிவிட்டது. காணமுடியாதோவென்று பயந்தேன். ஆனால் இருட்டிலும் அகப்படுமோ காதல்? எங்கே? ஏன்?" என்றெல்லாம் பிதற்றினான். அவன் பிதற்றலில் தனக்கு எதாவது புரிகிறதோவென்று இவள் நடுநடுவே சிறிது கவனித்தாள். ஒன்றும் புரியவில்லை. அவனையும் தெரியவில்லை.

விடியுமுன் மறுபடி ஒருதரம் பிதற்றினான். "அந்தக் குருவி – 'ஓடிவிட்டாள்' என்றது. யார்? அது வெட்கம்கொண்டு பறந்து விட்டது. ஓடினால் வெட்கமா? காதல் ஏன்? எங்கே? அவள் எங்கே? அவள் ஓடிவிட்டாளா? இல்லை, நான் தான் ஓடுகிறேன். ஏன் – எதற்கு – காதலா? சீ சீ, இல்லை. அவள் ராஜீவி" அவன் முடித்துவிட்டான். அவளும் கேட்டாள். விடிந்ததும் இவன் எழுந்தான். அவளும் எழுந்தாள். அவனும் வந்தான். அவனும் இவனும் பேசிக்கொண்டிருந்தார்கள். அவள் உள்ளே போய்விட்டாள். வெளிவந்து, தாம்புக் கயிற்றை எடுத்துக் கொண்டு, பின்பக்கம் சென்றாள். சிறிது சென்று, திரும்பி வந்து, குடத்தையும் எடுத்துச் சென்றாள். கொல்லைக் கிணற் றடிக்கு, இவர்கள் பேசிக்கொண்டிருந்தார்கள். அவள் வர வில்லை. வருவதுபோலும் இல்லை. அவன் கொல்லைப் பக்கம் போனான். இவனும் தொடர்ந்து சென்றான். அவளையும் இவர்கள் பார்த்தனர். குடம், அவள் கால் கீழ் சற்று எட்டி உதைக்கப்பட்டு உருண்டிருந்தது. கயிறு மேலிருந்து தொங்கியது. இவள் கயிற்றிலிருந்து தொங்கிக்கொண்டிருந்தாள். அவள் முகம் மேல்நோக்கி இருந்தது. கண்கள் மூடியிருந்தன. அவள் ஆத்மா சாந்தி அடைந்தது. இவன் மனதில் கால்களும் தேகமும், மெதுவாக ஊஞ்சல் ஆடின. அவள் முகத்தை இவன் பார்த்தான்.

"காதலை . . .?" அவளை மறுபடியும் பார்த்தான். அவள் ஆத்மாவை எண்ணினான். சாந்தம் அடைந்ததை உணர்ந்தான். போன இரவு நிகழ்ச்சிகளை நினைத்தான். பத்து மாதம் முன் நிகழ்ந்தவை களை நினைப்பூட்டிக் கொண்டான். ராஜீவியை முதல்தரம் தான் முத்தம் கொடுத்தபோது அவள் முகத்தோற்றத்தை மனதில் கண்டான். தேவர்போன்று தரையில் தீண்டாது ஆடிக்கொண்டு நிற்பவளுடைய முகத்தை உற்று நோக்கினான். "காதல்? இவள்? காதல்... இவள்..." வெளியே விரைந்து ஓடினான்.

ஓடி ஓடி அவ்வூரை விட்டகன்றான். அவன் வழிநடந்தான். "காதல்? எங்கே? எப்படி?" என்றான். உணர்ந்தானா? "அதோ அங்கே" என்று ஆகாயத்தை இருகைகளையும் விரித்து நீட்டிக் காட்டினான். விரல்களைக் கெட்டியாக மூடி அசைத்துப் பயமுறுத்தினான். பொழுது நன்றாக விடிந்துவிட்டது. அன்று பொழுதும் போயிற்று. இரவும் வந்தது; ஆனால் அவனுக்கு மறுபடியும் பொழுது புலரவில்லை.

நேருக்கு நேரே காதலைக் கண்டதேபோலும். கண்ட தன் கதிபோலும்... காண்பவரின் கதிபோலும்!

மணிக்கொடி 1936

கொஞ்ச தூரம்

அன்று காலையில் எழுந்தது முதல், அவன் மனது சரியாக இல்லை. கிராமத்தில் தன் தனி வீட்டில் கடந்த ஆறுமாதமாக அவன் நடத்திய வாழ்க்கையில், அவன் மூளைக்கு ஒன்றுமே சாரமாகப்படவில்லை. படித்து முடிந்து, நகரத்தினின்றும் ஊர் சேர்ந்து அங்கேயே இருந்தான். நான்கு மாதத்திற்கு முன்பு, கடைசியாக, தன் கல்லூரி சிநேகிதி மிஸ்.ரோஜாவிற்கு எழுதின கடிதந் தான் அவனுடைய பழைய வாழ்க்கை நினைவின் அறிகுறி போன்றது.

எழுந்தவன் வாயில் திண்ணையில் நின்றுகொண்டு பார்த்தான். கீழிறங்கி தெருவில் நடந்து சென்று, சிறிது தூரத்தில் அவ்வூர் எல்லையில் ஓடும் வாய்க்கால் கரையில் நின்றுகொண்டு கிழக்கே வெகு தூரம் வரையில் பார்த்தான். அடிவானத்தில் சிறு சிறு மேகங்கள் வெண்மை யாகத் திட்டுகள் போன்று அசைவற்று இருந்தன. கண்ணுக் கெட்டியவரையில், தனித்தனி மரங்கள் தனிப்பட்டே தோன்றின. சிறிய குடிசைகள், அங்குமிங்கும் மரங்க ளிடையே தெரிந்தன. இரண்டொரு ஆடுமாடுகள் செய்வ தறியாது காலந் தவறி மேய்வது போன்று மேய்ந்துகொண டிருந்தன. அவன் காலடியின் கீழ், அச்சிறு வாய்க்காலில், தெளிவாக, அடிமணல் தெரிய ஜலம் அரித்தோடிக்கொண டிருந்தது. ஜலத்தின்மீது உலர்ந்த இலைகள் மிதந்து மிதந்து சிறு சுழலில் சுழன்று, மேலும் கீழுமாக அழுத்தலாக, மெதுவாக, ஜல ஓட்டத்தில் இழுக்கப்பட்டுப் போய்க் கொண்டிருந்தன.

எல்லாம், ஒரே இடத்தில் ஒரே மாதிரியாகத்தான் இருந்தது. பழையபடியே தான் இவனுக்குத் தோன்றியது. ஆனால், ஆவலாக, இருந்த இடத்தில் காண நினைத்தது,

"அங்கு இல்லை, எங்கும் காணவில்லை" என்று எண்ணியது போன்று சலிப்புற்று வீட்டிற்குத் திரும்பி வந்தான். கதவை அடைத்து உட்சென்று சாப்பிட்டான்.

மத்தியானம் சுமார் ஒரு மணி இருக்கும்போது இவன் வீட்டைவிட்டுக் கிளம்பினான். தெருக்கோடியில் உள்ள சிவன் கோவிலையும், அவ்வூர் வாய்க்காலையும் கடந்தான். வாய்க்காலைக் கடந்தவன் சிறிது நின்றான். பின்புறமாகத் திரும்பிப் பார்த்தான். அச்சிறிய கிராமமும், பிரகாசமான சூரிய வெளிச்சத்தில் தெளிவுற்ற பார்வையைக் கொடுக்கவில்லை, இடிந்த மதிற்சுவரின் இடையே கோவில் பிராகாரத்தில் உள்ள புஷ்பச் செடிகள் தெரிந்தன. வாழ்க்கைத் திரையில் தீட்டப்பட்ட சித்திர உருக் காட்சியையே இவன் மனதில் கொண்டான். சில சில புஷ்பங்கள் கொய்யப்படாமலே ஒரு பசுமைத் தோற்றத் தின் நடு நடுவே இருந்தன. மெய்மறந்த இன்பத்தில் அச்சித்திரக் காரன் அறியாது, மிகுந்த பகட்டுடன், சிறுதிட்டு வர்ணபூச்சு களை அத்திரையில் தீட்டினதுபோன்றுதான் அப்புஷ்பங்கள் பசுமையில் பதிந்திருந்தன. வாய்க்காலில் துணி துவைக்கும் பாராங்கல்லில் ஒரு சிறு குருவி உட்கார்ந்திருந்தது. அதுவும் திடீரென்று பறந்து அச்செடியில் "ஏன் – எங்கே" என்று கத்திக் கொண்டு மறைந்துவிட்டது. "கொஞ்சதூரம்" என்று அப்போதுதான் எண்ணியவன் போன்று தனியே தன் வழி நடக்கலுற்றான்.

மிக உஷ்ணமான பிற்பகல். உலகமே அநேக சப்தங்களிலும், இரைச்சலிலும், நிசப்தத் தோற்றத்தைக் கொண்டது. வெப் பத்தைத் தாங்காது ஆலமரத்தடியில் மாடுகள் தங்கி இருந்தன. கண்களை மூடியவண்ணம் படுத்திருந்தன சில. கண்கள் மூடியே அசை போட்டுக்கொண்டு, அலுப்பில் சமாதானமின்றி, அலைவது போன்று அங்குமிங்கும் நிழலில், சில ஊர்ந்தன. நடுநடுவே, திடீரென்று வானம் கிழிய, ஒன்றிரண்டு மாடுகள் அலறிய சப்தமும், நிசப்தத்தில் மறைந்து போயிற்று. மேலே, மரக்கிளை களில் பக்ஷிகள் ஆரவாரித்தன. உலக அலுப்பே குழறி முனகுவது போன்று, அவை இடைவிடாது சிறிது நேரம் கத்தின. அவை களின் இரைச்சல் திடீரென்று நிற்கும்போது, இடையிடையே சீர் இல்லாமல் பொத்தென்று கீழே விழும் முதிர்ந்த ஆலம் பழங்களின் சப்தம். எவ்வித உலக சப்தமும் பிரபஞ்ச பயங்கர நிசப்தத்தைத்தான் உணர்த்தியது. இவன் போய்க்கொண்டே இருந்தான். கண்ணுக்கெட்டிய தூரத்தில் கானல் சலனத் தோற்றம். வெகு தூரத்திலிருந்து "ஹோ – ஹொ ஹொ – ஹொய்" என்று கேட்டது, மானிடக்குரல். பின்னிருந்து இடைப்பையன்களின் அர்த்தமற்ற கானம். எங்கும் நிசப்தம் தான், அமைதி. இவனுக்கு, மனத்திற்கு இசையாத சாந்தம்.

உலகம் அலுப்பு மயம், களைப்பு மயம். இவன் நடந்து கொண்டுதான் இருந்தான். சூரியன் அன்று வெகு உக்கிரம். ஒருவகை மனப் பளுவும் வருத்தமும் இவன் மனத்தில் குடி கொண்டன. உலகமும் அவற்றைத்தான் தோற்றுவித்தது. முதல் நாள் இரவிலிருந்து கொண்ட மனஇருள், இரவில் இருளில் சிறிது ஆறுதல் கொண்டது போன்று இவனை அவ்வளவு துன்புறுத்தவில்லை. பகல் ஒளியிலும் மனத்திருள் மறையாதது இவனால் சகிக்கமுடியவில்லை. பொறுக்க முடியவில்லை. உலக இரைச்சலும் பயங்கரத் தனித் தோற்றத்தையே கொடுத்தது. வீட்டினுள் இருக்க முடியாமல், போவதின் பயன் தெரியாமல் வெளி நடந்தான் இவன்.

இவன் நடந்துகொண்டே சென்றான். சிறிது நேரத்திற்கு முன்பு, வெகு தூரத்தில் கண்ட ஒரு தனி மரம். இவனுக்கு எல்லையைக் கொடுத்தது போன்று; அதனிடம் வந்ததும், அதன் கீழ் சிறிது உட்கார்ந்தான். கையில் கொண்டுவந்த ஒரு குப்பியி லிருந்ததைக் கொஞ்சம் குடித்தான். மேலே கிளையில் உட்கார்ந் திருந்த ஒரு காகம், இவனைச் சந்தேகமாய்த் தலைசாய்த்துப் பார்த்தது. உடனே அது மிக விகாரமாகக் கத்திக்கொண்டு பறந்து விட்டது. இவன் தலைப்பளு கொஞ்சம் குறையலுற்றது. முகத்தில் இரத்தமேறியது. உலகத்தின் பேரிரைச்சலும் காதில் சப்தித்தது. மிகுந்த உற்சாகம் கொண்டான். நடக்க ஆரம்பித்தான். பின்னிருந்து பறவைகளின் சந்தோஷமான "எங்கே – எங்கு" கேள்விகள்.

"இல்லை இல்லை, கொஞ்சதூரம், இருட்டுமளவும்" என்று முனகிக்கொண்டே நடந்தான். சூரியன் மேற்கே கீழடிபோக வாரம்பித்தான், மெதுவாகச் சிறிது கீழ் சென்றதும், இவன் நிழல் வெகுவாக முன் நீண்டது. காற்று மெல்லென வீச ஆரம்பித்தது. இரண்டொருவர் ஆடுமாடுகளை வீட்டிற்கு ஓட்டிக்கொண்டுபோயினர். பக்ஷிகள் பகல் வேலை முடிவையும், இரவு ஓய்வு சந்தோஷத்தையும் பாடித் தெரிவித்தன. மரக்கிளை யில் இருந்த பக்ஷிக்கும்பலில் சில அங்குமிங்கும் பறந்து திரும்பி வந்து உட்கார்ந்தன. வேலையினால் அலுப்பு, களைப்பு, வேலை முடியும் எண்ணம், ஓய்வில் சந்தோஷம்.

தனிப்பட்ட, கடைசி ஆடும் இடையனால் திரும்ப வீடு ஓட்டிச் செல்லப்பட்டது. அலுப்பு மிகுதியில், காரணமற்றே, இடையன், அதை நையப் புடைத்து நடத்திக்கொண்டு போனான்.

சிறிது சென்று, இவன் நின்றுகொண்டே மறுமுறை குப்பியி லிருந்ததைக் குடித்து முடித்தான். குப்பியை வீசி எறிந்தான்.

மௌனி படைப்புகள்

பக்கத்துச் சப்பாத்திப் புதரில் அது விழுந்தது. இரண்டொரு வண்ணாத்திப் பூச்சிகளும், ஈசல்களும், மேலே பறந்தன. அவன் நடக்க ஆரம்பித்தான். அவன் சாலையை அடைந்தான். அவன் முகம் மிகச் சிவந்தது. தலைவெகுவாகச் சுழன்றது. மனத்தில் அர்த்தமில்லாத ஆனந்தம் தோன்றித் தோன்றி மறைந்தது. அந்தி மங்கல் வெளிச்சமும் மங்கலுற்றது.

கடைசிக் காகமும் பயந்து, தான் தனிப்பட்டதை உணர்ந்து, கரைந்துகொண்டே பறந்துவிட்டது. முதல் நக்ஷத்திரம், சிறு ஒளியொன்று தென்பட்டது. கடைசியாகத் தன்இருப்பை நிரூபிப்பது போல இருள் கொஞ்சம் கொஞ்சமாக உலகை மூட ஆரம்பித்தது. அன்று பகலும், பயமின்றி நேரே வரும் இரவிற்காக ஒதுங்கி, மிக வருத்தமாக வழிவிட்டுச் சென்றது.

மரங்களினிடையே சலசலப்புச் சப்தம் நின்றது – வருத்தமாகத்தான் – ஜன சஞ்சாரம் குறைந்துவிட்டது. பக்கத்துப் பாழடைந்த மண்டபத்திலிருந்து ஆந்தை ஒன்று அலறியது. எதிரொலித்தும் குறைவுபட்டும், அதன் அலறல் நிசப்தமாகாது போன்று, வெகு தூரத்திலிருந்து, மற்றொன்று பிரதி தொனித்தது. எங்கும் வாய்விட்டு அலறும் வருத்தம் சூழ்ந்தது.

அவன் போய்க்கொண்டுதான் இருந்தான். ஆனால் அவன் நடையில் நிதானம் இல்லை. அவன் தள்ளாட ஆரம்பித்தான். சிறிது நிற்பான், திரும்பிப் பார்ப்பான். நடப்பான் – சாலை வழியாகவே, அலுப்பு, களைப்பு, வருத்தம் அவனால் தாங்க முடியவில்லை. தலையோ சுழன்று சுழன்று தனியே போவதாகத் தோன்றியது.

கொஞ்சம் முன்னால் ஐந்தாறு பேர் போய்க்கொண்டிருப்பதை இவன் இருட்டில் கண்டான். நின்று நின்றும், நடந்துகொண்டும், அர்த்தமற்று கத்திக்கொண்டும் அவர்கள் போனார்கள். பின்னால் இவன் திரும்பிப் பார்த்தான். இரண்டு பிரகாசமான கண்கள் இவனைப் பார்ப்பதாகத் தோன்றியது.

இரவு நன்கு இருண்டது. நக்ஷத்திரங்களின் சிறு ஒளியும் பிரகாசமடைந்து தோன்றியது. இவன் நடந்தான். அவர்களைக் கடந்தபோது, இவன் மிகத் தள்ளாட ஆரம்பித்தான். ஒருதரம் நிதானிக்க முயன்றும் பயனின்றிக் கீழே விழுந்தான். அவர்கள் இவனைச் சூழ்ந்து கொண்டனர். சாலை ஓரத்தில் இவனைக் கொண்டு கிடத்தினர். நிமிர்த்தி உட்காரவைத்துப் பிடித்துக் கொண்டனர். இவன் கண்கள் சுழன்று சுழன்று, ஒரு பெரிய ஜனக்கூட்டத்தைத் தான் கண்டன. ஏதோ உளறினான். சிறிது சென்று "அ, ஆ அப்படி இல்லை, இப்படித்தான் போகவேண்டும், அது வந்த வழி – வர வழி – ரோஜா ?" என்றவன் கைகளைத்

தூக்கி ஏதோ காட்ட முயன்றவன் முடியாமல் கீழே விட்டான். வாய்விட்டு அசட்டு, அலக்ஷிய சிரிப்புச் சிரித்தான். எதை முடியாதென்று உணர்ந்தானோ! அவன் கண்கள் மூடின.

சுற்றி நிற்பவர்களின் மூளையும் சுழன்று கொண்டிருந்தது. ஆனால் அது அவர்களுடைய பழக்கமான சுழலல். அவனை அவர்கள் தெரிந்து கொண்டனர். "அவ்வூர் அக்கிரகாரத்தில் இருக்கும், பட்டினம் ஐயா அவன்." அவனைச் சூழ்ந்து நின்று ஒன்றும்புரியாமல் திகைத்தனர். பின்னிருந்து ஒரு வெளிச்சம் தெரிந்தது. சிறிது சென்று மோட்டார் சப்தமும் கேட்டது. அந்த மோட்டார் இவர்களை மெதுவாகக் கடக்கும் போது, அதன் உள்ளிருந்து "என்ன?" என்ற கேள்வி வந்தது.

"ஐயா நிதானம் தவறி இருக்காரு" என்று எல்லாருடைய ஒருமித்த குரல் கிளம்பியது. மோட்டார் சென்றுவிட்டது. சிறிது தூரம் வரையில் இவர்கள் பார்வையையும் கூட இழுத்துக் கொண்டுதான் சென்றது. இவர்கள் திரும்பியதும் "ஐயாவிற்கு மூச்சுப் பேச்சில்லையே" என்றான் ஒருவன்.

ஊருக்குள் ஒரு கார் வந்து நின்றது. அந்நேரத்தில் ஏன் என்று அவ்வூரார்களுக்குப் புரியவில்லை. அவ்வூரார் ஒருவனை விசாரித்து இவன் வீட்டடியில் நிறுத்தப்பட்டது. வீடு பூட்டப் பட்டுக் கிடந்தது. அவ்வூர் பெரிய வீட்டிற்கு, வந்தவர்கள் அழைத்துச் செல்லப்பட்டனர். ரோஜா கருப்பு உடை அணிந்து மிக அழகாகவிருந்தாள். அவளோடு வந்தவன் ஒழுங்காக ஆடை உடுத்தி உன்னதமாகத் தோன்றினான்.

"அந்த வீட்டுக்காரர் எங்கே?" என்றாள் ரோஜா.

"வெளியில் போயிருக்கலாம் – மத்தியானமுதல் காண வில்லை. எங்கேயாவது பிரயாணம் போயிருக்கலாம்" என்றார் அப்பெரிய வீட்டுக்காரர்.

"உங்களுக்குத் தெரியாதா?"

"அவனுக்கே, இப்போது அவன் செய்கிறது தெரிகிறதில்லை."

"அப்படியென்றால்?"

"இரண்டு மூன்று மாதமாக அவன் எதோ ஒரு மாதிரி யாக இருக்கிறான்" என்றார் அப்பெரிய வீட்டுக்காரர்.

"ஒரு மாதிரியாக ஏன்?" என்று மெதுவாகக் கேட்டாள் ரோஜா. தன்னைத் தானே கேட்டுக்கொள்வது போன்றுதான் இருந்தது. "ஏனோ" என்று அவள் திகைக்கச் சொன்னார் வீட்டுக்காரர். ரோஜாவைப் பார்த்து அவளுடன் வந்தவர் "நாம் இப்போது என்ன செய்வது?" என்று கேட்டார்.

"சிறிது இருந்து பார்க்கலாம்" என்றாள்.

"பிறகு?"

"பிறகு" என்றாள் ரோஜா.

சிறிது மௌனமாயிருந்து,

"என் பிரியமான ரோஜா நீ செய்வது பிடிக்கவில்லை. பள்ளித் தோழன்தான், சிநேகிதத்திற்கும் ஒவ்வொரு சமயத்தில் ஒவ்வொரு எல்லை உண்டு. என்னவோ, எனக்கு இப்போது உன் காரியமும், அதனால் அவனையும் பிடிக்கவில்லை" என்றான் ரோஜாவுடன் வந்தவன்.

"ஆமாம். எவ்வகைக்கும் ஒவ்வொரு சமயத்தில் எல்லை யுண்டு. சரிதான். ஆனால் சில – இல்லை – இல்லை. அவன் எனக்கு எழுதிய கடிதத்தை உன்னிடம் காட்டினேனோ? அவனுக்கு என் மணம் நடந்தது தெரியாது. தெரிந்து இருக்க லாம். அவனைவிட என் கலியாணத்தில் ஆனந்தமடைகிறவர் வேறு ஒருவருமே இல்லை. உன்னை நான் என் கிராமத்தில் காண நினைக்கிறேன் – என்று எழுதினது சாதாரண மேற்போக்கு உணர்ச்சியினால் அல்ல."

"சரி, அவன் இங்கேதான் இருக்கிறானா? ஏன் இங்கே இருக்கிறான்? வேலைக்குப் போகவில்லையா?"

"இனிமேல் போகலாம்" என்றாள் ரோஜா.

இவர்கள் பேசிக்கொண்டு இருக்கும்போது அவன் வீடு திறக்கப்பட்டது. அவனைத் தூக்கிக்கொண்டு வந்தவர்கள் உள்ளே கொண்டுபோய் அவனைக் கிடத்தினர். இவ்விருவரும் அவன் வீட்டிற்குச் சென்றனர்.

பிரகாசமில்லாத வெளிச்சத்தில் அவனை, மூடின கண் களோடு, பார்த்தாள் ரோஜா. அவள் இதுமாதிரி அவனைப் பார்த்தது இதுதான் முதல் தரம். புதுமாதிரியே அவன் தோன்றி னான். ஒவ்வொரு தடவையும் அவளுக்கு ஒவ்வொரு மாதிரி யாகவும் புதுமாதிரியாகவும் தான் தோன்றுவான். ஒரே மாதிரி யாகத் தோன்றினால் அல்லவோ ஒருக்கால் அவனிடம் ஒருவகை எண்ணம்கொள்ள முடிந்திருக்கும்.

இவ்வகையிலே அவனைப் பார்த்தது, இதுதான் முதல் தரம். முதல் தரத்தின் புதுவகையும், ஒரு மாதிரியாகத்தான் அவளுக்குத் தோன்றியது.

அவன் இருதயம் சிறிது துடித்துக்கொண்டிருந்தது. அவன் வாயினின்றும் மது வாசனை மிக வீசியது. ரோஜா அருகில்

நின்றிருந்த அவ்வூர்வாசி ஒருவரைப் பார்த்து "இவர் குடிப்ப துண்டா?" என்று கேட்டாள். "இவனாவது குடிப்பதாவது. நான் நேருக்கு நேராகக் கண்டாலும் நம்ப மாட்டேன்" என்றார் அவர். ரோஜா கண்மூடிப் படுத்திருந்த தன் சிநேகிதனைச் சிறிது நேரம் பார்த்துக்கொண்டு மௌனமாக நின்றாள்.

"தெரிந்தது – நான் பாராவிட்டாலும் நம்புகிறேன். ஆம், வேறு வழி உனக்கு இல்லைபோலும். நண்பா; உன்னை நான் வேறு விதத்திலன்றோ பார்ப்பதாக எண்ணி வந்தேன். ஏன், இப்படிப் பார்ப்பதும் எனக்கு ஆச்சரியமாக இல்லை. அதிசய மாக இல்லை. ஆனால் தாங்கமுடியாத வருத்தமாக இருக்கிறதே நண்பா? ஏன் இவ்வகையானாய் என்று எனக்குத் தெரிந்தால், ஏன் – ஏன் இப்படி" என்று மிக உணர்ச்சி பெற்றுச் சொன்ன வார்த்தைகள் திடீரென்று வெளிப்பட்டு நின்றது போன்று நின்றன. அவள் கணவன், அவன் முகத்தையே பார்த்து நின்றிருந் தான். மூடின கண்களோடு இருப்பினும், அவன் முகத்தோற்றம் உன்னதமாகவே தோன்றியது.

ரோஜா தன் கணவனைப் பார்த்தாள். அவனால் இவளை நேரே நோக்க முடியவில்லை, குனிந்தவாறே நின்றிருந்தான்.

"அவனைத் திறந்த கண்களோடு பார்க்கக் கூடாது. அவன் பேசும்போதும் முடியாது. ஏன் – அவன் ஒருவருக்கும் எட்டாத தூரத்தின் அதிசயம், ஆனந்தம், பயம். அவனையன்றோ – அவனுக்கும் எட்டாதது எது? எப்படி தோன்றுகிறது என்று கேட்க வேண்டும்" என்று தன் கணவனைப் பார்த்துச் சொன் னாள் ரோஜா.

ரோஜா அவன் முகத்தை ஈரத்துணி கொண்டு துடைத்தாள். அவன் கண்கள் சிறிது திறந்தன. எதிரில் இருப்பது நன்றாக விளங்கவில்லை. எட்டியவைகள் கலங்கிய தோற்றம் கொடுத்தன. மனசில் ஒரு பெரிய பளு. தலை சுழலல்.

இந்நிலையில், தன் முன்னால் ஒரு கருப்புத் தோற்றம். கொஞ்சம் கொஞ்சமாக அவன் எண்ணங்கள் கூடலாயின. வேறு வகையில் நிச்சயம் கொள்ளும் முன்பே, ரோஜா தன் எதிரில் நிற்பதை உணர்ந்தான். நம்பமுடியாமல் இருக்கவில்லை. அவன் முதலில் பேசின பேச்சுக்கள், முணுமுணுப்பில் கேட் காமலே போயின. பிறகு "ரோஜா நீ தானே. நீ கருப்பில் எவ்வளவு அழகாக உருக்கொள்ளுகிறாய். ஆனால் எதில் நீ நன்றாக இருக்க மாட்டாய்! அதோ அவர்" என்றான்.

"அவர் என் கணவர். என் கலியாணத்தைப்பற்றி உனக்குத் தெரிவிக்கவில்லை" என்றாள் ரோஜா.

"ஏன்?"

"ஏன் – ஏன் இப்படி இருக்கிறாய்?"

"எனக்குத் தெரியும் ரோஜா..." வார்த்தைகள் சிறிது தடைப்பட்டு மறுபடியும் அவன் பேச ஆரம்பித்தான். "ரோஜா..." என்று ஆரம்பித்து முடித்துவிட்டான். கண்களை மூடிக்கொண்டான். சிறிது சென்று திறந்தவை இவர் இருவரையும் பார்த்தன. ஆனந்தம் அடைந்து பிரகாசமாகத் தோன்றின. திரும்பமூடிக்கொண்டான்.

இன்பமான இளம் வெய்யிலும், உடனே, அது மேக மறைப்புண்டு, சிறு மழைத்துளிகளும் போன்று, அவன் மூடிய கண்களின்றும் கண்ணீர் சொட்ட ஆரம்பித்தது. மறுதரம் மேக மறைப்பு நீங்கி மழைத்துளிகளிலும் வெய்யிலைக் காண நிற்கும் சிறுவர்களே போன்று, இவ்விருவரும் அவன் கண் திறப்பை ஆவலோடு நோக்கி நின்றிருந்தனர். அவன் கண்கள் திறக்கவில்லை. ஆகாயத்தில் வெகு தூரத்தில், இராப் பறக்கும் பறவைக்கூட்டத்திலிருந்து "கோக் – கோக் கோக் –" என்ற சப்தம் கேட்டது. அவன் விழிப்பில்லாத தூக்கம் ஆரம்பித்தது.

தன் முழு ஒளிபெற்ற கண்களோடு, ரோஜா தன் கணவனைப் பார்த்தாள். அவன் கண்கள் சிறிது ஈரமுற்று இருப்பதைக் கண்டாள். ஆனால் ரோஜா முகத்தில் மிகுந்த சோபை குடிகொண்டிருந்தது அப்போது.

இருவரும் அவ்வீட்டைவிட்டு வெளியேறினர். அவ்வூரிலேயே அவ்விரவைக் கழித்தனர். சிறிது இருட்டு இருக்கும் போதே ஊரைவிட்டகன்றனர். அந்த ஊர் வாய்க்காலைத் தாண்டும்மட்டும் இருவரும் பேசவில்லை. மோட்டார் வாய்க்காலைத் தாண்டும்போது முதல் காகம் கத்தியது. அவ்வூர் பள்ளத்தெருச் சேவலும் கூவியது. கிழக்கு வெளுக்கலுற்றது. அவ்வோடையைத் தாண்டியதும் ரோஜா போய்க்கொண் டிருந்த காரிலிருந்து பின் திரும்பி அவ்வூரை நோக்கினாள். களங்கமில்லாமல் நிசப்தமாக ஓடிய அவ்வோடை நீர் கலங்கித் தத்தளித்துச் சேற்றால் கலக்கப்பட்டிருந்தது. அவ்வூர்க்கோவில் மங்கல வெளிச்சத்தில் மறைவு நீங்கி வெளிக்கோட்டுருவம் கொள்ள ஆரம்பித்தது.

எதிரில் மரங்கள் வெளிச்சத் திரையின் முன்பு, கருப்புருவம் கொண்டு தெரியலாயின. வெளிச்சம் கண்ட வெகு தூரத்தை உன்னிப்பாய் கவனித்தால் அன்று மிகச் சோதி கொண்டது போன்ற காலைச் சூரியன் உதயமாவதைக் காணக் கண்

கூசியது. மேலே அண்ணாந்து பார்க்கும்போதும் ஒரே வெளிச்சத் தோற்றமேயன்றி தனித்தோற்றம் ஒன்றும் காணக்கூடவில்லை. போகப்போக 'ஏதோ' காணப்படும் என்பதுபோன்ற உணர்ச்சியுடன் ரோஜா சாந்தமானாள். ஆனால் போவதின் எல்லையை மதிக்க முடியாதது கண்டு திகைத்துப் பெருமூச்செறிவது போன்று ஒருதரம் அவள் மார்பு விம்மி நின்றது.

"அவன் தானே, நீ அடிக்கடி சொல்லும்..." என்றான் மோட்டாரை ஓட்டிக்கொண்டிருந்த அவள் கணவன். பதிலில்லை.

"நாம் ஊருக்குத்தானே?" என்றான் அவன்.

"ஆமாம், என் பிரியமானவனே" என்றாள் ரோஜா.

அவன் கன்னத்தில் ஒரு முத்தம்; அவன் கன்னத்தில் கொஞ்சம் ஈரம்; அவனுக்கு ஜில்லென்ற உணர்ச்சி மிகுந்த ஆனந்தம்.

மணிக்கொடி 1936

குடும்பத்தேர்

பிற்பகல் மூன்று மணி சுமாருக்கு, ஒரு நாள், கிருஷ்ணய்யர் தன் வீட்டு ரேழி உள்ளே உட்கார்ந்து கொண்டு, நான்கைந்து தினம் எழுதப்படாது நின்று போன தினசரிக் கணக்கை எழுதிக்கொண்டிருந்தார்.

கிருஷ்ணய்யருக்கு ஐம்பத்திரண்டு அல்லது ஐம்பத்து மூன்று வயது இருக்கலாம். திடசரீரி. அவர் அந்தஸ்தும், கௌரவமும் உடையவர். குடும்ப பரிபாலனம், வெளி விஷய வியாபகம் முதலிய எல்லா விஷயங்களிலும் அக்கிராமத்தாருக்கு, பின்பற்றக்கூடிய லட்சிய புருஷராகக் கருதப்பட்டவர். நாலைந்து தினம் அசௌக்கியமுற்றுக் கிடந்து, அவருடைய தாயார் இறந்துபோய் ஒரு மாதம் ஆகிறது.

கிழவிக்கு, அந்த எண்பது வருட உலக வாழ்க்கை, ஒரு மலர்ப்பாய்ப் படுக்கையாக இருக்கவில்லை. ஒரு தனவந்தக் குடும்பத்தில் பிறந்து ஒரு பெரிய குடும்பத்தில் வாழ்க்கைப்பட்டது, அவளை சிற்சில சங்கடங்களுக்கு ஆளாகாது மீட்டதெனினும், அற்ப ஆயுளில்போன அவள் குழந்தைகள், குடும்பம் நடுநடுவே சீர்கெட்டுப் போகிற தென்ற கவலையில் அடைந்த சஞ்சலங்கள் முதலிய இன்னும் எத்தனையோ விதப் பொறுப்புகளின் தன்மை யற்ற தொல்லைகளை அவள் அநுபவிக்காமல் இல்லை. அதில் சந்தோஷமே தவிர அவள் வருத்தம் கொள்ள வில்லை. விவேகமான இயற்கை அறிவுகொண்டு அவள் நடத்திய குடும்ப வாழ்க்கை, வீடு நிறைந்த ஒரு சுடரொளி போன்றது.

செலவுகளை ஒவ்வொன்றாக ஞாபகப்படுத்தி எழுத லானார். ஆட்களுக்குக் கொடுத்தது ... பண்ணையாட் கள் தண்ணிக்காசு ... தச்சன்கூலி ... மூன்று நாளைக்கு

முன்பு அமாவாசை தர்ப்பண தக்ஷிணை ... ஸ்வாமி புறப்பாட்டிற்காக ஊர் வீதாச்சாரம் – எல்லாம் எழுதியாகிவிட்டது. அப்படியும் மூன்றே காலணாக் குறைந்தது. செலவு தெரியவில்லை. பழக்கமாக, எழுதிப் பழக்கப்பட்ட கை, 'அம்மா பற்று ... *0 – 3 – 3*' என்று எழுதிக் கணக்கைச் சரிக்கட்டிவிட்டது. அதைக் கிருஷ்ணய்யர் பார்த்தார். அதன் அர்த்தம் சிறிது சென்று திடீரென்று புலப்பட்டது போன்று அவர் கண்கள் நிரம்பின. இரு சொட்டுக் கண்ணீர் கணக்கு புத்தகத்தின் மீது விழுந்தது. அறியாமல் விரலால் துடைத்தபோது 'அம்மா பற்று ... *0 – 3 – 3*' என்ற வரி நன்கு காயாததினால் மெழுகிக் கறைபட்டது.

அது அவர் வழக்கம். சிறிது தொகை கணக்கிற்கு அகப்படாவிட்டால், தலையைச் சொறிந்தும் ... பேனா மறுமுனையை மூக்குநுனியில் அழுத்தியும் ... என்ன ஞாபகப்படுத்தியும், செலவு தெரியாவிட்டால் 'அம்மா பற்று' என்று குறைந்த தொகையை எழுதி முடித்துவிடுவது அவர் வழக்கம்.

கதவை இழுத்துப் பூட்டிக்கொண்டு, இரண்டுதரம், நன்றாகப் பூட்டப்பட்டு இருக்கிறதா என்று கதவைத்தள்ளிப் பார்த்துவிட்டுக் கூடத்து ஊஞ்சலில் வந்து உட்காருவார். திருப்பத் தாழ்வாரச் சந்தனக் கல்லடியில், குருட்டு யோசனைகள் செய்துகொண்டு அவர் தாயார் படுத்திருப்பாள். மனைவி உள்ளிருந்து காப்பி கொணர்ந்து வைத்துவிட்டுப் போனவுடன், காப்பியை அருந்தி, வெற்றிலை போட்டுக்கொண்டே "அம்மா இன்னிக்கு உன் பற்று ... அணா" என்று சொல்லுவார். உள்ளே இருந்து அவர் மனைவியின் சிரிப்புச் சப்தம் கேட்கும். அவர் தாயாருக்கோ வெனின், சமீப சில வருஷமாக காது கொஞ்சம் மந்தமாகிவிட்டது. ஆனாலும் இவர் சொல்வது அவளுக்குக் கேட்கும். "ஆமாம் எனக்குத்தான் காக்கை புத்தி! வைத்தது மறந்துவிடும்! உனக்கு? அவ்வப்போது செலவு குறித்துக்கொண்டால் தானே. நான் இருக்கேன் என் தலையை உருட்ட, என்தலையிலேபோட, அப்புறம் வயது ஆகியும் குடும்பப் பொறுப்பு ..." அவள்சொல்லி முடிப்பாள். கிருஷ்ணய்யருக்கு சாந்த சுபாவம் தான் இருந்தாலும் தன் தாயார் சொல்லும்போது சிற்சில சமயம் கடிந்து பேசிவிடுவார். "ஆமாம், பிரமாதம்! குடிமுழுகிப் போய்விட்டது. அடித்துக்கொள்ளுகிறாயே" என்பார்.

"எல்லாம் இருந்தாத்தாண்டா. எப்படியாவது போயேன்; என் காதிலே போட்டால் தானே நான் சொல்லும்படியாகிறது" என்று சொல்லும்போதே அவளுக்கு வருத்தத்தில் அழுகை விந்துவிடும். சிறிது சென்றபின் பழையபடி தாயாரும் பிள்ளையும் பேசிக்கொள்வதைப் பார்க்கும்போது – இருவருடைய குதூகல குடும்பப் பேச்சுகள்!

ஆம், அம்மா பற்று மூன்றே காலணாத்தான். எதிரிலே, மேஜையின் மீது நோட்டு விரிக்கப்பட்டு வெறிக்கப் பார்க்கிறது. அவர் கண்ணீர் நின்றுவிட்டாலும் மனது மட்டும் உள்ளே உருகிக்கொண்டிருந்தது. குடும்ப வீட்டின் தாய்ச்சுவர் இடிந்து கரைந்ததைக் கண்டார். அதற்குப் பிரதியாக, தன்னால் தாங்கி நிற்க முடியுமா என்ற எண்ணத்தில் தன் முழு பலவீனத்தையும் உணர்ந்தார். குடும்ப விவகாரங்களை, அடுத்த தலைமுறைக்கு விட்டுவிட்டுத் தன் தாயார் வகித்த ஸ்தானத்தை ஏற்றுக்கொள்ள சமயம் இன்னும் வரவில்லையே என்று எண்ணினார். அவருடைய பெரிய பையன் படித்துவிட்டு உத்தியோக வேட்டை யில்தான் கண்ணும் கருத்துமாக இருக்கிறான். மற்றவர்கள் இன்னும் சிறுவர்கள்தான். தன் மனைவியோவெனில்... சுத்த அசடுதானே!

திடீரென்று எழுந்து உள்ளே காப்பி சாப்பிடச் சென்றார். வீடே வெறிச்சென்று தோன்றியது. மனைவி காப்பி வைத்து விட்டுப்போனதும், ஏதோ சொப்பன உலகில் ஊமையாக நடப்பதுபோன்றுதான் தோன்றியது. சந்தனக் கல்லடி காலியாக இருந்தது. காப்பி குடித்துவிட்டு வெற்றிலை போட்டுக்கொண் டிருந்தார். அவர் மனைவி, பாத்திரங்களை எடுத்துப்போக வந்தபோது எதிரே எங்கேயோ ஆகாயத்தைப் பார்ப்பதுபோல உட்கார்ந்திருந்தார். சிம்னி இல்லாது தொங்கிக்கொண்டிருந்தது கூடத்தில் பவர்லைட்! "மூன்று நாளாச்சி, கிளாஸ் உடைந்து – சொன்னால் மறந்து விடுகிறீர்களே" என்று பாத்திரங்களைக் கையில் எடுத்துக்கொண்டு அவர் மனைவி உள்ளே போக ஆயத்தப்பட்டவள், அவர் எதையோ உற்றுநோக்கிக்கொண் டிருப்பதைப் பார்த்துவிட்டுச் சொன்னாள்.

மூன்று நாளாய் அவள் சொல்லியதும் மறக்கும்படியாகத் தான் இருந்தது. கிருஷ்ணய்யருக்கு அவள் சொன்னது போலவே இல்லை. தன் தாயார் சொல்லியிருந்தால்...? தான் மறந்திருந் தால்..? அவர் மனது என்னவெல்லாமோ யோசித்தது. நான்கு வருஷத்துக்கு முன் ஊரார்கூடிப் பெருமாள் கோவிலில் ஏகாதசி இரவு பஜனை செய்ய எண்ணினார்கள். அது விட்டுவிட்டுத் தூங்கும் பக்தி சிரத்தையின் ஒருவிதத் திடீர் ஆரம்பம். இவர் வீட்டு பவர்லைட் இரவல் போயிற்று. அது அவர் தாயாருக்குத் தெரியாது. அன்று இரவு அவர் சாப்பிடும்போது தூணடியில் அவர் தாயார் உட்கார்ந்து பலகாரம் செய்துகொண்டு இருந்தாள். கிருஷ்ணய்யரின் மனத்துள்ளே, ஏதோ சொல்லவேண்டிய ஒரு விஷயம் வெளிச் செல்லாது அடக்கப்பட்டதினால் ஏற்பட்ட ஒரு வேகம். அவர் அறியாமல் சொன்னவர் போன்று "அம்மா கோவிலுக்கு பவர்லைட்" என்று ஆரம்பித்தவர், சொல்லி

முடிக்கவில்லை. அவர் தாயார் சொன்னாள், "எதையும் எரவல் கொடுத்துவிடு. ஏன் வாங்கணும்? தொலைக்கத்தானே ..." அப்போது அவருக்குச் சிறிது கோபம்தான். இருந்தாலும் அவள் சொன்னதில் என்ன பிசகு இருக்கிறது என்பதில் சந்தேகம். அவளிடம் ஏன் சொல்லவேண்டும்? சொன்னால் தானே, அவள் சொல்வதற்குக் காரணமாகிறது? அது ஒரு விநோத விஷயம்தான் – தாயாருக்கு தெரியப்படுத்துவது என்பது. எதில்தான் என்ன பிசகு. தன் தாயாருக்குத் தெரியாது, தெரியப் படுத்தாது இருந்தால்? ஆனால் அவ்வகையில் தான் குடும்பம் நடத்தினால் நாச காலம்தான். அவருக்குத் தன் குடும்பத்தில் தன் தாயார் வகிக்கும் பொறுப்புத் தெரியும். 'அவள் சொல்வதில் என்ன பிசகு' என்பதைத்தான் உணர்ந்தார். பேசாது இருந்து விட்டார். மறுநாள் விளக்கு வந்தபோது கிளாஸ் உடைந்து இருந்தது. தம்பூராவை நிமிர்த்தி சுருதி கூட்டியபோது அது விளக்கைத் தட்டியதினால் சிம்னி விரிந்துவிட்டது. அந்த விஷயமும் தன் தாயாருக்குச் சொன்னார். அவருடைய மனதை அறிந்தவள் போன்றே ஆறுதலாக, "போகிறது. அல்ப விஷயம் ஸ்வாமி காரியம். ஒன்று வாங்கி வந்துவிடு சாயங்காலம்" என்றாள். அந்தச் சிம்னிதான் இதுவரையிலும் இருந்து வந்தது. எதிரே அந்த சிம்னியில்லா விளக்கும் தன் தாயார் நினைவை ஊட்டிக்கொண்டிருந்ததை அவர் பார்த்தார்.

இரேழி உள் சாத்தாது வந்தது ஞாபகம் வந்தது. எழுந்து உள்ளே சென்று சிறிது உட்கார்ந்து இருந்தார். கணக்குப் புஸ்தகம் மூடி மேஜை அறையில் வைக்கப்பட்டது. நாற்காலியில் உட்கார்ந்து இருந்தார் கிருஷ்ணய்யர். மாட்டுக்காரப் பையன் மாடுகளை வீட்டு வாயில் வழியாக உள்ளே அடித்துவிட்டு "அம்மா மாட்டைக் கட்டுங்கோ" என்று கூவிவிட்டுப் போய் விட்டான்.

மேல்காற்று வாயிலில் புழுதியைத் தூற்றிக்கொண்டிருந்தது. உள்ளே வைக்கப்பட்டிருந்த விரைக்கோட்டை அந்துகள் அவர் முகத்தில் மொய்த்தன. அவருக்கு அதுவும் தெரியவில்லை. ஜன்னல் கதவு காற்றில் தடாலென்று அடித்துக்கொண்டது. மேல்காற்று நாளில் தன் தாயார் சொல்வது ஞாபகம் வந்தது. 'உடம்பு வலி எடுக்கும்; ரேழியிலேயே படுத்துக்கொள்.' அவர் எங்கே படுத்துக்கொண்டாலும் அதைப்பற்றி அவளுக்குத் தெரியாது. அவள் சொல்லித்தான் விடுவாள். இரவிலே அநேகமாக அவள் தூங்கமாட்டாள். காது மந்தம்; கிழ வயது. தாழ்வாரத்துக் கீற்று இரட்டை விரி இரவில் காற்றில் அடித்துக் கொள்ளும்போது 'யார் – யார்?' என்று கேட்டுவிட்டுப் பின்னர் விஷயத்தை யூகித்துக்கொண்டு பேசாது உறங்கிவிடுவாள். மற்றும்

நடு இரவில் கேட்காத சப்தங்கள் (?) அவள் நுண்ணுணர்விற்கு எப்படியோ எட்டி 'யார்' என்று கேட்டும் திருப்தி அடையாது, இருளின் பயத்தை, அவள் ஊன்றுகோல் உதைவின் டக்டக் சப்தத்தினால் விரட்டுவது போன்று எழுந்து நடந்து ஒவ்வொரு இடத்தையும் தடவித் தடவித் திருப்பதியுற்று, திரும்பி வந்து படுத்துக்கொண்டுவிடுவாள். மார்கழி மாதக் குளிரானாலும் அவளை வருத்தாது விடியற்காலையில் எழுந்து ஏதோ சுலோ கத்தை முணுமுணுத்துக்கொண்டு, கொல்லை மேட்டிலிருந்து வாயில் வரையிலும் சாணம் தெளித்து வீட்டையே புனித மாக்குவது போன்று வேலை செய்வாள்.

கிருஷ்ணய்யருக்குத் தன் தாயாரை இழந்ததின் வருத்தம் தாங்கமுடியவில்லை. இழக்கப்பட்ட தாயார் தனக்குக் கவலைக்கு இடமின்றி குடும்பத்தை நடத்த எவ்வெவ்வகையில் உதவியாக இருந்தாள் என்பதை உணர்ந்தபோது, அவள் இடத்திற்கு யார் இப்போது இருக்கிறாள் என்பதை அவரால் கண்டுகொள்ள முடியவில்லை. அப்படி அவள் இல்லாது நடத்தும் வகையும் தோன்றவில்லை. தான் அந்த இடத்தைக் கொள்ள வேண்டின், தன் பொறுப்புகளைத் தன் கீழ்வார்சுகள் கொள்ள வேண்டும். அதற்கோ ஒருவரும் இல்லை. இருந்தும் தன் தாயாரைப் போன்று தான் அவ்வளவு நன்றாகப் பாதுகாப்பளிக்க முடியுமா? இரவில், கூடத்துக் குத்துவிளக்கின் ஒளிபடராத பாதி இருளில் அவள் உட்கார்ந்து ஜபம் செய்துகொண்டிருப்பாள். உள்ளே குழந்தைகள் தாயாரிடம் விஷமம் செய்துகொண்டு அவளைக் காரியம் செய்யவிடாது உபத்திரவம் செய்யும்போது, குழந்தை களைக் கூப்பிட்டு கதை சொல்வதும்... அடிக்கடி குழந்தைகள் உடம்பு இளைத்துவிட்டது என்று மாட்டுப் பெண்ணைக் கோபித்துக் கொள்வதும்; இவ்வகையில் தன்னால் கவனம் செலுத்தமுடியுமா என்பதை அவர் நினைக்கும்போது யோசிக்க, யோசிக்க, கிருஷ்ணய்யர் வீடே தன் தாயாரால் நிரப்பப்பட் டிருந்தது போன்ற தோற்றத்தைத் தான் உணர்ந்தார். அவள் இறந்ததை எண்ணும்போது தன் பலவீனத்தைக் கண்டார்.

வெளியில் தான் எவ்வளவு கெட்டிக்காரரெனத் தோன்று வதற்கு ஒரு உரைகல் போலவிருந்த தாயார் போய்விட்டாள்.

எழுந்து கதவைப் பூட்டிக்கொண்டு கொல்லையில் வேலை செய்யும் தச்சனைப் பார்க்கப் போனார். கொட்டிலில் கட்டப் படாத மாடுகளில் ஒன்று கடந்த அரைமணி நேரமாகத் தவிட்டைத் தின்றுகொண்டிருந்தது. 'மாடு வந்திருக்கு கட்டு' என்று முன்பு தன் தாயார் சொல்லுவதை 'அனாவசியமாக ஏன்சொல்லு கிறாள்? கட்டமாட்டார்களா' என்று மிகுந்த அலக்ஷியமாக எண்ணியவர், கண்கூடாக அவள் வார்த்தைகளின் மதிப்பைப்

பார்த்தார். கொல்லையில் சாவதானமாக வீட்டு வேலைக்காரன் வேட்டி துவைத்துக்கொண்டிருந்தான். உள்ளே அவர் மனைவி படுத்துக்கொண்டிருந்தாள். மாடுகளைக் கட்டிவிட்டு கொல்லை யில் சென்றபோது, தச்சன் வேலை செய்யாது வெற்றிலை போட்டுக்கொண்டு சும்மா உட்கார்ந்து இருந்தான். அவனைக் கடிந்து, வாயிற்பக்கம் பார்த்துக்கொண்டே அங்கு உட்கார்ந்தார். கொல்லையில் வேலையை கவனிக்கும்போதும், வாயிற்பக்கத்தில் கவனிப்புக் கொள்ளவேண்டியிருக்கிறது! எவ்வளவு சமாதானத் தோடு முன்பு வீட்டைவிட்டு வெளியே போகமுடியும் என்பதை யும் வருகிறவர்கள் போகிறவர்களுக்கு எவ்வளவு சரியானபடி தன் தாயார் ஜவாப்பு சொல்லுவாள் என்பதையும் நினைத்துக் கொண்டார். 'அந்தக் கர்நாடகம்' என்று அவளை அடிக்கடி இவர் சொல்வது உண்டு.

ஆனால் அப்படியல்ல. நாகரீகத்தையும், நாகரீகத்தில் ஜனங்கள் முன்னேற்றத்தையும் அவள் கண்டுகொள்ளாமல் இல்லை. கண்டுகொண்டு அவைகளைப் பயன்படுத்தும் வகையில் தான் வித்தியாசம், சூன்யமூளையில், அழகற்று மிருகவேகத்தில் தாக்குவது போன்று நவநாகரீகம், அவளிடம் தன் சக்தியைக் காட்ட முடியாது. எத்தனையோ தலைமுறையாகப் பாடு பட்டுக் காப்பாற்றி வரப்பட்ட, மிருதுவாக உறைந்த குடும்ப லக்ஷியங்கள் உருக்கொண்டவள் போன்றவள்தான் அவள். வெற்று வெளியிலும் தாழ்ந்த இடத்திலும் பாய்வது போல வன்றித் தணிவுபெற்று, அழகுபட, அமைதியுடன்தான் நாகரீகம் அவளிடம் இசைவு கொள்ளும். திடீரென்று தோன்றும் பச்சை எண்ணங்களையும், பழக்கவழக்கங்களையும் பதனிடாமல் ஏற்று வழங்குவது முடியுமோ குடும்பங்களினால்?

அவளைவிடப் புதுக்காலத்தின் முன்னேற்றத்தின் அவசிய அம்சங்களை உணர்ந்தவர்கள் இல்லை. வெகுநாட்கள் முன்பே, வீட்டில் மணி அடிக்கும் கடியாரம், அவள் தூண்டுகோலின் பேரிலே வாங்கப்பட்டது. அதனால் அவளுக்குக் கொஞ்சமும் பிரயோஜனமில்லை. பகலில் முற்றத்தில் விழும் நிழல்தான் அவளுக்குக் கால அளவு. இரவிலோவெனின், அவளுக்கு நக்ஷத்திரம் பார்க்கத் தெரியும். அருணோதயத்திற்கு இன்னும் எவ்வளவு நாழிகை இருக்கிறது என்று அவளால் தெரிந்துகொள்ள முடியும். வாங்கியபின், அநேகர் மணி பார்க்க வருவதுண்டு. அதில்தான் அவளுக்கு மிகுந்த திருப்தி. சிறுவயதில், குடும்பத் தின் கௌரவ எண்ணங்களை, குழந்தைகளுக்குச் சொல்லுவாள். அதனால் ... குடும்பத்தின் பழைய நினைவுகள் ... குத்துவிளக் கடியில் குழந்தைகளுக்குச் சொல்லும்போது ... அறிவுக்கெட்டாது திகைப்பில் காலத்தில் மறைந்த பழைய பழைய கதைகள் ...

அவளுடைய மாமிப் பாட்டி அப்படி இருந்தது... பெரிய மாமனார் காசிக்கு ஓடிப் போனது... எவ்வளவுதூரம் தன் மதிப்பு, குடும்ப மதிப்பு, ஆரோக்கியமான போதனைகளை, குழந்தைகள் மனத்தில் பாலூட்டுவது போன்று, ஊட்டிவந்தாள்!

சாயங்காலம் ஆகிவிட்டது. கொல்லைக் கதவுகளை பூட்டிக் கொண்டு வாயிற்பக்கம் வந்தார். அப்போது அவருடைய தூர பந்து ஒருவர், அவர் தாயார் இறந்த துக்கம் விசாரிக்க வந்தார். அவரோடு பேசும்போதே கிருஷ்ணய்யருக்கு துக்கம் தொண்டையை அடைத்துவிட்டது. வந்தவருக்கு இது வியப் பாகத்தான் இருந்தது. "என்னடா கிருஷ்ணா! பச்சைக் குழந்தையைப்போல, அம்மாவை நினைத்துக்கொண்டு! உன் னுடைய திட சித்தம் எல்லாம் எங்கே?" என்றார் அவர்.

ஆனால் கிருஷ்ணய்யருக்கன்றோ, தன்னுடைய அவ்வளவு வெளியுலகப் பெருமைகளுக்கும் காரணம் மறைமுகமாக வீட்டி னுள் இருந்தது யார் என்று தெரியும்.

அவர் போனபின், என்ன நினைத்தென்ன என்று ஒரு பெருமூச்செறிந்தார் கிருஷ்ணய்யர். அவர் துக்கமெல்லாம், சிறு ஒரு குழந்தை போன்று, தன் தாயாரை இழந்ததற்கன்று. மனது ஒரு நிதானமின்றி அலைமோதியது. அவருடைய குடும்பப் பொறுப்பைக் காப்பாற்றிப் பின்வருபவர்களிடம் ஒப்படைக்க, தன்னிடம் கொடுக்கப்பட்ட ஓர் உன்னத லக்ஷியம். குடும்பம் என்பது சமூகத்தின் எவ்வளவு அடிப்படையான அஸ்திவாரம் என்பது அவருக்குத் தெரியும். எவ்வளவு நாகரீக முற்போக்கு எண்ணங்களிலும் கட்டுக்கடங்கி உணரமுடியாது எட்டிச் செல்வது போன்ற 'குடும்பம் – குடும்ப வாழ்க்கை' என்பது எவ்வளவு தூரம் தன் தாயாருடன் லயித்து இருந்தது என்பதை எண்ணித் துக்கமடைந்தார். உலகம் சீர்கெட்டுச் சிதைவுபடுவ தின் காரணம் குடும்ப வாழ்க்கையில் சமாதானமற்று இருப்பது தான் என்பதை ஸ்பஷ்டமாக அறிந்தார். குடும்பத்தினர் ஒருவ ரிடமும், அதன் பொறுப்பு அடைபட்டுக் கிடக்கவில்லை. ஒருவர் ஏற்கும்படியான அவ்வளவு லேசானதல்ல. எல்லாரிட மும் அது இருப்பது முடியாது. அப்போது அது குடும்பப் பொறுப்பாகாது; சீர்கெட்டதன் தலை ஆட்டம். பொறுப்பை வகிக்கும் அவர், பொறுப்பாளியின்றி, எல்லாம் தாயார் – தாயாரிடம் சொல்லி – சொல்லிக்கேட்டுத்தான் – அவர் குடும்பத் தலைவர்! ஒரு விசித்திர யந்திரம்தான் குடும்பம் என்பது!

மாலை நேரம் சிறிது சிறிதாக இருட்டிவிட்டது. கிருஷ்ணய்யர் வாய்க்கால் சென்று சந்திஜபம் முடித்துக்கொண்டு வீட்டிற்கு வந்தார். திண்ணைச் சாய்மணையில், எதிர்த்தூணில் காலை

உதைத்துக்கொண்டு, சாய்ந்து படுத்திருந்தார். வாய் ஏதோ மந்திர ஜபம் செய்துகொண்டிருந்தாலும், மனது என்னவெல் லாமோ புரியாத வகையில் முணுமுணுத்துக்கொண்டிருந்தது. தலைக்கு மேலே மாடத்தில், ஒரு சிறுவிளக்கு, லக்ஷ்மிக் களை வீசிப் பிரகாசித்தது. வெகுநேரம் அப்படியே சாய்ந்துகொண் டிருந்தார். உள்ளிருந்து வந்து தன் மனைவி விளக்கை எடுத்துச் சென்றதும் அவருக்குத் தெரியாது. அவர் கடைசிக் குழந்தை, “அப்பா நாழிகையாச்சு – சாப்பிட வா” என்று கூப்பிட்டதால் திடுக்கிட்டு எழுந்தார். வீதியில் சென்று அங்கிருந்தே பெருமாளைத் தரிசித்துவிட்டு கதவைத் தாளிட்டு உள்ளே சென்றார். மனத்தில் ஒரு பெரிய பளுத்தொல்லை நீங்கின தான ஒரு உணர்ச்சி ... பலங்கொண்டதான ஒரு எண்ணம். எதிர்கால வாழ்வு மிகவும் லேசாகத் தோன்றியது. ஒரு அள வற்ற ஆனந்தம் ... புரியாத வகையில் அவர் மனது ‘குடும்பம் ஒரு விசித்திர யந்திரம் – பழுதுபட்டுப் போன ஒரு பாகத்தி னால் அது நிற்பதில்லை. அதற்குப் பிரதி மறுபாகம் தானாகவே உண்டாகிவிடும் ...’ என்று என்னவெல்லாமோ எண்ணியது.

மணிக்கொடி 1936

பிரபஞ்சகானம்

அவன் அவ்வூர் வந்து, மூன்று வருஷம் ஆகிறது. வந்த சமயம், மேல் காற்று நாளே ஆயினும், அன்றைய தினம் உலகத்தின் வேண்டா விருந்தினர்போன்று காற்று, அலுப்புற்றுச் சலித்து, ரகசியப் புக்கிடமாக, மரக்கிளை களில் போய் ஒடுங்கியது போன்று அமர்ந்திருந்தது.

அடிக்கடி அவன், தன் வாழ்க்கைப் புத்தகத்தைப் பிரித்து வெறித்துத் திகைத்து திண்ணையில் நிற்பதுண்டு. பின்புரட்டுதலில் கவலைக் கண்ணீர் படிந்து, மாசுபட்ட ஏடுகள், அவன் மனக் கண்முன் தோன்றும். முன்னே, எழுதப்படாத ஏடுகளில், தன் மனப்போக்குக்கொண்டு எழுதுவதால், பளீரெனத் தோன்றுபவை சில, மங்கி மறைதல் கொள்ளுபவை சில. இரண்டுமற்று சில நேரத்தில், எதையோ நினைந்து உருகுவான்.

சிற்சில சமயம், இயற்கையின் விநோதமான அழகுத் தோற்றங்கள் மனத்திற்குச் செல்லும் நேர்பாட்டையைக் கொள்ளும்போது, தன்னை மறந்து அவன் மனம், ஆனந்தம் அடைவதுண்டு. மற்றும் சிற்சில சமயம், தன்னால் கவலைகளைத் தாங்க முடியாது என்று எண்ணும்போது, தன்னைவிடக் காற்று அழுத்தமாகத் தாங்கும் என்று எண்ணித் தன் கவலைகளைக் காற்றில் விடுவான். ஆனால், சூல் கொண்ட மேகம் மழையை உதிர்ப்பதே போன்று, அவை காற்றில் மிதந்து பிரிந்து, உலகையே கவலை மையமாக்கிவிடும். எட்டாத தூரத்தில் வானில் புதைந்து, கேலிக்கண் சிமிட்டும் நட்சத்திரங்களைப் பார்க்கும்போது, அவனது பாழ்பட்ட பழைய வாழ்க்கை நினைவு எழும். கோபித்து, வானில் அந்த நட்சத்திரங் களைத் தானே வாரி இறைத்தவன் போன்ற உரிமை உணர்ச்சியுடன் அவற்றைப் பிடுங்கி, கடலில் ஆழ்த்த

எண்ணுவான். அந்தப் புதிய ஸ்தானத்தில், அவை எவ்வகை யாகுமென்ற சந்தேகம் கொண்டவன்போல அண்ணாந்து நோக்குவான். அவையும், அதே ஐயம்கொண்டு விழிப்பது போன்று அவனுக்குத் தோன்றும்.

அவ்வூரின் குறுகிய வீதிகள், நேராக நீண்டு உயர்ந்த வீடுகளைக் கொண்டிருந்தன. மாலை வேளையில், வீடுகளின் மேற்பாகத்திலே சாய்ந்த சூரிய கிரணங்கள் விழும்போது, ரகசியக் குகைகளின் வாய்போன்று, இருண்ட உள்பாகத்தை வீட்டின் திறந்த வாயில்கள் காட்டி நிற்கும். அது 'வா' வென்ற வாய்த் திறப்பல்ல. உள்ளே சென்றதும் மறைந்து விடும் எண்ணங் களை விழுங்க நிற்கும் அசட்டு வாய்த் திறப்புப் போன்றுதான் தோற்றமளிக்கும்.

அவன், அந்தரங்கக் குகையில் மறைந்த எண்ணங்களோ வெனில், பழுக்கக் காய்ந்த சூட்டுக்கோலால், எழுதப்பட்டனவே போன்று அடிக்கடி எழுந்தன. மழுங்கி மறைந்திருந்த அந்த நினைவுகளை மிகுந்த அனல்கொண்டு ஜொலித்து எழச் செய்ய அவனுக்கு ஒருசிறிய குழந்தையின் அழுகைபோதும். ஒரு காகத்தின் கரைதல் போதும். மூன்று வருஷங்களுக்கு முன்னால் அவன் சென்றான்.

2

காலத்தை கையைப் பிடித்து நிறுத்திக் கனிந்த காதலுடன் தழுவினாலும், அது நகர்ந்து சென்றுகொண்டேதான் இருக்கும். ஆனாலும் அவள் பிரிந்த நேரம் அவனுக்கு அப்படியே நிலைத்து நின்றுவிட்டது. அந்த நிகழ்ச்சி, காலப்போக்கில், சமனமடையாது அவனுக்கு நின்றது நின்றதுதான். அதுமுதல், உலகிலே, உலக வாழ்விலே, ஒருவகை வெறுப்பைக் கொண்டான். அவ்வெறுப்பே, அவன் உள்ளத்தில் கசிந்த தணலாய் கண்களில் பிரகாசித்து நின்றது. மனது, மாறுதலை மிக வேண்டும் நேரத்தில், உலகின் சந்தோஷத்தைவிட மனத்தைத் தாக்கும் துக்கம் வேறொன்று மில்லை என்பதை அவன் உணர்ந்தான்; அவனுக்கு சந்தோஷமே கிடையாது. வெறுப்புத்தான் அவன் மனதில் நிறைந்திருந்தது.

எட்டி, மேற்கு வெளியில் தெரிந்த சூரியன் சிவந்து இருந்தது. கவியும் மேகம், பற்பல வர்ணச் சித்திரமாக அதைச் சுற்றி அமைந்து, மெழுகி மெழுகி, மாறி மாறிப் பல உருவங்கள் கொண்டது. வாய் விரிந்து நின்ற ஒரு மேகக்குகையில் மேலிருந்து இறங்கிய நீண்ட வெண்மையானதொன்று புகுந்து அதனுடன் கலந்து ஒரு உருக்கொள்ளலாயிற்று. மித அற்புதமான, உன்னத ஜீவகளைகொண்டு ... அப்போது உலகமும் மஞ்சள் நிறத்தில் இன்ப வருத்தமயமாகத் தோன்றியது ...

அவள் கண்கள், அடிக்கடி குறி தவறாது பார்வையை அவன் மீது வீசி எறிந்து ஜொலித்தன. மாலை வெளிச்சம் மயங்கியது. அப்போது அவள் உட்சென்று மறைந்து விட்டாள். அவன் இருந்த வீட்டிற்கு நேர் எதிரே சிறிது தள்ளிநின்ற தன் வீட்டினுள் அவள் சென்றுவிட்டாள். அடிக்கடி அவள் இவனைப் பார்ப்பது உண்டு. அதனால், இவன் மனப்போக்கு கொஞ்சம் மாறுதல் அடைய இடமேற்பட்டது. அவளது பார்வையால் வாழ்க்கை, நடுவே சிறிது வசீகரம் கொண்டது. உலகத்திலும் சிறு ஒளி உலாவுவதைக் கொஞ்சம் கொஞ்சம் இவன் உணர ஆரம்பித்தான்.

ஒருநாள் காலை, அவன் அரசமரத் துறைக்கு ஸ்நானம் செய்யச் சென்றான். அங்கே, அவள் குளித்துவிட்டு புடவை துவைத்துக்கொண்டு இருந்தாள். அவள் இடம்விட்டுச் சென்ற பின், ஸ்நானம் செய்ய எண்ணி அரசமரத்தடியில் நின்றிருந்தான். அவளுக்குப்பின், சிறு அலைகள் மிதக்கும் குளத்தின் ஜலப் பரப்பு – எதிர்க்கரையின் ஓரத்தில் நரைத்த நான்கைந்து நாரைகள், ஜலத்தில் தம் சாயலைக் கண்டு குனிந்து நின்றிருந்தன. வான வெளிச்சம், ஜலப்பரப்பின் மேல் படர்ந்து தத்தளித்துக் கொண்டிருந்தது. எதிர்க்கரையில் நின்ற சிறு சிறு மரங்கள், இக்கரையில் நிற்கும் இவளை எட்டித்தொடும் ஆர்வத்தோடு கட்டை விரல்களில் நின்று குனிந்தனவே போன்று சாய்ந்து இருந்தன. மெல்லெனக் காற்று வீசியது. குளத்தில் பூத்திருந்த அல்லிப் பூக்களின் தலைகள் ஆடின – அவன் மனதின் கனம் கொஞ்சம் குறைந்தது.

அவன் தலைக்கு மேலே, சிறிது பின்னால் ஒரு மீன் கொத்திக் குருவி சிறகடித்துக் குனிந்து நோக்கி நின்றது. திடீரென்று ஜலத்தில் விழுந்து, ஒரு மீனை கொத்திப் பறந்தது பக்கத்து மரக்கிளையில் உட்கார்ந்தது. குளத்து மேட்டில், ஒரு குடியானப் பெண் சாணம் தட்டிக் கொண்டிருந்தாள். அதை, துவைத்துக்கொண்டிருந்த இவள் பார்த்தாள். "எனக் காகத்தான் அதோ தட்டிக்கொண்டிருப்பது – நன்குலர்ந்த பின் – அடுக்கடுக்காக" என்று அவள் பார்த்ததாக எண்ணிய இவன் நெஞ்சு உலர்ந்தது.

3

அவன் அவ்வூர் வந்தபின், அவள் பாடிக் கேட்டதில்லை. அவள் பாடியே மூன்று வருஷத்திற்கு மேலிருக்கும். அவள் ஒருதரம் நோய்வாய்ப்பட்டு கிடந்தபோது, அவள் இருதயம் பலவீனப்பட்டு இருப்பதாகச் சொல்லி பரிசோதனை செய்த டாக்டர் அவள் பாடுவது கூடாதென்றார். அது முதல்,

அவள் சங்கீதம் அவளுள்ளே உறைந்து கிடந்தது. அவளுக்கு வீணையிலும் பயிற்சி உண்டு. ஒருதரம், அவள் வீணை வாசிக்க அவன் கேட்டான். அதன் பிறகு அவளுடைய சங்கீதத்தைப் பற்றியும் பிரபஞ்சத்தைப் பற்றியும் அவன் அபிப்பிராயமும் உறுதியாகிவிட்டது. 'அவள்தான் சங்கீதம்; பிரபஞ்சகானம் அவளுள் அடைபட்டுவிட்டது' என்று எண்ணலானான். காகத்தின் கரைதலும் குருவிகளின் ஆரவாரமும் மரத்திடை காற்றின் ஓலமும் காதுக்கு வெறுப்பாகி விட்டன. அவளுடைய சங்கீதம் வெளி விளக்கம் கொள்ளாததனால் இயற்கையே ஒரு வகையில் குறைவுபட்டது போலவும் வெளியில் மிதப்பது வெறும் வரட்டுச் சப்தம்தான் என்றும் எண்ணலானான்.

அவன், அவ்வூர் வந்து வெகுநாட்கள் சென்றபின் ஒரு ஆடி வெள்ளிக்கிழமையன்று, அவள், வீணை வாசிக்கக் கேட்டான். அவள் வீட்டின் உள்ளே தீபம் எரிந்துகொண்டிருந்தது. முற்றத்தில் பிரகாசமான ஒரு விளக்கு ஏற்றி மாட்டப்பட்டிருந்தது. திறந்த வாயிற்படியின் வழியாக, இருண்ட வீதியின் நடுவே குறுக்காக முற்றத்து வெளிச்சம் படர்ந்து தெரிந்தது. உள்ளே, அவள் தம்பி படித்துக்கொண்டிருந்தான். கூடத்திலிருந்து வீணை மீட்டும் நாதம் கேட்டது. அவள் வாசிக்க ஆரம்பித்தாள். இவன், எதிர்வீட்டுத் திண்ணையில் ஒருபுறமாக இருள் மறைவில் நின்று கேட்டான்.

சுமார் ஒன்றரை மணி நேரம் வாசித்தாள். அவ்வளவு நேரமும் ஒரே வினாடி போலக் கழிந்துவிட்டது, உலகமே குமுறி சங்கீத மயமானதாக நினைத்தான். அவள் வாசித்துக் கொண்டிருக்கும்போதே நடுவில் இவன் மனதில் பளீரென்று ஒரு எண்ணம் தோன்றியது. அதை உதறமுடியாத ஒரு உண்மை யென உணர்ந்தான். அவள் பாட்டின் பாணியும் அதைப் பலப்படுத்தியது. இவன் மனதில் ஒரு வகைப் பயம் தோன்ற ஆரம்பித்தது. உடல் குலுங்கியது. அவள் முடிக்கும்முன்பே தன் இதயம் பிளந்து விடுமென நினைத்தான். அவள் வாசிப்பதை நிறுத்திவிடமாட்டாளா என்று துடித்துக்கொண்டே கேட்டு நின்றான். "ஆம், அவள் பாடுவது கூடாது; டாக்டர் சொல்லியது உண்மையானால் முடிவு நிச்சயம். ஆனால், அவள் முடிவு . . . பாட்டினாலா அவள் முடிவு? அவர் நினைக்கும், காரணத்தினா லன்று." மனோ வேகத்தின் பலனாகப் பிறந்த ஒரு உணர்வு அவன் உள்ளத்தில் ஒரு அற்புத் தத்துவமாக மாறியது.

அதன் பின்பு, மனக் களங்கமின்றியும் கூடுமானவரையில் தன் சாயையின் சம்பந்தமற்றதுமான ஒருபுற உணர்வையே கொண்டும் மேலே சிந்தனைகளை எழுப்புவான். அப்படியும் தான் முன் உணர்ந்ததையே மனதில் உறுதிப்படுத்திக்

கொண்டான் – 'இயற்கை' ஏதோ ஒரு வகையில் குறைவு பட்டது என்ற எண்ணம் – பிரபஞ்சகானமும் வசீகரமும் திரண்டு அவளாக உருக்கொண்டதனால்தான் அந்தக் குறைவு என்ற நிச்சயம் உறுதிப்பட்டது. நிலவு பூப்பது விரசமாகத் தோன்றியது அவனுக்கு. அந்தியில் ஆந்தைகள் பொந்துவாயில் அலறுவது வெலித்தியாகக் கேட்டது. உலக சப்தங்களே பாழ் பட்டு ஒலித்தன. தன் உன்மத்த மிகுதியில் சுருதி கலைந்த வீணையில் தேர்ச்சிபெற்ற ஒருவன் வாசிக்கும் கானங்கள்தான் இந்த சப்தங்கள். சுருதி ஓடி அவளிடம் ஒளிந்துகொண்டது. 'இயற்கை' அன்னை அளிக்கக்கூடிய, அளிக்கவேண்டிய இன்பம் பாதிக்குமேல், (சப்த ரூபத்திலும், காட்சி ரூபத்திலும்) அவளிடம் அடங்கி மறைந்து போய்விட்டது. மேலே யோசிக்கும் போது "இழந்ததைப் பெற 'இயற்கை சக்தி' முயலுவதையும், தனியாகப் பிரிந்து அவளாக உருக்கொண்ட பிரபஞ்சகானமும், வசீகரமும் வெளியே பரந்து பட முயலுவதையும், யாரால் எவ்வளவு நாள், எப்படித் தடுக்க முடியும்?... 'அவள் முடிவு பாட்டினால்'... என்ற எண்ணம் வலுவாக எழுந்து நின்றது அடிக்கடி. அவன் மனது அதனால் மிகுந்த துக்கமடையும்.

சில மாதங்கள் சென்றன. அவனுக்கோ அவன் யோசனை கள்தான்; கணநேரம் நீண்டு, நெடுங்காலமாயிற்றென்ற எண்ணந் தான்...

<h2 style="text-align:center">4</h2>

அன்று அவன் கலியாணத்தின் மூன்றாம் நாள். அன்று மாலை, நலுங்கு நடந்து கொண்டிருந்தது...

சமீபகாலத்தில் அவன் வருத்தம் அதிகமாயிற்று. தன்னுள் வருத்தமே தனிப்பட்டு அழுதுகொண்டு இரவில் இருள் வழியே உருவற்ற ஊளையிட்டோடியது என்று எண்ணினான் ஓரோர் சமயம். அவள் கலியாணத்தின் முதல் நாள் இரவு அவனால் உறக்கங்கொள்ள முடியவில்லை. உலகில் அவச்சத்தம் இருளோடு கூடி மிதந்தது. இரவின் ஒளியற்ற ஆபாசத் தோற்றம்... அவன் நெடுநேரம், திண்ணைத் தூணில் சாய்ந்து நின்றுகொண்டிருந் தான்.

அவள் வீட்டின் முன்அறை ஜன்னல் மூடி இருந்தது. பொருந்தாத கதவுகளின் இடைவழியே, உள் வெளிச்சத்தின் சாய்வு ஒளிரேகை தெருவிலும், இவன் திண்ணை சுவரிலும் படிந்திருந்தது. இவன் உள்ளத்தையும் அது சிறிது தடவி மனஆறுதலை அளித்தது. ஒருவகை இன்பம் கண்டான். யாரோ குறுக்காக எதிர் வீட்டின் உள்ளே நடப்பதால் அவ்வொளி ரேகை நடுநடுவே மறைந்து தெரிந்துகொண்டிருந்தது. அது

இவனுக்கு வெகு புதுமையாகத் தோன்றியது. அதையே குறித்து நோக்குவான். 'ஆம் . . . அவள், நிதானமற்று, உள்ளே உலாவுகிறாள் . . . அடைபட்டது, வெளியே போக ஆயத்தம் கொள்ளுகிறது!' மேலே அவனால் யோசிக்க முடியவில்லை. அவன் மனம் துக்கம் அடைந்தது.

ஆகாயத்தில், இருள் பாய் விரிப்பின் நடுநடுவே வெளிச்சப் புள்ளி வர்ணந் தீட்டிக்கொண்டதே போன்று எண்ணிலா நட்சத்திரங்கள் பிரகாசித்தன. அவை ஆழ்ந்த துக்கத்தில் உதிராது, மடியாது, ஐயமுற்று வினாவி நிற்பவை போன்று தோன்றின இவனுக்கு. 'அவளால், பிரபஞ்ச ஜோதியே, அழகே, குன்றி விட்டதுதான் உண்மை' . . . அப்போது துக்க ஓலத்தில் வாடைக் காற்று வீச ஆரம்பித்தது. எட்டிப்போகும் நரியின் ஊளை, ஒரே இடத்தில் பதிந்து பரவும் பறைச்சேரி நாய்க் குரைப்பு போன்ற மிகக் கோரமான சப்தங்கள்தான் இருள் வெளியில் மிதந்தன. அவளிடம் அடைபட்ட உன்னத கானம் வெளியில் படரும் நாளை வேண்டிக் கூவும் பிரலாபிப்புப் போன்றுதான் அந்தச் சப்தங்கள் அவன் காதில் விழுந்தன. தூரத்தில் கிழக்கு அடிவானத்திலிருந்து, புகைத்து மேலோங்கும் முகில் கூட்டம்.

நன்றாக மழை அடித்து நின்றது. தெருவில், உறிஞ்சியது போக மீதி மழை ஜலம் வாய்க்காலாக ஓடியது. மிகுந்தது சிறு சிறு ஜலத்திட்டுகளாக நின்றது. ஒருதரம், அவள் ஜன்னலைத் திறந்து மூடினாள். ஒளித்திட்டுகளாய்த் தோய்ந்து ஜொலித்தது தெரு முழுவதும். சிறு தூரல் விழுவது நின்றபாடில்லை. ஒரு பூனை தெரு நடுவே குறுக்காக ஓடியபோது, வெளிச்சத்தில் விழுந்து மிதந்து மறைந்தது . . .

கல்யாணம் மூன்றாம் நாள், நலுங்கு நடந்துகொண்டிருந்தது. கூனிக் குறுகி உட்கார்ந்திருந்த மாப்பிள்ளை எதிரில் வெற்றிலைத் தாம்பாளத்தைக் கையில் ஏந்தி அவர் அதை ஏற்றுக்கொள்வதை எதிர்பார்த்து அவள் நின்றிருந்தாள். அவள் பாட வேண்டு மென்பது அவர் எண்ணம்போலும். சுற்றி இருந்த, மாப்பிள்ளை வீட்டுப் பெண்கள் இவளைப் பார்த்துப் 'பாடு பாடு' என்றார்கள். இவளோ முடியாதென்று சொல்வதுபோன்று மௌனமாக நின்றிருந்தாள். இவள் பாடக்கூடாதென்று எண்ணியே, அவனும் எட்டிய தூணடியில் உட்கார்ந்து வேடிக்கை பார்த்துக்கொண் டிருந்தான். பெண்கள் எல்லோரும், இவள் மனது நோக ஏதேதோ பேசினர். அவள் மனது வெறுப்படைந்தது. ஒருவகை அலக்ஷியம் அவள் கண்களில் தெரிந்தது. எட்டித் தூணடியில் சாய்ந்திருந்த அவனை ஒருதரம் பார்த்தாள். இவள் பார்வை, தவறாது, குறிகொண்டு அவனைத் தாக்கியது. அப்போது உச்சி மேட்டிலிருந்து, ஒரு காகம் விகாரமாகக் கரைந்துகொண்

டிருந்தது. அந்தப் பக்கம் திரும்பிப் பார்த்தான் இவன். பின்னும் ஒருதரம் இவனை விழித்துப் பார்த்தாள். மதுக்குடித்த தேனீக் களைப் போன்று குறுகுறுவென்றிருந்தன அவள் விழிகள். அவள் உடம்பு ஒரு தரம் மயிர் சிலிர்த்தது. திடீரென்று 'நான் பாடுகிறேன். கேட்க வேண்டுமா? சரி' என்றாள் அவள். இவன் மனதோவெனில், நிம்மதியற்று வெடிக்கும் துக்கத்தில் ஆழ்ந்தது. அவள் விளக்கம் கொண்டு விரிவுபட எண்ணி விட்டாள் போலும்! அவள் பாட ஆரம்பித்தாள்.

ஆரம்பித்த அவள் கொஞ்சம் கொஞ்சமாக மெய் மறந்தாள். சாஸ்திர வரையறுப்பை அறிந்தும் கட்டுப்பாட்டின் எல்லையை உணர்ந்தும், உடைத்துக்கொண்டு பிரவாகம் போன்று அவள் கானம் வெளிப்பட்டது. அங்கிருந்த யாவரும் மெய்மறந்தனர்.

தலை கிறுகிறுத்து ஒன்றும் புரியாமல் இவன் தூணோடு தூணாகிவிட்டான்.

அவள் சங்கீதத்தின் ஆழ்ந்த அறிதற்கரிய ஜீவ உணர்ச்சிக் கற்பனைகள், காதலைவிட ஆறுதல் இறுதி எல்லையைத் தாண்டி பரிமாணம் கொண்டன. மேருவைவிட உன்னதமாயும் மரணத்தைவிட மனத்தைப் பிளப்பதாயும் மாதரின் முத்தத்தை விட ஆவலைத் தூண்டி இழுப்பதாயும் இருந்தன. மேலே, இன்னும் மேலே, போய்க்கொண்டிருந்தன ...

அவள் ஒருமணி நேரம் பாடினாள். அவளுள் அடைபட்ட சங்கீதம் விரிந்து வியாபகம் கொள்ளலாயிற்று. வெளி உலகம் கொஞ்சம் கொஞ்சமாக மாறுதல் அடைந்துகொண்டிருந்தது ... இவன் மனப் புத்தகம், பிரிந்து உணர்ச்சி மிகுதியில் படிக்கப் பட்டது ... 'காலம்' விறைத்து நின்றுவிட்டது ... அந்தியின் மங்கல் வெளிச்சம் மறையுமுன் மஞ்சள் கண்டது. இவன் முகம் ஒளிகொண்டு அவக்களை பெற்றிருந்தது.

கடைசிக் காகக் கூட்டத்தின் ஒருமித்த கரைதல் கூச்சல் கேட்டது. முற்றத்துக் கொட்டகையின் மீது குருவிகள் உட்கார்ந்து கொண்டு ஆரவாரித்தன. இவன் திடீரென்று, வாய்திறந்து, 'ஐயோ ... அதோ சங்கீதம், இனிமை, இன்பம் எல்லாம் திறந்தவெளியில், நிறைகிறதே ...' என்று கத்தினான். அதேசமயம், அவளும் கீழே சாய்ந்தாள். 'இயற்கை அன்னை' தன் குறையை, நிவர்த்தித்துக்கொண்டாள். இழந்ததை, அணைத்துச் சேர்த்துக் கொண்டாள். ஆகாயவீதி, அழகுபட்டது. மேகமலை மறைப்பி னின்றும் விடுபட்ட பிறைச்சந்திரன் கோடை மிகுந்து பிரகாசித் தது. வெளியே, அவ்வூர் குறுகிய வீதியே ஒரு களை கொண்டது ...

5

குளக்கரை அரசமரத்திலிருந்து, நேர்கிழக்கே பார்த்தால், வளைந்த வானம் பூமியில் புதைபடும்வரையில், கண்வெளி வீதியை மறைக்க ஒன்றுமில்லை. மேற்கே, ஒரு அடந்த மாந்தோப்பு.

காலை நேரம் வந்தது. மூலைமுடுக்குகளிலும் தோப்பின் இடைவெளிகளிலும் தாமதமாக உலாவி நின்ற மங்கலை ஊர்ந்து துரத்த ஒளிவந்து பரவியது. பல பல மூலைகளிலிருந்து, பக்ஷிக்குரல்கள் கேட்டுப் பதிலளித்துக்கொண்டிருந்தன. இரவின் இருளைத் திரட்டி அடிவானத்தில், நெருப்பிடப்பட்டதே போன்று கிழக்கு புகைந்து, சிவந்து, தணல் கண்டது... காலைச் சூரியன் உதித்தான். சிறிது சென்று, வானவெளியே உற்றுநோக்க இயலாதபடி ஒளி மயமாயிற்று. உலகப் பேரிரைச்சல், ஒரு உன்னத சங்கீதமாக, ஒலித்தது. மனத்தில் ஒரு திருப்தி – சாந்தி. அவன், வீடு அடைந்தான்.

மாலையில், மேற்கே நோக்கும்போது மரங்களின் இடை வெளி வழியாக பரந்த வயல் வரப்புகள் நோக்கோடு போய் மறைந்துகொண்டிருந்தன. அவை விரிந்து விரிந்து சென்று அடிவானில் கலக்கும். தூரத்து வரப்புகளில் வளர்ந்துநின்ற நெட்டைப் பனை மரங்களின் தலைகள் வானை முட்டி மறைவதுபோன்று தோன்றும். 'வாழ்க்கை? ஒரு உன்னத மனவெழுச்சி...' அவன் பார்த்து நின்றான்...

குளத்து மேட்டு வரட்டிகள் உலர்ந்து அடுக்கப்பட்டு இருந்தன.

மணிக்கொடி 1936

'மிஸ்டேக்'

'ஏட்' ஆநந்த ராவ் சப் இன்ஸ்பெக்டர் வேலைக்கு வெகு சமீபத்தில் இருந்தான். 'ஏட்'டாகக் காயமாகி, ஏழு வருடம் ஆகிவிட்டது. அவன் மந்திப்பேட்டைக்கு வந்தும் ஐந்து வருடத்திற்கு மேலாகிறது. அவ்வூருக்கு அடிக்கடி மாறிவரும் சப் இன்ஸ்பெக்டரிடமும் சர்க்கிளிடமும் மற்றும் மாறாது ஒரே விதத்தில், ஒரே இடத்தில் இருக்கும் கான்ஸ்டேபிள்களிடமும், நடந்துகொள்ளும் வகை ஏட்டிற்கு நிதானப்பட்டு உடம்பிலும் நன்றாக ஊறிவிட்டது.

கடந்த இரண்டு வருஷ காலமாக, அவ்வூரில் இருந்து வரும் சப் இன்ஸ்பெக்டர் சோணாசலம் பிள்ளை, இவனுடைய ஆப்த நண்பரே போன்றுதான். அவனும் அப்படித்தான் சொல்லிக்கொண்டு வருகிறான். போலீஸ் இலாகாவில் இரண்டு மேல், கீழ்த்தர உத்தியோகஸ்தரிடை நட்பு ஏற்பட்டதென்றால், அத்தகைய நட்பின் தன்மை எப்படி என்பது ஊகித்துக்கொள்ள முடியுமேயன்றி, சொல்வது முடியாது. அவ்வூர் மளிகை வீரண்ணன் செட்டியார் எப்படி எல்லோரிடமும் ஏட்டிடமுள்ள தன் நட்பைத் தெரிவித்துக்கொள்ளுகிறாரோ, அவ்வகையில் இது இருக்கலாம். ஆயினும் இருவரிடை இருக்கும் சம்பந்தம்தான் மிகுந்த நுட்பமாக ஆராய்ச்சிக்கும் எட்டாது மர்மமாகவே அப்பால் செல்வது.

சோணாசலம் பிள்ளை வந்த புதுசில், ஆநந்த ராவ் அவருக்கு '272' ஆகத்தான் இருந்தான். பிறகு "என்ன மேன்" என்று கூப்பிடும் மனிதத்தன்மை பெற்றதும், அதன் பிறகு "ஆநந்தம் என்னப்பா ..." என வீட்டிலேயும் ஏனைய கான்ஸ்டேபிளிடையும் விளிக்கக்கூடிய அந்தஸ்தை அடைந்ததும் சாதாரணமாக எதேச்சையாக நடந்ததல்ல.

சோணாசலம் வீட்டுக் கன்றுக்குட்டிக்கு ஒருதரம் வியாதி எனத் தெரிந்துகொண்டு ஆநந்த ராவ், சைக்கிளில் ஆபீஸ் உடுப்பில் அலைந்தது ஊரிடையே, ஒரு கிளர்ச்சி கொடுக்கும் சம்பவமாகப் பாவிக்கப்படும் தோரணையில் இருந்தது. அது சோணாசலம் வந்த புதுசில், அப்போது ஏட் அவருக்கு '272' ஆகத்தான் இருந்தான். ஏட்டுக்கும் நம்பர் உண்டு.

சோணாசலத்தின் மைத்துனரை, ஒரு தரம் அவர் ஊரி லிருந்து வந்தபோது, ரயிலடியிலிருந்து வீட்டிற்கு ஜாக்கிரதை யாக ஏட் கொண்டுவந்து சேர்த்தான். வந்ததும் வெளியே காத்திருந்தான். சிறிது சென்று இன்ஸ்பெக்டர் வெளிவந்து தரிசனம் கொடுத்தபோது 'எஜமான், அழைத்துக்கொண்டு வந்துவிட்டேன்' என்றான் ராவ்.

"சரி, நீ போ மேன்" என்றார் சோணாசலம். அது முதல் அவன் அவருக்கு மனிதனாகிவிட்டான். இது சுமார் ஆறு மாதம் முன்பு. இதன் பிறகு ஏட், இன்ஸ்பெக்டரிடம் அதிக மாகவே நெருங்கி வந்தான்.

ஒருநாள் காலையில் சோணாசலம் முன்பு, அவர் மனைவி யால் காப்பி கொண்டு வந்து வைக்கப்பட்டது. அவளோடு பேச யத்தனிக்கும் சமயம், காப்பி பாத்திரம் மேஜை மீது வைக்கப்பட்ட தடால் என்ற சப்தமும் சிறிது காப்பி தளும்பி மேஜை மீது சிந்திய காட்சியும் அவரைப் பேசாது அருந்தி விடச் செய்து, வாயிற்பக்கம் கொண்டு தள்ளியது. மனத்தில் மட்டிலும் தன் மனையாளோடு பேசவேண்டும் என்ற அவா குறைவுபடாது இருந்தது போலும். அப்போது தன் எதிரில் 'கூர்ச்சம்' மாதிரியாக ஏட் ராவ் நிற்பதைக் கண்டார்.

"என்ன மேன், நீ ரொம்ப சோம்பேறி. சொல்லச் சொல்ல நிற்கிறாய். என்ன அப்பா?" என்றார் சோணாசலம். ஒருவகைக் கொஞ்சுதலைப் போன்றும், ஆத்திரமூட்டப்பட்டது போன்றும் தோன்றியது அவரது பேச்சுத்தொனி. ஏட்டிற்கு சந்தோஷமே யாயினும், பயந்ததாகத்தான் வெளிக்குக் காட்ட வேண்டும் என்பது தெரியும். உச்சி குளிர்ந்ததை, யார் முன்னிலையில் எவ்வகையில் தெரிவிக்கவேண்டும் என்பதைத் தெரிந்துகொண் டவன் போன்றே பயந்துதான் அவர் எதிரில் நின்று கொண் டிருந்தான்.

"நீ போடா சுத்த சோம்பேறி . . . சுத்தப்போக்கிரிப் பயல் . . . உன்னை நம்பவே கூடாது" என்று சோணாசலம் அர்த்தமற்ற மூளைப்பேச்சின் வெளி விளக்கத்தையும், தன் மனைவியின் ஞாபகத்தையும் கலந்து கொட்டாவி விட்டுக்கொண்டே சொன்னார். திறந்த வாயில் எத்தனை காவி ஏறிய பற்கள்

இருக்கின்றன என்பதை 'ஏட்' எண்ணிக் கொண்டிருக்கவில்லை. அவனுக்கு ஆனந்தம் தாங்கவில்லை. தலைதரிக்கவில்லை. "ஸார், நீங்க சொல்லுங்க ஸார் . . . அந்த விஷயம் . . ." இவ் வகையாக சோணாசலத்தை – ஸாராகப் பாவிக்க நேர்ந்ததும் சுமார் மூன்று மாதத்திற்கு முந்தித்தான். அதற்குப் பிறகு அடிக்கடி அவரை நெருங்கி ராவ் ஒவ்வொரு நாளும் தவறுகள் – உலக நடப்பு – டிபார்ட்மெண்ட் விஷயம், யோசனைகள் எல்லாம் பேசுவதுதான் வழக்கம். என்றைக்காவது ஒருநாள், அவருடன் ஒரு வார்த்தை பேசி, பதில் கேட்காவிட்டால் 'ஏட்' உள்ளத்தில் ஒரு துயரம் உறையும். பழையபடி சோணாசலம் 'எஜமானாகி' விடுவாரோ, தானும் தனித்தன்மையற்ற '272' ஆகப் போய்விடுவோமோ என்ற எண்ணத்தின் பயம். மற்றும் சிறிது நேரமாயினும் அவர் எதிரிலே தோன்றுவதினின்றும் அநுபவிக் கிற இன்பம் இழந்த ஒருவகை வருத்தமும் அவர் மனது அடையும். அத்தகைய நாட்களில் மிகுந்த கோபப் புலியாகவே, வாடகை வண்டிக்காரர்களுக்கு 'ஏட்' தோன்றுவான்.

அன்றைய தினம் 'ஏட்' ராவுக்கு பத்து மணி 'டுடி'. பதினொரு மணி சுமாருக்கு அவன் சில அறிக்கைகளில் 'சர்க்கிள்' கையெழுத்து வாங்கப் போகவேண்டி இருந்தது. ஒரு வாரமாக புதிதாக வந்த சர்க்கிளைப்பற்றி விவரமற்ற வதந்திகளேதான் வெளியில் உலாவியது. அவர் ஒரு கூடமான, மர்ம மனித னாகவே இருந்து வந்தார்.

'ஏட்' பேப்பர்களை எடுத்துக்கொண்டு அவர் வீட்டிற்குப் போக எண்ணியதும், அவன் மனது துள்ளி விளையாட ஆரம்பித்தது. நடுவில் 'சர்க்கிளை' வைத்து யோசனைகள் சுற்றிச் சுற்றி வந்தன. முதலில் அவரைப் பார்ப்பது, கொஞ்சம் கொஞ்சமாக அவர் பழக்கம் ஏற்படுவது, பிறகு சிநேகம் என்பவை களைப்பற்றி நினைத்தான். சப் – இன்ஸ்பெக்டர் சோணாசலத் துடன், தான் பழகும் விதம் – அவரைப் பிடித்தவிதம் – இப்போது சர்க்கிள், டிப்டி, அப்படியே ஐஜி. என்று என்னெவெல்லாமோ தாறுமாறாக அவன் மனத்தில் தோன்றித் தோன்றி மறைய லாயின. ஒரு குதூகலம், முதல் தரம் பார்க்கப்போவதினால் ஒரு கூச்சம், ஒருவகை பயம் மனத்தில் தோன்றின. வாயில் போட்டிருந்த வெற்றிலை பாக்கை வெளியே உமிழ்ந்து பல்லைச் சுத்தம் செய்துகொண்டான். ஒரு கையால் தலைக் குல்லாவைப் பிடித்துக்கொண்டு அண்ணாந்து, அரை பாட்டில் சோடாவைக் குடித்தான். பிறகு தலைக் குல்லாவை இரண்டுதரம் இரண்டு கைகளாலும் தூக்குத் தூக்கி வைத்துப் பொருத்திக் கொண்டான். இரண்டுதரம் தூக்காமலே அதைச் சாந்தப் படுத்துவதுபோன்று தடவிக்கொடுத்து அதைச் சரியாக இருக்கச் செய்தான். தன்

சைக்கிளை எடுத்துக்கொண்டு ஸ்டேஷன் வாயிற்படியண்டை வந்தடைந்தான்.

அப்போது ஜட்கா வண்டிச் சுப்பன், எதிரே வெற்று வண்டியை, மெதுவாக ஓட்டிக்கொண்டு வந்தான். 'ஏட்' அதைக் கண்டான். காலை முதல் வாடகை கிடைக்காத சலிப்பில், முழு வண்டியையும் தனி வண்டியாக பிறர் பார்க்கும்வண்ணம் ஆக்கிரமித்து, குறுக்காக உள்ளே சாய்ந்திருக்கும் மைனரைப் போல, சுப்பன் உள்ளே உட்கார்ந்த வண்ணம் கடிவாளத்தை, கையினின்று நழுவி விழும் தோரணையில் பிடித்து ஓட்டி வந்தான். 'ஏட்' ராவ் சைக்கிளைத் திருப்பி உள்ளே வைத்து விட்டு வாயிலில் வந்தபோது வண்டியும் எதிரே போய்க்கொண் டிருந்தது.

"ஏய்!" என்றான் ராவ்.

திடுக்கிட்டுப் பின்பக்கமாகக் குதித்து, எதிரே கைகட்டி "எஜமான்" என்றான் சுப்பன். அவன் மனத்தில் ஆத்திரம் ஒரு பக்கம்; பயம் ஒரு பக்கம்.

"என்னடா எலே லாக்கப் கேக்குது என்ன குஷால்டா" என்று சொல்லிக்கொண்டே வண்டியில் ஏறிக்கொண்டு 'சர்க்கிள்' வீட்டிற்கு ஓட்டச் சொன்னான் ஏட்.

'சைக்கிளில் வேர்க்க விருவிருக்க முதல்தரம் அவரைப் பார்க்கப்போனால்' என்பதெல்லாம் 'ஏட்' மூளையில் வண்டியைக் கண்டவுடன் தோன்றாமல் இல்லை. வேகமாக துரத்தப்பட்டு ஓடின வண்டி ஓட்டத்தைவிட துரிதமாகவே ராவின் மனத்தில் யோசனைகள் போய்க்கொண்டிருந்தன. சர்க்கிள் வீட்டை வெகு சீக்கிரமாகவே அடைந்ததாக நினைத்த சுப்பனைவிட, சீக்கிரமாகவே வந்துவிட்டோம் என்ற எண்ணம் தான் ஏட்டுக்கு.

மாலை நாலரை மணி ஆகப்போகிறது. ஆநந்த ராவின் 'டூடி' முடியப்போகிறது. சப் இன்ஸ்பெக்டர் சோணாசலம் இன்னும் ஆபீஸ் வரவில்லை. அவரைப் பார்க்காது பேசாது போவதில் ஏட்டுக்கு இஷ்டமில்லை. காத்திருப்போம் என்றாலோ, வீட்டிற்குச் சென்று உடைகளைக் கழற்றி, 'மப்டி'யில் கடைத் தெருவில் உலாவி சல்லாபம் செய்யவேண்டும் என்ற அவா, சீக்கிரம் வீடுபோகத் தூண்டுகிறது. ஸ்டேஷனைவிட்டு சுமார் ஐந்து மணிக்கு வீட்டிற்குக் கிளம்பினான். வீதியை அடைந்த போது பழக்கடை சாமித்தேவன் இவனைக் கண்டு அருகில் வந்தான்.

"என்ன சார்... காலையிலே சோக்கா ... வண்டியிலே" என்றான் சாமித்தேவன்.

“என்ன நீ பாத்தையா? சர்க்கிள் வீட்டிற்குப் போனேன்.”

“ஆமாங்க . . . கேள்விப்பட்டேனுங்க. எப்படி சார் . . .” என்றான் சாமித்தேவன்.

“ஹா ஹா அந்த சமாசாரமா? நெருப்பு ஐயா நெருப்பு. போலீஸ் அப்படித்தான் தேவரே. பழைய சர்க்கிளா பாழா போச்சு – அல்லது நம்ப ஸாரா? சுட்டுடுவான் மேன் . . . சுட்டுடுவான்” என்றான் ஏட் ராயன்.

இதற்குள் பேசிக்கொண்டே, வழியில் சோணாசலம் பிள்ளை வீட்டைக் கடந்துவிட்டார்கள். ‘ஏட்’ தன் சைக்கிளில், ஏறி, வீடுசேரப் புறப்பட்டுவிட்டான்.

முதல் முக்குட்டுச் சந்தில் ‘472’ பீட் இருந்தான். ஏட் அவனுடைய சாங்கோபாங்கமான சலாத்தைப் பெற்றுக் கொண்டு கொஞ்சதூரம் சென்றவன், போய்க்கொண்டே பின்னால் திரும்பிப் பார்த்தான். அப்போதுதான் சோணாச்சலம் ஆபீஸ் போவதற்காக வாசலுக்கு வந்தார். ஏட்டின் லாவகமான, ஒரு சைக்கிள் திருப்பல். சோணாசலம் புறப்பட்டுவிட்டார். அவரை அடைவதற்குள்ளேயே, அவரோடு பேசுவதற்கு அநேக விஷயங்கள் ஏட் மனத்தில் உதயமாயின. மற்றும் அன்று காலை யில்தானே அவன் முதலில் சர்க்கிளைப் பார்த்தது.

சோணாசலம் சைக்கிளில் ஆபீஸ் போய்க்கொண்டிருந்தார். அவரை அணுகினான். சோணாசலம் பக்கத்தில் திரும்பி “என்ன, ஆநந்தம் என்னடா” என்றார்.

“ஸார், ஒரு மிஸ்டேக் ஸார் செஞ்சுட்டேன்” என்று ‘ஏட்’ மிகுந்த சாவதானமாகச் சொன்னான்.

அவரும் இவன் பண்ணின ‘மிஸ்டேக்’ கினால் தலையை இழந்துவிடவுமில்லை, இழந்துவிடப் போவதுமில்லை என்ற நிதானத்தில், “என்னப்பா மிஸ்டேக்? –” என்று வாயில் போட்டிருந்த வெற்றிலையை அசைபோட்டுக்கொண்டே கேட்டார். நல்ல பிள்ளையின் மனத்தில் தோன்றும், முதல் நாள் தான் வெளி யில் செய்ததான கல்பிதக் குற்றத்தைத் தானாகவே உபாத்தி யாயரிடம் சொல்லி, அவருடைய வசையை விரும்பும் ஆவலைப் போன்ற, ஏட் ராயன் மனத்திலும் இருந்தது. முகமோவெனில், அவன் திவ்வியமுகம் போன்றுதான் பிராகாசித்தது.

“இன்னிக்கு சர்க்கிள் வீட்டிற்குப் போனேன். சார் – வண்டி யில் – இல்லை சார் – வண்டியிலே போனேன். யோசனை சார் – வண்டிக்காரப் பயல் வீட்டு வாசலில் நிறுத்தி விட்டான் சார் – இறங்கினேன் சார் – சர்க்கிளும் வாசலில் நின்றிருந்தார் சார் . . .”

"என்னடா நீ செய்றது? ரெண்டு வாசல் முன்னேயே நிறுத்தியிருக்கக் கூடாதா? யோசனை என்ன யோசனை வேண்டியிருக்கிறது."

"அவரைப் பார்த்தேன் சார். வண்டிக்காரப்பய மட்டுமிருந்து அவர் இல்லாவிட்டால், தோலை உரிச்சிருப்பேன் சார்..." என்றான் ஏட்.

"வண்டிக்காரப் பயல்களே அப்படித்தாண்டா. போக்கிரிப் பயல்கள் – ஏமாந்தா, சரி அப்புறம்?"

"அவர் சிரித்தார் சார். எனக்கும் சிரிப்பு வந்துவிட்டது. ஆனாக்கே குனிந்துவிட்டேன் சார்... அவர் ஒரு மாதிரிதான் சார்."

"அப்பவேதான் சொல்லி இருக்கேனடா. சீ, சீ போடா, என்ன பிசகடா – என்னடா நினைத்துக்கொள்ளுவான் என்னைப் பற்றி..."

'டிப்டி' இரண்டு நாட்கள் கழித்து சனிக்கிழமையன்று மந்திப்பேட்டையில் 'காம்ப்' செய்வதாக சமாசாரம் வந்தது. மேற்சொன்னவைகள் நடந்த மறுநாள், சர்க்கிள், டிப்டி வரும் விஷயமாகப் பேச, சோணாசலத்தை வீட்டுக்கு வரச்சொல்லி யிருந்தார். பக்கத்தில் ஒத்து ஊதவும், தான் எப்படி அடித்துப் பேசுவது என்பதைப் புது சர்க்கிளுக்கு விளக்கிக் காட்டவேண்டி யும், ஏட் ராயனையும் தன்னோடு அழைத்துச் சென்றார்.

சர்க்கிள் தன் வீட்டுத் திண்ணையில் நின்றிருந்தார். கீழே வாயிற்படியில் சோணாசலமும், மற்றும் கீழே படியோரத்தில், வீதியில், ஏட்டும் நின்றிருந்தனர்.

"என்னய்யயா இன்ஸ்பெக்டர்... டிப்டி நாளைக்குக் காம்ப்" என்றார் சர்க்கிள்.

"ஆமாம் ஸார்" என்றார் சோணாசலம். "எங்கே தங்க ஏற்பாடு செய்கிறது?"

ஏட்டு ராவுக்கு, தான் இன்ஸ்பெக்டர் பக்கம் எவ்வளவு சமீபம் இருக்கிறோம் என்பதில் ஒரு திருப்தி; கொஞ்சம் எட்டியானாலும், சோணாசலத்தால் மறைக்கப்பட்டார் எனினும், எதிரில் சர்க்கிளும் இருக்கிறார் என்பதில் ஒருவகை ஆனந்தம். எவ்வளவு கிட்ட, கொஞ்சம் கொஞ்சமாக எதிர் காலத்தில் தனது உத்தியோக உயர்வு எண்ணத்தில் படியேற முடியும் என்ற நம்பிக்கையின் நிரூபணம் போன்றுதான், எதிரே நடப்பது தோன்றியது.

"ஏண்டா '272' – என்ன?" என்று திடுக்கிட இவன் பக்கம் திரும்பிக் கேட்டார் சோணாசலம்.

"ஆமாங்க – எஜமான்" என்றான் ஏட்.

"சரி ஸார்" என்றார் சோணாசலம், ஸர்க்கிளைப் பார்த்து.

ஸர்க்கிள் திண்ணை ஓரமாகக் கொஞ்சம் நகர்ந்து வந்து நின்றார். சப் இன்ஸ்பெக்டர் நடுவாக இல்லாது, முக்கோணத்தின் மூன்று மூலைகளாக மூவரும் நின்றுகொண்டிருந்தனர். ஒவ்வொருவரும் மற்றவரைப் பார்க்க முடிந்தது.

"நேற்று நீதானே இங்கு ..." என்று நிறுத்தினார் ஏட்டைப் பார்த்து சர்க்கிள்.

"ஆமாங்க எஜமான்" ஒருவகை நடுக்கம், உள்ளூர புளகாங்கிதம் ராயனுக்கு.

"கையெழுத்து வாங்க"

"நேற்றைய தினமே என்னிடம் சொன்னார் ஸார், மிஸ்டேக்கை, முட்டாள்தனம் ஸார். ஏக்ஸ்யூஸ்" சோணாசலம் நடுவில் குறுக்கிட்டார். பரிகாசமான ஒரு நகை சர்க்கிள் முகத்தில் தோன்றியது. சிறிதுபோழ்து நின்றார்.

ஏட்டைப் பார்த்துச் சோணாசலம், "புத்தியில்லை. ஸுபீரியர் ஆபீஸர்! முட்டாள், என்ன மிஸ்டேக்" என்று, என்னவெல்லாமோ கடுமையாகச் சொன்னார்.

சர்க்கிள் "மிஸ்டேக் – முட்டாள்தனம்" என்று மெதுவாகச் சொன்னவர், தான் உலகில் பிறந்ததும் 'மிஸ்டேக்', போலீஸ் இலாகாவைச் சேர்ந்ததும் 'மிஸ்டேக்', இவ்வூரைப் பார்த்துவந்து, இவ்வகையில் இவர்கள் முன்னிலையில் நிற்பதும் மிஸ்டேக் – முட்டாள்தனம், என்ற உணர்ந்தவர் போன்று தோன்றினார்.

சோணாசலம் "தவறுதல் சார் ..."

சர்க்கிள் "தவறுதல்?" என்றார்.

சோணாசலம் "மடத்தனம் சார் ... எக்ஸ்யூஸ் செய்துவிடலாம், முதல்தரம் ஸார்" என்றார்.

மற்றும் ஏட்டைப் பார்த்து, "ஏய் போக்கிரித்தனமா என்னடா அது குறும்புத்தனமா? மேல் உத்தியோகஸ்தர்... வண்டி வீட்டடியில் அவர் முகத்திற்குக் கீழாக ... உனக்கு ஒன்றும் புரியவில்லை. உடுப்பைப் பிடுங்கினால் தெரியும்" என்று அதட்டினார்.

சாவதானமாக சர்க்கிள், "இல்லை இல்லை. ஒருதனமும் இல்லை. என்ன விஷயம்? புரியும்படியாகச் சொல்லுங்களேன்" என்றார். அப்போதுதான், அவருடைய அவ்வளவு நிதானப் பேச்சுகள் '272'க்கு, அரட்டியை கொடுக்கலாயிற்று.

சர்க்கிள் ஒருதரம் வாய்விட்டுச் சிரித்தார். இவர்கள் இருவருக்கும் ஒன்றுமே புரியவில்லை.

"நேற்று ஸ்டேஷனிலிருந்துதானே வண்டி...? நடுவழியிலோ..."

"இல்லை எஜமான், ஸ்டேஷனிலிருந்து எஜமான்."

சிறிது மௌனமாக இருந்து "வண்டிக்காரனிடம் மூன்று அணா சில்லரை கொடு இருநூற்று...?

"எழுபத்திரண்டு எஜமான்."

"272! மூன்றணா சில்லரை கொடு."

"சரீங்க எஜமான்."

சிறிது நேரம் மௌனம்.

"சரி. மிஸ்டர், மூசாபரி பங்களாவில் எறக்கலாமா?" என்றார் சோணாசலத்தைப் பார்த்து, சர்க்கிள்.

"ஏண்டா மடையா... '272' காதில் விழுகிறதா?" என்றார் ராவைப் பார்த்து, சோணாசலம்.

"சரீங்க எஜமான்."

"சரி ஸார்."

மறுபடியும் சர்க்கிள் ஏட்டைப் பார்த்து "ஏன் '272' உனக்கு வண்டிக்காரனைத் தெரியுமா, சில்லரை கொடுப்பதற்கு?" என்றார்.

கீழே பார்த்துக்கொண்டு ஏட் விழித்தான்.

"148 நம்பர் வண்டி. தேடிப்பார்த்து, உடனே கொடு" என்றார் சர்க்கிள். அது ஒரு உன்னதமான கட்டளையைப் போன்று இருந்தது. அவர் சிரிப்பும் மாறிவிட்டது. ஒன்று சேர்ந்த பல் வரிசைகளின் இடைவெளி வழியாக, நல்ல பாம்பின் சீற்றம்போன்று 'உஸ்' என்று வார்த்தைகள் வெளி வந்தன.

சோணாசலத்திற்கும் சிறிது அரட்டி கண்டுவிட்டது. சிறிது சென்று சர்க்கிள் அவரைப் பார்த்து "சரி, நான் ஏற்பாடு செய்துவிடுகிறேன்" என்று சொல்லி, உள்ளே போகத் திரும்பினார்.

இரண்டடி வைத்தவர் ஏதோ நினைத்தவர் போன்று மறுபடியும் வீதிப்பக்கம் திரும்பினார். அவர்கள் இருவரையும் காணவில்லை. 'மிஸ்டேக்' என்று தன்னை அறியாமலே தன்னுள் ஒருதரம் முணுமுணுத்துக்கொண்டார்.

'272' எவ்வளவு பதட்டத்தில் 148ஆம் நெ. வண்டிக்காரனை சில்லரை கொடுக்கத் தேடுவான் என்பதை அவர் நினைத்தபோது, அவரை அறியாமலே சிரிப்பு வந்துவிட்டது. வாய்விட்டு ஒரு தரம் சிரித்தார். உரக்கச் சிரித்தும், ஆழமான மனதின் வெகு அடியில் ஏதோ ஒன்று கொஞ்சம் கடுமையாகவே 'மிஸ்டேக்' என்று முணுமுணுத்துக் கொண்டிருப்பதான உணர்ச்சியைத்தான் அவர் கண்டார்.

எதிரே உற்றுநோக்கினார். குளத்திற்கு அப்பால் நிர்மலமான வானவெளி நன்றாகத் தெரிந்தது.

மணிக்கொடி 1937

'இந்நேரம், இந்நேரம்'

சித்திரை மாதம், நல்ல கடுங்கோடை. மாவடி கிராமத்தில் உதயத்திலிருந்தே கடுமையாக வெயில் கண்ட ஒரு நாள் காலை எட்டு மணி சுமாருக்கு, சிவராமய்யர் தன் வீட்டுத் திண்ணைச் சாய்மணையில் சாய்ந்துகொண் டிருந்தார். அவருக்குச் சுமார் நாற்பது வயது இருக்கலாம். விவேகத்திற்கும் தற்கால உலக நடப்பிற்கும் உள்ள வேறுபாட்டை நன்கு அறிந்தவர். ஆயினும் உலக வாழ்வில் சலிப்புக்கொள்ளாது, கடத்த வேண்டிய தன் வாழ்நாளைத் தன் கௌரவத்திற்கேற்பக் கழித்துக் கொண்டிருந்தார்.

"எங்கேடா வந்தாய்?" என்றார் சிவராமய்யர். செல்லக் கண்ணு எதிரே திண்ணைப்புறம் வீதியில் நின்றிருந்தான். இவருடைய நிலம் பயிர்ச்செலவு செய்யும் குப்புப் படை யாச்சியின் தம்பி செல்லக்கண்ணு. அவனுக்குச் சுமார் இருபத்தைந்து வயது இருக்கலாம்.

சிவராமய்யர் கேட்டதற்கு, "இல்லேங்க, சும்மா பார்க்கத்தானுங்க" என்றான் செல்லக்கண்ணு.

"தடிப்பயலே. இங்கே என்னடா வேலை? கூப்பிட்ட குரலுக்கு ஏன் என்கிறதில்லை. கூழைக் கும்பிடு போட வந்துவிட்டாயா?" என்றார். அந்தத் தொனியில் கோப மில்லை. சிறிது தாமதித்து, "தெரிந்ததுடா. இந்த வருஷம் பயிர்ச் செலவு கிடையாது. உங்ககிட்டே கொடுக்கப் போகிறதில்லை. காத்துப் படையாச்சி வந்து தொந்தரவு செய்கிறான்" என்றார். "என்னங்க அப்படிச் சொல்லிட் டேங்க? அதுக்குத்தானே பாக்க வந்திருக்கேங்க. பாத்துப் பாத்து நல்ல ஆளாப் பிடிச்சேங்க!" என்று அரைகுறைச்

சிரிப்போடு, முழங்கையைத் தடவிக்கொண்டே, கீழ் நோக்கிச் செல்லக்கண்ணு சொல்லிக்கொண்டிருந்தான்.

உள்ளேயிருந்து சிவராமய்யருடைய மனைவி லக்ஷ்மி அம்மாளின் "இங்கே வந்துட்டுப் போங்க" என்ற வார்த்தை களைக் கேட்டு அவர் உள்ளே சென்றார். சிறிது நேரம் சென்று வெளியே வந்து அந்த ஆளோடு பேச ஆரம்பித்தார். "என்னடா செல்லக்கண்ணு, நீ பெரிய ஆளாயிட்டேடா. திரும்பிக்கூடப் பார்க்கமாட்டேங்கிறேயடா. என்ன வந்துட்டதோ உனக்கு?"

"இல்லேங்க, வீட்டிலே தவுசலுங்க. இல்லைன்னா என்னங்க எனக்கு, நம்ப வீட்டோட கிடக்கிறவனுக்கு – கப்பலுக்குகூடப் போணும்னு தோணித்துங்க."

"சீ, சீ கழுதை! குட்டிச்சுவராபோகத்தானே உங்களுக்கு புத்தி தோணுகிறது. உருப்படுவதற்கு வழியா உங்களுக்கு அகப்படும்?"

கொஞ்சம் கவலை பிடித்தவர்போன்று சிறிது பேச்சை நிறுத்தி, மீண்டும் "ஏண்டா அக்கிரகாரம்தான் கெட்டுப் போய் விட்டதென்றால் குடியானத் தெருவிற்கு என்னடா வந்து விட்டது?... ஏண்டா பாசிப் பணம் இன்னும் வரவில்லை?" என்றார். அவர் பேச்சுத் தொனியில் கோபமிருப்பதாய்க் காணப்படவில்லை, கொஞ்சம் துக்கந்தான் தெரிந்தது. தன் கிராமத்தின் சுற்ற வட்டாரத்தின் எல்லையோடு நிற்காமல் அவர் மன நோக்கு உலகத்தையும் சுற்றி வந்தது.

"ஆமாங்க, ரொம்ப கெட்டுப் போச்சுங்க. கட்டுமானமே குறைஞ்சுபோகுது. தன் தலை நாட்டாமை தலைவிரிச்சு ஆடுதுங்க... நேத்திக்குப் பாருங்க, தொப்பளான் குடிச்சிப்பிட்டுப் புரண்டான். வெசது புளுத்த நாய் குறுக்கே போகாது. நாட்டாமை இருக்காங்களே! பொழுது விடிஞ்சா டவுனு போயிடுறாங்க. ஏதோ தில்லுமுல்லு பண்ணிக் கையிலே ரெண்டுகாசாக் கொண்டு வந்துடறாங்க. காசுக்குத் தானே பவிசுங்க. இப்போது என்ன வேண்டியிருக்குது? ஒண்ணு, சொன்னாக் கேக்கணுங்க, இல்லாட்டி தனக்காத் தெரியணும்."

"ஏய்... மேல வீட்டு ஐயாவைத் தெரியுமா?" என்று சிவராமய்யர் கொஞ்சம் மெதுவாகச் சொன்னதும், "அவங்களா, பெரிய ஆசாமிங்க. மூணாம் வருசம் பயிர்ச் செலவு பண்ணி, பட்டது போதுங்க. புள்ளி விட்டா ஏதோ குறைந்தது ஒத்துண் டாத்தான் சாமி ஏழை பாழை பொழைக்கலாம்? கரடியாக் கத்தினாலும், வயித்திலே அடிச்சதுதான் மிச்சம்... ஏங்க என்ன விசேஷம்?" என்றான் செல்லக்கண்ணு.

“அதாண்டா சொல்லறேன். ஏதோ சடையன் கிட்டே பேசிக்கொண்டிருந்தாங்க பாசிப் பணத்தைப் பற்றி. தனியாக ஏதாவது குறுக்கே செய்கிறான்.”

“அவங்களே அப்படித்தானுங்க . . . சடையனா? பொல்லாப் பயலாச்சே! என்னுகூடியும் என்னுகிட்டே மாட்டிக்காமே போவ போவதில்லை.”

“அதெல்லாம் கிடக்கட்டும். ஏண்டா எப்போ கலியாணம்?” என்று கேட்டார் அய்யர்.

வெகு நேரமாக இக்கேள்வியை அவர் கேட்க எதிர்பார்த்து நின்ற செல்லக்கண்ணுக்கு அப்போது வந்த சந்தோஷம் மிக அதிகமாக இருந்தது. ஆயினும் வேறு அநேக காரணங்களின் நிமித்தம் அதை அப்படியே வெளிக்காட்டிக்கொள்ள முடிய வில்லை.

“அதுதானுங்க . . . முந்தானா வீட்டிலே போயிருக்காங்க பரிசம் போட” என்று சங்கோசம் கொண்டு, எட்டிய வெளியைப் பார்த்துக்கொண்டே, அலட்சிய பாவத்தில் சொல்லுவதுபோல, செல்லக்கண்ணு சொன்னான்.

“போடா போடா. எங்கையாவது கலியாணம் ஆகாத பெண்ணைப் பார்த்து உனக்குப் பரிசம் போடச் சொல்லு. உனக்கு ஆகணும் என்பது முக்கியமில்லை. அவளுக்கு ஆகிவிடும். என்ன ஆச்சு நாகப்பன் மகள் தகராறு?”

“அதை ஏன் கேக்கிறீங்க . . . ஆனா இப்போ என்ன எல்லாம் ஆச்சுங்க. அந்தப் பயலையே கூப்பிட்டுக் கட்டிக் கொடுத்தூட் டாங்க. என்னைத்தானுங்க நினைத்துக்கிட்டு இருந்தாருங்க அவரு. நல்ல பெண்ணுங்க, மனுசனாம் மனுசன். திருட்டுத் தாலி கட்டாட்டா கலியாணம் ஏதுங்க அந்தப் பயலுக்கு? போறாங்க. அவன் கொடுத்து வைத்தவன். நல்ல பொண்ணுங்க. வெகு அடக்கம். என்ன சொல்ல இருக்குங்க. அந்தப் பய இப்போ மொறைச்சுக்கிறான். பரிசப் பணங்கூடக் கொடுக்க முடியாதுங்கிறான். பெரிய ஆளுங்க அவன். சும்மாவா இந்த வேலை செய்தான்?” என்று நாகப்பன் மகளிடம் உள்ள பிரியமும், அந்தப் பயலிடம் உள்ள வெறுப்பும் கலக்க, மடமட வென்று பேசினான்.

“எந்தூர்ப் பெண்? அது கிடக்கட்டும். ஏண்டா என்கிட்டே சொல்லக்கூடாதா?” என்று வினவினார் சிவராமய்யர்.

“நான் எப்படிச் சொல்லறதுங்க அண்ணன் சொல்லுமின்னு இருந்தேங்க. சொல்லல்லை போல இருக்கு. சுத்த மோசங்க.

உங்ககிட்ட ஒரு வார்த்தைகூடச் சொல்லாமே போயிருக்காங்களே! இன்னிக்கு வரணுங்க...”

“உள்ளேபோய் அம்மா ஏதோ சொல்லறாங்க, போய்ப் பாரு, கொட்டில் மாட்டை – மாட்டுக்காரப் பயல் வந்திருக்கான் – அவுத்துவிடு” என்று சொல்லி, சிவராமய்யர் அவனை உள்ளே அனுப்பினார்.

அம்மா சொன்ன காரியங்களைச் செய்து முடித்துவிட்டு, மோர் வாங்கிச் சாப்பிட்டுவிட்டு, கொஞ்சம் பேசிக்கொண்டிருந்து, என்னதான் அப்படி இப்படி நின்றுகொண்டிருந்தும் பொழுதுபோகவில்லை அவனுக்கு. தன்வீட்டில், பரிசம் போடப் போனவர்கள் திரும்பி வரும் நேரமோ எப்போதென்ற நிச்சயமில்லை. மாலைக்குள் அவர்கள் வருவார்கள் எனினும் அதுவரையில் அவனுக்கு நேரம் நகரவில்லை. நிச்சயமாக இந்தத் தடவை கலியாணம் முடிந்துவிடும் என்றாலும், தன்னுடைய அண்ணன், அத்தை முதலியவர்களின் வருகையில்தான் அக்காரியம் நிறைவேற இருக்கிறதென்று அவர்கள் வருகைக்காகத் துடித்துக் கொண்டிருந்தான். நேற்றைப் பொழுதை எப்படியோ கழித்துவிட்டான். நிச்சயமில்லாது ‘இதோ இதோ’ என்று எதிர்பார்க்கும் நேரம் நழுவி எட்டிப்போகிறது போலும். இடைநேரத்தைக் கழிக்கச் செல்லக்கண்ணு மிகவும் சிரமம் கொண்டான்.

காலையிலிருந்து கீழ்க்கோடியிலிருந்து மேலக்கோடிவரையில் நடந்து, அகப்பட்டவர்களையெல்லாம் இழுத்துவைத்துப் பேசியும் மத்தியானம்தான் ஆகிறது. பரிசம் போடப்போனவர்களோ, கலியாணம் பேசிக்கொண்டே, இவன் சாகும் வரையில் அங்கேயே இருப்பார்கள் என்ற ஒரு எண்ணம் கொள்ளலானான். நேற்றைத் தினமே பேசிவிட்டு இன்று காலையில் கிளம்பினாலும் உருமத்திற்கு முன் வந்துவிடலாம். என்ன கஷ்டமோ, இவனுக்கு என்ன தெரியப்போகிறது?

மத்தியானம் இரண்டு மணி சுமாருக்கு, செல்லக்கண்ணுக்கு வீட்டில் தரிப்புக்கொள்ளவில்லை. மண் வெட்டியை எடுத்துக்கொண்டு நல்ல கொளுத்துகிற வெயிலில் மணல் மேட்டிற்குப் போனான். அது ஒரு திடல். சுமார் முப்பது நாற்பது தென்னை மரங்களும், இரண்டு மூன்று மூங்கில் கொத்துக்களும் அதில் இருந்தன. மற்றும் பெரும்பாலான இடம் அதில் காலியாக இருந்தது. ‘கோடை மழை பெய்தவுடன் அதை ஒரு தரம் பறையர்களை வைத்துக்கொண்டு கொத்த வேண்டும்’ என்று மிராசுதார் முன்பு சொல்லியிருந்தும் அந்தக் காரியம் இன்னும் செய்யப்படாது நின்றிருந்தது.

ஒரு வேலையும் இல்லாது சும்மா உட்கார்ந்து குருட்டு யோசனைகளின் தொந்தரவு பொறுக்காது அவன் மணல் மேட்டைக் கொத்துவதற்குப் புறப்பட்டான்.

மொங்கு மொங்கென வேர்க்க விறுவிறுக்கக் கிட்டத்தட்டப் பாதிக் கொல்லை கொத்திவிட்டான். சிறிது இளைப்பாற ஒரு மரத்தடியில் உட்கார்ந்துகொண்டு வெற்றிலைபோட ஆரம்பித்தான். போட்டதும் பழையபடியே யோஜனைகள் மனத்தில் குறுக்கிட ஆரம்பித்தன. கலியாண ஞாபகம் வந்து விட்டது.

'போனவங்க வராத காரணம் தெரியவில்லையே!' என ஆரம்பித்தவுடன் மனதும் ஓட ஆரம்பித்தது.

'. . . இந்நேரம், இந்நேரம் வீட்டுக்கு வந்திருப்பாங்க. என்ன வேலை அங்கே? உண்டு இல்லை என்பதில்லை. அவங்க அப்போதே நிச்சயம் சொல்லிவிட்டாங்களே. கருப்பண்ணன் கூடப்போயிருக்காங்களில்லையா? அவங்களே மசமசப்பு. போனாங்க வந்தாங்க என்கிறதில்லை. போன வருசம் என்ன செய்தான்? மாடுவாங்கித் தரேன்னு கொல்லுப்பட்டி ஐயாவை ஒரு மாதம் இழுக்கடித்தான். மாட்டுத் தரகு வேறே அவங் களுக்கு. எப்போதும் வீட்டு வாசலிலே ஐந்து பேர். 'இங்கே வாண்ணேன்' என்று ரெண்டுபேரை இங்கே கூட்டிக் கிண்டு குசுகுசுன்னு பேசுவான். ரெண்டுபேரை அங்கே கூட்டிட்டுப் பேசுவான் ஒண்ணுமில்லாமே. 'துரும்பு புடிங்கோ!' என்பான். காசிலே மட்டும் குறி. அவங்கதான் அப்படின்னா, எனக்கு அண்ணன் வாச்சிட்டாங்களே, அண்ணன்! மூணு வருஷமாக் கலியாணம் பண்ணறாங்க. நானும் சும்மா இருந்தா போக வேண்டியதுதான். நேரேயா சொல்ல முடிகிறது. கப்பலுக்கு ஓடரேன்னதும்தான் அங்கே இங்கே போக ஆரம்பிச்சாங்க. என்ன சொல்லி என்ன? கொடுத்து வெச்சது தான் நமக்குக் கிடைக்கும். நாகப்பன் மகள் இப்படி ஆகும்னு யார் நினைச்சா? காத்துண்டு இருந்ததுதான் மிச்சம். காலிப்பயல் திருட்டுத் தாலி கட்டிட்டான். அவனும் மனுசனா? என்ன முடியும் அவனாலே? பழத்தட்டு தூக்கறான் ரயிலடியிலே! பயிர்ச் செலவு செய்கிறது அப்பாலே கிடக்கட்டும். ஒரு பண்ணையிலே வணங்கி வேலை செய்யத் துப்புண்டா? பாவம் அந்தப் பெண் ணுக்குக் கஷ்டம். ஏதோ நல்லபடியா இருக்கட்டும்.

'இந்நேரம், இந்நேரம் அந்தக் கோணவாய்க்காலடிக்கு வந்திருக்கணும். அவங்களெல்லாம் மத்தியானம் சாவடியிலே தங்கி சுப்புக்காத்தான் வீட்டிலே சாப்பிட்டு வந்தாலும் வந்து விடலாம். நல்ல ஊரு, சாவடி. முட்டி புடிச்ச ஊரு. போட்டா

முளைக்கணுமே. புதையலெடுக்க வெட்டிப் போட்டாலும் ஏதாவது பொழைக்கணுமே நல்ல மண்ணு. சப்பாணிக்குக்கூட அங்கேதானே கலியாணம்...'

'யாரு இப்போ நல்லா இருக்காங்க? எல்லோருக்கும் கஷ்டம்' என்று நினைவு கொண்டதும் அவன் மனது அவனை அறியாது ஒரு ஆறுதல்கொண்டது.

'மிராசுதாருக்குக் கஷ்டம்... காலையிலே எழுந்து பல்லுக் கூடத் தீத்தாதே உழவு காலத்திலே வாய்க்கால் வரப்பிலே உட்கார்ந்து கிடக்கணும். ஏராங் கடைசி வரையிலும் பழியாக் கிடக்கணும். 'நெல்லு விலை போகலே. வாயிதா கட்டணும்' என்று எப்போதும் அழுகைதான். காசோ குதிரைக் கொம்பு. ஏதோ மேலுக்கு எல்லாம் சந்தோஷப் பூச்சுத்தான். கிட்டே போனால்லே தெரியுது.'

'இந்நேரம்... கோண வாய்க்கால்... என்ன மெதுவா வாராங்க... எதுவும் தாமசம்தான். உருப்படாதே போறது வெகு சீக்கிரம்... ஆமாம், ரோசியந் தோப்பு வந்திருப்பாங்க, இருட்டு முன்னே வந்துடுவாங்க. அப்பப்பா, ரோசியந்தோப்பு, ஏதோ அதைப்பத்திக் கதை சொல்லறாங்க. ரொம்ப நாள் முந்தி கட்டையன் தாத்தா அங்கே தூக்குப் போட்டுக் கொண்டாங் களாம். கட்டையன் வம்சமே பித்துக்குளி. அவருக்கு ஒண்ணுமே குறைச்சல் இல்லையாம். உருமத்திற்கு மாடு ஓட்டிவரக் கையும் கயிறுமா வீட்டை விட்டுப் புறப்பட்டவங்க மரக் கொம்புலே தூக்கு மாட்டிக்கிட்டுத் தொங்கிண்டு இருந்தாங்களாம். அந்த மரத்தை வெட்டியாச்சு. இப்போதும் அந்தத் தோப்பு மரங்கள் கப்பும் கிளையுமா வா வான்னு கூப்பிடுறது மாதிரியாத்தான் இருக்கிறது. மத்தியானமே ஒரே வெறிச்சென்று இருக்கும். ஆனால் ஆயிரம் காக்கை மட்டும் எப்போதும் கத்திண்டே இருக்கும். நம்மூரு வாய்க்கால் அங்கே வளைந்து வரும்போது பயந்துண்டு தாழங்காட்டிலே மறைந்துகொண்டு தான் வருகிறது. அந்தப் பெரிய ஆலமரத்திற்கும் செக்கடித் தோப்பு புளியமரத் திற்கும் முனி ஓட்டம். அன்னிக்கு ராத்திரிக்கூட அந்த வழியிலே வந்த கலிமுத்து அண்ணன், பார்த்துப் பயந்துக்கிட்டுக் காச்ச லில் விழுந்துவிட்டாங்க... இவங்க குறுக்காக மேலவட்டம் வயல் வழியே வந்துடுவாங்க.

'போன வருஷமே அதைத் தரிசாப் போட்டுவிட்டாங்க. கிஸ்திக்குக்கூடக் கட்டாதாம். நட்டாப்போதும் முட்டாச்சாவி எங்கேன்னு காத்து இருக்கும். சாவின்னா என்னா, மாவுக்கு மூணுன்னா என்ன? சர்க்காரு கேக்கிறாங்களா? முப்பது வருஷம் முன்னாலேதாம் பார்த்து வாயிதாப் போட்டாங்களாம்.

மௌனி படைப்புகள்

'அந்தக் கண்றாவி பார்க்க முடியாது ... அந்த வயலுக்கு ஏத்தாப்போல நாலு பனமரமும் ஒரு அய்யனார் கோவிலும்... புல்லூரான் அங்கே மூணு மா வாங்கியிருக்கிறான். பின்னே எப்படித் தில்லுமுல்லு காசு போற வழி? மவளைக் கட்டிக்கொடுத்தான்; வீடு திரும்பி வந்துடுத்து. மகனோ நல்ல வயசிலே போயிட்டான். அவனும் ஒடுங்கிட்டான். என்ன வேணும் மனுஷனுக்கு இதைவிட பாவம்!'

'இந்நேரம், இந்நேரம்.' தலையைச் சிறிது தூக்கி எட்டிய வெளியைப் பார்த்தான். யாரோ இரண்டு மூன்று பேர் வருவது தெரிந்தது.

'அவங்க அதோ வராங்க... எனக்கு அப்பவே தெரியுமே, பொழுதோட வந்திடுவாங்கன்னு. பின்னென்ன, இருட்டிலா வருவாங்க? அண்ணன் விஷயம் தெரிந்தவங்க.'

திரும்பி அங்கே பார்த்தபோது அவர்கள் இல்லையென்பதை அறிந்து கொண்டான். ஒரு ஏமாற்றத்தின் ஆத்திரத்தில், எழுந்து வெகு விசையாகக் கொத்த ஆரம்பித்தான். அநேகமாகக் கொல்லை பூராவாகக் கொத்தியாகிவிட்டது. குறுக்கும் நெடுக்குமாக நடந்து, குனிந்து, ஆங்காங்கே கிடந்த கல்லை எடுத்து எட்டியெறிந்து கொண்டிருந்தான். குதூகலம் ஒரு பக்கம் இருப்பினும் ஒரு நிகழ்ச்சியை எதிர்பார்த்து அடைபட்டுக் கிடந்ததன் காரணமாக அவன் மனது அவஸ்தைப்பட்டுக் கொண்டிருந்தது. கொஞ்சம் கொஞ்சமாக சூரியன் அஸ்தமித்துக் கொண்டிருந்தான்.

'பொறந்தாலும் சின்னத்தம்பி மாதிரியா பொறக்கணும். என்ன கவலை அவனுக்கு? வீடாச்சு, வாசலாச்சு. பெரிய பண்ணையிலே வேலை. போன வருசம் கலியாணம் பண்ணிக் கொண்டான். அவன் வேலையுண்டு, அவனுண்டு, ஐயர் வீடு உண்டு. ஐயாவுக்கும் அவன்கிட்டே உசிரு. என்ன நினைச்சு என்ன? அவங்க அவங்க பிறந்த வழி...'

வீட்டிற்கு வந்து மண்வெட்டியை வைத்துவிட்டுக் குளத்தில் குளித்தான். பின் சிவராமய்யர் வீட்டுக்கு வந்தான்.

சிவராமய்யர் அப்போது அவனைப் பார்த்ததில் சிறிது ஆச்சரியம்கொண்டவர்போல, "ஏண்டா, என்ன விசேஷம்?" என்றார்.

"இல்லேங்க, கொல்லை கொத்திட்டேனுங்க... சொல்லிப் போக வந்தேன்" என்றான். "ஏண்டா, என்னடா பைத்தியம்? ரெண்டு ஆளை அழைத்துக்கொண்டு செய்யக்கூடாது..?

சரி, பசுமாட்டைக் காணோமாம், போய்ப் பாத்திட்டு வா!” என்று சொல்லி அவனை அனுப்பினார்.

இரவு வெகுநேரம் தேடி, பிறகு பவுண்டிலிருந்து ஓட்டிவந்து ஐயர் வீட்டில் கட்டிவிட்டு, அவன் வீடு சேரப் பத்து மணிக்கு மேல் ஆகிவிட்டது. பரிசம்போட்டு வந்தவர்கள் சந்தோஷமாகப் பேசிக்கொண்டே சாப்பிட்டுக் கொண்டிருந்தார்கள்.

செல்லக்கண்ணு, வெட்கமும் சங்கோஜமும் கொண்டு எட்டி நின்று, அவர்கள் பேச்சை மறைவிலிருந்து கேட்டுக் கொண்டிருந்தான். அவன் அடைந்த சந்தோஷத்தை அவனே அறியாதுதான் அப்போது நின்று கொண்டிருந்தான்.

மணிக்கொடி 1937

அழியாச்சுடர்

வழக்கமாக காலையில் அவனைப் பார்க்கப் போவதுபோல நான் அன்று செல்லவில்லை. உதயத்திலிருந்தே உக்கிரமாக வெய்யில் அடித்தது. தெளிவுற விளங்காத ஒருவகை அலுப்பு மேலிட்டதினால் நான் வீட்டைவிட்டே வெளிக்கிளம்பவில்லை. மாலையில் சென்று அவனைப் பார்த்துக்கொள்ளலாம் என எண்ணி மிக உஷ்ணமான அன்று பகலை என் வீட்டிலேயே கழித்தேன்.

நேற்றைய முன்தினம் இது நிகழ்ந்தது. மாலை நாலரை மணி சுமாருக்கு, நான் அவன் வீட்டை அடைந்தேன். அவன் என் பாலிய சிநேகிதன். நான் சென்றபோது, தன் வீட்டின் முன் அறையில் அவன் வழக்கம்போல ஒரு நாற்காலியில் அமர்ந்திருந்தான். திறந்த ஜன்னலுக்கு எதிரே உட்கார்ந்திருந்த அவன், ஏதோ ஆழ்ந்த யோசனையில் இருப்பதாக எண்ணி, திடீரென உட்புகச் சிறிது தயங்கி, ரேழியில் நின்றேன். என் பக்கம் பாராமலே, என்னை அவன் உள்ளே அழைத்தது திடுக்கிடத்தான் செய்தது. அவனுடைய அப்போதையத் தோற்றமும் கொஞ்சம் ஆச்சரியமளிப்பதாகவே இருந்தது. உள்ளே ஒரே நாற்காலியும் அதன் அருகில் ஒரு மேஜையும் இருந்தன. மற்றும் எதிரில் வீதிப்பக்கம் பார்த்த ஜன்னல் திறந்து இருந்தது.

"காப்பி சாப்பிட்டாகி விட்டதா" என்று கேட்டுக் கொண்டே நான் உள்ளே நுழைந்தேன்.

"இல்லை" என்றான்.

"என்ன?"

“ஆமாம் காலை முதல் இங்கு உட்கார்ந்தபடிதான் இருக்கிறேன். யோசனைகள்” எனக் கொஞ்சம் சிரித்தபடி கூறினான்.

என் நண்பன் சிரிப்பதை மறந்துவிட்டான் என்பதும், எனக்குத் தெரிந்த சமீபகாலத்தில் சிரித்தது கிடையாது என்பதும் உண்மைதான். அப்போது அவன் சிரித்ததும், உணர்ச்சி இழந்த நகைப்பின் ஒலியாகத்தான் கேட்டது. அவன் பேசின தொனியும் என்னைப் பாராது வெளியே வெறித்துப் பார்க்கும் பார்வையும் எனக்கு என்னவோபோல் இருந்தது. மேலே நான் யோசிக்க ஆரம்பிக்குமுன் அவன் பேச ஆரம்பித்தான். அவன் சமீப காலமாக ஒருவித மனிதனாக மாறிவிட்டான்.

“இங்கே வாப்பா. இங்கே இப்படி உட்காரு; எதிரிலே பார்” என்று சொல்லிக் கொண்டே, எழுந்து மேஜையின் மீது அவன் உட்கார்ந்து கொண்டான். நான் நாற்காலியில் அமர்ந்தேன்.

“நான் உட்கார்ந்திருந்த இடத்திலிருந்து அதோ, அங்கே என்ன தெரிகிறது பார்” என்றான்.

இலையுதிர்ந்து நின்ற ஒரு பெரிய மரம். பட்டமரம் போன்ற தோற்றத்தை அளித்துக்கொண்டு எனக்கு எதிரே இருந்தது. வேறு ஒன்றும் திடீரென என் பார்வையில் படவில்லை. தனிப்பட்டு, தலைவிரி கோலத்தில் நின்று, மௌனமாக புலம்புவது போன்று அம்மரம் எனக்குத் தோன்றியது. ஆகாயத்தில் பறந்து, திடீரென அம்மரக்கிளைகளில் உட்காரும் பக்ஷிகள், உயிர் நீத்தனவையேபோல், கிளைகளில் சமைந்து ஒன்றாகும். அவற்றின் கூவல்கள், மரண ஒலியாக, விட்டுவிட்டுக் கேட்டுக்கொண்டிருந்தது. சிறிது சென்று, ஒன்றிரண்டாக, புத்துயிர் பெற்றவைபோல கிளைகளை விட்டு ரிவ்வெனப் பறந்து சென்றன. அதிக நேரம் அம்மரத்தின் தோற்றத்தைப்பற்றி நான் யோசித்துக் கொண்டிருக்கவில்லை. காலையிலிருந்து உக்கிரமான வெய்யிலில் பாதி மூடிய கண்களுடனும் வெற்று வெளிப் பார்வையுடனும் கண்ட தோற்றங்கள், என் நண்பனுக்கு எவ்வெவ்வகை மனக் கிளர்ச்சிகளுக்குக் காரணமாயிற்றோ என்பதை என்னால் அறிந்துகொள்ள முடியவில்லை.

“என்ன?” என்று அவன் கேட்டது, என்னைத் தூக்கி வாரிப்போடும்படி இருந்தது.

“அதோ, அந்த மரம்தான்” என்றேன்.

“என்ன? மரமா சரி” என்று சொல்லிக்கொண்டே, உட்கார்ந்தபடியே சிறிது குனிந்து அதைப் பார்த்துவிட்டு, அவன் பேசலானான்:

“ஆமாம்; அதுதான்; ஆகாயத்தில் இல்லாத பொருளைக் கண்மூடி, கைவிரித்து தேடித் துளாவுவதைப் பார்த்தாயா? ஆடி அசந்து நிற்கிறது அது; ஆட்டம் ஓய்ந்து நிற்கவில்லை ... மெல்லெனக் காற்று மேற்கிலிருந்து அடிக்கும். காதல் முகந்த மேகங்கள், கனத்து, மிதந்துவந்து அதன்மேல் தங்கும் ... தாங்காது தளர்ந்து ஆடும் ... விரிக்கப்பட்ட சாமரம் போன்று ஆகாய வீதியை மேகங்களினின்றும் சுத்தப்படுத்துவதா அது ..? அல்லது துளிர்க்க அது மழைத் துளிகளுக்கு ஏங்கியா நிற்கிறது ..? எதற்காக ..?

“என்ன நீ பெரிய கவியாகிவிட்டாயே! ஏன் உனக்கு இவ்வளவு வேகமும் வெறுப்பும்?” என்றேன். அவன் பேச்சும் வார்த்தைகளும் எனக்குப் பிடிக்கவில்லை.

“சொல்லுகிறேன் கேள்; நேற்று, நேற்று என்று காலத்தைப் பின்கடத்தி மனது, ஒன்பது வருஷத்திற்கு முன்பு நடந்த ஒரு சம்பவத்திற்குச் சென்று நின்றது. அந்த நிகழ்ச்சியை நினைப் பூட்டிக் கொண்ட பிறகு என் நிலை தடுமாறிப் போய்விட்டது. என்னவெல்லாமோ என் மனது சொல்லமுடியாத வகையில் அடித்துக் கொள்ளுகிறது. அவ்வளவுதான்” எனச் சொல்லி நிறுத்தினான். அவன் கண்கள், காணமுடியாத அசரீரியான ஏதோ ஒரு வஸ்துவைப் பார்க்கத் துடிப்பவை போல, என்று மில்லாதபடி ஜொலித்தன. அவன் மேலும் பேசலுற்றான். என்னிடம் சொல்லுவதற்கு அல்ல என்பதை அவன் பேசும் வகை உணர்த்தியது.

“ஆம், ஒன்பது வருஷத்திற்கு முன்பு நான் கல்லூரி மாணவன். எனக்கு அப்போது வயது பதினெட்டு. அக்கால நிகழ்ச்சி ஒன்றே இன்று காலை முதல் பல்லவியாக பலவித கற்பனையில் தோன்றுகிறது. அப்போது நான் பார்ப்பதற்கு எப்படி இருப்பேன் என்பது உனக்கு ஞாபகம் இருக்கலாம் ...”

“நன்றாக ... நீ ...”

“சரி, சரி. என் நீண்ட மூக்கு, முகத்திற்கு வெகு முன்பாக நீண்டு முன்செல்லுபவர்களை திருப்பி இழுப்பதுபோல வளைந்து இருக்கும். அதன்கீழ் மெல்லிய உதடுகள் மிருதுவாகி, பளீரென்ற பல் வரிசைகளை பிறர் கண்கூச, சிறிது காண்பிக்கும். அப்போது தான் நான் கிறாப் புதிதாகச் செய்துகொண்டது. நீண்டு, கருத்துத் தழைத்திருந்த என் கூந்தலைப் பறிகொடுத்ததாகவே

பிறர் நினைக்கும்படி, படியாத என் குடுமியை, என் கையால் நான் அடிக்கடி தடவிக் கொள்ளுவேன். குறுகுறுவென்ற கண்களோடு என் அழகிலேயே நான் ஈடுபட்டு, மதிப்பும் கொண்டு இருந்தேன். அப்போது அடிக்கடி என்னை அநேகர் பார்த்து இருக்கலாம். என்னைப்பற்றி அவர்களுடைய எண்ணங் களை நான் கண்டுகொள்ளவில்லை. இப்போதோவெனின் நான் பார்ப்பது வறட்டுப் பார்வைதான். என்னுடைய கண்கள் வறண்டவைதானே. என் அழகு இளமையிலேயே முடிவடைந்து விட்டது போலும். ஆனால் என் வாழ்க்கை இளமையில் முடியவில்லையே.

"அவளும் என்னைப் பார்த்தது உண்டு."

"அவள் யார்?" என்றேன் நான்.

"ஆமாம்! அவளும். சொல்லுவதைக் கேள்! நான் கோவி லுக்குப் போய் எத்தனை வருஷமாகிறது? அந்த தினத்திற்குப் பின்பு, நேற்றுவரையில் நான் கோவிலுக்குப் போனது இல்லை. அதற்கு முன் அடிக்கடி போய்க்கொண்டு இருந்தேன். நீயும் என்னோடு வருவது உண்டு. நான் சொல்லும் அன்றிரவிலும் நீ என் பக்கத்தில் இருந்தாய் . . .

"அது திருவிழா நாள் அல்ல . . . அவளும் வந்திருந்தாள். அவள் வருவது எனக்குத் தெரியாது. நாம் கோவிலை விட்டு வெளிவந்தபோது, உள்ளே போய்க்கொண்டிருந்த அவளை இருவரும் கோவில் வாயிலில் சந்தித்தோம். அவளுக்கு அப்போது வயது பதிமூன்று இருக்கலாம். அவள் சட்டெனத் திரும்பி என்னைப் பார்த்தாள். அவள் பார்வையைத் திருப்பியது நானாக இருக்கலாம். ஆனால் திரும்பி, உன்னையும் கூட்டி, அவள் பின்னோடு உள்செல்ல என்னை இழுத்தது எது? எனக்குத் தெரியவில்லை. அப்போதைய சிறுபிள்ளைத்தனமாக இருக்கலாம். காதல் அது இது என்று காரணம் காட்டாதே. காரணமற்றது என்றாலும் மனக்குறைவு உண்டாகிறது. வேண்டு மானால் கர்வம் என்ற காரணம் வைத்துக்கொள். காரணமற்றே நடந்த காரியமும், காரணம் கொள்வதற்கு வேண்டி, காரணம் தான்போலும். அவள் பின்னோடு நான் சென்றேன். அநேகம் தரம், அவளைத் தொடக்கூடிய அளவு, அவ்வளவு சமீபம் நான் நெருங்கியதும் உண்டு. அடிக்கடி என் வாய் ஏதோ முணுமுணுத்ததும் உண்டு. அது, எதையும் சொல்வதற்கல்ல என்பது எனக்குத் தெரியும். ஏனெனில் சொல்லுவதற்கு ஒன்று மில்லை.

"ஈசுவர சந்நிதியில் நின்று, தலைகுனிந்து, அவள் மௌன மாகத் தியானத்தில் இருந்தாள். அவளுக்குப்பின், வெகு சமீபத்தில்

நான் நின்று இருந்தேன். அவளுடைய கூப்பிய கரங்களின் இடைவழியாகக் கர்ப்பக்கிருக சரவிளக்குகள் மங்கி, வெகு தூரத்திற்கு அப்பாலே பிரகாசிப்பதாகக் கண்டேன். அவள் கண்கள், விக்கிரகத்திற்குப்பின் சென்று வாழ்க்கையின், ஆரம்ப இறுதி எல்லைகளைத் தாண்டி இன்பமயத்தைக் கண்டு களித்தன போலும். எவ்வளவு நேரம் அப்படியோ, தெரியாது. காலம் அவள் உருவில் அந்தச் சந்நிதியில் சமைந்து நின்றுவிட்டது.

"தியானத்தினின்றும் விடுபட்டு என் பக்கம் அவள் திரும்பிய போது, ஒரு பரவசம் கொண்டவனேபோல் என்னையும் அறியாமலே 'உனக்காக நான் எது செய்யவும் காத்திருக்கிறேன்; எதையும் செய்ய முடியும்' என்று சொல்லிவிட்டேன்! நீயும் அவளுடன் வந்தவர்களும் சிறிது எட்டி நின்றிருந்தீர்கள். உங்கள் காதுகளில் அவ்வார்த்தைகள் விழவில்லை. ஆனால் அவள் காதில் விழுந்தன என்பது நிச்சயம். அவள் சிரித்தாள்.

"அவளுக்கு மட்டும்தான் நான் சொன்னது கேட்டது என்பதில் எனக்கு அப்பொழுதே சந்தேகம். உள்ளிருந்த விக்கிரகம், எதிர்த் தூணில் ஒன்றி நின்ற யாளி அவையும் கேட்டு நின்றன என்று எண்ணினேன். எதிரே லிங்கத்தைப் பார்த்தபோது, கீற்றுக்குமேலே, சந்தனப்பொட்டுடன் விபூதி அணிந்த அந்த விக்கிரகம், உருக்கொண்டு, புருவஞ்சுழித்துச் சினங்கொண்டது. தூணில் ஒன்றி நின்ற யாளியும் மிக மருண்டு, பயந்து, கோபித்து முகம் சுளித்தது. பின் கால்களில் எழுந்து நின்று பயமுட்டியது. அவளைப் பார்த்தேன். அவள் மறுபக்கம் திரும்பியிருந்தாள். பின்னிய ஜடை பின் தொங்க, மெதுவாகத் தன்னுடன் கூட வந்தவர்களுடன் சென்றாள். நான் அவளைச் சிறிது தொடர்ந்து நோக்கி நின்றேன். ஆழ்ந்து அமுங்கிய உலக நிசப்தத்தைக் குலைக்க, அவளுடைய சதங்கைகள் அணிந்த அடிச்சுவடு இன்றி முடியாதுபோலும். வந்தவர்களுடன் குதூகல மாகப் பேசி, வார்த்தைகளாடிக் கொண்டே, கால் சதங்கைகள் கணீர் என்று ஒலிக்கப் போய்விட்டாள். சந்நிதியின் மௌனம், அவளால் உண்டான சப்தத்தின் எதிரொலியில், சிதைவுற்றது . . . வௌவால்கள் கிரீச்சிட்டுக்கொண்டு குறுக்கும் நெடுக்குமாகப் பறந்தன . . ."

என் நண்பன் சொல்லிக்கொண்டிருக்கும்போதே என் மனம் ஓடியது. அது கட்டுக்கடங்காமல் சித்திரம் வரைய ஆரம்பித்தது. கோவில் – சந்நிதானம் – ஆம். பகலிலும் பறக்கும் வௌவால்கள், பகலென்பதையே அறியாதுதான் கோவிலில் உலாவுகின்றன. பகல் ஒளி பாதிக்குமேல் உட்புகத் தயங்கும் உள்ளே, இரவின் மங்கிய வெளிச்சத்தில், சிலைகள் ஜீவகளை கொண்டு நிற்கின்றன. ஆழ்ந்த அநுபவத்திலும் அந்தரங்கத்திலும்

மௌனமாகக் கொள்ளும் கூடமான பேரின்ப உணர்ச்சியை வளர்க்கச் சிற்பித்தவைதானா கோவில்கள்? கொத்து விளக்குகள் எரிந்துகொண்டிருக்கும், அதன் பிரகாரத்தில் நடமாடும் பக்தர்களுக்கும் அவர்கள் நிழலுக்கும் வித்தியாசம் காணக் கூடாத திகைப்பைக் கொடுக்கும் அச்சந்நிதானம், எந்த உண்மையை உணர்த்த ஏற்பட்டது? நாம் சாயைகள் தானா..? எவற்றின் நடமாடும் நிழல்கள் நாம்? – என்பன போன்ற பிரச்சனைகளை என் மனம் எழுப்பியபோது, ஒருதரம் என்தேகம் முழுவதும் மயிர்க்கூச்செறிந்தது.

என் நண்பனின் பார்வை மகத்தானதாக இருந்தது. ஏதோ ஒரு வகையில், ஒரு ரகசியத்தை உணர்ந்த அவன் பேச்சுகள் உன்னதமாக என் காதில் ஒலித்துக்கொண்டிருந்தன. பேச்சினால் தன் உணர்வுகளை வெளிச்சொல்ல முடியாது என நினைக்கும் போது, அவன் சிறிது தயங்கி நிற்பான். அப்போது அவன் கண்கள் பிரகாசத்தோடு ஜொலிக்கும்.

"அவள் சென்றாள், பிரகாரத்தைச் சுற்றிவர. பின்னப்பட்டிருந்த அவள் கூந்தல் மெதுவாக அசைந்து ஆடியது. அவள் நடை அமுத்தலாக அவளை முன் செலுத்தியது. 'பின்தொடர், பின்தொடர்' என, என் மனதில் மறுக்க முடியாது தோன்றியது. வெளியில் நான் வாய்விட்டுச் சொல்லவில்லை. பிரகார ஆரம்பத்தில் ஒரு வில்வ மரம் இருந்தது. அதன் இலைகளின் இடை வழியே நிலவு வெளிச்சம் தெளிக்கப்பட்டு வெண்மை திட்டுகளாகப் படிந்து தெரிந்தது. 'பிரியமானவளே என்னைப் பார்' என்று மனதில் நான் சொல்லிக்கொண்டேன்... அவள் என்னைத் திரும்பிப் பார்த்தாள். அவளும் 'பின்தொடர்' என்று சொல்லுவதைத்தான் அவள் பார்வையில் கண்டேன். ஏதோ ஒரு சப்தம் கேட்டது. அது தலைகீழாகத் தொங்கும் ஒரு வௌவாலின் சப்தம்... காதில் சிரித்து மனதில் மரண பயத்தைக் கொடுக்கும் சப்தம். வில்வ மரத்தடியிலிருந்து அவளைத் தொடர்ந்து நோக்கி நின்றேன். பிறகு, அவள் பின் தொடர்ந்து சென்றுகொண்டு இருந்தேன்.

"பகல்போன்று நிலவு காய்ந்தது. பின் நீண்டு தொடர்ந்த, அவள் நிழலே போன்ற நானும் அவளைத் தொடர்ந்தேன்... மூலைத் திருப்பத்திற்குச் சிறிது முன்பு அவள் என்னைப் பார்க்கத் திரும்பினாள். நான் சொன்ன வார்த்தைகளைத் திருப்பிக் கொள்ளும்படி கேட்டுக் கெஞ்சுவதுபோல இருந்தது அவள் பார்வை. அவள் வருத்தத்திலும் வசீகரமாகத் தோன்றினாள். அருகில் நெருங்கிய நான், மறுபடியும் ஒருதரம் 'என்ன வேண்டுமானாலும் உனக்காக...' என்று ஆரம்பித்தவன், முழுவதும் சொல்லி என்னால் முடிக்க முடியவில்லை, நான் திரும்பி

வேகமாக வந்துவிட்டேன். அவளும் கீழ்ப் பிரகாரத்திற்குச் சென்றுவிட்டாள். வில்வமரத்தடியில் நின்றிருந்த உன்னை அடைந்தேன். இருவரும் பேசாது வீடு சேர்ந்தோம்."

அவன் பேச்சைக் கொஞ்சம் நிறுத்தியபோது "யார் அவள்; எனக்கு ஞாபகமில்லையே?" என்று கேட்டேன். என்னுடைய கேள்வி அவன் மனத்திலே படவில்லை. அவன் மேலே பேச ஆரம்பித்தான். எனக்கு ஆத்திரம் மூண்டது.

"அன்று முதல் நான் கோவிலுக்குப் போவதை நிறுத்தி விட்டேன். எதற்காக நிறுத்தினேன் என்பது எனக்குத் தெரியாது. சுபாவமாகத்தான் நின்றுவிட்டது என்று நினைத்தேன்.

"நேற்று இரவு என் மனது நிம்மதி கொண்டிருக்கவில்லை. எங்கெங்கோ அலையத் தொடங்கியது. கோவிலுக்குச் சென்று ஈசுவரதெரிசனம் செய்து வரலாமெனப் புறப்பட்டேன். இரவில், நாழிகை கழித்தே சென்றேன். அதிகக் கூட்டமில் லாமல் இருக்க வேண்டுமென்பதுதான் என்னுடைய எண்ணம். பெரிய கோபுரவாயிலைக் கடக்கும்போதே, எட்டிய சுவாமி யின் கர்ப்பக்கிருகம் தெரியும்.

"வெகுகாலமாக, ஜோதிகொண்டு ஜொலிப்பது போன்று நிசப்தத்தில் தனிமையாக ஒரு பெரிய சுடர் விளக்குமட்டும் லிங்கத்தருகில் எரிந்துகொண்டிருக்கும். அது திடீரெனச் சிறிது மறைந்து பிறகு பழையபடியே அமைதியில் தெரிந்தது. யாரோ ஒரு பக்தன் கடவுளை வழிபட உள் சென்றான்போலும். நான் மெதுவாகப் போய்க்கொண்டிருந்தேன். உலகின் கடைசி மனிதன் கடவுள் வழிபாட்டை முடித்துக்கொண்டு, அநந்தத்திலும் அவியாத ஒளியை உலகில் விட்டுச் சென்றதுபோலத் தோன்றியது அந்த மறைவும் தோற்றமும். தூண்டப்படாது அணையவிருந்த என்னுள் எரிந்த ஒளி நிமிர்ந்து ஜொலிக்கத்தான் நேற்று இது நிகழ்ந்தது. மேலும் கோவிலில் நான் எண்ணியபடி ஒருவரும் இல்லாமல் இருக்கவில்லை.

"அவளுக்கு இப்போது இருபத்திரண்டு வயது இருக்கலாம். நாகரீகப் பாங்கில் அவள் இருந்தாள். அவளை, இப்போது கோவிலில் கண்டதும், என் மனது வேதனை கொண்டது. எதிர்பாராது நேர்ந்த இந்தச் சந்திப்பினால், அவளிடம் நான் ஒருவகை வெறுப்புக் கொள்ளலானேன். அவள் என்னை அறிந்துகொள்ளவில்லை என நினைத்தேன். இப்போது என் னுடைய நாகரீகப்போக்கு எண்ணங்கள் தடுமாறி மனம் மாற்றம்கொள்ளும் நிலையில் இருப்பதனால், அவளுடைய அமுத்தத்திலும் நாகரீக நாஸூக்கும் எனக்குச் சிறிது ஆறுதலைக் கொடுத்தன. நான், முன்பு அவள் காதுகேட்கச் சொன்னவற்றை

நினைத்துக்கொண்டபோது, என்னையே வெறுத்துக்கொள் ளாதபடி அவள் புதுத் தோற்றம் ஆறுதல் கொடுத்தது. முழு வேகத்தோடு அவளை வெறுத்தேன் ... ஆனால் அவள் கடவுளின் முன்பு தியானத்தில் நிற்கும்போது, தன்னுடைய மேற்பூச்சை அறவே அழித்துவிட்டாள். கடவுளின் முன்பு மனிதர்கள் எவ்வளவு எழில்கொள்ள முடிகிறது, எத்தகைய மனக்கிளர்ச் சிக்கு உடன்படுதல் முடிகிறது என்பதை அவளைப் பார்த்ததும் நான் உணர்ந்தேன்.

"அவள் தியானத்தின் மகிமை என்னைப் பைத்தியமாக்கி விட்டது. வெறித்து வெறுமனே நிற்கச் செய்தது. ஒரு இன்ப மயம்; ஒரு பரவசம். திரும்பிய அவள் என்னைப் பார்த்ததும் கண்டுகொண்டுவிட்டாள். எதிரில் நின்ற தூணை உன்னிப்பாய், அவள் சிறிது நேரம் பார்த்தாள். என் வாக்கின் அழியாத சாக்ஷியாக அமைந்து நின்ற அந்த யாளி எழுந்து நின்று கூத்தாடியதைத்தான் நான் பார்த்தேன். மேலே உற்று நோக்கிய போது ஐயோ! மற்றொரு யாளி வெகுண்டு குனிந்து, என்னைப் பார்த்துக்கொண்டிருந்தது. அவள் பார்க்குமிடத்தைப் பார்த்து நின்ற என் மனம், பதைத்துவிட்டது. என்னை நோக்கி அவள் ஏதோ ஆக்கினை இடுபவளாகத் தோன்றினாள். அவள் பார்வை என்னை ஊடுருவித் துளைத்துச் சென்றது. ஒருவன், தன் உள்ளூர உறைந்த ரகசியத்தை, பைத்தியத்தின் பகற்கனாவில் பாதி சொல்லிவிட்டு மறைவதுபோல அவள் பார்வை என்னை விட்டு அகன்றது. உணர்ச்சிகள் எண்ணங்களாக மாற யத்தனிக்கு முன் – அவள் சொன்னது என்ன என்பதை மனம் புரிந்து கொள்ளுமுன் அவள் போய்விட்டாள். குனிந்த என்தலை நிமிர்ந்தபோது, அவள் மறுபடியும் என் பக்கம் திரும்பியதை நான் பார்த்தேன். ஆழமான இருண்ட சுரங்கத்தினின்றும் இரு மணிகள் மின்னுவதுபோல இருசொட்டுக் கண்ணீர் அவள் கண்களினின்றும் உதிர்ந்தது.

"நான் விதியின் நிழல். என்னிடம் காதலின் முழு வசீகரக் கடுமையை நீ காணப்போகிறாய் ...

"அவள் என்ன சொன்னாள் – அவள் என்ன செய்யச் சொன்னாள் –? நான் என்ன செய்ய இருக்கிறது? எல்லாம் ஒரு கனவுதானா? அவள் பேசவில்லை. சப்தத்தில் என்ன இருக்கிறது, பேச்சில்? உருவில் சீசீ! எல்லாம் அர்த்தமற்றவை, – உண்மையை உணர்த்தமுடியாதவை, எல்லாம் இருளடை கின்றன. இறுகிய பிடியிலும் துவண்டு புகை போன்று நழுவு கின்றன. ஆனால் எல்லாம் மாயை என்பதை மட்டும் நிச்சயமாக உணர்த்தாது 'மேலே அதோ' என்று காட்டியும் நாம் பார்த்து அதன் வழியே போகத் தெரிந்து கொள்ளுமுன் மறையத்தான்

இந்தச் சுட்டு விரல்கள் இருக்கின்றன. இருண்ட வழித் தடுமாற்றத்தில் அகஸ்மாத்தாக தாண்டிக் குதித்தலிலாவது சரியான வழியை அடைய மாட்டோமா என்ற நம்பிக்கைதான் நமக்கு இருப்பது...

"அதோ மரத்தைப்பார், அதன் விரிக்கப்பட்ட சிப்பிக் கோடுகள், அதன் ஒவ்வொரு ஜீவஅணுவும், வான நிறத்தில் கலப்பது காணாது தெரியவில்லையா? மெல்லென ஆடும் போது அது வான வெளியில் தேடுகிறது. குருட்டுத்தனமாகத் தானே அங்கே தேடுகிறது..?"

நன்றாக இருட்டிவிட்டது. அவன் வெளியில் வெறித்துப் பார்த்துக்கொண்டு இருக்கும்போது நான் சொல்லிக் கொள்ளாமல் வெளிக் கிளம்பிவிட்டேன்.

வீதியில் வந்ததும் உயர உற்று நோக்கினேன். இரவின் வளைந்த வானக் கற்பலகையில், குழந்தைகள் புள்ளியிட்டது போல எண்ணிலா நக்ஷத்திரங்கள் தெரிந்தன. தத்தம் பிரகாசத்தை மினுக்கி மினுக்கி எவ்வளவுதான் கொட்டிடினும், அவைகளுக்கு உருகி மடிந்துபட, அழிவே கிடையாதுபோல, ஜொலித்தன. மேலே இருப்பதை அறிய முடியாத தளர்ச்சியுடன் ஒரு பெருமூச்செறிந்தேன். நடந்து நடந்து வீட்டை யடைந்தேன்.

இன்று காலையில் அவனைக் காணோம். அவன் எங்கே, எதற்காகச் சென்றானோ எனக்குத் தெரியாது. எல்லாம் 'அவனுக்குத்' தெரியும் என்ற எண்ணந்தான் எனக்கு – அவன் என்பது இருந்தால்!

மணிக்கொடி 1937

மௌனி படைப்புகள்

மாறுதல்

நேற்று மாலையே அவர்களுக்குத் தந்தி கொடுத்து விட்டான். ஆனால் அக்கம் பக்கத்தில், ஒருவருக்கும் சொல்லவில்லை. ஒருவருக்கும் தெரியவில்லை. காலை ஒன்பதுமணி வண்டிக்குத்தான் அவர்கள் வர முடியும். 'யார் வந்தென்ன இப்போது?'

நேற்று, எதிர்பார்த்த காரியமே போன்று, மனமும் நன்றாகவே இருந்தது. இரவு நன்றாகத் தூங்கினான். சூரியன் உதயமான பின்பே எழுந்தான். அவளுக்கு மிக அருகிலே, தான் படுத்திருப்பதை உணர்ந் தான். சிறிது ஆனந்தம்கொண்டான். அவள், தன் அருகில் படுத் திருப்பதைப் பார்த்தான். திடுக்கிட்டு, பயந்து எழுந்து வாயிலிற்குச் சென்றான். சிறிது நேரம் திண்ணையில் நின்றுகொண்டு, மேலும் கீழும் பார்த்துவிட்டு, உள் சென்றவன் ரேழியைக் கடக்காமலே, திரும்பி வாயிற் படியில் வழிமறைத்து, வீதியைப் பார்த்து நின்றிருந்தான்.

அவனை எப்படியோ தாண்டித்தான், அவன் எதிரில் அவள் நின்றாள். அங்குமிங்கும் அசைந்து நின்று தோன்றி னாள். அவன் கருவிழிகள், அவளைத் தொடர்வதே போன்று, சலித்து நகர்ந்து, சிற்சில சமயம் கண்களின் மூலையில் சொருகி மறையும். திரும்பியும் அவளை இழுப்பதுபோல் விழி நடுவில் பதியும். அவன் மூளையும் யோசனைகளும் உயர்ந்து உயர்ந்து, உருகலுற்றது; அழிய லுற்றன.

எல்லைகொள்ளா சாவதானம், சமாதானம், ஒரு நிலை வரம்பிற்கு எட்டாமல் இருபுறமும், சிறிது சிறிது மிக அசைந்து, சஞ்சலப் பிரமை கொடுத்தன. அந்த நிலைமையில் சமாதானம் கொண்டவன் போன்று, சாவதானமாக, வீதியை உற்றுநோக்கி அவன் நின்றான்.

காகம் ஒன்று, எதிர்வீட்டு, முன்கீற்றுச் சார்பில் பறந்து வந்து உட்கார்ந்தது. தத்தித்தத்திப் பறந்து, மாடிக் கைப்பிடிச் சுவரின்மீது உட்கார்ந்தது. விருந்தினர் வருகையைக் கத்தி அறிவித்தது. 'ஆமாம், ஒன்பது மணி ரயிலுக்குத்தான் அவர்கள் வருகிறார்கள் ...' அது கத்தியது. சிறிது தூரம் பறந்து அந்தத் தென்னை மரத்து மட்டையின் மத்தியில் உட்கார்ந்தது. உடனே பறந்து மறைந்துவிட்டது.

மறுபடியும் எதிரில் வீதிதான் ...

வடக்கத்தியான் சவுக்கைக் கட்டை வண்டியை ஓட்டிச் சென்றான். பாரவண்டியின் பளு உழலல் – சுழலும் சக்கரம், இருசுக் கட்டையில் மோதுண்டு சுழல மனமில்லாது ஓலமிட்டழும் சப்தத்தின் சலிப்பு. கொம்பு இல்லாத இரண்டு மாடுகள் முன் பூட்டப்பட்டு வண்டியை இழுத்தன. அசட்டை, அலுப்பு, தலை ஆட்டல் வழி நடப்பல்ல. கழுத்தில் மணியற்று, சலங்கையற்று, மாடுகளின் சப்தம் அற்ற, பளு இழுப்பின் தலை அசைப்புத்தான் இவன் கண்முன் தோன்றியது. பளுக்கொடுக்கும், அக் கட்டைகளும் பின்னால்தான் இருந்தன. ஆனால், மூக்கணையில் இருபுறமும் கால்கள் தொங்க, கையில் சாட்டை கொண்டு, குறுகிய சிறு துணி இடுப்பில் கட்டி, மாடுகளை 'ஹை – ஹை' என்று உதைத்துக்கொண்டிருந்த வண்டிக்காரனின் தோற்றத்தை நடுவில் கண்டான்.

"ஏன் இவன் தெரிகிறான். மாடுகளும், அவன் 'வா'வென்ற தலை அசைப்பும், பளு மிகுந்த காட்டு விறகுகளும் சுழலும் சக்கரமும் போதாதா – அர்த்தம்கொள்ள இவைகள் போதாதா – என் பளுவை யார் ஓட்டுபவன்? அவனா – அவனா? எவன்?"

"அவள் உள்ளே கிடக்கிறாள். படர்ந்த பிரபஞ்சத்தின் மூலையில் ஒன்றி மறைய..."

"பளு இழுக்க வாவென்று தலை அசைத்து நடக்கும் மாடுகள். மசையில்லாது சலிப்புற ஊளையிட்டழும் சப்தம், சுழலல் சக்கரம் உதைய குலுங்கிடும் வண்டியே! எவ்வளவு தூரத்திலிருந்து வருவது? எவ்வளவு தூரம் எத்தனை பேருக்கு, தத்தம் மனநிலையில் உன் தத்துவத்தை உணரத் தோன்றி ஊர்ந்து வருகிறாய். மறைந்து தொலைந்து போ! உன்மறைவு, நிகழ்ச்சியைத் தெரிவித்து யோசனை கெடுக்கும் மறைவு, ஆனந்தமே."

வீதியில் அசட்டையாக நடந்துபோன அந்த ஆடு, வண்டியினால் மறைக்கப்பட்டு அது கடந்தபின் தோற்றம் கொண்டது, அதைப் பார்த்து நின்றான்.

அவனுக்குப் பசி தோன்றவில்லை.

காய்ந்துபோன தோளில் உறைபட்டு மிருதுவாகத் துவளும், மூங்கிற் கம்பின் இருமுனைகளிலிருந்து இரண்டு மண் குடங்கள் தொங்கின. கத்திக் கத்திக் கொண்டொருவன், குடங்களிடையே, தோன்றி மறைய நடந்தான். அவன் கண் முன்பு தெரிந்தது வெற்றுக் குடம் போன்றிருந்தது. அது தொங்கிய முனைக்குச் சிறிது தூரத்திலேதான், அக்கம்பைத் தோளில் தாங்கி இருந்தான். மெதுவாக, வெகுசமீபத்திலும் பூமியில் பட்டு அழுத்தலில் அசைந்து, அக்குடங்கள் மேலும் கீழும் ஆடின. வெற்றுக் குடமாயினும் சிறிது அதிக ஆட்டத்தில் பூமியில் தட்டி அது உடைபட்டால், பின்தொங்கும் பிறிதொன்றை மேன் நோக்கிக் கவிழ்த்துப் பாழ்படுத்தும் என்பதை உணர்ந்து அதை வெகு உன்னிப்பாய் பார்த்துச் சென்றான். அதை நெருங்குவதே போன்று மிக விரைவாயும் நடந்தான். பின்னால், பின்னால் வெகு சமீபமாக தன் காலடியிலும் தட்டுப்படாது தொடர்ந்து வரும் அக்குடம் மதிக்கத்தக்கதே வெகு அருமையானதே! ஆயினும் அவன் பார்வையைக்கொள்ள முடியவில்லை. சிறிது ஆறுதல்தானே, எதிரில் வெற்றுக்குடம் என்பதில்! –

அவனுக்குப் பசி தோன்றவில்லை. பதனிக் குடக்காரனும் குடத்திடைத் தோன்றி மறைந்துவிட்டான். "எதிரில் மறையாது அவள் ஏன் நிற்கிறாள். மறையமாட்டாளா? சிறிது சிறிது மறைவுகொள்கிறாள். ஒதுங்கி மறைவுகொள்ளவில்லையே? எதிரில் தோன்றியவண்ணமே மறைவு கொள்ளவில்லை! மாறித்தான் தோற்றம் கொள்ளுகிறாள்! விறகு வண்டி, ஆடு, மனிதன், மாறி மாறித்தான். ஒருவரும் பேசுவது இல்லை. ஒன்றும் சப்தம் செய்யாது! ஆனால் உணர்ச்சிகள் ஊடுருவித் தோற்றம் கொள்ளுன்றனவே – காண்பது கனவா?"

ஒரு மனிதன் தெருவில், வீட்டைக் கடந்து சென்றான். இடுப்பில் கட்டியிருந்த பட்டை 'வார்பெல்ட்' தெரியவேண்டி, பளபளப்பு நார்ப்பட்டுச் சட்டையை உள்ளிட்டு, இடுப்பில் வெளுப்புவேட்டி அணிந்திருந்தான். 'ஸாக்ஸோடு' போட்டிருந்த அந்த இரண்டேகால் ரூபாய் 'பூட்ஸ்' நன்கு வெளித் தெரிய வேண்டி, கீழே தொங்கும் வேஷ்டி இரு முனைகளையும் முழங்கால் வரையிலும் தெரிய, இரு கைகளில், பிடித்துக்கொண்டு நடந்தான். அடிக்கடி, பக்கங்களைப் பார்த்து வேகமாக நடந்தான். பச்சை உருமால் ஒன்றை, இடது தோளில் கீழே நழுவி விழும் தோரணையில், அலக்ஷியமாகப் போட்டிருந்தான்.

"அவன் சிங்கப்பூரிலிருந்து வந்தவன்! இப்போது தானோ? அவன் பளபளப்புகளும் உடனே மறைந்துதானே போகின்றன. அவன் கிடக்கிறான். சீ, சீ எவ்வளவு சிரிப்பு உண்டாகிறது!"

"கண்முன் கண்ணாடி அணுப் பூச்சிகள், பறந்து மேலே போகிறதே, அதோ, அதோ! தென்னை மரத்தின் தலைதானோ – மா மரம்? கீழே! சீ சீ! அந்த மொட்டை மாடி வீடுதான் நிற்கிறது. மேலே மரங்கள் அப்படித்தானோ! அந்தக் கருமை யான சிறு மேகங்கள் மரங்களின் மேலே தங்கவில்லையா? அவைகளை விட்டு, நடுவில் நீல நிறத்தைப் பூசி மேலே போகிறது. ஏதோ எல்லாம் ஒருங்குகூடி ஒருமித்த சதி செய் கின்றன. என்னையும் கூட்டி இழுக்கின்றன. மறைகின்றன. தோன்றுகின்றன ... மாயையாக மாறுபட்டுத்தான் போலும்!"

"ஆமாம், எதிரில் இருக்கிறாளே? நிற்கிறாள். ஆனால் நகருகிறாள். பக்கத்தில் மறையவா – அவள் என் பார்வையில் நகர்ந்து மறையவா? மாறுபடவா – இல்லை. பக்கத்தில் இல்லை. மேலும் கீழும்தான்.'

எதிரில் அவ்வீடு. எதிரில் அவ்வீட்டின் தாழ்ந்த சார்ப்பு. மொட்டை மாடியின் கைப்பிடிச்சுவர். சுவரின் கீழ் சாளரத் துளைகள். மேலே மரங்களின் தலைகள், இன்னும் மேலே நீலவானத்தில் சிதறிய சிறு மேகங்கள்.

எதிரில் வீதிதான் ...

"பாரவண்டி – பதனிக்குடம். மறைவு காலத்தில் எதிரே அந்த நிற்கும் வீடுதான். அவளும் மறைகிறாள் – எதிரில் பார்த்த அவளும் – நில்லு! நில்லு! மறையாதே – சீ சீ, இல்லை – மாறுகிறாள் என மனதில்தானோ – மாறுகிறாள் ...! மாறுதல் (?) ... மறைவது போன்று பக்கத்தில் ஒதுங்குகிறாளே..."

அவன் கண்கள் நேராகத்தான் நின்றன. கருவிழிகள் அவளைத் தொடர்ந்ததே போன்று கண்களின் மூலையில் மறைந்தன. அப்படியே வழி மறைத்து நின்றான்; எதிர்பார்த்து நின்றான் – எவ்வளவு நேரம்? திரும்பி இழுக்க அவன் கரு விழிகள் தோன்ற ...

உள்ளே அவள் கிடந்தாள். எதிரே வீதி ...

இவன் தாயார் வந்தாள். இவன் தகப்பனார் வந்தார். அவர்களும் வந்தனர். ஒன்பது மணி ரயிலில், வேறாகவே வந்தனர். தனித்தனியே தத்தம் எண்ணங்களில் மனமுடைந்து மௌனமாகவே வந்து சேர்ந்தனர். இவன், கருவிழி தோன்ற, எதிர் விழிப் பார்வையில், வழி மறைத்து வாயிற்படியில் நின்றிருந்தான்.

அன்னை முன்னடைந்து, அவனைக் கட்டிக்கொண்டாள். "என் கண்ணே – உனக்கும் இப்படியா? –" என்றாள். தழுவிக் கொண்டு அழுதாள்.

சொருகி மறைந்த கருவிழிகள், நடுவில் ஓடிவந்தடைந்தன. அழுகை முன் காணும், அவர்களை. அசட்டுச் சிரிப்பை அவன் சிரித்தான். "எப்படி? அவள், மாறினாளா" மறைந்தாளா என்பதைத்தான் வாய்விட்டுச் சிரித்தான் போலும், தாயாரும் அழுகையை நிறுத்திவிட்டாள். அவன் முகத்தைப் பார்த்தாள், பார்த்தவள் அப்படியே பார்த்து நின்றாள்.

அவர்கள், பக்கத்து வீட்டுப் புறத்திற்குச் சென்று மறைந்துகொண்டார்கள். எதிரில் தோன்ற முடியாது, தாங்க முடியாது வருந்தி, மறைந்து நின்றார்கள். இவன், தாயாரைத் தழுவி அழைத்துக்கொண்டு உள்ளே சென்றான். படுத்துக் கிடந்த அவளைக் காட்டினான். காலால், சிறிது அவளைத் தொட்டு உதைத்து, எழுப்பச் சிரித்தான். இப்படியாக வெகு நேரம் இல்லை. அம்மா, குனிந்து, கீழே அவள் மீது விழுந்து கதறினாள்.

மறைந்த அவர்களும் வந்து, திண்ணையிலும் உள்ளிலும், உட்கார்ந்தனர். மேல் துணியைக் கையில் எடுத்து, அதன் மேல் முகத்தை மறைத்துக்கொண்டு விசனத் தோற்றத்திலேயே விளங்கினர்.

இவன் அழுதான். சொல்லிச் சொல்லி விடாது அழுதான். என்னவெல்லாமோ சொல்லி அழுதான். ஆனால் கண்டானோ இல்லையோ, மறைந்ததையோ மாறுதல் கொண்டதையோ, சொல்லாமலே அழுதான்.

2

அடுத்த வருஷம் தைக் கடைசி வெள்ளிக்கிழமையன்று, தாயார் சுமங்கலிப் பிரார்த்தனை செய்தாள். சிரத்தையாக பன்னிரண்டு மணிவரையில் ஈரப்புடவையுடன், காரியம் செய்து முடித்தாள். தள்ளாத அந்த வயதிலும் முழுவதும் தானாகவே செய்து வைத்தாள்.

முதல் இலையில் பலகை போட்டு, புதுப்புடவை வைத்த பிறகு, எல்லாப் பெண்களும் உட்கார்ந்தனர். அப்போது அம்மா கண்ணீர்விட்டுத் தேம்ப ஆரம்பித்தாள். வேகமாக அறையினுள் சென்று மறைந்துவிட்டாள். சென்ற வருஷம் ஈன்ற அந்த பசுங்கிடாரிக் கன்றைக் குனிந்து தழுவிக்கொண்டு ரொம்ப அழுது கொண்டிருந்தாள். அவள் ஈரப்புடவையும் காய்ந்துவிட்டது. கன்றும் கழுத்தை வளைத்து முகத்தை அவள் முதுகிலே வைத்து சாந்தமாக நின்றது.

சுமங்கலிப் பெண்கள் சாப்பிட்டுக்கொண்டிருந்தபோது அம்மா பந்தி விசாரிக்க உள்ளே வந்தாள்...

அவன் பட்டினத்தில், தன் ஆபீஸில் வேலை செய்துகொண்டிருந்தான். எதிரே மேஜைமீது விரித்த புஸ்தகத்தில் எழுதிக்கொண்டிருந்தான். எதிரே நோக்கியபோது, ஜன்னல் வழியாக, எட்டி நின்ற ஒரு மரம் தெரிந்தது. அதன் தலைமேல் தங்கி நின்ற ஒரு சிறு மேகமும், மேல்சென்று மறைந்துவிட்டது. ஒரு பெருமூச்செறிந்து, குனிந்து எழுத ஆரம்பித்தான். 'தலை எழுத்தையா மாற்றி எழுதப் போகிறேன் – தலை எழுத்தைத்தான் எழுதுகிறேன்' என்று எழுதினான்.

எதிரே வீதி. அதை அவன் அப்போது பார்க்கவில்லை.

மணிக்கொடி 1937.

நினைவுச் சுழல்

அவன் பட்டணம் வந்து சில நாட்கள் ஆகி யிருந்தபோதிலும், அன்று மாலைதான் உலாவ வெளிக் கிளம்பினான். அந்தி மங்கல் வெளிச்சத்தில் நிழலின்றி நடந்தவன் பைத்தியக்காரனைப்போல, முன்னும் பின்னும் உன்னிப்பாய்ப் பார்த்துக்கொண்டே நடந்து கொண்டிருந்தான். ஒளிந்த இடத்தினின்றும் திடீரென்று வெளிப்பட்டவனாக அவன் தோன்றினான். உலகம் அவனுக்கு வெகு புதுமையாகத் தெரிந்தது.

ஒருதரம் அவன் தலையை நிமிர்த்தி எதிரே நோக்கிய போது, நான்கைந்து பெண்கள் குதூகலமாகப் பேசிக் கொண்டு எதிரே வருவதைப் பார்த்தான். அவர்களுடைய குதிகால் உயர்ந்த 'பூட்ஸ்' அவர்கள் மூளையைவிடப் பளபளவென மின்னின. நாகரீகத்தில் நெளியும் அவர்கள் நடையோவெனில், அவர்கள் தலை வகுடைவிடக் கோணலாக அவனுக்குத் தோன்றியது. அந்தப் பெண் களில் ஒருத்தியுடைய கன்னம் குழிந்து சிறிது சிவப்பாக இருந்தது. அதைக் கவனித்த அவனுக்குச் சிரிப்பு வந்தது. தன் விடுதி அறைச் சுவரின் சுண்ணாம்புப் படல் விழுந்த இடம் அவன் நினைவிற்கு வந்ததுபோலும்! ஏதோ விட்டுவிட்டு, எல்லோரும் குருவிகள் போன்று, உதட்டால் ஒற்றைப் பதத்தில் ஆங்கிலம் பேசிக்கொண்டு போயினர்.

அவர்களில் ஒருத்தி, இவனைக் கண்டதும் சிறிது திடுக்கிட்டவள்போல் சிறிது வாயைத் திறந்தாள். இவன் ஒன்றும் புரியாமலே வேகமாக அவர்களைக் கடந்து தன் அறையை அடைந்தான். கொஞ்சம் கொஞ்சமாக இருட்டுக் கண்டுகொண்டிருந்தது.

உள்ளே சென்றவன் மேஜை மீது இருந்த குப்பியி னின்றும் கொஞ்சம் அதிகமாகவே பிராந்தியைப்

பருகினான். விரிந்து கிடந்த தன் படுக்கையின் மீது உட்கார்ந் தான்... எழுந்து நடந்தான். மனது மிகக் குழம்பியது. உள் நின்று எழுந்த ஒரு வேகம் உதட்டிலே பேச்சாக மாறியது. "எதிரே நீ? ஆமாம், நீதானே, நானும்தான்." படுக்கையில் உட்கார்ந்துகொண்டு பக்கத்திலிருந்த பிடிலை எடுத்துக் கையால் மீட்டினான். அவன் மனது சொல்லிக்கொண்டிருந்தது, அவன் காதில் விழவில்லை. சோகம்கொண்டு சுற்றி, இருள் சூழ்ந்திருந்தது. பிடிலும் அதைத்தான் தொனித்துக்கொண் டிருந்தது. சிறிது சென்று எதிரே நோக்கியவன் யாரையோ பார்த்ததுபோல் விழித்துக்கொண்டிருந்தான். துக்கமுற்ற அவன் மனது ஏதோ பாடியது. கண்களில் நீர் அருவிக்கொண்டிருந்தது. ஒரு வகைப் பயம்கொண்டு விரல்கள் தடுமாறின. அடிமனத்தில் மூழ்கியது மெல்லிய படலம் போன்று மிதந்து "இரவான இரவே – நீயா, வரும் சுவடற்று" என இருளில் முணுமுணுத் தவன் எதிரே கண்டான். தெளிவற்று மங்கல் ஒளியில் அவள் நின்றுகொண்டிருந்தாள். அவளுடைய முகம் திடீரென வாய் விட்டு அலறுதலில் கிடைக்கும் ஆறுதலை அவனுக்கு அளித்தது.

"என்ன சேகரா, எப்போது வந்தாய்?" என்று அவள் கேட்டபோது இவன் திடுக்கிட்டான்.

"இல்லை, நான்கு ஐந்து நாளாயிற்று. நீ எங்கே இருக்கிறாய் என்பது தெரியவில்லை. உன்னைப் பார்க்க" என்றான்.

அவன் அறையைச் சிறிது சுற்றி, இருட்டில் கவனித்ததில் அவன் மேஜையின் மீது இருந்த குப்பியை அவள் கண்டாள்.

சிறிது சீற்றத்துடன், "சரி, அதோ என்ன?" என்றாள்.

"ஒன்றுமில்லை" என்று அவன் இழுத்தது ஒரு உளறல் போன்று கேட்டது. "சரி, அதைக் கொட்டப் போகிறேன். நீ யாரென உனக்குத் தெரிகிறதா? மாமா இருந்தால் இப்படி இருப்பாயா?" என்று பேசியவளுக்கு மேலே வருத்தத்தினால் பேச முடியவில்லை.

"இனி இல்லை. இது மட்டும்" எனத் தலைகுனிந்து கொண்டே மன்றாடுபவன்போல் சொன்னான்.

சிறிது நேரம் அவ்விடம் பேசாது நின்றுகொண்டிருந்தவள் திடீரெனத் திரும்பி, "சரி, பிறகு பார்க்கிறேன்" என்று சொல்லி வெளிச்சென்று தன் சிநேகிதிகளுடன் போய்விட்டாள்.

கமலா படித்துக்கொண்டிருந்த கல்லூரி வருட விழாக் கொண்டாட இருந்தது. அன்று தேக்கச்சேரி முடிவடைந்த பின், ஒரு மணிநேரம் சங்கீதம் நடைபெறுவதற்கு ஏற்பாடு செய்யப்பட்டிருந்தது. கல்லூரி மாணவிகளிலே கமலாதான்

மிகவும் நன்றாகப் பாடுபவளாகக் கருதப்பட்டவள். மற்றும் சங்கீதப் பயிற்சிக்காக ஒரு வகுப்பு அக்கல்லூரியில் இருந்த தினால், பாடுவதற்கும் பிடில் வாசிக்கவும் மாணவிகள் நிறைய இருந்தார்கள். அந்த ஒரு மணி அவகாச சங்கீதக் கச்சேரிக்குக் கமலாவைப் பாட ஏற்பாடு செய்யப்பட்டிருந்தது. மற்றும் கமலாவே பிடில் வாசிக்கத் தெரிந்த ஒரு சிநேகிதியைத் தனக்கு வாசிக்க ஏற்பாடு செய்திருந்தாள்.

முதல் நாள் மாலை சேகரனைக் கண்டது முதல், ஏதோ காணாமற்போன வஸ்துவைத் தேடி எடுக்க முயற்சிக்கும் ஒரு சிரமம் போன்று, அவள் மனது அடித்துக்கொண்டிருந்தது. அவனைப் பாலிய முதல் தான் அறிந்தவிதம் ஒவ்வொன்றையும் கிளறிப் பார்த்தாள். மனதிற்கு மட்டும் ஒன்றும் புரியவில்லை.

சேகரனுடைய தகப்பனார், கமலாவின் மாமன். அவர் ஒரு சீமானாகத்தான் இருந்தார். அவனுடைய சிறுவயதிலேயே அவர் இறந்துவிட்டார். மற்றும் சேகரனுடைய தாயார் சமீபத் தில், இரண்டு வருஷங்களுக்கு முன்புதான் காலம் சென்றாள். சேகரன் கமலாவிற்கு சுமார் ஏழு அல்லது எட்டு வயது மூத்தவனாக இருக்கலாம். சிறு வயதில் இருவரும் சேர்ந்தே சகோதர சகோதரியாக விளையாடினவர்களானாலும் சமீபமாக அதிகமாகப் பார்த்துக்கொண்டதில்லை.

காலையில் கமலா அவனைப் பார்க்கச் சென்றாள். அவன் அறையில் நுழையும்போது உள்ளிருந்து பிடில் சப்தம் வருவதைக் கேட்டுச் சிறிது வெளியிலேயே நின்றாள். சிறிது கேட்டும், அவன் வாசித்ததின் மூலமாக, உயர்ந்த சாதகன் என்பதையும் அவன் ஞான நுட்பத்தின் மாதிரியையும் தெரிந்து கொண்டாள். அவள் உள்ளே நுழைந்தவுடன், சேகரன் சிறிது திடுக்கிட்டான். கமலாவிற்கும் அதிகமாக அங்கிருக்கப் பிடிக்க வில்லை. அவன் இவ்வளவு கேவலமாகக் குடிப்பழக்கத்தை மேற்கொண்டான் என்று நினைக்கும்போது மிகுந்த வருத்தம் கொண்டாள். எவ்வளவோ உன்னதமாக இருக்கவேண்டியவன் எதற்காக இப்படிப் போய்விட்டான் என்பதே அவளுக்குத் தெரியவில்லை. மற்றும் தன் எதிரிலே அவன் அவ்வளவு சஞ்சலம் காட்டிக்கொள்வதும் பிடிக்கவில்லை. எதிரே கண்ட வுடன், எதையாவது பேசவேண்டியவள்போல, “சேகர், இன்று எங்கள் கல்லூரி வருட விழா . . . நான் பாடப்போகிறேன்; நீதான் எனக்கு பிடில் வாசிக்கவேண்டும். தெரியுமா?” என்றாள்.

அவன் “சரி” என்று சொல்லியது இவளுக்குச் சரியாகப்பட வில்லை. மற்றும் அதே கணத்தில் தான் எதற்காக அவ்விதம் சொன்னோம் என்ற யோசனை எழ, அவள் சீக்கிரமே அவனை விட்டு அகன்றாள்.

தேக்கச்சேரி முடிவடைந்துகொண்டிருந்தது. ஐந்து மணி ஆகப்போகிறது. சேகரனைக் காணோம். மிருதங்கக்காரன் வந்துவிட்டான். சேகரன் வரப்போகிறதில்லை என்று எண்ணி, தன் சிநேகிதியையே வாசிக்க ஏற்பாடு செய்தாள் கமலா. ஐந்து மணியிலிருந்து ஆறு மணிவரையிலும் அக்கச்சேரி நடை பெற வேண்டியது என நிகழ்ச்சிக் குறிப்பில் கண்டிருந்தது.

அன்று நல்ல கூட்டம். பட்டணத்தின் பிரமுகர்கள் அநேகமாக எல்லோரும் தம்பதி சகிதம் வந்திருந்தனர். எல்லோரும் வரிசையாகப் போட்டிருந்த ஆசனங்களில் கச்சேரி கேட்க அமர்ந்துவிட்டனர்.

கச்சேரி மேடைமீது வேறு வகையின்றிக் கமலாவின் சிநேகதி ஏறும் சமயத்தில், சேகரன் வந்து சேர்ந்தான். மேடையில் காலியாக இருந்த ஒரு இடத்தை நிரப்பவே வந்தவன்போல் திடீரென்று அங்கே வந்து உட்கார்ந்தான். பிடிலை எடுத்துச் சுருதி சேர்த்துக்கொண்டான். எட்டியிருந்தும் அவன் வாய் வாசனையைக் கமலா உணர்ந்தாள். கண்களும் அவன் நிலைமையை நன்குணர்த்தின.

கமலா, கச்சேரியை யதோக்தமாகவே செய்ய எண்ணி, முதலில் வர்ணம் பாட ஆரம்பித்தாள். ஒரு கணம் தாமதித்து சேகரன் சேர்ந்தான். இனிமையானதெனினும் திடீரென மிகுந்த இனிமையுடன் “சரிசரி” என இரண்டுதரம் அவன் வில்லை இழுத்துச் சேர்ந்து வாசிக்க ஆரம்பித்தான். அப்போது சபையோ ரிடம் ஒருவகை பரபரப்புக் காண ஆரம்பித்தது.

அவள் ராக ஆலாபனையை முடித்தவுடன் இவனுக்கு விட்டாள். மூன்று நிமிஷம் வாசித்தான். நன்றாக வாசிக்கிறான் என்பதை உணர்ந்து, சபையோரிடம் தலை ஆட்டம் காணப் பட்டது.

தோடியில் அவள் கீர்த்தனம் எடுத்தபோது ஏதோ வெறிச் சென்று இருந்தது. இவன் பக்கம் கமலா பார்த்தபோது அவன் சும்மா இருப்பதைக் கண்டாள். அவனும் சேர்ந்து வாசிக்க ஆரம்பித்தபோது அந்த மண்டபம் நிரம்பியது மாதிரியாகத் தோன்றியது.

மது மயக்கம் அவன் ரத்தத்திலே கலந்து துடிப்பைக் கொடுத்திருக்கலாம். அவனுடைய மௌனம் கலைந்து சங்கீத மாக விகஸித்திருக்கலாம். எட்டிய ஆசனங்களில் பல வர்ணப் பட்டு வஸ்திரத்தில் பதுமைகள்போன்று சமைந்து இருந்தவர் களை அநேக ஸ்வரச் சித்திரங்களாக அவன் கண்டிருக்கலாம்.

ஆனால் அவன் அப்படி வாசிக்க இவைகள்தானா? அவனுடைய ஜீவ உள்ளக் கிளர்ச்சியானது சங்கீத பாஷையிலே

ஏதோ பேசுவதுபோன்றுதான் கமலா எண்ணினாள். தனக்கு ஏதாவது அது சமாசாரம் சொல்லுகிறதா என்று கவனிக்க அவள் சிறிது நின்றாள். அவன் வாசித்துக்கொண்டிருந்தான். ஆமாம், அது மாதிரி அவன் வாசித்ததே இல்லை.

அறியாது பந்தம் இறுகிக்கொண்டது. கண்டுகொள்ளாத வரையில் நிரடான முடிச்சாகத்தான் இருந்தது. அறிந்துகொண்டு அதன் சிடுக்கில் அமைதியை நாடும்போது அது நழுவிக் கொண்டது. யாராலும் கூடவரமுடியாத அவ்விடத்தை அடையும் ஆவலைத் தான் சப்தித்தது போன்று, கருணையை யும் கடந்த உணர்ச்சியற்ற சிரிப்பைத் தான் ஒலித்தது அந்த நாதம். “ஆம், போகிறேன். உன்னால் முடியாது கடந்து தாண்டி அறிய.”

மிகைப்பட்டதினால் ஒளிக்கப்பட்டவன் என்ற உணர்வு கொள்ளும் ஒருவகை இனிப்பு – இல்லை எனத் தடித்து நிரூபிக்கும் ஆர்வத்தில் அமைதியற்ற அலைகளைத்தான் அவள் மனத்தில் எழுப்பினான்.

ஹிருதயத்தின் சங்கீத ஒலி சப்தமின்றி வெளி வியாபகம் கொள்ளும் என்ற நினைப்பினால், அதை விடாது பிடித்து விரல் நுனிவழியே பிடில் தந்திகளிலே ஏற்றி நாதரூபமாக்கச் சிரமப்பட்டான். நீல வானத்தை அணுகி மறைந்த சூரிய ஒளியில் சலிக்கும் அநேகவித வர்ண மேகங்களைத்தான் காட்டி நின்றன அவன் பிடித்த ஸ்வர கற்பனைகள். உயரே பறந்து மறைந்தும், காதில் இனிக்கக் கூவும் இன்னிசைப் பறவைகளே போன்று அவன் கீதம் சபையோர்களைப் பரவசமாக்கியது.

இறந்த காலத்தின் எதிரொலி இடைவிடாது அசரீரியாகக் கூப்பிடுவதாக எண்ணிக் கமலா கவனித்து நின்றாள். அவள் கண்கள் தளும்பின. பார்வை மங்கிற்று. கொஞ்சம் கொஞ்ச மாகத் தன் பாலிய நினைவுகளைத் தனக்கு வெகு சமீபமாகக் கண்டாள்.

கார்த்திகை மாதத்தில் தன் வீட்டு வாயிலிலிருந்து கிழக்கே கண்ணுக்குத் தெரியும் வரையில் பச்சைப் பசேலென்ற நெற் பயிர்க் கடலின் கொந்தளிப்பு – வெட்டுக் கிளியின் இடை விடாச் சப்தம் – வரப்புகளின் நடுவே, பார்வை மறையும்வரை யில், திட்டுத்திட்டாகக் குட்டையான கருவேல மரங்கள் படர்ந்து நின்றிருந்தன. எட்டிய சேரிகளின் தூரத் தோற்றம், சாசுவதத்திலே அழுந்தப் புதைந்தன போன்று கண்ணெதிரே நின்றன. ஆகாயம் மேக மறைப்பினால் மந்தமாகத் தோன்றும் – மழை அடிக்கும்போது வீட்டினுள் தன் தாயாரின் குரல்,

தனக்கு மிகுந்த பிரியமான குஞ்சுப் பாப்பாவின் இனிமையான மழலைச் சொற்கள்...

அர்த்தமற்று இவைகள் மனத்தை இன்பமயமாக்கின. அளவுக்கு மீறிய அதிக இன்பத்திலும், உணர்வு சோர்வு கொள்ளா வகையில், கமலா கேட்டு நின்றாள். அவள் கண்களில் பனிப்படலம்போன்று நிச்சயமற்ற நினைவுகளின் ஞாபகம் மிதந்தது. அவன் கானம் அவளுக்கு ஏதாவது செய்திகொண்டதா? அவள் கவனித்துக்கொண்டிருந்தாள்.

கல்லூரி சங்கீதப் பயிற்சியாளர் மூக்குக் கண்ணாடியுடனும் சரிகை அங்கவஸ்திரத்துடனும் முன்னே உட்கார்ந்திருந்தார்; அவர் அடிக்கடி நழுவி நழுவிக் கீழிறங்குவதுபோல் மூக்கின் மேலே சரிந்த தனது மூக்குக் கண்ணாடியை மேலே இழுத்து விட்டுச் சரி பண்ணிக்கொண்டார். ஆனால் நழுவி நகர்ந்து, ஸ்திரமற்று, மேலோங்கிச் சிதறிச் செல்லும் அவரது சிந்தையை அவரால் சரிசெய்துகொள்ள முடியாதவர்போல்தான் அவர் விழித்துக் கேட்டுக்கொண்டிருந்தார்.

அதற்குப் பிறகு ராகமாலிகை பாட ஆரம்பித்தாள் கமலா. "ராகமாலிகை எடுத்திருக்கிறாள் ஸார்!" என வறட்டுத் தவளை போன்ற குரலில் விழி பிதுங்கும்படி சொல்லக்கூட முடிய வில்லை அந்த புரொபஸருக்கு. பாவம் அவர் கைகள்தான் அடிக்கடி கண்ணாடியை நாடின.

சேகரின் உதடுகள் சோர்வு கண்டு பிரிந்தன. அவன் கண்கள் பிரகாசம் அடைந்தன. மிக அபத்தமாக லயித்துச் சேர்ந்தே வாசித்து வந்தான். இரவின் இருள்வெளியில் பயந்த இரு குழந்தைகளின் மௌனமான பிணைப்புப்போல் இருந்தது அந்தச் சேர்ந்த வாசிப்பு.

நடுவே, எதையோ கண்டு திடுக்கிட்டு "அதோ அதோ" என்று ஒன்று வீரிட்டதுபோன்ற குரல் கேட்டது. சேகரன் மட்டும் வாசித்துக்கொண்டிருந்தான், "ஆம் நான் போகிறேன். இதோ போகிறேன். எட்டிய தூரமல்ல – யாவராலும் தொடர முடியாத – அங்கே!" திருப்பித் திருப்பி இதையே அவன் பிடில் சொல்லிக் கொண்டிருந்தது...

அவன் பிடிலைப் பெட்டியினுள் வைத்து எடுத்துக்கொண்டு சாவதானமாக வெளியேறினான்.

இரவு அவன் அறையை அடைந்ததும் அவன் மனது நிதானமின்றிச் சலித்தது. மிச்சம் மீதி குப்பியிலிருந்ததைக் குடித்தான். மனது மிக பீதி அடைந்த நிலையில் உட்கார்ந்தான். மறுபடியும் தன் பிடிலை எடுத்து வைத்துக்கொண்டு வாசித்தான்.

அலுப்பும் சோகமும் தந்திகளினின்றும் வீறிட்டன. சேகரன் தன்னுடைய பழைய நிலையை அடைய வேண்டினான். அப்படியாயின் தன்னால் எவ்வகை நிலையில் வளர முடியும் என்பதை எண்ணினான். உலகிலே ஒளிக்கப்பட்டவனே போன்று இருத்தலை மிக வேண்டினான். ஆனால் இப்போது எங்கு ஒளிந்துகொண்டிருக்க முடியும் என்பதுதான் புரிய வில்லை. போவதாகத் தோன்றும் இடமோ எல்லையற்றதாக இருந்தது. செய்ததைத் துடைத்து மறைக்கும் வல்லமை இல்லாததினால், தான் செய்த ஒவ்வொரு காரியங்களின் மதியீனத்தையும் கண்டான்.

அன்று இரவு மழை நன்றாக அடித்து நின்றது. அவன், மறுநாள், அதிகாலையிலேயே எழுந்தான்.

வெளியில் உட்கார்ந்து கத்திக்கொண்டிருந்த அநேகம் பக்ஷிகளை அவன் பார்த்தான். விடுபட்ட நாணினின்றும் அம்பு பறப்பதுபோல் கீச்சிட்டு விர்ரென்று ஆகாயத்தில் எழும்பி மறைந்தன சில. மற்றும் சில, கத்திக்கொண்டே, தரையைத் தொடும் வகையில் சிறகு விரித்து இரைதேடப் பறந்தன. உலகத்தில் புது ஒளி பரவுவதாகச் சேகரன் நினைத் தான். வீதிகள் மழையினால் சுத்தமாக்கப்பட்டிருந்தன. மேலே வானம் நிர்மலமாகத் தெரிந்தது. சாலை ஓரங்களில் நின்றிருந்த ஒன்றிரண்டு மரங்கள் ஆனந்தக்கண்ணீர் உதிர்ப்பதேபோன்று ஜலத்துளிகளைச் சொட்டி நின்றன. காலை சூரியன் உதய மானான். சேகரன் விடுதியை விட்டு வெளியேறினான்.

அன்று சாயந்திரம் கமலா, சேகரனைக் காணவந்தாள். அவன் இருந்த அறை காலியாக இருந்தது.

கல்லூரி விடுதியின் மேல் மாடியில் இரவு வெகுநேரம் வரையில் அவள் தனியாக உட்கார்ந்திருந்தாள். சந்துஷ்டி அற்ற உலகினின்றும் எவ்வளவு தூரம் விலகி நிற்க முடியும் என்று நினைப்புள்ளவைபோல் எண்ணிலா நக்ஷத்திரங்கள் உயரே அமைதியில் பிரகாசித்திருந்தன. எட்டிய மாதாகோவில் மீது நின்ற சிலுவை, ஆன்மாக்களுக்கு ஆறுதல் கூறும் வகையில் கையை விரித்து ஆசீர்வதிக்கும் பாவனையில் தோன்றியது. ஒரு குடிகாரனுடைய உளறல் சப்தம் தூரத்தில் மறைந்து கேட்டுக்கொண்டிருந்தது. உலகத்தின் சிறு ஒளிக்காட்சி நிரம்பிய மனத்தில் தளும்பிய கண்களால் மெழுகப்பட்டது போன்றிருந்தது. ஒன்றும் நன்றாகத் தெளிவுபடாது எல்லாம் மங்கலாகத் தெரிந்தது. மனது விரிவாகி எட்டிய வெளியில் சென்றது.

அவள் சிநேகிதி படியேறி வந்துகொண்டிருந்தாள். மெதுவாக நெருங்குவது இவளுக்குத் தெரியவில்லை. எங்கேயோ இருந்து,

ஒளிந்ததை தேடித் தருவித்து அழைத்ததை, அது மறைந்தும் சஞ்சலம் கொடுப்பதற்குக் காரணம்?

சேகரன் எங்கு சென்றான் என்பது தெரியாததனாலா இவ்வளவு மனச்சஞ்சலம்? அல்லது அவனிடம் ஏதாவது ரகசியம் அவளால் பகரப்பட்டதாக நினைத்து அவன் இழப்பில் சஞ்சலமா?

அவனிடம் என்ன ரகசியம் தன்னால் கொடுக்கப்பட்டது என்பது புரியவில்லை. ஏதோ அது மாதிரியான எண்ணம் அவள் மனத்தில் உண்டானது உண்டு. அவன் மறைந்துவிட்டான் என்பதில் ரகசியமும், வெளிக்காணாது மறைந்தது என்ற எண்ணத்தில் சிறிது மன ஆறுதலும் கொண்டாள். ஆனால் அவன் மறைவு இவளுக்கு ஒரு வகையில் அமைதியைக் கொடுத்தது.

தன் மனத்தில் புரியாது புறம்பாக மறைந்து நின்ற ஒரு உணர்வு எழுப்பப்பட்டதுதான் இவ்வகை மனக்கிளர்ச்சிக்கு ஆதாரம்போலும்! "என்ன எண்ணம், அறியாத வகையில் ரகசியமெனக் கருதிய எண்ணம் அவனோடு பகிர்ந்து கொண்டேன்! வெளியே தெளியத் தோன்ற முடியாதது, உள்ளே இருந்ததா? இந்தப் புரியாத அமைதியின்மைக்குக் காரணம்?" தன்னுடைய மனதே பிளவுகொண்டு, ஒன்றையொன்று ஒன்றுமில்லாததற்கு பரிகசிப்பதுதானா..?

அவளால் யோசிக்க முடியவில்லை. முடியாததையும் உணர முடியவில்லை. வட்டத்தைச் சுற்றிச்சுற்றி, ஆரம்ப இடமே முடிவிடமாகச் சுழன்று விரிவுபட்டு, சிறிது மனவெழுச்சி கொண்டு, பிறிதொரு சுழலில் அகப்பட்டாள். அகண்டத்தை பரிணமித்து நிற்கும் சுழற்சிக்கு விரிவுபட அவளுக்கு மூளை வன்மையில்லை. வேகமின்றிக் குழம்பும் சுழலில் அகப்பட்டு, தடுமாற்றத்தில் ஆதிநிலையிலும் அடிபட்டு போவதைத்தான் கண்டாள். தன் பெண்மையின் வீழ்ச்சியை நன்கு உணர்ந்து கொண்டாள்.

அவள் சிநேகிதி வெகு சமீபம் வந்துவிட்டாள். அவளைத் தட்டி, "என்ன கமலா, எவ்வளவு நேரம் மேலே இருக்கிறாய்? வா, கீழே போகலாம்" என்று சொல்லிக் கீழே அழைத்துச் சென்றாள்.

மணிக்கொடி 1937

சிகிச்சை

ஆவலோடு எதிர்பார்க்கப்படும் அம்சத்தின் வருகையை சமீபத்தில் காட்டும் அறிகுறி போலவும் ஒரு விளங்காத முன்னெச்சரிக்கை போலவும் வைகறை யொளி பரவுவதற்கும் முன்பே, முதல் காகத்தின் கரைதல் ஒலி கேட்டது. பொழுது மிகத் தயக்கத்துடன் புலர்ந்தது.

இரவு முழுவதும் மன நிம்மதியின்றி ஒவ்வொரு கணத்தையும் கணக்கிட்டுக் கழித்துக்கொண்டிருந்த சீனுவுக்கு மனசின் பாரம் கொஞ்சம் குறைந்தது போலிருந்தது. தன் பக்கத்தில் படுத்துக்கிடந்த தன் மனைவி கமலாவைப் பார்த்தான். இரவெல்லாம் மூடாத தன் கண்களை அவள் சிறிது மூடி உறங்குவதுபோல அயர்ந்து கிடந்தாள். சிறிது தூரத்தில் அவர்களது ஒரு வயதுக் குழந்தையும், வீட்டு வேலைக்காரக் கிழவியும் படுத்திருந் தார்கள். விளக்கு மங்கலுற்று எரிந்துகொண்டிருந்தது.

இரண்டு நாளாகக் கொஞ்சம் தலைவலி கடுப்பு ஜுரமாக இருந்ததை கமலா அலட்சியமும் செய்யவில்லை, அதிகப்படுத்தவுமில்லை. தன்னுடைய கணவன் மனதை மிகப் பாதிக்கவிடக்கூடாதென்று சாதாரணத் தோற்றத் துடனிருக்க முயன்றாள். ஆனால், முந்தின மாலையி லிருந்து தேக அசௌக்கியம் தனக்கு மிஞ்சிவிடவே, படுக்கையில் படுக்க நேர்ந்தது. சுரத்துடனும் முக்கலும் முனகலும் அதிகரித்தது.

அவர்களிருவரும் மணவாழ்க்கை நடக்க ஆரம்பித்து மூன்று வருஷமேயாயினும், இவர்களிடையே தோன்றிய அன்னியோன்னியம் காலத்தின் கட்டை மீறியதாக இருந்தது.

சீனு நன்றாகப் படித்தவன். சிறிது கருப்பாக இருப்பான். நெட்டையான மெல்லிய சரீரமுடையவன். படிப்பு முடிந்த வுடன் மாதம் ஐம்பது ரூபாய் சம்பளத்தில் அவனுக்கு ஒரு உத்தியோகம் கிடைத்தது. இதற்குப் பிறகு இவர்கள் ஒன்று சேர்ந்து மணவாழ்க்கை நடத்த ஆரம்பித்தார்கள்.

இவர்களுடைய இல்வாழ்க்கை, சதையுணர்ச்சி இன்பம் என்ற அஸ்திவாரத்தின் மேல் பூச்சு. காதல் சுவை கொண்ட தல்ல. சிற்சில சமயம் இருவரும் ஒருவருக்கொருவர், சம்பந்தமற்ற தனி ஜீவன்கள் போலத் தோன்றுவது அவர்களது மிக மிக மர்மமான ஒற்றுமை வாழ்க்கையின் ஒருவிதத் தோற்றந்தான். இவர்களுக்கு ஒரு ஆண் குழந்தை பிறந்தபோது சீனுவின் முகம் கறுத்தது. கர்ம வாழ்க்கையின் கடமையினால் பலமாகத் தாக்குண்டான் போலும்! தன் மனைவியிடம் அவனுக்கு இருந்த அன்பு முன்னிலுமதிகமாக இறுகியது.

கமலாவிற்கோ சதா தன் குழந்தை ஞாபகமும், சீனுவின் ஞாபகமுந்தான். தன்னை அறியாமலே ஆனந்தமுற்று மெய் மறந்து போவாள். வாய்விட்டுச் சிற்சில சமயம் குழந்தையுடன் கொஞ்சுவதும், அப்போது சீனு வந்தால் அவனுடன் பேசுவதும், பிறரிடம் பொறாமையை எழுப்புவதாக இருக்கும். தன் ஜீவிய லட்சியமும், வாழ்க்கைப் பயனும் இவ்வகை ஆனந்தத்தில் எல்லையை எட்டிவிட்டதென்ற ஓர் எண்ணம் அவள் மனதில் எழும். அப்போது மரண பயத்தை வென்றவளாகப் புன்முறுவல் கொள்வாள்.

காலை கண்டவுடன், சீனு புழக்கடை சென்று, பல் தேய்த்து முகங்கழுவி, உள்ளே வந்தான். கண்மூடிய வண்ணமே கமலா சிறிது அங்குமிங்கும் புரண்டுவிட்டு மெதுவாகக் கண்ணை விழித்தாள். தன் எதிரில் நின்றுகொண்டு குனிந்து தன்னைப் பார்த்துக்கொண்டு இருந்த தன் கணவனைப் பார்த்தாள். “இரவெல்லாம் தூக்கமில்லையே உங்களுக்கு . . . சிறிது படுத்துக் கொள்ளுங்கள்” என்று சொல்லியவள், “குழந்தை?” என்றதும், சிரமத்துடன் எழ முயன்றாள்.

அவளைத் தடுத்து சீனு “குழந்தை அதோ தூங்குகிறது . . . பேசாமல் படுத்துக்கொள். நான் காப்பி சாப்பிட்டுவிட்டு யாரையாவது டாக்டர் ஒருவரை அழைத்து வருகிறேன். ஒத்தாசைக்கு அம்மாவுக்கு சொல்லி அனுப்புகிறேன்” என்றான்.

கமலா மௌனமாக அவனைப் பார்த்தாள். அவனும் ஒருகணம் பார்த்துவிட்டுச் சென்றான். அப்பார்வையின் அர்த்தமே மிகத் தெளிவானது போன்றும், அவர்கள் பேசுவது

சாதாரண உலக நடப்பு சௌகரிய சாதகத்திற்குத்தான் போலும் இருந்தது.

2

மிஸ் கோமதி வைத்தியக் கல்லூரிப் படிப்பு முடிந்தவுடன், காலியாக இருந்த அவ்வூர்ப் பெண்கள் ஆஸ்பத்திரி தலைமை டாக்டராக நியமனம் பெற்று வந்து சேர்ந்தவள். 'முற்போக்கான கொள்கைகளுடைய ஒரு பிராமண குடும்பத்தில் பிறந்தவள். கல்லூரியிலும், மற்றும் சென்னையில் அவளை அநேகமாக முக்கியஸ்தர் எல்லோருக்குமே தெரியும். நான்கு பேர்கள் தன்னைக் கவனிப்பதில் அவளுக்கு கொஞ்சம் பிரியம் உண்டு. கடற்கரையிலோ மற்றும் ஐந்து பேர்கள் கூடியிருக்குமிடத்திலேயோ அந்தக் கூட்டத்தின் மத்தியிலில்லாவிட்டாலும், சிறிது எட்டி அவள் நின்றிருப்பது 'என்னைப் பார்' என்பது போலத்தான் பிறருக்குத் தோன்றும்.

நவீன நாகரீகத்தை அணிந்து நாணத்தை வீட்டில் வைத்து வெளிக்கிளம்பும் அநேக பெண்களைப்போல அவளும் வாலிபருடைய பார்வைக் காதலுக்கு ஆளானாள்.

கோமதி பாலியமுதல் செருக்கும் மமதையும் கொண்டவள். கிட்ட நெருங்கினால், அவள் பார்வையில் ஒரு வெடுவெடுப்புத் தெரியும். அது அவளுடைய இயற்கை சுபாவமா அல்லது செயற்கை மேலணியா என்பதை யாரும் கண்டு கொள்ள முடியாத வகையில்தான் எல்லோரிடமும் எட்டி நின்று ஒட்டாமலே பழகுவாள். தன்னுடைய படிப்பின் காரணமாயும், வனப்பின் மிகுதி என்ற எண்ணத்தினாலும் மிகுந்த சுயப் பிரக்ஞை உடையவளானாள். தன்னை மெச்சுபவர்களின் வியப்பை எண்ணி ஆனந்தம் கொள்ளுவதைவிட, அவர்களை புறக்கணிப்பதினால் அவர்கள் அடையும் மனோநிலையைக் கண்டுகளிப்பது கோமதிக்கு அதிகப் பிரியமாக இருந்தது.

தன்னால் உணரப் படாததாயினும், உணர முடியாததாயினும், பிறர் தன்னிடம் காட்டும் மதிப்பு, தன்னைக் கண்டவுடன் அடையும் வியப்பும், மயக்கமும் எதற்காக என்பதை அவள் புரிந்துகொண்டிருந்தால், அந்த நவீன வாலிபர்கள் எத்தகைய கேவலத்தன்மையை அடையத் தான் காரண கர்த்தாவாக ஆகிறாள் என்பது அவளுக்குப் புலப்பட்டிருக்கும்.

கொஞ்சம் கொஞ்சமாக கோமதியின் மனதில் ஆடவரை வெறுக்கும் சுபாவம் நன்றாய் வேரூன்றிவிட்டது. உண்மையோ, பொய்யோ, 'பெண்கள் வெகுவாக மணவாழ்க்கையில் ஆடவரால் அடிமைப்படுத்தப்படுகிறார்கள்' என்ற தனது மனதிற்கிசைந்த

காரணத்தையும் கட்டிக்கொண்டாள். நாளடைவில் இவ ளுடைய 'காதலுக்'காகவும், இவளை மணப்பதற்கும் நெருங்கிய வாலிபர்களின் தொகை தானாகக் குறைந்துவிட்டது.

மூக்கில் அழகிய சிறு கண்ணாடி அணிந்து, அதிக ஆடம்பர மற்ற ஆபரணம் பூண்டு, உடம்போடு ஒட்டிய துல்லிய ஒற்றை வர்ணப் புடவை அணிந்து ஒரு கொடிபோல அவள் கடற் கரையில் நடப்பது, ஆடவர் மனதின் அமைதியைக் குலைப்ப தாக இருக்கும். ஆயினும் அவளுடைய இறுகிய வாயும், கடுகடுத்த பார்வையும், ஆடவரை அவளிடம் நெருங்கவொட் டாது தடுத்ததுமன்றி, மானசீகமாகவே அவளைப் பூஜிக்கவும் செய்தன.

தன்னுடைய பிற்கால வாழ்க்கையைப்பற்றி கோமதிக்கு நிச்சயமான திட்டங்கள் ஏதும் கிடையாது. முடியுமானால், மேல் படிப்பிற்காக சீமைக்குப் போகலாம் என்ற உத்தேசம் கொஞ்சம் உண்டு.

கோமதி காலையில் காப்பி அருந்திவிட்டு, அன்றையப் பத்திரிகையைப் படித்துக்கொண்டிருந்தாள். சீனு அப்போது உள்ளே நுழைந்தான். இவனைப் பார்த்ததும் அலட்சியம் நிறைந்த மரியாதையோடு "என்ன வேண்டும்?" என்றாள்.

"ஒரு நோயாளியைப் பார்க்க என் வீட்டிற்கு வர வேண்டும்" என்றான்.

"உங்கள் அட்ரஸ் வைத்துவிட்டுப் போங்கள். சிறிது நேரம் சென்று வந்துவிடுகிறேன்" என்றாள் கோமதி.

சீனு வீடு சேர்ந்து பத்து நிமிஷங்களுக்குள் கோமதி வந்துவிட்டாள். கமலாவின் சுரம் தணியும் குறியேயின்றிக் கடுமையாகவே இருந்தது. ஆனால், தன் கணவரது கவலையை அதிகரிக்கவும், அதைரியமூட்டவும் காரணமாகிவிடக்கூடா தென்று தன் வேதனையை, வெளிக்காட்டிக்கொள்ளாது சிரமப்பட்டுக்கொண்டு படுத்து இருந்தாள். சீனுவின் மனம் வெடித்துவிடும்போல் இருந்தது. கட்டுக்கடங்காத துக்கத்தை அடக்கிவைப்பதன் சிரமம் முழுவதையும் அவன் அனுபவித் தான். வாய்விட்டு அலறி அமைதியை நாடுவதை 'எதற்காக இப்போது?' என்ற எண்ணம் குறுக்கிட்டு தடுத்துக்கொண் டிருந்தது. ஆனால் அதற்கும் மேலே, தனியாக, கமலாவின் உடம்பு அசௌக்கியம் என்ற நினைவையும் தாண்டி, அவன் மனதில் ஏதோ ஒரு தாங்கமுடியாத சுமையின் பாரம் அழுத்து வது போன்று ஒரு உணர்ச்சியும் வளர்ந்துகொண்டிருந்தது. வானக் கூரை இவன் தலையை நோக்கிக் கொஞ்சம் கொஞ்சமாக

நழுவி இறங்குவது போன்ற ஒரு பிரக்ஞை வளர்ந்துகொண்டிருந்தது.

டாக்டரைத் தன் மனைவியிடம் அழைத்துச் சென்றான். டாக்டர் சீனுவையும் கமலாவையும் இரண்டொருதரம் மாறிமாறிப் பார்த்துவிட்டு "இவள்?" என்றதும், "என் மனைவி" என்று பதிலளித்தான். "எத்தனை நாளாக?" எனக் கேட்டுக் கொண்டே டாக்டர் நோயாளியைப் பரிசோதிக்க ஆரம்பித்தாள். பரிசோதனை முடிந்தவுடன், மருந்து எழுதிக்கொடுத்து விட்டு சாயந்திரம் நிலைமையை வந்து தெரிவிக்கும்படி சீனுவிடம் சொன்னாள். மற்றும் அவசியமானால் தான் வருவதாகவும் சொல்லிச் சென்றாள்.

கமலாவின் தோற்றமும் பார்வையும் கோமதி மனதில் சங்கடம் கொடுத்தது. கமலாவைப் பார்த்ததும், கணவனுக்கு அடிமைப்படுதல் என்பதான மணவாழ்க்கையைப் பற்றிய தனது வியாக்யானம் பிசகு என்பது போன்ற ஒரு எண்ணம் அவள் மனதில் எழுந்தது. இந்த எண்ணம், தன் மனதில் திடமாக வேரூன்றிவிட இடம் கொடுக்க அவள் இஷ்டப்பட வில்லை. கமலாவின் சுரமும்கூட அவள் மனதைப் பாதிக்க வில்லை. அவள் பக்கத்தில் ஒரு ஆடவன் மிகுந்த பாத்தியத்துடன் நின்றிருப்பதும், முகத்தினாலும், ஒருவகை உணர்ச்சியையும் தெரிவிக்காது இவளுக்கு விளங்காத ஒரு பாஷையில் பேசுவது போன்ற பார்வையாலும் இருவரும் பேசிக்கொண்டது போன்ற தோற்றமும் கோமதிக்குக் கோபத்தையும், வருத்தத்தையும் கொடுத்தது.

கோமதி திரும்பிப் போகுமுன் மற்றொரு முறை கமலாவைத் திரும்பிப் பார்த்தாள். அவள் சாந்தமே உருக்கொண்டதுபோலத் தோன்றியது கோமதிக்கு ஆச்சரியமாக இருந்தது. அவளுடைய நோய் கடுமையானது என்பது கோமதியின் டாக்டர் மனதுக்குத் தெரியும். இருந்தும் எதனால் அவள் அவ்வளவு ஆறுதலோடு சாந்தி நிறைந்து விளங்கினாள் என்பதுதான் டாக்டருக்குப் புரியவில்லை. அவளுக்கே அவள் நோயின் கடுமை தெரியாது என்று நினைப்பதற்குமில்லை. அவள் முகம் அவளுடைய புத்திசாலித்தனத்தை நன்கு எடுத்துக் காட்டியது. இந்த யோசனைகளெல்லாம் கொஞ்ச நேரத்திற்குத்தான். அவ்விடம் விட்டகன்றதும் அவ்வளவும் அவள் சிந்தனைக்கு வெகுதூரத்தில் சென்று மறைந்தன. வாசலில் வண்டியேறும்போது கையினால் மூக்குக் கண்ணாடியைச் சரி செய்துகொண்டபோது; மூளையையும் சஞ்சலம் நிறைந்த எண்ணங்களினின்றும் விடுவித்துச் சரிசெய்துகொண்டாள்.

3

அன்று மாலை ஐந்து மணிக்கு கோமதி நாசுக்காக உடை தரித்து, தேயிலைப் பானம் அருந்திக்கொண்டிருந்தாள். அப்போது சீனு வந்தான். அவனைப் பார்த்தபோது கோமதிக்கு மனதில் கொஞ்சம் ஆத்திரம் பிறந்தது. கமலா இவனுக்கு அடிமைப்பட்டுவிட்டாள் என்பதனால் போலும்! ஆனால், சீனுவைப் பார்க்கும்போது பிறரைஅடக்கியாளும் சுபாவஸ்தன் என்று தோன்றவேயில்லை. ஆனால், ஏதோ மனதில் தோன்றித் தோன்றி ஒரு விதமான சஞ்சலத்தைக் கொடுத்து மறைவதைத் தான் கண்டாள்.

"ஏதாவது விசேஷம் உண்டோ?" என்றாள் சாதாரணமாக.

"நிலைமை அப்படியேதான் இருக்கிறது. ரொம்ப சோர் வடைந்து இருக்கிறாள்; மூச்சுத் திணறுகிறது..." என்று சொல்லி அவளைக் கூட்டிப் போக வந்திருப்பதாகத் தெரிவித்தான். "சரி, கொஞ்சம் உட்காருங்கள். தேத்தண்ணீர் அருந்திவிட்டுப் போகலாம்" என்று சொல்லி அவனை உட்கார வைத்தாள். அவள் எதிரில் உட்கார்ந்து இருக்கும்போது அவன் தோற்றம் உணர்ச்சியற்ற சிலை முகமாக விளங்கியது.

"அதிகமாக பயப்பட வேண்டாமாயினும், உங்கள் மனைவி யின் நோய் கொஞ்சம் கடுமையானது தான். என்னால் ஆவதைச் செய்கிறேன். இரண்டு நாள் பார்த்துவிட்டு அவசியமானால் பட்டணம் போக நான் பெரிய டாக்டருக்கு லெட்டர் தருகிறேன்" என்றாள்.

"சரி, ஆகட்டும்" என்று சாதாரணமாக பதில் சொன்னான் சீனு. "நீங்கள் வருத்தப்பட வேண்டியதில்லை. நோய் கடுமை யானதுதான். இப்போது அதிகமாகாது பார்த்துக் கொள்ளு வதைத் தவிர வேறு செய்வதற்கு ஒன்றுமில்லை. தானாகவே சரியாகிவிடவேண்டும்... இப்போது தெரிந்துகொள்ளுவதில் உங்களுக்கு துன்பமதிகமானாலும் விஷயம் கையை மீறிய பிறகு தெரிந்துகொள்ளுவது இன்னும் அதிகக் கஷ்டமாக இருக்கும் என்றுதான் இப்போதே சொல்லுகிறேன்" என்று, ஏன் இவ்விதம் பேசுகிறோம் என்பது புரியாமலே பேசினாள் கோமதி.

சீனு "சரி; வரப்போவது எதுவும் எனக்கு ஆச்சரியமா யிராது. எதுவானாலும் எப்படியும் நடக்கப் போவதுதானே; சரி புறப்படலாமா?" என்றான்.

கோமதி கெட்டிக்காரிதான். ஆயினும் சீனுவுடன் ஒப் பிட்டால் அவள் வெகு மந்தம். அவன் அதிகமாகப் பேசா

விட்டாலும் பேசின கொஞ்சமும் அவளுக்குப் புரியவில்லை. பேச்சிற்கு அடிப்படையான அவன் மனோபாவத்தை அறிந்தால்தான் அவள் பேச்சின் அர்த்தம் விளங்கும். அவன் எதிரில் மட்டும் தன்னுடைய மதிப்பு மட்டுப்பட்டுப் போனது என்ற ஒரு எண்ணம் நடுநடுவே அவள் மனதில் பிறந்தது. தனக்குத்தானே "தடிக்கழுதைகள் இவ்வாடவர்கள்: இவர்களிடம் பெண்கள் படும் சிரமம் !" என்று சொல்லி மனதைக் கொஞ்சம் தேற்றிக்கொண்டாள்.

கமலாவிற்கு சுரம் கடுமையாக இருந்தது. டாக்டருக்கு நம்பிக்கை மிகக் குறைந்துவிட்டது. தன்னுடைய முழு வன்மையையும் காட்டி கமலாவை சொஸ்தப்படுத்த வேண்டு மென்ற ஆத்திரம் கொண்டாள். ஏன் இவ்வகை மனோபாவம் கொண்டாள் என்பது அவளுக்கே புரியவில்லை. கமலா சாதாரணத் தோற்றத்திலேயே விளங்கினாள். தான் இறப்பினும் தன் ஜீவிய ஞாபகத்தை ஒரே பார்வையில் பதித்துச் செல்ல முயலுவது போன்று தன் கணவனை மிக ஆறுதலாகப் பார்த்துக்கொண்டிருந்தாள். சீனுவிற்கு மூளை சுழல ஆரம் பித்தது. ஒருபோதும் இருவரும் இவ்வளவு நேரம் ஒருவரை ஒருவர் பார்த்துக்கொண்டதில்லை. அவன் கண்கள் ஈரமுற்றன. கமலா சிறிது பரிகாசம் தோன்ற "ஏன் கவலை? பைத்தியம் பிடித்துவிட்டதுபோல இருக்கிறீர்களே. குழந்தையைப் பாருங்கள்; விளையாடிக்கொண்டிருக்கிறது. நீங்கள் . . ."

"ஆம் கமலா; உனக்குப் பிறகு?"

"நீங்கள் ஜீவித்து இருங்கள். நம்முடைய குழந்தை இல்லையா? என்னுடைய நியாபகம் இல்லையா?"

"பரிகாசம் செய்கிறாயே உன் நிலைமை உனக்குத் தெரியாது. தெரிந்தாலும் இப்படித்தான் இருப்பாய். என்னைக் கண்டாலே உனக்குப் பரிகாசம்தானே. கமலா உன்னைப் பிரிந்து வாழ முடியாது என்று நான் சொல்லவில்லை. என்னைப் பொறுத்த வரை உனக்கு அழிவில்லை. எப்படி வாழ்வது என்பதுதான் புரியவில்லை. எவ்வகை யோசனையாலும் அதை நிதானிக்க முடியவில்லையே, கமலா" என்றான் சீனு.

"என்ன என்னவோ சொல்லுகிறீர்களே நீங்கள், நான் இறக்குமுன் சாக வைத்துவிட்டீர்களே! நீங்கள் பெரிய அசடு. உங்களோடு வாழ்ந்து பட்ட கஷ்டம் போதும்" என்ற கமலா சிறிது சிரித்தவண்ணம், "கிட்டே வாருங்கள்; ஒரு ரகசியம் சொல்லுகிறேன்" என்றாள்.

அவள் அருகில் சீனு தலையைக் கொண்டு போனவுடன் அவன் முகத்தில் ஒரு முத்தம் அளித்தாள். "இப்போது தெரிந்ததா

உங்களுக்கு பின்னால் உங்கள் வாழ்க்கை எப்படி இருக்குமென்று?" ஒரு நீண்ட முத்தத்தில் கழியும்போலும்!

டாக்டர் அருகில் நின்று இருந்தாலும் அவளை இருவரும் கவனிக்கவில்லை.

"ஆம் கமலா, நான் பைத்தியம்தான். இப்போது உனக்கு உடம்பு எப்படி இருக்கிறது?" என்று சீனு கேட்டபோது டாக்டர் கமலா அருகில் வந்து அவளைப் பரிசோதிக்க ஆரம்பித்தாள். கோமதியால் கமலாவை நன்கு உற்றுநோக்க முடியவில்லை. அவளுடைய ஜீவிய ஆனந்தத்தை எண்ணும்போது தன்னுள் அடங்கிய ஒரு குறை நன்றாகத் தலைகாட்டுவது போல இருந்தது அவளுக்கு. கமலாவிடம் பொறாமைகொண்டாள். அவள் ஆனந்தத்திற்கு சீனு காரணமென்று கருதிய கோமதிக்கு அப்போதைய நிலைமையில், சீனுவிடம் ஒரு அநுதாபம் ஏற்படலாயிற்று.

டாக்டர் பரிசோதனையில் தெரிந்துகொண்டவை, அவள் மனநிலைக்கேற்றவையாகவே இருப்பது போலிருந்தது. கமலாவின் நிலை மிக சந்தேகமாக இருந்தது.

அவள் அநேகமாக இறந்துவிடுவாள் என்ற எண்ணமும் பலப்படலாயிற்று. டாக்டர் தன்னை வெகுநேரம் ஊன்றிப் பரிசோதித்தது கமலாவிற்கு ஒருவிதமாக இருந்தது. தான் இறப்பது நிச்சயம் என்ற எண்ணத்தை உறுதிப்படுத்திக் கொள்ளத்தான் இந்த ஆழ்ந்த பரிசோதனை என்பதாகத் தோன்றியது. 'ஏன்' என்று நினைக்கும்போதும், டாக்டரும் ஒரு பெண் என்பதை எண்ணும்போதும், கமலாவின் மனதில் பட்டவை அவளுக்கு சஞ்சலமுண்டாக்கின. மற்றும் தன்னுடைய வாழ்நாள் குறுகிவிட்டதென்பதும் உறுதியடைந்தது.

தன்னுடைய கணவனையும் கோமதியையும் மாறி மாறிப் பார்த்தாள். கணவன் முகத்திலும் மனதிலும் துக்கத்தைக் கண்டாள். டாக்டரிடமும் துக்கச் சாயையைப் பார்த்தாள்.

கமலாவின் நெஞ்சம் நேர்மை நிறைந்தது; உண்மையின் மேல் வளர்ந்தது. விரிந்த மனசு. உலகத்தையே ஆட்கொள்ளக் கூடிய பெரும் புத்தி படைத்தவள்.

அதனால்தானே அந்த துக்கத்திலிருந்து இருவரும் ஆனந்தம் பெறுவர் என்று கமலா நினைத்தாள். ஏன் அப்படி நினைத்தாளென்பதும் அவளுக்கே விளங்கவில்லை.

கமலாவின் சுர மூளையில் இவ்வகை எண்ணங்கள் வெகு வேகமாகப் பதியலுற்றன. அவள் முகம் பிரகாசமடைந்தது. தன்னை இழந்த தன் கணவனின் பிற்கால வாழ்க்கையைக்

காண ஆவலுற்றவளே போன்று அவள் கண் ஓடி வெகு அப்பாலே எட்டிய வெற்றுவெளியிற் சென்று பதிந்தது. தன் குழந்தை விளையாடுவதைப் பார்த்தாள். டாக்டரை வெகு அன்போடு நோக்கினாள். குழந்தையைத் தவிர மற்றையோ ரெல்லாம் இவளை நேராகப் பார்க்க முடியவில்லை. தாங்க முடியாத துக்கத்தினால் வாய் அடைக்கப்பெற்று தலைகுனிந்து நின்ற சீனுவின் முகம் களை குன்றியது.

"கமலா! குழந்தையையும் என்னையும் அழைத்துக் கொண்டு போ; யார் எனக்கு இருக்கிறார்கள்? கமலா! ஏன் எப்போதும் தூர இருந்தே என்னோடு கலக்கிறாய்? என்னையும்கூட." சீனுவின் மனதில் நிச்சயமாகத் தன் மனைவியை இழந்துவிடப் போகிறோம் என்ற எண்ணம் உண்டாகிவிட்டது.

டாக்டர் சிறிது கூர்ந்து கவனித்தவள் திடீரென வியப் படைந்தாள்; ஸ்தம்பித்து சீனுவைப் பார்த்தாள். கமலாவினுடைய நிலைமை சிறிது சிறிதாக மாறிக் கேவலமாகியது. திடீரென எழுந்து "நான் போய் வருகிறேன்" என்று சொல்லி வெளியேறி விட்டாள் கோமதி.

ஒருமணி நேரத்திற்குப் பிறகு கமலா சவமானாள். சீனுவின் மனதைப் பிளக்கும் துக்கமும் அவன் நெஞ்சிலேயே அடைப் பட்டு வெளிவரவும் இயலாது புழுங்கியது.

4

மறுநாள் சாயந்திரம் சீனு யோசனையற்ற யோசனைகளில் ஆழ்ந்தவனாக, தன் குழந்தைக்குப் பால் ஊட்டிக்கொண்டு இருக்கும்போது டாக்டர் கோமதி உள்ளே வந்தாள். இவன் குழந்தைக்குப் பாலூட்டிக்கொண்டிருக்கும் தோற்றம் அவள் மனதில் நன்றாகப் பதிந்தது.

"ஐயா, என்னுடைய வருகை என் வழக்கத்திற்கும் தொழிலுக்கும் பொருத்தமல்ல. ஆயினும் உங்களைப் பார்த்து என் ஆறுதலைத் தெரிவித்துப் போக வந்தேன்" என்றாள். பதிலொன்றும் தோன்றாமல் மௌனமாக அவளைப் பார்த்த வண்ணம் இருந்தான். குழந்தை தவழ்ந்துகொண்டு கோமதி காலருகில் சென்று அவள் புடவையைப் பிடித்து இழுத்தது. கோமதி குனிந்து அதை தூக்கி முத்தமிட்டாள்.

சீனு, "எவ்வகை நிகழ்ச்சியும் விநோதமாகத் தோன்றாமல் போவதில்லை. எதுவானாலும் மனோகற்பிதமான அனுபவத் திற்கு அகப்பட்டாலும், அனுபவப்பூர்வமாக நிகழ்ச்சிகளை உணருவது வேறு மாதிரியாகத்தான் இருக்கிறது. நடந்ததைப் பற்றியோ, நடக்கப்போவதைப்பற்றியோ, நான் ஒன்றும் யோசிக்க

வில்லை. களையின்றி எல்லாம் ஏதோ கனவுபோலத்தான் தெரிகிறது. உங்கள் சிரமத்திற்கு ..." என்று எப்போதையும்விடக் கொஞ்சம் அதிகமாகவே பேசினான்.

"இல்லை, ஐயா, உங்கள் மனைவியைப் போன்றவளை இழப்பது உங்களை மட்டுமல்ல, சிறிது நேரப் பழக்கமேயுள்ள என்னையும் பாதித்துவிட்டது" என்றாள்.

குழந்தை இதற்குள் அவளிடம் வெகு ஆர்வமாகக் கொஞ்ச லுற்றது. "ஐயா, குழந்தையை நினைக்கும்போது வெகு கவலை யாக இருக்கிறது. குழந்தையை நான் பார்த்துக்கொள்கிறேனே. நீங்கள் அடிக்கடி வந்து பார்க்கலாம்" என்றாள்.

சீனுவுக்குக் கொஞ்சம்கூட அர்த்தமாகவில்லை. அவன் பழக்க நிமித்தம் சொல்லும் "சரி" என்னும் வார்த்தை வாயை விட்டு வெளிவந்தது. அவ்வளவுதான், கோமதியும் குழந்தை யுடன் வெளியேறிவிட்டாள்.

அன்றிரவு சீனுவுக்குத் தூக்கமில்லை. முதல்நாள் நிகழ்ந்த சம்பவம் அவன் மனதை அன்று பாதிக்கவில்லை. ஆனால், அன்றிரவு அவன் உலகில் தனிப்பட்டவனாகி விட்டதாக எண்ணினான்.

5

கோமதி மேல்படிப்புக்காக சீமை சென்று திரும்பி வந்து ஒரு வருடமாகிறது. சீனுவின் குழந்தை சின்னப் பையாவுக்கு ஏழு வயதாகிறது. கோமதியின் வீட்டிலேயே அவன் செல்வமாக வளர்க்கப்பட்டு வந்தான். சமீப ஐந்தாறு வருஷங்களில் கோமதி எப்படி மாறிவிட்டாள் என்பது ஒரு தனி அத்தியாயந்தான்.

சீனுவிற்கும் கோமதிக்கும் ஆடம்பரமின்றி சென்னையில் மணம் நடந்தது. மணம் முடிந்த அன்று மாலை சீனுவும் கோமதியும் தோட்டத்தில் தனியாக உலவி வரும்போது இருவரும் உணர்ச்சி மிகுதியாலோ உணர்ச்சியற்றதாலோ ஒன்றும் பேசாமலே கொஞ்சம் தூரம் நடந்தார்கள். கோமதி அடிக்கடி சுற்றிச் சுற்றித் திரும்பிப் பார்த்துக்கொண்டே நடந்தாள். கமலாவைத் தேடிச் சுற்றி சூழ கவனிப்பதுபோலவும், தன்னை அவள் ஆட்கொண்டு அவள் அடைந்த அமைதியை தனக்கும் கொடுக்க வேண்டுவது போன்றும் இருந்தது அவளுடைய தோற்றம்.

உலகத்தின் மாலை மங்கல் ஒளி அதிகமாகவே மயங்கித் தோட்டத்திடையே சிறிது இருட்டாக இருந்தது. மனதில் வாய்விட்ட குதூகலம் காணாவிட்டாலும், வசீகரமான ஒரு

புன்முறுவலை கண்டதாக எண்ணினாள். ஏதோ ஒன்றை எதிர்பார்த்ததை எங்கும் காணமுடியாதவள்போல ஒரு பெரு மூச்செறிந்தாள்.

தன்னை யாரோ பின் தொடருவதாக ஒரு உணர்ச்சி தோன்றித் திரும்பினாள். சின்னப்பையா குதித்து ஓடி வருவதைக் கண்டாள். கமலாவின் ஞாபகம் எங்கும் நிரம்பியது. சீனுவை கோமதி பார்த்தபோது அவனும் திரும்பித் தன் மகனைப் பார்த்துக்கொண்டிருப்பதைக் கண்டாள். உணர்ச்சியற்று, ஆனால் பிறரது உணர்ச்சிகளை மாத்திரம் தன்னிடம் பிரதி பலிக்கச் செய்யும் கண்ணாடி போன்று ஸ்வச்சமாக இருந்தான் சீனு. கோமதி கமலாவைப் பற்றி பிரக்ஞையில் கலந்து நிற்கும் சீனுவைத்தான் அப்போது பார்த்தாள். அவ்வகையிலே அவனைக் காண வேண்டுமென்பதுதான் அவள் ஆசை. அவன் புறம் திரும்பி "உங்களைத் தனியாக உங்களுக்காகவே நான் உங்களை மணக்கவில்லை. என்னுடைய மனதைக் கவர்ந்து ஆட்கொண்ட கமலாவின் நினைவு ததும்பி இருக்கும் உங்களைத் தான் நான் காதலித்து மணம் செய்துகொண்டேன்" என்று சொல்லி அவன் கன்னத்தில் ஒரு செல்ல அடிகொடுத்து ஒரு முத்தமும் கொடுத்தாள். அருகில் நின்ற சின்னப்பையா வெட்கம்கொண்டு வெளியே ஓடினான்.

ஹனுமான் மலர் 1937

மாபெருங் காவியம்

கிட்டுவின் காரியம் முடிவடைந்துவிட்டது. அவன் எழுத ஆரம்பித்த அந்த 'மாபெரும் காவியம்' பூர்த்தியாகி விட்டது. இதற்குப் பிறகு அவனிடம், அவனுடைய இரண்டொரு சிநேகிதர்கள் ஒரு பெரிய மாறுதலைக் கண்டனர். அதைப்பற்றி அவர்கள் எப்போதாவது இவனிடம் குறிப்பிடும்போது கிட்டு சிறிது சிரித்துக் கொண்டே "என் வாழ்க்கை ஒரு உன்னத நிழல் ஆட்டம். ஒளி குன்றியது. என்னுடைய நிழலும் பார்வையினின்றும் மங்கிவிட்டது. விலகி நின்று உலக நாடகத்தைப் பார்ப்பது தான் இப்போது நான் செய்வது..."

கிட்டுவின் கண்களையும் முகத் தோற்றத்தையும் தவிர்த்து, அவன் சாதாரணமாகத் தெரிபவன்தான். அவன் கண்கள் இரு ஞானவொளிச் சுடர் போன்று தோன்றும். அவைகளின் பார்வை ஒரு உன்னத காவியம். அவன் இழுத்து இழுத்துப் பேசுவதே ஒரு இனிய கீதம்.

வறுமையில் உழன்ற அவன் வாழ்க்கைக்கு ஆறுதலாக அவன் மனைவி குஞ்சுவும், ஆறு வயதுடைய ஒரு பையனும் இருந்தனர். தன்னுடைய வாழ்க்கையை ஒரு இனிய கனவில் கழிப்பதாகவே கருதி அந்த எண்ணத்தில் தான் அவன் வாழ்ந்து இருக்க முடியும். ஏதோ நடுவில் விதி குறுக்கிட்டு அவனை ஒரு காவிய கர்த்தனாக்கிவிட்டது. ஒருக்கால் சிருஷ்டியிலும் வெளி விளக்கத்திலும் அடையும் ஒருகண சாசுவதாம்ச ஆனந்தத்தைக் கொள்ள அவன் மனது விரும்பியதால்தான் இந்தப் புத்தகத்தை அவன் எழுதினான்போலும்.

பிரபஞ்ச வெளியில் கட்டுப்பாடின்றித் திரியும் பறவை போன்ற ஞான உணர்வைப் பிடித்துக் கூட்டிலடைத்தது தான் அக்காவியம். சாசுவதானந்தத்தை வாக்கியத்தில்

புதைத்துக் கண்டு களிப்பதில், கலைஞர்கள் கடவுளுடைய சிருஷ்டி ஆனந்தத்திற்கு ஒப்பானதை உணர்கிறார்கள் போலும். எவ்வகை சிருஷ்டியும் அழிவிற்கு விரைந்து செல்வதாயினும், அழிவின்றித்தான் அவர்கள் மனதில் அக்கண ஆனந்தம் பதிகிறது.

வாழ்க்கையின் வறுமை அவனை வெறித்து நோக்குகிறது. தான் புத்தகம் எழுதுமளவும், ஒன்றும் அவளைத் துன்புறுத்தா வகையில் தூரத்தில் கண்ட வெளியிலேயே அவன் மனம் சஞ்சரித்தது. அது முடிந்தவுடன் பழையபடி உலக வாழ்க்கை அவனைத் தன்னிடம் இழுத்தது. சிற்சில சமயம் அவன் மனது துக்கம் அடையும். "கனவிலா உன் வசீகரத்தைக் கண்டேன். இப்போது விழிப்பின் இருளில் உன் அழகு மறைகிறதோ?" எனச் சஞ்சலமடைவான். அப்போது இரவில் தடுமாறித் தடவும் அசரீரியைப்போன்று அவன் எண்ணங்கள் தடுமாற்றம் கொள்ளும் ஆயினும், என்றுமறியாத ஒரு அமைதியை அவன் மனது கண்டது. அதற்கு ஆதாரம் கொடுப்பது எது என்பதை அவன் ஆராய ஆசை கொள்ளவில்லை. மற்றவைகளைப் போலவே அவன் மன ஆறுதலும், ஒரு மாயையை அஸ்தி வாரமாகக் கொண்டதாக ஏன் இருக்கக்கூடாது என்ற ஒரு எண்ணம் மட்டும் நிச்சயம்கொள்ளாது அவன் அடி மனத்தில் அமுங்கிக் கிடந்தது போலும் . . .

கிட்டுவின் குழந்தை ராமு நான்கைந்து நாளாகக் கடுமையான சுரத்தில் அவஸ்தைப்பட்டுக்கொண்டு இருந்தான். கிட்டு, ஒரு கடையில் குமாஸ்தாவாக இருபத்தைந்து ரூபாய் சம்பளத்தில் இருந்தான். சம்பளம் வாங்கியதும், தன் மனைவி கையில் அதைக் கொடுத்துவிடுவான். கொடுக்கும்போது ஏதோ ஒரு கேவலச் சந்தோஷத்தில் ஆரவாரிப்பதைப் போல அந்த ரூபாய்கள் கலகலவெனச் சப்திக்கும். அவன் மனைவி கண்களில் காலதேவனாலும் கொன்றுவிட முடியாத ஒரு புன்னகையின் வசீகரம் காணும். இவனுக்கோவெனில் வெறும் வருத்தந்தான். ஏன் தனது மனது மட்டும் சமாதானம் கொள்ள முடியவில்லை என்பது ஒரு உருக்கொண்ட பிரச்னையாகிவிட அதை அறிய முடியாது திகைப்படைவான். தன் தலையில் எழுதின வகை – தலை விதியாக்கினவனேபோன்று – ஒரு லேசான சமாதானம்கொள்ளுவான். இதெல்லாம் இவன் புத்தகம் எழுதுவதற்கு முன்பு. புத்தக வேலை முடிந்தது; குருட்டுத்தனமாக விதி இவனை எவ்வகை உயர் காரியத்தைச் சாதிக்கத் தள்ளியது என்று எண்ணுவது உண்டு. ஆனால், அதனின்று அடைந்த உணர்வு மட்டும் விதிக்கு விலகியே, தன் உள்ளக் கிளர்ச்சியின் ஒரு ஆனந்தமெனக் கருதினான். இதற்காகத்தான்

ஒருக்கால் கடவுள், விதிவசப்படாது நிற்க எப்போதும், சிருஷ்டித்து, அந்த ஆனந்தத்தை அடைகிறான் போலும்!

சாசுவதமற்ற உலக வெளி வெறிப்பும், அதில் கொண்ட அவன் வெறுப்பும் மழுங்கிக்கொண்டே அநேகமாக மறைந்து விட்டது. ஆனந்தத்தைக் கொடுக்கத்தான் குழந்தை ராமுவின் இரு விழிகள் இருந்தன. மனச்சங்கடத்தின் எல்லையில் பொருந்தின இரு சுடர் விளக்காகத்தான் அவ்விழிகள் இவனுக்குத் தோற்றும். கிட்டிய பக்கத்தை கவலைக் கடலாகக் காட்டினாலும் மறுபக்கத்தை அச்சுடர்கள் கொஞ்சம் காட்டும்போது எல்லைக் கடந்த ஆறுதலின் இன்பசாகர வெளியை, கிட்டுவால் பார்க்க முடிந்தது.

குழந்தை சுரத்தில் சங்கடப்படுவதைப் பார்க்க அவனால் சகிக்க முடியவில்லை. சுரவேகத்தில் ஒளிகொண்ட குழந்தையின் கண்கள், இவனைப் பயம் கொள்ளும்படி செய்தன. அச்சுறுத்தும்படி, ஆள்காட்டிவிரல் போல அவன் போகும் இடத்தைக் காட்டுவதா அக்கண்களின் பார்வை? அவனால் அவன் குழந்தையின் முகத்தைப் பார்க்க முடியவில்லை...

அன்று இரவு குழந்தைக்குத் தாங்கமுடியாத சுரம். கண்ணயராமல் கிட்டுவும் குஞ்சுவும் அறையில் குழந்தையின் அருகில் உட்கார்ந்து இருந்தனர். நடுநிசிக்கு அப்பால் குழந்தை கொஞ்சம் கண்களைத் திறந்து ‘அம்மா’ என்றான். விழித்துக் கொண்டதும், அவனுக்கு மருந்து கொடுப்பதற்காக குஞ்சு மருந்தைக் கொணரச் சென்றாள். கிட்டு எழுந்து மேஜை அருகில் உள்ள நாற்காலிக்குப் போய்விட்டான். மருந்து கொடுத்ததும் வாய்க் கசப்பை மாற்ற மேஜை மீது இருந்த திராக்ஷைப் பழப் பொட்டலத்திலிருந்து கொஞ்சம் எடுத்து அவனுக்குக் கொடுத்துக் குழந்தையைத் தூங்கச் செய்தாள். மேஜையருகில் கிட்டுவிற்கு எதிர்ப்புறமாக வந்து நின்றாள். ஜன்னலுக்கு வெளியே பார்த்துக்கொண்டிருந்த கிட்டு அவள் வருகையினாலும் திரும்பவில்லை. வெளியே வெகு எட்டிய வெளியே அவன் நோக்கு சென்றுகொண்டிருந்தது. ஊர் அரவம் நன்றாக அடங்கி நிசப்தமாக இருந்தது. பிறைச்சந்திரன் மேற்கு அடிவானத்தருகில் தேங்குவதைக் கண்டுகொண்டு இருந்தான். ஒரு மங்கிய நிலவில் வீதிகளும், வீடுகளும், எட்டியமரங்களும் தெரிந்தன. ஒன்றையும் கவனியாது இயற்கையின் சக்கரம் காலத்தில் சுழன்றுகொண்டு இருந்தது. உலகத்தில் மாந்தர்கள்கொள்ளும் மனச் சாயையைக் கொஞ்சமும் பொருட்படுத்தாது இப்பிரபஞ்சம் துயின்று கொண்டு இருப்பது கிட்டுவிற்குப் புரியவில்லை. வாழ்க்கையின் இன்ப துன்பம் தன்னுடைய மனத்தில் தான் தோன்றுகிறதா என்ற ஒரு எண்ணம்கொண்டபோது, ஆறுதலுக்குத் தன்னைத்

தவிர வேறிடம் தேடுவது மதியீனம் என்பதாக நினைத்தான். உள்ளே அறைப்பக்கம் தலையைத் திருப்பினான். சுவரில் ஆடிய நிழல்கள் இவன் மனதேபோலச் சலித்தன. சிறிய ஒளியில் எதைப் பார்ப்பது என்பதை அறியாதனபோன்று கண்கள் தாமாகவே குஞ்சுவின் முகத்தை நோக்கின.

மேஜையின்மீது இரு கைகளை ஊன்றி நின்று இருந்தாள் குஞ்சு. அவள் மனது, எண்ணங்கள் சூனியப் பொருளைக் கொண்டதாக இருந்தது. ஒன்றும் தெரியாது விழிப்பது போன்ற பார்ப்பவளுடைய முகம் சாயையற்றுத் தோன்றியது. இவன் தன்னைப் பார்ப்பதை அறிந்த குஞ்சு தலையைக் குனிந்து கொண்டாள். ஒருக்கால் உருக்கொண்ட உலகத் துக்கம் அவள் பாணியில்தான் மௌனமாக நிற்கும் போலும்! அவள் கண்களி னின்றும் வந்த கண்ணீர் மேஜையின் மீது சொட்டியது.

கிட்டுவால் நிதானமாக ஒன்றையும் செய்ய முடியவில்லை. தன் மனைவியின் எல்லையற்ற வருத்தம் இவனைத் தடுமாறச் செய்தது.

யதேச்சையாக மேஜையைப் பார்த்தபோது திராக்ஷைப் பழப் பொட்டணம் பிரித்தபடியே இருந்தது. அதை மடித்து வைக்கக் கையில் எடுத்தான். அந்தப் பொட்டணக் காகிதத்தில் ஏதோ எழுதியிருந்தது. தனக்குத் தெரிந்த எழுத்தாகத் தோன்றியது. யோசிக்க ஒன்றுமில்லாது மனது மிகக் சஞ்சலம் கொள்ளும் போது எவ்வகை அல்ப விஷயத்திலும் புத்தி ஈடுபடுகிறது. கிட்டு நன்றாக அதை உற்றுப் பார்த்தான். ஆம், அவனுக்கு நன்றாகத் தெரிந்த எழுத்துத்தான் அது. ஒரு கணத்தில் அது தன்னுடைய கையெழுத்தென்பதைத் தெரிந்து கொண்டான். பொட்டணத்திலிருப்பதைக் கீழே மேஜையில் வைத்துவிட்டு அந்தக் காகிதத்தை எடுத்து வந்து தரையில் உட்கார்ந்து படித்தான். இதற்குள் குழந்தை ஏதோ சுரவேகத்தில் உளர அதன் அருகில் குஞ்சு போய்விட்டாள்.

கிட்டு அப்போது அடைந்த மன அதிர்ச்சியில் ஒன்றுமே புரியாதவனானான். தன்னுடைய உன்னதப் புத்தகத்தின் ஏடு களில் அந்தக் காகிதத்துண்டு ஒன்றெென அவன் அறிந்தபோது அவன் உள்ளமே வெடித்தது போன்றாகியது. அக்கணத்திலேயே, தான் அக்காவியம் செய்து முடித்தவுடன் தோன்றிய அந்த ஆனந்தம் அவன் மனத்தில் குடிகொண்டது.

நடந்ததைச் சிறிது நேரத்திலேயே ஊகித்துக் கொண்டான். தான் எழுதி வைத்திருந்த காகிதங்களைத் தன் குழந்தை கடையில் போட்டு ஏதோ வாங்கிக்கொண்டான் என்பதாகக் கண்டு கொண்டான்.

இதற்குள் குழந்தையின் பக்கத்தில் இருந்த தன்னுடைய மனைவியின் கூப்பிடும் சப்தம் கேட்டு அங்கு சென்றான். கனவில் காண்பதை விட வெகு விநோதமாகவே தன்னெதிரில் நடப்பவைகள் தெரிந்தன. அவனால் சமாளிக்க முடியாத அதிர்ச்சியை அவன் மூளை அடைந்ததினால் உலகத்தையே தலைகீழாகப் பார்த்தான் என்பது சரியே போலும்.

தன்னுடைய குழந்தை ராமு ஜன்னிவேகத்தில் ஏதோ பிதற்றிக் கொண்டிருந்தான். இரண்டொரு வார்த்தைகள் புரியும்படியாக, 'பம்பரம்' 'அப்பா' என்பதுபோன்று இருந்தது.

காலை ஒளியில் கடைசி நக்ஷத்திரம் மறையும் முன்பே குழந்தை ராமு இறந்துவிட்டான். மற்றுமொரு குருவி கூண்டை விட்டுப் பறந்தோடிவிட்டது. ஆகாயத்தில் இன்னும் அநேக நக்ஷத்திரங்கள் தெரிந்து கொண்டிருந்தன.

குழந்தையைப் பார்க்கத் தாயார் வெற்றுத் தொட்டிலை குனிந்து நோக்குவதுபோன்று, சவமான ராமுவை, குஞ்சு பார்த்து நின்றாள். அவள் துக்கம் வாயைவிட்டு வரவில்லை. கல்லாகச் சமைந்து, பார்க்கும் பார்வையிலேயே இறந்தவள் போன்று நின்று இருந்தாள், அருகில் கிட்டு வந்தான். அவனால் அவள் கண்களில் நீர் பெருகுவதைத் தடுக்க முடியவில்லை. தாங்காத வருத்தத்துடன் தன் மனையாளை அணைத்துக் கொண்டான்.

அந்தப் பிரியாத அணைப்பிலே அந்நிலையிலே தாங்கள் தனிச் சரீரம் பெற்றதான உணர்ச்சியைக் கொண்டார்கள் ...

கிட்டுவின் மனத்திலே தன்னுடைய இரு சிருஷ்டிகளை ஒருமிக்கப் பறிகொடுத்ததான எண்ணம் பரிகாசமாகவேபட்டது. எவ்வகை அல்ப மகிழ்ச்சி, இந்த சிருஷ்டியில்கொள்ளும் ஆனந்தம். உயிர் கொடுக்கப்பட்டவுடனே அவை யாவும் உடனே அழிவிற்குத் தாமே எல்லாம் விரைந்து செல்லுகின்றன. சாசுவதமாகக்கொள்ள வேண்டின் உணர்ச்சிகளுக்கு விளக்கம் கொள்ளுவது ஏன்?

தன்னுடைய காவியம் அழிந்ததில் அவன் அடைந்த ஆனந்தத்திற்கு அளவே இல்லை. மலரினின்றும் பிரிந்து வதங்கிய இதழைவிட்டுச் சென்ற மணத்தை எங்கும் உணர்ந்தான். எதற்காக மலரையும் மணத்தையும் 'அவன்' ஒன்று சேர்த்தான். கேவலம் இது தொழில் செய்வதில் கொள்ளும் ஒரு ஆனந்தத்திற்காகவா? ...

இப்போது கிட்டுவின் முகத்தில் ஒரு அமைதி குடிகொண்டு விட்டது. எதிர்பாராத உள்நோக்கு அவன் கண்களில் கண்டது. அவன் பேசும்போது வெளிவராத வார்த்தைகளை வலுக்கட்டாயப்படுத்தி இழுத்துப் பேசுவதுபோல் இருக்கும். தன்மனைவி குஞ்சுவை அவன் கனிந்து பார்க்கும்போது அந்தப்

பார்வையையே சாசுவதமாகப் பதிக்க அதிலேயே உயிர் வாழ்ந்தான் என்பதாகத்தான் எண்ண முடியும்.

மின்னலைக் கணம் கண்டு குருடானவனாயினும் பிறவிக் குருடனுக்கும் அவனுக்கும் மேலெழுந்தவாரியாக வித்தியாசம் காணக்கூடாத வகையில்தான் தன் வாழ்க்கையை நடத்துகிறான்.

ஆனால், அவன் மளிகைக் கடையில் உட்கார்ந்துகொண்டு, பொட்டணம் மடிக்கத் துண்டுக் காகிதங்களை ஆட்களுக்கு எடுத்துக் கொடுக்கும்போது, ஏன் அத்துண்டுகளை கண்ணெதிரே வைத்து சிறிது நேரம் உற்று நோக்குகிறான்... ஆமாம், அக் காகிதத்தினூடே, அதற்கு வெகு அப்பாலே ஜீவியக் காவியத்தை அவன் கண்கள் பார்க்கின்றன. என்றுமில்லாத ஜோதி அவன் கண்களில் காணுகிறது. சிறிது சென்று ஒரு அசட்டுச் சிரிப்பும் அவன் முகத்தில் படருகிறது. சிருஷ்டியில் கொள்ளும் ஆனந்தம் எத்தகையது என்பது அவனுக்கு அப்போது தெரியும்.

தினமணி மலர் 1937

எங்கிருந்தோ வந்தான்

தென்னல் காற்று வீசுவது நின்று சுமார் ஒரு மாத காலமாயிற்று; கோடையும் கடுமையாகக் கண்டது. சில நாட்கள் சாதாரணமாகக் கழிந்தன. நான் குடியிருந்த விடுதியில் தங்கியிருந்த மாணவர்களில் அநேகர் கோடை விடுமுறைக்காகத் தத்தம் ஊருக்குச் சென்றுவிட்டனர். என் பக்கத்து அறையும் காலியாகக் கிடந்தது. அன்று ஒரு நாள் வறண்ட காற்றோடு வந்தவர்போல ஒருவன், திடீரென என் பக்கத்தறையில் குடிவந்தான்.

அதிகமாக அவனை வெளியில் காணக்கூடவில்லை. சதா தன் அறையிலும், மற்றும் இரவில் வெகுநேரம் கூரையற்ற மேன்மாடியிலும் பொழுதுபோக்கினான். இரண்டொரு தரம் தற்செயலாக அவனைச் சந்திக்க நேரிட்டபோது, அவன் தோற்றத்தைக்கண்டு, சிறிது பிரமிப் படைந்தேன். சீவிக்கொள்ளாத நீண்ட அவன் முன்குடுமித் தலையும், அகலமான நெற்றியும், மகத்தான மூளை வன்மையின் அறிகுறிபோலும். ஊடுருவிக் காதுவரையிலும் கருத்து ஓடிய புருவங்களுக்கு வெகு ஆழத்தில், மங்கிக் களைப்புற்ற அவன் கண்கள் பதுங்கியிருந்தன.

மூன்று தினத்திற்கு முன்பு ஒருதரம் அவனை நேருக்கு நேராக ஒரு கணம் சந்தித்தேன். கண்ணீர் வறண்டு சலனமற்று நிற்கும் அவன் கண்கள் திகைப்பும், வருத்தமும் புதைந்து பாழ்பட்ட கேணி போன்று தோன்றின. அவன் நம்மை உற்றுநோக்கும்போது, அவனது பார்வை, நம்மை ஊடுருவிப் பிய்த்து, அமைதி அற நம்முள் சிலாகை கொண்டு துருவிப் பார்ப்பதுபோன்ற ஒரு உணர்ச்சி – ஓர் உயர்சக்தி நம்முன் நிற்கும் பயம் – இவைதான் நம் மனதை அலைக்கும்.

மூக்கு நீண்டு வளைந்து இருந்தது. மெல்லிய உதடுகள் சிறிது விலகி இரு வரிசைப் பற்களை, கண் கூச, வெளிக் காட்டின. வாய் சிறிது பிளந்து நிற்கத் தோன்றிய அவன் தாங்கமுடியாத பளுவை பெருமூச்செறிந்து, ஆனால் அலக்ஷிய மாகத் தாங்கி நிற்பவன்போல் காணப்பட்டான். அவன் அழகின் பாழ்பட்ட வசீகரன்.

நான் சுபாவத்தில் ஒருவரிடமும் அதிகப் பரிச்சயம் வைத்துக் கொள்ளுபவன் அல்ல. என் தூக்கம் கலைந்த நேரத்தின் பெரும்பான்மையை என் ஆபீஸ் அலுவல்கள் கொண்டுவிடும். என் ஆபீஸ் அலுவல்களின் ஆயாசம் என்னை இரவில் வெகு சீக்கிரம் துயிலில் ஆழ்த்திவிடும். அவன் என் பக்கத்தறைக்கு வந்ததிலிருந்து, ஏதோ என்னைச் சுற்றி ஒரு கருமேகம் படர்ந்து சூழ்ந்தது போன்ற உணர்ச்சி என்னைப் பீடித்தது. என் மனம் அவன் உறவை மிக நாடியது. அவன் வந்து சில நாட்களே கழிந்தன. ஆயினும், அவன் சிநேகத்தைப் பெறாத எனக்கு, வெகு நாட்களைப் பயனின்றி வீணாக்கினேன் என்ற எண்ணம் ஏற்படலாயிற்று. இரண்டொருதரம் அவனிடம் பேசத்துணிந்து நெருங்கி, முடியாததுகண்டு திரும்பினேன். அவனோவெனில், வருவதும் போவதும் இல்லாதவன்போல அருகில் இருந்தும், அசைந்து வெகு தூரத்தில் போய்விடுவான். அவனை அடைய முயலுவது முடியாத காரியமெனத்தான் எனக்குத் தோன்றியது.

மூன்று நாட்களுக்கு முன் என் ஆபீஸ் அலுவல்களின் அலுப்பு – ஆயாச மிகுதியில், சீக்கிரமாகவே படுக்கச்சென்று தூங்கிவிட்டேன். நடு இரவில் நான் விழித்துக்கொண்டேன். ஒருக்கால் நான் தூங்காமலேயே விழித்துத்தான் படுத்திருந் தேனோ என்னவோ. பக்கத்து அறையிலிருந்து, கேட்டதும் கேட்காததுமாக, அடித் தொண்டையிலிருந்து அவன் பாடிக் கொண்டிருந்தான் ... பாட்டும் கொஞ்சம் கொஞ்சமாக மறைந்து விட்டது. அது மறைந்தவிடத்திற்கு என்னையும் இழுத்துக் சென்றதுபோலும் ... என்னையே, என்னுடைய சவத்தையே – நான் வெகுதூரத்திற்கு அப்பால் இருந்து பார்த்துக்கொண் டிருந்தேன். நானே உணர்ந்த என் இறப்பு, வருத்தம், ஆத்திரம் ஒரு அருவருப்பு, ஒருங்குகூடின. ஒரு கேலி நகைப்பு எங்கேயோ கேட்டது ... மறுபடியும் என் சவத்தையே நான் பார்த்துக் கொண்டு இருக்கிறேன். இறப்பு ..? இறப்பு ..? அடைய ஆவல் கொண்டு, ஒரு ஸ்வரத்தை எட்டி எட்டிப் பிடிக்க மேலிருந்தும் கீழிலிருந்தும், முயலும் அவன் பாட்டை கேட்டுக்கொண்டிருந் தேன். ஒரு சோகமான கீதம் அவன் பாடிக்கொண்டிருந்தான். என் உணர்வை உயர்த்தி, கனவிற்கும், நினைவிற்கும் உள்ள நுண்ணிய எல்லைக்கோட்டை துடைக்கவல்ல அவனுடைய

கானம், சாதாரணமானதல்ல. ஆழித் தண்ணீரில் எல்லை பிரித்துக் கோடிட்டதுதானா நம் வாழ்க்கை? அசைந்து அசைந்து மிதக்கும் தோணி, (மனம்) எல்லை கடக்க அறியாது கடந்ததுபோலும்! கனவின் கரையைத்தாண்டி, அவன் பாடிக் கொண்டிருப்பதைத் தான் நான் கேட்டுக்கொண்டிருந்தேன் போலும். நான் கனவு கண்டுகொண்டிருந்தேன் என்றால், எப்போது நான் விழிப்படைந்தேன்? இப்படிப்பட்ட உயர் வகை உணர்ச்சிச் சித்திரங்களையும் உந்நதக் கோவில்களையும் எழுப்பவல்லது அவன் கீதம். அப்போதுதான் அவனது திறமையைத் தெரிந்துகொண்டேன்.

சிறிது நேரம் விழித்திருந்த நான், எண்ணக் குவியல்களுக்கு ஆளாகி, விடியுமுன் மறுபடியும் அயர்ந்து விட்டேன். சூரியன் உதித்த பிறகேதான் எழுந்தேன். அன்று காலை எட்டு மணி சுமாருக்கு, காப்பி அருந்தியவுடன், மனதைத் திடப்படுத்திக் கொண்டு, அவன் அறைவாயிலை அடைந்தேன். கதவு சிறிது திறந்து இருந்தது. அதை இன்னும் சிறிது ஒதுக்கிக்கொண்டு உள்ளே சென்றேன். அவன் கண்விழித்துப் படுத்து இருந்தான்.

நான் "ஐயா, சௌக்கியம்தானே, ஏதாவது என் உதவி தேவையா" என்று கேட்டேன். அவன் சிறிது நேரம் என்னை உற்று நோக்கினான். கனிந்து உள் நோக்கி நின்ற பார்வையை வெளிச்செலுத்தினான். 'அவன் சரிதான் – நான்தான் – என் மனதுதான் சரியில்லை' என்று நினைத்துக்கொண்டு வெளி வந்தேன்.

அன்று மாலை நான் ஆபீஸிலிருந்து வந்தபோது அவன் அறை பூட்டியிருந்தது. அவனை விடுதியில் காணவில்லை. 'வெளியே – எங்கே – எதற்காக' என்றெல்லாம் நினைத்து, இரவு படுக்கைக்குச் செல்லுமுன்பு மற்றொரு தரம் நான் அவன் அறைப் பக்கம் சென்றேன். அப்போதும் பூட்டப்பட்டுத்தான் இருந்தது.

"போக்குவரவு அற்ற உலக சஞ்சாரி. பூட்டின் திறவுகோல் உன்னிடம்தான் இருக்கிறதோ!" என்றெண்ணியவாறே பூட்டை இழுத்துப் பார்த்துவிட்டு, என் அறை அடைந்து படுத்துத் தூங்கிவிட்டேன்.

இது நடந்தது நேற்று இரவு முன் பகுதியில். அன்று நான் நடு இரவிலும் விழித்துக்கொண்டேன். கனவு கண்டுகொண்டிருக்கவில்லை; அரைத் தூக்க உணர்ச்சியுமல்ல. என்னைத் தடவிப் பார்த்துக்கொண்டேன். நான் முனங்கவில்லை; சங்கீதமும் கேட்டுக்கொண்டிருக்கவில்லை. அடுத்த அறையிலிருந்து முனகல் சத்தம் கேட்டுக்கொண்டிருந்தது. நடுவே, அவன்

தனக்குத்தானே பேசிக்கொள்வதும், புரியாமல் கேட்டுக்கொண் டிருந்தது. அவனுக்கு உடம்பு சரியில்லை என்று எனக்கு நிச்சயமாகத் தோன்றியது... மறுபடியும் நான் தூங்க ஆரம் பித்தேன்.

காலையில் எழுந்ததும் அவன் அறைக்கு நேரே சென்றேன். கொஞ்சம் தயங்கியே உள் நுழைந்தேன். அவன் கண்கள் மூடியிருந்தன; அவன் நெற்றியை என் கையால் தொட்டுப் பார்த்தபோது, சுரம் கடுமையாக அடித்துக்கொண்டிருப்பது கண்டேன். நான் வெளியே சென்று, காப்பி அருந்திவிட்டு, அவனுக்காகவும் ஒரு கோப்பை வாங்கி வந்தேன். உள்ளே சென்றதும், அவன் ஆயாசத்துடன் கண்களைப் புரட்டி என்னைப் பார்த்தான். "ஐயா, உங்களுக்கு சுரம் கடுமையாக அடிக்கிறது" என்று சொல்லி காப்பியை நீட்டினேன். அதை வாங்காது படுத்தபடி, கோப்பை என் கையிலிருக்க, அப்படியே குடித்தான். இவ்வகையில் அவனுக்கு உதவியளித்தது எனக்கு வருத்தத்தைத்தான் கொடுத்தது.

அறையிலே தனியாக அவன் பக்கத்தில் இருப்பதிலும் மனச்சங்கடம். ஆபீஸுக்குப் போயும் என் மனது நிம்மதி கொள்ளவில்லை. அன்று பிற்பகல் ஓய்வு எடுத்துக்கொண்டு என் விடுதிக்குத் திரும்பினேன், இன்னும் சுரம் தணியவில்லை.

எனக்குத் தெரிந்த ஒரு டாக்டரிடம் சென்று அவரைக் கூட்டி வந்தேன். அவன் மௌனமாகப் படுத்திருந்தான். இழுத்த திசையில் செல்லக்கூடிய அவ்வளவு பலவீனம். வைத்தியர், அவனைச் சோதித்து மருந்து கொடுத்துவிட்டு, மறுநாளும் சுரம் தணிவடையாவிட்டால், பெரிய ஆஸ்பத்திரியில் கொண்டு சேர்க்க லெட்டர் தருவதாக என்னிடம் சொல்லிச் சென்றார். இரண்டொரு தரம், அவன் உற்றாருக்குக் கடிதம் எழுத விலாசம் கேட்டுப் பார்த்தேன். அவன் பேசவில்லை. அவன் கண்களின் தேங்கிய வெற்று வெளிப் பார்வையை அர்த்தப்படுத்த என்னால் முடியவில்லை.

மறு நாளாயிற்று. இன்னும் அவனுக்கு சுரம் தணியவில்லை. பெரிய ஆஸ்பத்திரிக்கு எடுத்துச் சென்றேன்.

இரண்டு வைத்தியர்கள் பரிசோதித்தனர். நீண்ட நேரம் தங்களுக்குள் வைத்திய பரிபாஷையில் விவாதித்துக்கொண்டனர். அவர்களது பாவனையும் பேச்சும் எனக்குக் கொஞ்சமும் பிடிக்கவில்லை. ஆனால் அதை வெளிக்காட்டிக் கொள்ள வில்லை. ஒருவர் என்னிடம் நோயாளியைப் பற்றி விசாரித் தார். நான் சொன்னதைக் கேட்டு ஆச்சரியமடைந்த அவர், சுற்றத்தாருக்கு எழுதி அழைக்கும்படி கூறினார். வருத்தம்

தாங்க முடியவில்லை; அவ்விடம் விட்டு என் அறையை அடைந்தேன். அன்று முற்பகலையும் சிரமப்பட்டுக் கழித்தேன்.

அன்று மத்தியானத்திலிருந்து அவன் பிரக்ஞை தவறி விட்டான். அன்று சாயந்திரம் நான் அவனைப் பார்க்கச் சென்றபோது சிறிது குணமடைந்தவன்போல, கண் விழித்திருந்தான். தன் ஸ்திதியை உணர்ந்தவன் போன்றே இருந்தான். அப்போது அங்கு வந்த டாக்டர், அவனைப் பார்த்து "உங்கள் நெருங்கியவர்களை வரவழைப்பது நலம். யார் இருக்கிறார்கள் சொல்லுங்கள்" என்றார். எங்கள் இருவரையும் மாறி மாறி இரண்டுதரம் பார்த்தான். இருவரையும் மறந்தான். ஆனால் நிதானமாகக் கண்களை மூடிக்கொண்டு, "ஒருவருமில்லை – இல்லை – நான் தான் – ஆம்" என்று பதிலளித்தான். களைப்பு மேலிட்டு அயர்ந்தவன்போல இருந்தான்.

டாக்டர் வேறு நோயாளிகளைப் பார்க்கச் சென்றுவிட்டார். நான் சிறிது நின்றேன். நின்றபடி குனிந்து பார்த்தேன். அவன் இனி கண் திறந்து பார்க்கமாட்டான் என்ற ஒரு சிறு சந்தேகம் என் மனத்தைக் கவ்வியது. அங்கு நிற்கவும் என்னால் முடிய வில்லை. வெளி வந்தேன். ஒருகணம் அவன் இறந்துவிட்டான் என்று நிச்சயமாகப்பட்டது. ஆனால் அவனைத் தொட்டுப் பார்த்து நிச்சயப்படுத்திக்கொள்ள ஒரு பயம். ஒருக்கால் தொட்டுப் பார்த்தால், சந்தேகம் நிச்சயமாகி, உதறித்தள்ள முடியாது பலப்பட்டு விடுமோ என்ற பயம். அவன் இறக்க வில்லை. சிறிது களைப்பு – நிச்சயம் – சந்தேகம் – நான் அவ்விடம் விட்டு வெளியேறி என் அறையை அடைந்தேன்.

அவன் அறையைத் திறந்து உள்சென்றேன். என்ன பிசகு – ஏன் செல்லக் கூடாது? அவன் சாமான்களை ஆராய்ந்தேன். (அதிகம் ஒன்றுமில்லை; இரண்டொரு சட்டைகளும், படுக்கையும் தான் இருந்தன.) எல்லாவற்றையும் நன்கு புரட்டிப் பார்த்ததில் படுக்கைத் தலையணையின் கீழ், இரண்டு மூன்று கடிதங்கள் இருந்தன. கடிதங்களை உறையில் போட்டு தபாலில் சேர்க்கும் நிலையில், மேல் விலாசம் எழுதப்படாமல் இருந்தன. எந்த விலாசத்திற்கு அனுப்புவதென்றுதான் புரியவில்லை. மிகுந்த ஆர்வத்தோடு அவைகளைப் பிரித்துப் படித்தேன். யாருக்கு எழுதியது என்று தெரிந்தது. ஆனால் அக்கடிதங்களை அனுப்ப முடியாததுதான். ஏன் இவனே ஒருக்கால் நேராகச் சொல்வதற்குப் போயிருக்கலாம்.

திடீரென்று என் மனது துக்கமடைந்தது.

சுமார் இரவு எட்டு மணிக்கு நான் மறுபடியும் ஆஸ்பத்திரிக்குச் சென்றேன். அங்கு சேர்ந்ததும், அவனைக் கிடத்தியிருந்த

இடம் காலியாக இருந்தது. ஒருக்கால் அவனை வேறிடத்திற்கு மாற்றி இருக்கலாம் என நினைத்து அங்கு கண்ட ஒரு நர்ஸ் யுவதியைக் கேட்டேன். அவள் சிறிது திகைத்தாள். பிறகு, "நீங்கள் சென்ற இரண்டொரு நிமிஷத்தில் அவர் இறந்து விட்டார்" என்றாள். பக்கத்தில் நின்ற டாக்டர், "நீங்கள் இப்போதுதான் வருகிறீர்கள்போலும். சிறிது முன்புதான் அவரை அடக்கம் செய்தனர்" என்றார்.

'இறந்தகாலம் தன் நிர்மாண வேலையைப் பெரியக் கட்டுக் கோப்பில் செய்துவருகிறது; அவனும் சதக்கணக்கில் சேர்க்கப் பட்டான், சரி தெரிந்தது போதும்' என்றெண்ணிக்கொண்டு அவன் கிடந்த இடத்திற்கு ஒரு பெருமூச்சுடன் விடை பெற்றுக் கொண்டு திரும்பினேன். அவனுடைய கடிதங்கள் என் மேஜையின்மீது பிரித்தபடி கிடக்கின்றன. அவற்றுடன் ஒரு வார லீவு கேட்டு என் ஆபீஸுக்கு எழுதிய கடிதமும் இருக்கிறது.

என் மனதில் நிம்மதியில்லை. கூரையற்ற மேல்மாடிக்குச் சென்று உலாவினேன். ஆகாயத்தை வெகு நேரம், கண்களில் நீர் சுரந்து பார்வை மழுங்கும்வரை உற்று நோக்கினேன். அன்றிரவு பிரகாசமாகவே இருந்தது. ஆனால் சந்திரனால் அல்ல; சந்திரன் இன்னும் புறப்படவில்லை.

யாரோ ஒருவன் தன்னுடைய உன்மத்த மிகுதியில், ஜ்வலிக்கும், விலைகொள்ளா வைரங்களைக் கை நிறைய வாரி வாரி உயர வானத்தில் வீசி இறைத்தான்போலும். ஆயிரக்கணக்காக அவை அங்கேயே பதிந்து இன்னும் அவன் காரியத்தை நினைத்து மினுக்கி நகைக்கின்றன.

மெதுவாகக் கூரைகளுக்குமேல் சந்திரன் தெரிய ஆரம் பித்தது. அதன் ஜோதியில் சிறிது மங்கலடைந்தன நக்ஷத்திரங்கள். ஆயினும் அவைகள் மினுக்கிக்கொண்டிருந்தன. என் மனதில் தோன்றிய அநேக கேள்விகளை தெளிவுபடுத்தாமலேயே, சிலசில, சந்திர ஒளியில் மறைய ஆரம்பித்தன. எஞ்சினவை என்னைப்போலவே, சந்தேகத்திலும் சஞ்சலத்திலும் ஈடுபட்டு, பிரகாசம் குன்றி பதிந்திருந்தன. ஆகாய வீதியில் தவழ்ந்து வந்த சிறு சிறு மேகங்களைச் சந்திரன் துரத்திக்கொண்டிருந் தான். நான் கீழே இறங்கி என் அறையை அடைந்தேன்...

வரும்போது இரவு கிட்டத்தட்ட இரண்டு மணியாகி விட்டது; ஆனால் எனக்குத் தூக்கம் வரவில்லை. ஒரு கால் தூங்கினால் பக்கத்தறையிலிருந்து அவன் பாட்டு கேட்குமோ..?

எனது அறையின் மேற்குப் பார்த்த ஜன்னலிலிருந்து, சாய்வாக, வருத்தத்தில் சந்திரன் எட்டிப் பார்க்கிறான். துரத்தப் பட்ட சிறு மேகங்கள் கொஞ்சம் கொஞ்சமாக பயம் நீங்கி

ஊர்ந்து வருகின்றன. நகரத்தில் தூக்கம் உலாவுகிறது. எங்கும் நிசப்தம். துல்லிய வெண்ணிலா, வானத்தின் சிறு ஒளிச் சரிகை களை மெழுகி மறைத்து வெறிச்சென்று காய்ந்தது. களைப் படைந்த சந்திரன் சலிப்புற்று இருக்க, மேகங்கள் குவிந்தன. உயரமாக வளர்ந்த வீதி வீடுகள் பாழ்பட்டு, உயிரற்று வெளிக் கோட்டுருவங்கொள்ளுகின்றன.

என் கண்களில் ஒரு பாரம் தங்கி இமை கொட்டுகிறது... அவன் கீதம்?

கிழக்குப் பார்த்த என் அறை வாயினின்று, சூரியக் கிரணம் உள்விழுந்து ஒளி கொடுத்தது. உலக இரைச்சலும் ஆரவாரிப்பும், ஆயிரம் வாயினின்றும் வெளிப்பட்டு அலறிக் குமைந்தன. என்னைச்சுற்றிலும் ஒரே வெளிச்சம். என் எதிரிலுள்ள மேஜை யின்மீது கடிகாரம் 8 மணியைக் காட்டுகிறது.

ஒரு அமுக்குப் பிசாசினின்று விடுவிக்கப்பட்டவன்போல் நாற்காலியினின்று எழுந்தேன். சென்ற சில நாட்களில் கண்டதை நிச்சய வாழ்வின் ஒரு பகுதி என்று நான் எண்ணி இருக்கமாட்டேன். ஆனால் என் மேஜையின்மீது அவனுடைய லெட்டர்களும், என்னுடைய லீவு லெட்டரும் என்னை வெறித்து நோக்கிக்கொண்டிருக்கின்றனவே!

அவனால் எழுதப்பட்ட இரண்டு கடிதங்களைக் காட்டு கிறேன் ...

(முதல் கடிதம்)

பிரியமுள்ள பத்மா,

உன்னைவிட்டு நான் கடைசியாகப் பிரியும்போது சொல்லிக் கொண்டு வரவில்லை. உனக்கு அது வருத்தமாக இருக்கலாம். நீ தூங்கிக்கொண்டு இருந்தாய். உன்னை எழுப்பாமல் விட்டு வந்தேன்.

ஒரு காலத்தில் நீ அழகிய சிறு பெண்ணாய் இருந்தாய். ஒல்லியாக, உயரமாக இருந்த நீ உன் குதிக்கால் இடிக்க பாவாடை கட்டிக்கொண்டு, கழுத்தில் ஒருவடம் சங்கிலி அணிந்து சிறிய டோலக் காதோடு, உன் முகத்தைத் தொங்க விட்டுக்கொண்டு, துவண்டு துவண்டு நடந்து வருவாய்; என்னோடு பேசுவாய். அப்போது உன்னைப் பார்ப்பது அர்த்த மில்லாத ஆனந்த பார்வை. ஆனால், இப்போது, அந்த நினைவு உணர்ச்சிபெற்ற 'வருத்த – சந்தோஷம்.'

பிறகு நீ பெரிய பெண்ணாக வளர்ந்துவிட்டாய். காதில் தோடு அணிந்து கொண்டாய். இடுப்பில் புடவை. ஆனால்,

உன் நீண்டமுகம் முன்போல்தான்; முகவாய்க்கட்டை பழைய படியே கழுத்தடியில் இடிக்க, என்னோடு பேசாது நாணிக் கோணிப் போய்க்கொண்டிருந்தாய்.

கடைசியாக மேல் நோக்கிய உன் முகத்தின் வசீகரத்தை, திறந்த உன் கண்களைப் பார்க்க முடியவில்லை. நீ தூங்குவது போல் இருந்தாய்... ஆயினும் சிலசமயம் நீ அப்படியே இறந்து விட்டாயோ என்று தோன்றுகிறது... நீ இறக்க முடியாது. இறந்தாலும் போயேன் ஆனால் இப்படி முடியாது பத்மா – இப்படி உன் பிடிப்பைவிட்டுவிட முடியுமா? நீ இறக்கவில்லை என்று சிலசமயம் எனக்குத் தோன்றுகிறது – பத்மா – நீ இறந்தாயா..? ஏன் இறந்தாய்? – இல்லை – இல்லை 'யார்' உன் பிடிப்பை இவ்வுலகில் விட்டு, உன்னை இறக்க வைக்க முடியும்? நீ ஒருபோதும் இறக்க முடியாது...

நம்மூரில் உங்காத்துக்கு மேல் வீட்டில் கூனப்பாட்டி இருந்தாளே தெரியுமா? அவள் செத்துப்போகும்போது நீ சிறு பெண். கொஞ்ச நாள் கழித்து, விளையாட அவாத்து அம்பியைக் கூட்டிவரச் சென்றோம். உனக்கு ஞாபகம் இருக்காது. 'கூனப் பாட்டி எங்கே' என்று கேட்டேன். 'காணும்' என்றாய். 'பத்மா கூனப்பாட்டி செத்துப் போய்விட்டாள்' என்றேன். நீ 'அப்படின்னா!' என்றாய். 'திரும்பப் பார்க்க முடியாது; வரமாட்டாள்' என்று உனக்குத் தெரியச் சொன்னேன். குழந்தை நீ. என்ன சொன்னாய் தெரியுமா?

"பொய் சொல்லுகிறாய். பாட்டியைக் காணோம். ஆனால் வருவாள். அதோ பார் – அவள் தடிக்கம்பு இருக்கிறதே. அதை எடுக்க வரமாட்டாளா? எப்போதாவது வருவாள்" என்றாய். ஆமாம் நீ சொல்லியதைத்தான் இப்போது உண்மையென உணருகிறேன்... பத்மா, நாளைக்குச் சொல்லுகிறேன்.

(இரண்டாவது கடிதம்)

பிரியமுள்ள பத்மா,

என் மனது சரியில்லை; சரியில்லை என்றால் காலத்தை வீணில் கழிக்கிறேன் என்பது போலும். ஆனால் ஒன்று சரி. நடந்த காரியத்தின் மதிப்பும், காலத்தின் விசேஷமும், ஒன்றுக் கொன்று பொருந்திக் கலவாமல், தாரதம்மியப்பட்டு, தனியாகத் தோன்றுகிறதே – அதுதான் சரி. தனித் தோற்றமும், மதிப்பும், விசேஷமும் ஒன்றுக்கும் கிடையாது. உணர முடியாது. காலம் கழித்தது வீண் என்ற பாவனைக்குக் காரணம் ஆராயும்போது பார்த்தாயா? அர்த்தமற்றவைகளாகத்தானே கொள்ள முடிகிறது.

உன்னை என் மனத்தில் அடிப்படையாகக் கொள்வதி னாலேதான் என் காலத்தை வீணாக்கினேன் என்ற தோற்றம்

மௌனி படைப்புகள் ❖ 131 ❖

போலும். மேலே கொஞ்சம் போகும்போது, வாழ்க்கைப் பயன் உன்னை அடைவதுதான் என்று நிச்சயமாக எண்ண முடியவில்லை. சீ சீ, ஆதியில் சொல்லமுடியாது எண்ணி இருக்கலாம்; இப்போது முடிந்தது. எண்ணுவது பைத்தியக் காரத்தனம். உனக்குக் கலியாணம் ஆன பிறகு இவ்வெண்ணம் கொள்வது மனதில் விரோத உணர்ச்சியையே வளர்ப்பதாகும். விரோத உணர்ச்சி உண்டாவது . . ?

காரணமற்ற, கண்ணற்ற காதல்? கடமை? அப்படி என்றால் என்னால் யோசிக்க முடியும்; சொல்ல முடியும். ஆனால், அவைகளை உணரும்போது – சிந்தனைகளை உணர்ச்சி கொள்விக்கும்போது, மூளையையும் மனதையும் அறவே களையும்போது நாம் யார் – எவ்வகைக் கேவலப் பிராணி!

இவைகள் எல்லாம் அர்த்தமற்ற பேச்சுக்கள்; வளைந்த வானம் எதிரொலிக்காத சப்தங்கள். அதற்கும் மேலே போனால் அர்த்தமற்ற வார்த்தைகள், மிகுந்த ஜீவ உணர்ச்சிகொண்டு, அறிவைக் களைந்து ஞான விரோதம்கொள்ளுகிறது; இவ்வகை வித்தியாசங்களை எங்கு புகுத்துவது? உயிர் இருந்தால் உயிர் கொண்ட மிருகங்கள் – உயர்வகை சிருஷ்டி ஆனந்தம்?

இதுவும் பிசகுபோலும், நான் சொல்லுகிறேன்; நான் ஞான முக்தியை அடைந்தபோது, நான் சொல்லுகிறேன் . . .

உனக்குக் கல்யாணம் ஆகிவிட்டது. உனக்கு அவரை நன்றாகத் தெரியும். ஆனால் அவருக்கு உன்னைத் தெரியாதோ. நேற்று அவர் ஒரு தெரு வழியாக நடந்து போகக் கண்டேன். வீதி வரிசை கூடுவதால் அவரைத் திரும்ப வைக்கவில்லை. நான்தான் அவரை முன் சென்று கடந்து திரும்பிப் பார்த் தேன். 'பத்மா சௌக்கியம்தானே' என்று அவரைக் கேட்டேன். ஏன் என்னை அவ்வளவு வெறிக்கப் பார்த்தார். பேசாது வருத்தத்துடன் சென்றார். அவர் மனது சரியில்லை.

நான் கேட்டதும் சரியில்லை என்று தோன்றியது – நான் நினைப்பதே சரியில்லையே. நீயே எனக்குத் தோன்றுவது சரியில்லை என்பாயே . . . ஏன் நான் சரியாக இருக்க வேண்டும். சரியாக . . ?

உனக்குச் சிலசில சமயம் பைத்தியம் உண்டாவது உனக்குத் தெரியுமா? எனக்குத் தெரியும். நீ என்னைப் பற்றித் திடீர் திடீரென்று மிகுந்த ஆச்சரியகரமாக, உண்மை தோன்றும்படி வார்த்தைகள் சொல்லும்போது, ஏன், நீ பைத்தியம்தானே?

எனக்குப் பதிலே தெரிவிக்காதே. செய்தால் மிகுந்த சரி. நீயும் என்னை பைத்தியமென்று எண்ணலாம். உன் மூளைக்குத் தான் எல்லாம் தோன்றுமே.

பத்மா – பத்மா – நீ ஏன் என்னிடம் இப்படி இருக்கிறாய் ..? ஏன் ..? என்னை மிகுந்து தெரிந்துகொண்டதினாலா? பத்மா பைத்தியமே – ஏன் நீ ..?

இன்று எனக்குத் தலைக்குள் மூளை சுற்றுகிறது. அது தனி உயிர் பெற்றதுபோல் களிக் கூத்தாடுகிறது. ஆனால் என் மனமோ மிகுந்த துக்கமுற்றிருக்கிறது.

(சில சில இடங்களில் புரியாது கிறுக்கியும் கண்ணீரால் கறைப்பட்டும் இருந்தன. மற்றும் இரண்டொரு விகிதங்கள் பாதி பாதி எழுதப்பட்டு அதிகக் கோர்வை இல்லாது இருந்தன. ஆனால் மிகுந்த ஜீவ உணர்ச்சி உள்ளதாயும், பளிச்சென்று மின்வெட்டுப் போன்று இழுத்தும், கடுமையாக இடித்து மடிவது போன்றுந்தான்.)

நான் ஏழு நாட்கள் லீவு எழுதிப்போட்டுவிட்டு மறுநாள் அவனூருக்குச் சென்று, அங்கு சில நாட்கள் தங்கி, அவனைப் பற்றி நன்கு விசாரித்து அறிந்துகொண்டு வந்தேன். எங்கிருந்தோ வந்தான், இருந்தான், இறந்தான் ... இவனைப்பற்றி நினைக்கும் பொழுது எல்லாம் இப்படித்தான் தோன்றுகிறது. அவன் வாழ்க்கையே புதிர். அவன் வந்ததும் 'போனதும்' ஒரு புதிர் – முன்னிகழ்ச்சி தெரிந்த பின்பும் அவன் ஓர் புதிர்தான். அவ் வூரை விட்டுத் திரும்பும்போது அதுதான் என் மன நிலை. நாளைக்கு நான் பழையபடி என் ஆபீஸ் செல்ல வேண்டும். லீவு முடிவடைந்துவிடும். அவனைப் பற்றி நன்கு தெரிந்துகொள்ள, அவன் அவ்வூரை விட்டு வந்த வரலாற்றை மட்டும் சொல்லு கிறேன். அதுவே, போதுமானது ... 'பத்மா' என்றதும் கண்களை மூடிக்கொண்டு வியாதியால் படுத்திருந்தவள், கண்களைத் திறந்து அவனைப் பார்த்தாள்.

"அதிகமாகப் பேசாதே. இரண்டு நாள் கழிந்தால் பயமில்லை என்று டாக்டர் சொன்னார்" என்றார் அவள் தகப்பனார் சேஷப்பய்யர்.

"இவள் படும்பாட்டைக் காண முடியவில்லையே. ஈசுவரன் ஏன் என்னை இப்படிச் சோதிக்க வேண்டும்" என்று கண்களில் நீர் ததும்ப அவள் தாயார் லக்ஷ்மி அம்மாள் சொன்னது மிக வருத்தமாக இருந்தது. அந்நேர மட்டும் சங்கரனை இமை கொட்டாமல் பார்த்திருந்த பத்மா, சிறிது கண்களை மூடிக் கொண்டாள். பிழியப்பட்டு இரு சொட்டுக் கண்ணீர் கன்னத்தில் பாதி ஓடி, காய்ந்து மறைந்தது.

"எல்லாம் சரியாகிவிடும், நாம் செய்வது என்ன இருக்கிறது. எல்லாம் நன்மைக்கே முடியும்" என்றான் சங்கரன். தான் நின்றுகொண்டிருப்பது, கீழே அவள் படுத்திருப்பது, சுற்றி

அவர்கள் நின்றிருப்பது, யாவும் மாயை, சுற்றிச் சூழ்ந்த ஒரு விளங்காத பொருள் என்றே அவன் நினைத்தான்.

'சங்கரா' என்ற சப்தம் காதில் விழ, லக்ஷ்மிஅம்மாளை நோக்கி நின்ற அவன் குனிந்து அவளைப் பார்த்தான். கெஞ்சுதலைப் போன்ற அந்த ஈனஸ்வரம் காதில் விழுந்த போது, யாதிலும் நம்பிக்கையற்று, கடைசியாக சிறிது இவனிடம் ஊசலாடிக்கொண்டிருந்த ஓர் உணர்ச்சியைச் சிறிது எழுப்பியது. இவ்வகை உணர்ச்சி அவள் மூலமாகப் பெற்றது அதுவே முதல் தரம். உலகம் என்றால் அவள் ஒருத்தியே என்று பல முறை அவன் எண்ணியிருக்கிறான்.

ஆள் ஒருவன் விரைத்தெளி விஷயமாகப் பேச வெளி வாசலில் வந்து கூப்பிட, சேஷப்பய்யர் வெளியே சென்றார். பத்மாவின் தாயாரும் சமையலைக் கவனிக்க உள்ளே சென்றாள். முன் நடைத் தாழ்வாரத்தில் கிழப்பாட்டி ஏதோ முணுமுணுத்துக் கொண்டு உட்கார்ந்திருந்தாள்.

"சங்கரா, இறப்பதை அக்கணத்திற்கு முன் உணர்வது உண்மையாயின், என் வாழ்நாட்கள் அநேகமாக முடிவடைந்து விட்டன என்று படுகிறது எனக்கு. உன்னிடம் எனக்கிருந்த அன்பு, சில வருஷங்களாக அநேகவித மாறுதல்களால் சலிக்க ஆரம்பித்தது. இரண்டொரு மாதமாக, என் வாழ்க்கைக்கு நீ இன்றியமையாதவனாக இருக்கிறாய் என்ற நோக்கத்தைக் கொண்டேன். அறிந்தவற்றை நன்கு நினைக்க முடியவில்லை; சொல்வதற்கும் இல்லை, அறிந்தவற்றில் ஆனந்தம் கொள்வதற்கு மில்லை. ஆனால் இப்போது உன்னிடம் சொல்லுவதில் ஒன்றும் பிசகில்லை" என்று சொல்லிக்கொண்டே கண்களை மூடிக் கொண்டாள்.

சிறிது சென்று "நான் இறப்பதில் எனக்குக் கொஞ்சமும் வருத்தமில்லை. இளமையில் இறப்பதால், வாழ்க்கையில் முதிர்ந்து பாழ்படாது, என் ஞாபகம் இளமையாகவே இருக்கும். ஆனால் என் பிறப்பு, வாழ்வு, இறப்பு முதலியவைகளினால் பலருக்குப் பலவிதப் பிடிப்பிற்கு காரணமானது பற்றி, அவர்கள் வருத்தங்கொள்வதை எப்படித் தடுக்க முடியும்? அதனால் என் துக்கத்தை எப்படி அகற்ற முடியும்? ஒருவர் இறக்கும் போது அவர் வாழ்வின் தன்மை அவரோடு மடியுமானால், இறப்பு பிரமாதமாகப் பொருட்படுத்தவேண்டியதொன்றில்லை."

சங்கரன் தலைகுனிந்தவாறே கேட்டு நின்றான். அவள் ஸ்தூல சரீர இழப்பை அவன் விரும்பவில்லை. அவளை முன்பு, அவன் ஒருவிதத்தில் இழந்ததையும் அவன் பொருட் படுத்தவில்லை. மனது மாறி நிம்மதியடைந்துவிட்டது. ஆனால்

அவள் இறப்பினால் எல்லா எண்ணங்களும் ஒருங்குகூடி மனதைப் பிளக்குமென்பதை உணர்ந்தான்.

யோசித்து நின்றிருந்தவன், பத்மா திடீரென்று பாட ஆரம்பித்ததைக் கேட்டுத் திடுக்கிட்டுப் போனான். உள்ளிருந்த பத்மாவின் தாயார் போட்டது போட்டபடியே ஓடிவந்தாள். வாசலிலிருந்த சேஷப்பய்யர் பாதிப் பேச்சில் எழுந்து உள்ளே வந்தார். சங்கரன் தலை சுழன்றது; கண்கள் வெளித் தோற்றங் களைக் கொள்ள மறுத்தன.

"என்ன, என்ன" என்று கேட்டு நின்றார் சேஷப்பய்யர்.

"ஒன்றுமில்லை. சுர வேகம். நீங்கள் போய் டாக்டரை அழைத்து வாருங்கள்" என்றான் சங்கரன்.

அவர் வெளியே போய்விட்டார், லட்சுமி அம்மாள் ஒன்றும் தோன்றாமல், பெண்ணருகில் உட்கார்ந்து அழ ஆரம்பித்துவிட்டாள்.

"அம்மா நீ உள்ளே போயேன். என் கணவரை அப்பா விடம் சொல்லி வரச் செய். அம்மா ஒன்றுமில்லை. பயப் படாதே, அழாதே அம்மா. எனக்கு ஒன்றுமில்லை. அவருக்கு என்னை இந்த நிலையில் காணச் சகிக்காது, எனக்கு என்னவோ அவரைப் பார்க்கவேணும்போல் இருக்கிறது. சரி, நீ உள்ளே போ, அழாதே" என்று சொன்னவள் கடைசி வார்த்தைகளை நோவும் மனது மிக நோக, வெடுக்கென்று சொன்னாள். அவள் தாயார் கண்ணும் கண்ணீருமாக விம்மிக்கொண்டே உள்ளே சென்றாள்.

பத்மா, நின்றிருந்த சங்கரனை உட்காரச் சொன்னாள். கண்களை மூடிக்கொண்டு விட்டாள்.

அவள் பக்கத்தில் உட்கார்ந்ததும் சங்கரன், "என்ன பத்மா..." என்றான். "சீ ... நீ யார், பத்மா என்கிறாயே! ஏ சனியனே, என்னை ஏன் பீடித்து இருக்கிறாய். நீ போ" என்று வேகத்தோடு திமிருவதுபோல உடம்பை நெளித்து முறித்துக்கொண்டு கண்களைத் திறவாமலே சொன்னாள்.

அவள் வாயினின்று ஜன்னி வேகத்தில் வந்தன வார்த்தை கள்; மீறி வந்த வேகத்தினாலே, அவ்வார்த்தைகள் அவனை மிகக் குலுக்கிவிட்டன. மனது கலங்கியது; கண்கள் சுழன்றன. அந்த நிலையில் அவளின் முகத்தைச் சற்று நோக்கியபோது அவள் மாசற்ற ஆத்மாவை நன்குணர்ந்தான்.

"சங்கரா, நான் என்ன சொன்னேன், சொல்லப் போகிறேன் என்ற நிதானம் கிடையாது. வார்த்தைகளால் முடியாதபோது,

பேச்சுக்கள் எவ்வளவு பயனற்றது என்பது தெரிகிறதா? ஆனால் அது முற்றிலும் உண்மை அல்ல. இவ்வகையாகப் பேசுவது, ஏன் உன்னை உன் ஜீவிய காலத்தில் வேகமாகத் தாக்காதா?" என்றாள் பத்மா.

'பத்மா சிறிது பேசாமல் இரு. களைப்பு ஏற்படும்' என்று அவனால் நிதானமாகச் சொல்ல முடியவில்லை. கட்டுக் கடங்காமலே கண்ணீர் உதிர்ந்தன.

அவள் உணர்ந்தவள் போன்று "தான் செய்வதற்கு தானே காரணம் என்ற இடம் கொடுக்கும் மூளை கெட்டபின், அவர் செய்வதற்கு அவர் பாத்தியமா... நீ இப்போது வருத்த மடைவதற்கு நான் காரணமில்லை. பிறகு நீ வருத்தம் கொள் ளாதே... சங்கரா! ஏன் நீ அழவேண்டும்? எனக்காக ஏன்? எனக்குப் பின்னால், வேண்டாம்... வேண்டாம் சங்கரா, வருத்தத்திற்கு இடம் கொடுக்கவேண்டாம். நான் போகிறேன். திரை அருகில் இருந்தாலும் அப்புறம் என்ன என்று அறியக் கூடவில்லை; நீக்கியும் கண்டு சொல்ல முடியவில்லை. நீ பார்க்கும்போதே மறுபக்கம் போவதை நீ அறிந்துகொள்ள வேண்டின் சிறிது நேரத்தில் தெரிந்துகொள். வருந்தினாலும், கண்ணீர் விட்டாலும் இனி என்னைப் பார்க்க முடியாதவனாகப் போகிறாய். நான் போகும் போது..." களைப்பு மேலிட்டதினால் சிறிது பேசாது நிறுத்தினாள்.

"சிறிது குனிந்து கேள். பேச முடியவில்லை. கிட்டே – கிட்டே. ஆம் சற்று முன் விரும்பிய முகத்தின் கிட்டே. முன்பு நீ, முதுகின் கிட்டே, வெகு தூரத்தில் ஆனால் மிகக் கிட்டே ஒரு... ஒரு..." அவள் பேச்சுக்கள் நின்றன. அவள் கண்களின் ஜொலிப்பு கடுமையாயும், விகாரம் கலந்ததாயும் தோன்றியது. கண்களும் மூடின. சங்கரன் அறியாதே உதிர்த்த கண்ணீர், அவள் முகத்தில் சொட்டியது. ஏதோ அவள் முகத்தருகில் சொல்ல நினைத்தவன் போன்று தன் முகத்தை வெகு சமீப மாகக் கொணர்ந்தான். சிறிது தயங்கினான். பத்மா, கண்களைப் பாதி திறந்தவள் மறுபடியும் இறுக மூடிக்கொண்டாள். ஒன்றும் தோன்றாமல் தலை நிமிர்ந்தான் சங்கரன். அவன் தன் தொண்டையில் அடைத்த விம்மலை வெளி வராமல் விழுங்கி னான்.

'போதும்... போதும்' என்று ஆரம்பித்தாள் பத்மா. 'போதும்' என்றே முடிவடைந்துவிட்டது அவள் பேச்சு. அவள் முகத்தில் சிறிது ஆனந்தக் குறி, அது மறைந்தது. பழையபடி, சிறிது சென்று அவள் அழுதாள். வாய் விட்டில்லை; தன் ஆத்மா உருகி கண்களின் வழியாக ஓடுவதை தான் விழிக்காது தெரி வித்தாள். திரும்பவும் பழைய படி; முகத்தில் ஒரு சிரிப்பு.

தூங்கும் குழந்தை ஆனந்தக் கனாக்கண்டு புன்முறுவல் பூப்பது போன்று... ஏதோ ஒரு வேகம், கடுமையில் மிகத் தணிவு பெற்றது.

கண்கள் மூடின, வாய் எதையோ முணுமுணுத்தது. ஒரு தரம் மார்பு மூச்செறிந்து அசைவற்று நின்றது.

சங்கரன் எழுந்து நின்றான். குனிந்து அவள் காதுகேட்கும் வண்ணம், மெதுவாக, "பத்மா நன்றாகத் தூங்கு. களைப்படைந் தாய். பிறகு பார்க்கிறேன். நன்றாகத் தூங்கு" என்று ஆத்திரத்தில் பல்லைக் கடித்துக்கொண்டு, நன்கு வாய் திறக்காமலே சொன்னான். அவன் உடம்பெல்லாம் குலுங்கியது. ஏதோ மனதில் குடிகொள்ள யத்தனித்ததைக் கண்டு நடுங்கினான். நிச்சயத்தைக் கண்டு உணரத் தயங்கிப் பயந்தான். குளறிக் கொண்டு, ஆத்திரமாகக் கையை உதறிக்கொண்டு 'நான் மறுக் கிறேன். நான் மறுக்கிறேன்' என்று முணுமுணுத்துக்கொண்டே வெளியேறினான்.

அவன் மனதில் துக்கம் இல்லை. கண்களும் வறண்டு துக்கம் கடந்த பார்வையைக் கொடுத்தது. வீட்டு வாயிலில் சேஷப்பய்யரையும் டாக்டரையும் கண்டான். "பத்மா..?" என்ற தற்கு "நன்றாகத் தூங்குகிறாள்" என்று சொல்லிவிட்டு நடந்தான். தன் வீட்டை அடைந்து உள் சென்றவன், மறுநிமிடம் வெளி வந்தான்.

அவன் அவ்வூர்ச் சாலையை அடைந்தபோது, ஊரிலிருந்து அழுகைக் குரல் கேட்டது. ஒன்றும் புரியாது, தனியே தன்வழி நடந்தான்.

பளீரென்ற பகலும் மனதில் இருண்டது. தனிவழிப் போக்கன் போன்று, வாழ்க்கைப் பாதையில் அலுத்துச் சலித்தும், பின்னும் வழிகடத்தவேண்டி, நடந்தான். காலடியில், ஒளி கொள்ளாது, இலேசு படாது, புழுதிப் புகையைக் கண்டது. கேலி செய்து நகைப்பது போன்று மெல்லென, காற்று வீச ஆரம்பித்தது... காலடியினின்று கிளம்பிய ஒழுங்கான இடை விடா சப்தம் 'பாழ்பட்டு' என்று ஒலித்தது. இலையற்ற கிளை களில் சமைந்து நின்ற உருவமற்ற காற்று, 'பாழ்பட்டு' என்று மனமுடைந்து ஒலித்து ஓடி, வீசும் காற்றுடன் கலந்தது, எட்டி நின்ற பாழ்மண்டபம் மௌனமாகக் கேட்க அதைத் தாண்டிச் சென்றது.

என்னுடைய காரியமும் முடிந்துவிட்டது. என்னால் கூடுமானவரையில் சங்கரனைப் பற்றிய வாழ்க்கையைச் சொல்லிவிட்டேன். இந்நிகழ்ச்சி நான் அறிந்தது, என் மனதை எவ்வகையில் மாற்றிவிட்டது என்று என்னால் சொல்ல இயல வில்லை.

மௌனி படைப்புகள்

இன்றோடு என் ஓய்வு நாள் முடிகிறது. நாளை முதல் பழையபடி ஆபீஸ் அலுவல்கள்தான். பேனா பிடித்து 'எழுது எழுது' என்று எழுத வேண்டும்.

என் தலை எழுத்தையா மாற்றி எழுதப்போகிறேன். சீ சீ! இல்லை தலை எழுத்துதான் 'எழுது எழுது' என்று எழுது கிறேன், பந்தம் சுற்றும் காற்றாடியின் கீழ் மண்டை வறள, 'எழுது – எழுது – எழுது தான்.'

தினமணி வருஷ மலர் 1937

மாறாட்டம்

அவனைப் பற்றி உங்கள் அநேகருக்கு அதிகமாகத் தெரியாது. அவன் என்னுடைய நெருங்கிய நண்பன்.

நேற்று சாயந்திரம் வெகுநேரம் அயர்ந்து தூங்கியவனே போன்று திடீரென்று எழுந்தான். மணி ஐந்து அடித்துவிட்டது. அவசர அவசரமாகவே காப்பியைக் குடித்துவிட்டு, தினம் செல்வதைவிடக் குறைந்த நேரத்திலேயே ஆடைகளணிந்து கொண்டு வெளியே புறப்பட்டான். அநேகமாக ஊரின் 'பொறுக்கி'களை (பொறுக்கி எடுத்த பிரமுகர்கள்) அவனுக்குத் தெரியும். 'குட்ஈவினிங்' வைப்பது முதல் சிறிது நின்று சல்லாபம் செய்யும் வரையிலுள்ள, அவனுடைய நண்பர்களின் தொகை கணக்கிலடங்காது என்று சொல்வது மிகையாகாது. அன்று சாயந்திர ஊர் பவனி செல்லுதல் கொஞ்சம் நாழிகை ஆகிவிட்டது என்று சஞ்சலமுற்றவனே போன்று நிதானமின்றியும் வேகமாகவும் அந்த முக்கியமான நான்கு வீதிகள் சேருமிடத்தை அடைந்தான்.

சாதாரணமாகவே அவ்விடம் ஜன நடமாட்டம் உள்ளது. அன்றைய தினம் கொஞ்சம் அதிகமாகவே ஜனங்கள் குறுக்கும் நெடுக்குமாகப் போய்க்கொண்டிருந்தனர். ஜனங்களின் இரைச்சல் ஆரவாரத்திடையே கை தட்டிக் கூப்பிடும் சப்தமும் கலந்திருந்தது. அவ்விடத்தை அவன் அடைந்ததும் அவன் நடையில் ஒரு நிதானம் ஏற்பட்டு, மனதும் யோசனைகளைக் கொள்வதாகியது.

என் நண்பனின் பழக்கவழக்கங்கள் மூலமாகவே, நவநாகரீகம் வெளிவிளக்கம் கொள்வதென்ற அபிப்பிராயம் எனக்கு உண்டு. அவனுடைய ஒவ்வொரு செய்கைக்கும், எண்ணத்திற்கும், மாறாக நாஸூக்கற்ற விதத்தையும் அவன் கண்டுகொண்டு, அவைகளை விலக்காமலில்லை.

மௌனி படைப்புகள்

ஆனால் அப்போது எவ்வித விருத்த விஷயங்களுக்கும், தலை சிறந்ததாக அவன் மனத்தில் வெறுப்படையும்படி நின்றது, இவ்வகையில் ஒருவருக்கொருவர் கை தட்டிக் கூப்பிட்டுக் கொள்ளுதல்தான். ஆமாம், அது எவ்வளவு நாசுக்கற்ற பழக்கம், அநாகரிகம், காட்டுமிராண்டித்தனம்! அவ்வகையாகக் கூப்பிடு வோரும் கூப்பிட வைத்துக்கொள்வோரும் கீழ்த்தரமானவர்கள். அவ்வகையில் தன்னை யாராவது கூப்பிட்டால், அவர் எத்தனை ஆப்தமாக இருந்தாலும் கண்டிப்பாய், அவர் சிநேகத்தையும் தான் இழக்கத் தயாராக இருப்பதைத் தன் மனதிற்கு நன்கு அறிவுறுத்திக்கொண்டிருந்தான்.

அப்போது பின்னாலிருந்து ஒருவர் கைதட்டிக் கூட்பிட்ட சப்தம், திடீரென்று அவன் பிடரியில் அடித்தது போன்றுதான் இருந்தது. கொஞ்சம் லாவகமாக அப்பேர்ப்பட்ட பிராணியைப் பார்ப்போமென்று தலையைத் திருப்பினான். அவனுக்குச் சுமார் முப்பது தப்படி பின்னால் வந்த ஒருவன் இன்னும் வேகமாகத் தட்டிக்கொண்டே, "உங்களைத் தானுங்க" என்று கூச்சலிட்டுக் கொண்டு அவனை நெருங்குவதைப் பார்த்தான். உலகத்திலே பிரளயம் வந்தாலும் கூட அப்போது அவன் அவ்வளவு பீதி அடைந்துவிட மாட்டான். அப்போதுதான் குறுக்காக அந்த 'ரிடையர்ட் சப் ஜட்ஜ்' போய்க்கொண்டிருந் தார். கொதிக்கும் மனதைக் கொண்டவனே ஆயினும், புன் னகையை முகத்தில்கொண்டு அவருக்கு 'குட் ஈவினிங்' வைத்தான். அவரும் திரும்பி மரியாதை வைத்துச் சென்றார். அவர் தன்னைப்பற்றி என்ன நினைத்துக் கொள்ளுவார், நினைத்துக்கொள்ளமாட்டார் என்ற எண்ணத்தில் சிறிது சமைந்து நின்ற அவனை, அந்த கூப்பிட்ட மனிதனும் நெருங்கி விட்டான்.

பக்கத்தில் வந்து, "உங்களைத் தானுங்க" என்று உரத்தே சொன்னான்.

"ஆமாம், உன்னைத் தேடிக்கொண்டுதான் போகிறேன். வாப்பா வா..!" என்றான். உள்ளிருந்து எழுந்த ஆத்திரம் இவ்வகையாக வார்த்தையில் பீறிக்கொண்டு வந்தது. மனத்திலோ வெனின் அவன் மூக்கைப் பிடித்துக் குலுக்கினால் அவன் கண்களிலிருந்து நீர் தளும்புமா என்ற பிரச்சனை ஏற்பட, அதையும் அவனை விழித்து நின்ற என் நண்பனின் கண்கள் காட்டின. ஆனாலும் மேலே நீட்டியும் கைக்கு எட்டாது என்பதும் அப்படி எட்டினாலும் அவன் மூக்கைத் தன் இரண்டு கைகளாலும்தான் பிடித்துக் கொள்ள வேண்டும் என்பதும் குறுக்கிட்டு, கூடாது என்று தடை செய்தது போன்று பேசாது தான் நின்றுவிட்டான்.

“ஆமாங்க, எனக்குத் தெரியுங்க” என்றான் நாட்டுப்புறத்தான், இவனை மேலும் கீழுமாக உற்றுப் பார்த்துக்கொண்டே. அவன் ஒரு முடிச்சுமாறியாக ஏன் இருக்கக் கூடாது. அப்படியிருந் தாலும் பயமில்லை. தன்னுடைய ஸில்க் ஷர்ட்டுக்குப் பை இல்லை. மடியிலும் ‘பர்ஸ்’ இல்லை. ஒருக்கால் தாசி வீட்டுத் தரகனாக இருக்கலாமோ? அப்படியாயின், தன்னைப் பற்றி என்ன நினைத்துக் கொள்ளுவார்கள் அப்போது பார்க்கும் தனது நண்பர்கள்? இப்படி என்னவெல்லாமோ ஒரு வினாடியில் தோன்றுவதாயின். ஒருக்கால் அவன் தனக்குத் தெரிந்தவனோ என்றும் மறந்துவிட்ட தன் ஊர் பண்ணை ஆளோ என்றும் என்னவெல்லாமோ எண்ணினான். எப்படியாயினும், தன் பெருமையை மிகவும் நோவச் செய்ததில் மனது உருகியே போய்விட்டது.

ஆத்திரம் மூண்டது. அவன்தான் என்ன செய்வான், தானாகப் பிடித்துக்கொண்ட சனியனுக்காக!

“என்ன?” என்றான் என் நண்பன்.

“ஆமாங்க, உங்களைத்தானுங்க” என்றுதான் பதில். துன்பங் கள் அவ்வளவு சீக்கிரமாகவா நீங்கிவிடும்? அப்படியாயின், கஷ்டகாலத்திற்கும் சனீஸ்வர பகவானுக்கும் என்னதான் மதிப்பு இருக்கப் போகிறது?

“சரியப்பா இங்கேயே இரு. நான் அவசரமாகக் கடைத் தெரு போகவேண்டும். ஐந்து நிமிஷத்தில் வந்து விடுகிறேன்” என்று விட்டால்போதுமென்று அமுத்தல் நடையையும் இழந்து, ஓடுவதுபோன்று அவனை விட்டு நடந்தான். அப்போது “சரீங்க” என்ற சப்தம் பின்தொடர்ந்து காதில் கேட்டது.

கடைத்தெரு வழியாகவும், ஒரு குறுக்குச் சந்தாக அவனை ஏமாற்றிப் போய்விட முடியும். அப்படித்தான் என் நண்பனின் எண்ணமும். மூன்று பர்லாங், முட்டி பிடித்த சந்துகளில் போவதும் அதனால் சில சில பேர்வழிகளை நடுவில் காணக் கூடாது போவதையும் கூட அவன் பொருட்படுத்தவில்லை.

கடைத்தெருவின் நடுவில் ஒரு சிநேகிதன் தென்பட்டான். அவனோடு பேசி குறுக்குச் சந்தை அடையும்போது அரைமணி நேரம் ஆகிவிட்டது. சந்தில் நுழையும்போது கை தட்டல் சப்தமும், “உங்களைத் தானுங்க” என்றதும் அவனைத் தூக்கியே போட்டுவிட்டது.

“சரி, வாப்பா” என்று முன்னே சென்றான். வழக்கமாக அரை மணி நேரம் உட்கார்ந்து இருக்கும் ஒரு கடையை அடைந்ததும் அதனுள் சென்றான். அங்கு கூடின இரண்டொரு

நண்பர்களுடன் பேசிக்கொண்டிருக்கும்போது, பின்னால் வந்த ஆள் ஞாபகத்தையே ஒழித்துவிட்டான். வீட்டிற்குச் செல்ல வெளிக் கிளம்பி பத்து தப்படி சென்றதும் பழையபடியே கை தட்டல் சப்தமும் "உங்களைத் தானுங்க" என்ற வார்த்தையும் காதில் விழுந்தன. அப்போது மணி ஏழரை ஆகிவிட்டது. நன்றாக இருட்டியும்விட்டது. அதிகமாகப் பிறர் கண்ணில் படாது அவனோடு போவது என்பதைப் பற்றி எண்ணும்போது தன் மனது ஒருவகை சாந்தத்தை அடைந்ததை உணர்ந்தான்.

"சரி. வா" என்று அழைத்துக்கொண்டே நடந்து சென்றான். நடுவில் கொஞ்சம் ஆத்திரமாக, "ஆமாம், உனக்காகத்தான் காத்திருந்தேன்" என்று சொல்லி, பேசாது முன் சென்றுகொண் டிருந்தான் என் நண்பன்.

"ஆமாங்க. தெரியுங்க" என்று சொல்லிக் கொண்டே அவனும் பின் தொடர்ந்தான். அவனுடைய மூக்கு ஞாபகம் என் நண்பனுக்கு நடுவில் வந்தது போலும்! பின்னால் வந்தவன் அதே சமயத்தில் "ஆமாங்க என்னைப் பார்த்தாலே மறக்காதுங்க. என் மூக்குங்க" என்று சொல்லி நிறுத்தி, என் நண்பனுடைய சட்டையை மேலும் கீழும் பார்த்தான்.

"ஆமாம். என் சட்டைக்குப் பை இல்லைடா" என்றான் என் நண்பன்.

"ஆமாங்க..." என்றான் அவன். என் நண்பன் மனது அப்போது பையில்லாச் சட்டையிலிருந்து 'பாஷன்' நாசுக்கு முதலிய மூலைகளுக்கு குறுக்காக ஓடிக்கொண்டிருந்தது. இதற்குள் இருவரும் எங்கள் ஊர்ப் பெரிய மைதானத்திற்குப் பக்கத்தில் வந்துவிட்டார்கள். என் நண்பனோவெனில் உலக நடப்பை மறந்து ஒன்றுகூட்டும் ஞாபக சக்தியையும் அன்று சாயந்திரம் முதல் இழந்தவன் போன்றுதான் தோன்றினான். ஏதோ மறந்ததை, ஒரு பிசகான காரியத்தை ஞாபகப்படுத்திக் கொள்வதே போன்றுதான் அவன் மனது சஞ்சலமடைந்து கொண்டிருந்தது.

மைதானத்தில் ஒரே கூட்டமாக இருந்தது. அதைப் பார்த்துக் கொண்டே அதன் வாயிலில் வந்து நின்றான்.

"சரீங்க" என்றான் அந்த நாட்டுப்புறத்தான்.

என் நண்பனுக்குத் தெரிந்த அநேக நண்பர்கள் மைதானத் தின் உள்ளே போய்க்கொண்டிருந்தனர். அவனுடைய ஊறிய நாகரீகப் பழக்கமே, அவன் கையைத் தூக்கி 'குட் ஈவினிங்' செய்வித்தும் தலையை அசைத்தும் கொண்டிருந்ததுபோலும். மூளை மட்டும் இடம்விட்டு எங்கேயோ வெகு தூரத்தில் உலாவச் சென்றதுதான்.

"என்னடா விசேஷம்?" என்றான் திடீரென்று என் நண்பன். அவன் வார்த்தைகளில் ஒரு ஆத்திரம் தொனித்தது. கூட்டத்தைக் கண்டதும் அவன் மனத்தில் ஒரு நிதானமும் தைரியமும் கூடச் சேர்ந்துகொண்டது போன்றுதான் அவன் நின்ற தோரணை தெரிவித்தது.

"கேசுங்க" என்றான் பட்டிக்காட்டான்.

"ஆமாம்" என்றான், மறதியில் ஏதோ ஆமோதிப்பவன் போன்று என் நண்பன்.

"லெட்டருங்க" என்று மடியிலிருந்து ஒரு கவரை எடுத்து நீட்டினான் பட்டிக்காட்டான். "ஐயா கொடுத்தாரு கொடுக்கச் சொல்லி" என்றான்.

"யாரு?"

"அவங்க... ரயிலிலே, என்னைத் தெரிஞ்சுண்டு... அந்த ஐயா எங்கிட்டே சொன்னாரு... கொடுத்தாரு."

"என்ன?" என் நண்பனுக்குக் கொஞ்சம் ஆச்சரியம் மேலிட்டது. அவன் விஷயங்களையும் தெரிந்துகொள்ள அவாக் கொண்டான். "அந்த ஐயா கேட்டாரு 'எங்கே போறேன்?'னு. சொன்னேனுங்க. அவங்க சொன்னாரு 'வக்கிலய்யா நல்ல நல்ல ஆர்க்குமெண்டு செய்வாரு... முனிசீபே அவங்களுக்குத் தனது'ன்னு. என்னை தெரிஞ்சிருக்கும்'னு கூடச் சொன்னாரு. 'டேய் எங்கே போனாலும் அவங்கதாண்டா. சாயங்காலம் பார், சில்க் சட்டை விசிறி மடிப்பு அங்கவஸ்திரம் சோரா – பாத்தாலே உனக்குத் தெரியும்டா அவங்களை'னு, அது சரிதானுங்க. உங்களைப் பார்த்ததே தெரிஞ்சுடுத்தே எனக்கு!" என்றான் பட்டிக்காட்டான்.

செய்கிறதை அறியாமலே, அவன் லெட்டரை வாங்கிய என் நண்பனுக்கு ஒன்றுமே புரியவில்லை. அல்ல, எல்லாம் நன்கு புரிந்துவிட்டது போன்றுதான். ஒரு சிரிப்புக்கூட வந்து விட்டது. தன்னைப் பார்த்துக்கொண்டான் என்றுதான் நான் நினைக்கிறேன். தன் முகத்திற்கு நேராக மூன்று நிமிஷம் பிடித்தும், கண்கள் கவரின் விலாசத்தைப் பார்த்தும் அவனுக்கு விளங்க வில்லை. யோசனைகள் அல்லவோ அவன் மனத்தில். கடைசியாக விலாசத்தை உரத்தே படித்தான். 'வக்கீல் சுப்ரதிவ்யம் அய்யங்கார்' என்று எழுதியிருந்தது. ஆமாம், அவரும் என் நண்பனுக்கு நன்றாகத் தெரிந்தவர் தான். அவர் அந்நகரில் ஒரு பிரபல வக்கீல்.

கொஞ்ச நேரம் முன்புதான், அவர் மைதானத்திற்குள் சென்றார். தானும் அவருக்கு 'விஷ்' பண்ணியது ஞாபகம்

வந்தது. அவர் அமுத்தல் ஆசாமிதான். வக்கீல் தரகர் சொன்னது உண்மைதான். "சில்க் சட்டையிலும் விசிறி மடிப்பு அங்கவஸ் திரத்திலும் தினம் தினம் சாயங்காலம் அவர் போகும்போது அவரைச் சுட்டிக் காட்டாமல் இருக்கப் பொட்டையன் கண் களால்கூட முடியாது. ஆனால் இன்றைய தினம் அவர் உடை ஒரு மாதிரியாக ..." என்று என் நண்பன் யோசித்துக்கொண்டே மைதானம் பக்கம் பார்த்தான். அவனைத் தூக்கி வாரிப்போட்டது அங்கு பார்த்த காட்சி!

கதர் ஜிப்பாவும் குல்லாயும் உயிர் பெற்று உலாவுவதைப் போன்றுதான் நினைத்தான். தன்னை ஒரு தரம் பார்த்துக்கொண் டான். ஆம், கொஞ்சம் கொஞ்சமாக ஞாபகம் வந்தது. ஏதோ மத்தியானம் உறங்கியவன் அநேக ஆண்டுகளை, சாயங்காலம் எழுவதற்குள் நித்திரையில் கழித்து, தெரியாது எதிரில் இருந்த சில்க் சட்டையையும் விசிறி மடிப்பு அங்கவஸ்திரத்தையும் போட்டுக் கொண்டு வெளியே வந்துவிட்டான் என்ற தோற்றத் தைத்தான் முதலில் அடைந்தான். ஒரு வகை மயக்கம் உலகத் திலே ஒருவரும் இத்தகைய உடுப்புக்களில் தோன்றவில்லை அன்று. 'பாஷன்' மாறிவிட்டது போலும்! ஆனாலும் நிச்சயமாக நேற்று வரையில் சில்க் சட்டையும் விசிறி மடிப்பும் ஊரில் உலாவியதே ...

திடீரென்று அவனுக்கு ஞாபகம் வந்தது. அன்று சாயங் காலம் 'ஜவஹர்' அவ்வூர் வருகிற விஷயம் தெரிந்தது. மேடையின் மீது போடும் ஆசனங்களில் ஒன்றில் உட்காரும் அந்தஸ்து சுப்ரதிவ்யம் அய்யங்காருக்கு அன்று உண்டு என்பதையும் தெரிந்து கொண்டான். ஆமாம், ஒரு நாளைக்காவது சில்க்கும் விசிறி மடிப்பும் ரஜா வாங்கிக்கொண்டு வீட்டு ஸ்டாண்டில் இருக்கின்றன. புதிதாகத் தைத்ததும் பெட்டியிலிருந்து எடுக்கப் பட்டதுமான ஜிப்பாவும் குல்லாவும் வெளிவந்து உலாவுகின்றன என்பதுதான் அவன் மனதில் தோன்றி நிச்சயம் கொண்டது ...

"நான் அல்லடா அவர். இப்படி நேராகப்போய் வலது பக்கத்தில் இரண்டாவது வீதி திரும்பி 18ஆம் நம்பர் வீட்டிற்கும் போ. அங்கே இருப்பார் வக்கீல் ஐயா ..." என்றான். பட்டிக் காட்டனுக்கு நம்பிக்கை இல்லை. உள்ளே மேடையில் அவர் இருக்கிறார் என்றாலோ, அந்த உடையில் அவரைப் பார்த்தால் நிச்சயம் நம்பமாட்டான் / மற்றும் தன்னையும் விடமாட்டான் என்று நண்பனுக்குத் தெரிந்தது. .

"அவர் என் சிநேகிதர்தான். ஆமாம் ரயிலிலே அந்த ஐயா சொன்னதும் சரிதாண்டா. அவர் ரொம்ப ஷோக்கானவர் தாண்டா ... ஜிப்பா ... சீ,சீ ... இல்லை. சில்க் சட்டையிலும்,

விசிறி மடிப்பிலும்... போய்ப் பாரு, வீட்டிலே இருக்காரு. அவருக்குத் தலைவலி இன்னிக்கு. வெளியிலே வல்லை" என்று சொல்லி அவனை மெதுவாக அனுப்பினான்.

தன்னை ஒருதரம் பார்த்துக்கொண்டான். அப்போது தனிமையாக அவன் அந்த மைதான வாயிலில் நின்றுகொண் டிருந்தான். உள்ளே பிரசங்கம் நடந்துகொண்டிருக்கிறது. தனியாக பைத்தியக்காரத்தனத்தில் தான் இருப்பதாக ஒரு எண்ணம் முதலில். பிறகு உலகமே பைத்தியக்காரத்தனமாய்ப் போய் விட்டதோ என்ற யோசனையும் சம்சயமும். கடைசியாக, ஒன்றுமே புலப்படாமல், 'பைத்தியக்காரத்தனம்' என்று ஒரு தரம் முணுமுணுத்து மூச்சுவிட்டான். யார் யார் எப்படி எப்படி என்பதை அவனால் உணர முடியவில்லை அப்போது.

எப்போதும் முடியாதென்ற எண்ணம்தான் எனக்கும்.

மணிக்கொடி 1938

மௌனி படைப்புகள்

மனக்கோலம்

இரவு வெகுநேரம் கழிந்த பின்பு, சிறிது அயர்ந் தவன் ஒரு ஓலக் குரல் கேட்க, திடுக்கிட்டு விழித்தெழுந் தான். கடிகாரம் அப்போது இரண்டு மணிதான் அடித்தது. கனவு என்பதாக எண்ணி, அவன் மனது நிம்மதி கொள்ள வில்லை. சஞ்சலத்திலும், ஒரு நிகழ்ச்சி நேரப்போவதை எதிர்பார்த்தலிலும் நிசியைத் தாண்டி வெகுநேரம் நின் றிருந்தவனுக்குக் கொஞ்சம் அயர்வு தோன்றுகிறது. சாமக் கோழி அப்போது இரண்டுதரம் கூவிவிட்டு நிசப்தமாகியது. நான்கு சுவரால் அடைபட்டது போன்ற அவ்விரவின் இருள் அவனை அச்சுறுத்தவில்லை. ஆனால் சுவர்க்கோழியின் இடைவிடா சப்தம் சுருதியாக, மௌனம் பயங்கரமாகியது. அவன் எழுந்து மேற்கு நோக்கிய ஜன்னல் கதவுகளைத் திறந்தான். சந்திரன் வானத்தின் உச்சியிலிருந்து வெகுதூரம் சரிந்துவிட்டது. மெல்லிய மேகங்கள் ஆகாயத்தைத் துளாவி மேய்ந்தன. ஜில்லெனக் காற்று அவன் முகத்தில் பட, முகம் வியர்வை கொண்டது. 'சிறிதுதான் அயர்ந்தேன். ஆம். அவள் இன்னும் வரவில்லை. உதயம்காணும்முன் வருவதற்கு இன்னமும் நேரமுண்டு. ஒருக்கால் நான் அயர்ந்தபோது வந்து போய்விட்டாளோ! இல்லை, அவளால் முடியாது. எல்லோருடைய தூக்கத்திலும் வருபவள் நான் தூங்கும் போதா வருவாள் . . . என்னைத் தட்டி எழுப்பாமலா போய்விடுவாள்.' அவன் மனது மிகுந்த வேதனை அடைந் தது. மறுபடியும் அவன் விடியுமுன் தூங்கவில்லை.

விரல்களின்றியும் வீணையில் சங்கீதம் வியாபகம் கொள்ளும்போலும்! சுருதி விலகி எட்டியா நின்று இடைவிடாது முணுமுணுக்கிறது! சப்தத்தினின்றும்

சங்கீதம் விடுதலைபெற்று எட்டிய வெளியில் மௌனமாக வியாபகம் கொள்கிறது. சுவர்க்கோழிகள் இடைவிடாது புலம்பு கின்றன. அவன் மனவெளி இருளில் ஒன்றி நின்ற ஒன்று அந்தப் பக்கம் சுட்டிக்காட்ட, மனம் அச்சம் கொள்கிறது. மௌனமாக இருந்து அந்த அறையில் நிலைத்து நிற்பது, தன்னை மறந்த பிறிதொன்று புறவெளியில் சஞ்சரிப்பதான எண்ணத்தைக் கொடுத்தது. அவன் அப்போது அவள் எண்ணத் தில் லயித்து இருந்தான். சுப்பையர் அருகில் அடுத்த வீட்டில் கௌரி அயர்ந்து இருந்தாள். அவள் பெயரை அவன் ஒருதரம் அழுத்தமாகவே உச்சரித்தான்.

அவனுக்கு வேதனை கொடுக்கவே வெகு சீக்கிரமாக இரவு நகர்ந்துகொண்டிருக்கிறது. அவள் வரவில்லை என்பதில் நேரம் நகரவில்லை. ஒவ்வொரு சமயம் இருளைக் கிழித்துக் கொண்டு உன்னத ஒளிபாய இதோ நிற்பாள் என்பதாக எண்ணுவான். "கௌரி" என்று மெல்லென அவன் வாய் அப்போது முணுமுணுக்கும். பதில் இராது. ஆம், அவள் பேசமாட்டாள். யாருக்காவது தெரிந்துவிட்டால் . . . ஆனால் எனக்கும் தெரியமாட்டாளா? இன்னும் அவள் வர நேரம் இருக்கிறது! தன்னைச் சிறிது தேற்றிக் கொள்வான். ஒவ்வொரு சமயம் அவன் மனது பயம்கொள்ளும். அப்போது வாயிற் புறத்திலிருந்து மலரின் மணம் மெல்லெனக் காற்றில் மிதந்து வரும். அந்த இரவின் இருளில்தான் அந்த மலரின் மணம் கணிசம்கொள்ளுகிறது. எவ்வளவு மகிழ்ச்சி நிறைந்த இன்பம் இந்த வேதனை! பெயர்த்து எறிய முடியாத இந்த இருளில் அவள் ஏன், தன் எதிரில் நிசப்தத்தில் நின்றிருக்கக் கூடாது. . . என்று அந்த அறையைக் குறுக்கு நெடுக்காக நடந்து துளாவுவான்.

கிழக்கு வெளுத்து உதயம் கண்டது. இருட்டு உள்ளளவும் அவள் வருவாள் என்ற நம்பிக்கையில் எதிர்பார்க்குமொரு அமைதி, அவள் வராதது கண்டு மறுபடியும் பகலைக் கழித்து இரவு வருவதை எதிர்பார்த்தலில் அமைதி இன்மையாக மாறக் கண்டான். உறங்குவதற்கு இரவு அவனுக்கு உறுத்தாத பாயாக விரியவில்லை. புரண்ட விழிப்பிலோ வேலை கொள்ளப் பக லில்லை. மறுபடியும் இரவைத்தான் எதிர்பார்க்க வேண்டியிருக் கிறது. . .

கேசவனுக்கு வாழ்க்கை லட்சியம் என்பது என்னவென்றே புரியவில்லை. உலகில் எத்தனையோ பேர் புரியாத வாழ்க்கை நடத்தும் விதமும் அவனுக்குப் புரியவில்லை. அவன் மனோ பாவம் வெகு விநோதமாகத்தான் அமையப் பெற்றது. அவன் பிறந்த வேளையின் கோளாறுபோலும்! எந்த விஷயமும்

இவ்வளவுதான் என்ற மதிப்பிற்கு அகப்பட்டு நிலைத்தால் அல்லாது அதன் தேவை எவ்வளவு என்பது புலனாகாது, நிலைகொள்ளாது இச்சைகள் மன விரிவில் விரிந்துகொண்டே போனால், மதிப்பிற்கான துரத்துதலில் தானாகவா இச்சைகள் பூர்த்தியாகின்றன? பிடிக்க முடியாதெனத் தோன்றும் எண்ணத்தில் இந்தத் துரத்திப் பிடிக்கும் பயனிலா விளையாட்டு எவ்வளவு மதியீனமாகப்படுகிறது. எல்லாம் தெரிந்தும் கூட அவனால் ஒன்றையும் செய்ய முடியவில்லை. இந்த மன வெறியாட்டத்தில் களிகொண்டு எட்டிப் பார்த்து நிற்பவனா கடவுள்? அப்படியாயின் அவனை கேசவன் கருணையில் பார்க்க முடியவில்லை. பிடிபடாத பைத்தியக்காரத்தனத்தில் தான் சிற்சில சமயம் அவன் அகப்படுவதான எண்ணம் அவனுக்கு.

கேசவனுக்குப் பழமையில் நம்பிக்கை இல்லாததனால், புதுமை என்பது மனத்திற்கு இசைவதாக இல்லை. பச்சை வெட்டாக, உயிரற்று அழுகும் பழமையிலும் கேவலமாகத் தான் தெரிந்தது புதிய நாகரீகப் பண்பு. வாழ்க்கை பாட்டையில் அநேக விஷயங்களைப் பழக்க வழக்கங்களாக்க வேண்டும். அவைகளிடம் சிந்தனைகளைக் கொள்ளவே இடமிருக்கக் கூடாது. ஒவ்வொரு நித்திய விதியையும் ஆராய்ந்து செய்ய மனிதனுக்கு அவகாசம் கிடையாது. ஒளியற்ற பழைய வழியிலும் மனது செல்லாது, புதிது என்ற ஆபாசத்திலும் சுருக்கம் கொண்டு கேசவன் சிந்தனைகளிலே காலத்தைக் கழிக்க ஆரம்பித்தான். அதிர்ஷ்டவசமாக, அவன் தாயார் தகப்பனார் அவனுக்கு நல்ல ஆஸ்தியை விட்டு, அவனுடைய இருபதாவது வயதிலே இறந்து விட்டார்கள். சென்ற நான்கு வருஷங்களாக அந்த நகரில் தன் வீட்டில் தனியாகக் கல்யாணமின்றி தன் சிந்தனைகளிலே காலத்தைக் கழித்துக்கொண்டிருந்தான்.

யோசனைகளிலேயே ஒருவன் எப்போதும் வாழ்க்கையைக் கழிப்பது முடியாது. பசிப்பிணி முதலியவைகளின்றிக் காலம் கடத்தும் மிருக வாழ்க்கையாகத் தோன்றும் அது. தான் படைக்கப் பட்டவன் என்று எப்போதாவது உணரும்போது, ஏன், எதற்காக என்ற கேள்விகள் தானாகவே மனதில் எழும். இத்தகைய கேள்விகளை மனது விழுங்கவேண்டுமாயின், புற உணர்வு மயமாகவும், காரணகாரியமற்று சம்பவங்களைக் கொள்ளும் விதமாகவும்தான் ஒருவன் இருக்க முடியும். எப்போதும் எவ்விதம் இவ்விதமாக இருக்கமுடியும் ஒருவனால்?

கேசவன் வாழ்க்கையில் கௌரி குறுக்கிட்டபோது, அதையும் ஒரு சம்பந்தமற்ற நிகழ்ச்சியாகத்தான் அவன் எண்ணினான்.

அண்டை வீட்டு சுப்பையர் மனைவி என்பதைத் தவிரவும் காலையில் வாயிலில் சிற்சில சமயம் கோலம் போடுவதை இவன் திண்ணையில் நின்று பார்ப்பது என்பதைத் தவிரவும் வேறொரு சம்பந்தமும் முதலில் இல்லை. இவன் மனம் சித்திரம் கொள்ளக் கோலம் வரைகிறாள் என்று எண்ணிய இவனை ஒருநாள் நிமர்ந்து உள்ளே போகுமுன் பார்த்தாள். சூனிய வெளியில் வாழ்க்கையின் லக்ஷியப் பாதையை அமைக்க, அவள் இரு விழிகளும் சுடரொளியாக அமைந்தனவெனக் கண்டான். அவள் முகமே விழிகளென இவனைப் பார்த்துவிட்டு உட்சென்றுவிட்டாள் கௌரி. அவள் எண்ணம், அவன் மனத்தை விட்டு அதற்குப்பின் அகலாது ஒரு லக்ஷியமாக நீண்டது. அவள் வேறு ஒருவரின் மனைவி என்பதை அவன் மனது ஏற்க மறுத்தது.

இரவு காணும் முன்பே மெல்லெனக் காற்று வீச ஆரம் பிக்கும். வாயிற்புறத்திலிருந்து மலரின் மணம் மிதந்து வந்து மயக்கம் கொடுக்கிறது. அந்தி வேளையின் சூரிய ஒளி ஒரு இன்ப வேதனை நிறத்தில் தோன்றுகிறது. சில சில நாட்களில் சூரியன் மறையுமுன்பே மேற்கிலிருந்து மேகத்திரள்கள் மேலோங்கிவிடும். மேக முகப்பு பலவித வர்ணப்பாடுகளுடன் காணப்படும். அவன் இவைகளைப், பார்த்து உணரும் உணர்ச்சி கள், இரவின் வருகையில் கொள்ளும் இன்பமயமான கனவுகள் தான். அவ்வேளைகளில் அவன் தவறாது மேற்கு பார்த்த அந்த ஜன்னலின் முன் நிற்பான். சிலசமயம், அவன் பார்வை யில் குறுக்காக அவளைக் கோவிலுக்கு போகப் பார்க்க நேரிடுவதும் உண்டு.

அவை காரணமின்றி நடக்கும் சம்பங்கள் என அவன் கொள்ளுபவைகள்தாம். தூக்கத்தில் கண்ட இன்பக் கனவு களைத் திரும்பக் காண ஞாபகம் கொள்ளுவது போன்றவையே அவன் மறதியும் ஞாபகமும். அவன் நின்று பார்க்கும் மறதியில் எவ்வளவு நேரம் அவன் வாழ்க்கை தூங்கிவிட்டது ... நீளுகிறது. நேற்று நடந்ததை ஞாபகப்படுத்திக் கொள்ளும்போது நடந்ததா என்பதாகிறது; நடக்கிறதோ எனில் அப்படியே காலமென்பு தின்றி, காலத்தையும் மீறியதாகிறது; நாளைக்கு நடக்கப்போவது அவனுக்கு நிச்சயமில்லை. எதிர்பார்க்கும் சந்தேகத்தில் அவன் இளமையும் சிக்குண்டு பாழாகிறது. அமைதியை இவ்விதம் அடிக்கடி இழப்பவன் அமைதியை வேண்டுபவன் அல்ல. அமைதியை இழப்பதில்தான் அவன் அமைதி அடைகிறான் போலும். அது கேசவனுக்கு சாந்தமும் சமாதானமும் கொடுக்க வில்லை. உயிர் வாழ்ந்த ஒவ்வொரு கணமும் ஒரு புரியாத புதிராக அமைகிறது. விடை கண்டால் புரிந்த நிகழ்ச்சியும்

மறுகணம் இறந்ததாகிறது. எனினும் அறியாததொன்று தன்னை எதிரே சூனியத்தில் பலமாக உந்தித் தள்ளுகிறதா . . . இழுக்கிறதா? காலை கண்டுவிட்டது; காகங்கள் கூட்டைவிட்டு வெளியே பறந்து சென்று கொண்டிருந்தன. உலகமும் பகலில் நகர ஆரம்பித்தது. நிம்மதியின்றிப் பகலெல்லாம் இரவின் வரவை எதிர்நோக்கி நிற்க வேண்டும். இரவிலோவெனில் அவளை எதிர்பார்த்து நிற்பது கொஞ்சம் அமைதியைக் கொடுப்பதாக இருக்கிறது.

கையால் ஆகாதவன்தான் கணவன் ஆகிறான். பசிக்குப் பிச்சைகேட்க யாரிடமும் எந்நேரமும் முடிகிறதா? தனக்கென ஒரு வீடு. தனக்கென்று ஒரு மனைவி. தன் பலவீனத்தை உணர்ந்ததில்தான் மனைவி என்கிற பாத்தியம் கொண்டாட இடமேற்படுகிறது ஆண்களுக்கு. பெண்ணோ எனில் தன் பலத்தை மறக்க, மறைக்கத்தான் மனைவியாகிறாள். ஒன்றிலும் கட்டுப்படாது தனியே எட்டி நின்று உற்றுப் பார்ப்பதே பெண்மையின் பயங்கரக் கருவிழிகள்தான். கேசவனுக்கு சுப்பையரின் மனைவி அருவருப்பைத்தான் கொடுத்தாள். ஆனால் ‘கௌரி’யின் நினைவில் ஒரு பயங்கரம் சப்தித்தது.

இரவு கண்டுவிட்டது; மனவேதனை இன்பவேதனை என மாறாமலே கொஞ்சம் குறைவதாயிற்று. அவன் மனது சொல்லிக்கொண்டது அவன் காதில் விழவில்லை. ‘இன்று அவள் நிச்சயம் வருவாள்.’ நேற்றிரவு அவள் வந்ததோ வராததோ ஒன்றாகத்தான் அவன் மனதில் சந்தேகத்தில் மறந்து மடிந்தது. ஒரு கணம் அவள் வருவதும் போவதும் என்ற எண்ணம்கூட சரியெனப்படவில்லை. இவ்வகை நிலையில் வெகு நேரமான தாய் ஒரு தோற்றம். சுப்பையரின் அருகில் கௌரி தூங்கிக் கொண்டு இருக்கிறாள் – விழித்துக்கொள்கிறாள். இல்லை, இதோ இருள் திரையின்பின் நின்று கொண்டு இருக்கிறாள். இந்த இருளும், எதிரில் நிற்கும் அவளுடைய முகம் காண, ஒளி கொடுக்கவில்லையே!

உள்ளூற உறைந்து தடித்ததொரு உணர்ச்சி வேகம் அவனை வெகுதூரம் உந்தித் தள்ளிவிட்டது. நிற்கும் இடத்திலிருந்து வெகு சமீபத்திலேதான் ஆரம்ப – இறுதிகளின் எல்லை, மயங்கிய தோற்றம் கொடுக்கிறது. மனது வெடிக்கும் ஏக்கத்தின் புரளலில் ஏதாவது இடம் சித்திக்காதா என்ற நம்பிக்கைதான். கேசவனால் பிறிதான ஒரு பெண்ணையும் புறத்தில் பார்க்க முடியவில்லை. அகத்தில்தான், பிளவுபட்ட ஒரு பாகத்தில் கௌரியைக் காண்பான் ஒருசமயம். அக்கணமே அழிந்து சுப்பையரின் மனைவியாக மாறிவிடுகிறாள் அவள். கொஞ்சம் இரைந்தே ‘கௌரி’ எனக் கேசவன் கூப்பிட்டான்.

பின்னின்று யாரோ அவனை அணைத்ததென உணர்ந்த ஒரு இன்பம்... ஆதாரமற்று, நினைப்பதிலும் அதிர்ந்து இடிய, வடிவாகும் கற்பனைக் கோட்டை... அணைத்த கை சர்ப்பமாக அன்றோ அவன் மேல் நெளிந்தது! ஆம் சர்ப்பம் ஒன்றல்ல. சர்ப்பங்கள் அவன்மேல் சுற்றி, ஆசைகொண்டு, அவன் முகத்தை முகர்ந்து நக்கி முத்தமிடும் ஆர்வத்தில் - நீட்டி விழுங்கும் அவைகளின் நாக்குகள்... அவை ஒளிக்கதிர் ஈட்டிகளா! அவனால் அந்தப் பயங்கர அணைப்பைத் தாங்க முடியவில்லை.

பயங்கரமும் அருவருப்பாக மாறி உடம்பில் நெளிகிறது. அந்த அணைப்பினின்றும் திமிறி விடுவித்துக் கொள்ளுவதற்குத் தான்போலும் அவன் உடம்பு மயிர் கூச்செறிந்தது. தன்னை எந்நிலையினின்றும் விடுவித்துக்கொண்டான் என்பது தெரியாதெனினும் ஒரு பயங்கரக் கனவிலிருந்து விடுவிக்க விழிப்புக் கொண்டது போன்றதொரு உணர்வை அவன் நெஞ்சம் கொண்டது. அந்த இருள் வெளியில் கலகலவென நகைத்ததென ஒரு சப்தம் கேட்க, ஒளிகொண்ட ஏதோ ஒன்று உருவாகி எட்டிய வெளியில் மிதந்து சென்றது.

காலை காண ஆரம்பித்தது.

தேனி 1948

நினைவுச் சுவடு

அநேகமாக தினமும் மாலையில் அரைமணி நேரமாவது கடற்கரையில் உலாவிக் கழிப்பது என் வழக்கம். நேற்று என்னுடைய ஆபீஸ் அலுவல்கள் ஜாஸ்தியாக இருந்ததன் நிமித்தம், சிறிது நேரம் சென்றே வீட்டை அடைந்தேன். நாழிகை ஆகிவிட்டாலும் மனது கொஞ்சம் நிம்மதி பெற வேண்டுமென்று வழக்கம்போல் கடற் கரைக்குச் சென்றேன். கடற்கரையில் கொஞ்சம் கொஞ்ச மாக இருட்டு கண்டு கொண்டிருந்தது. எட்டி மணலில் உட்கார்ந்து பொழுதுபோக்குபவர்களுடைய வெளிக் கோட்டுருவங்கள் அந்த வேளையில் ஒரு வசீகரத் தோற்ற மாய் எனக்குத் தெரிந்தது. தூரத்தில் பக்க வசத்தில் உட்கார்ந்து எதையோ நோக்குவது போன்று இருந்த ஒருவன் எனக்குத் தெரிந்தவன் எனத் தோன்ற அவனை நெருங்கினேன்.

தனியாக உட்கார்ந்து இருந்த அவன் தன் முழங் காலைக் கட்டிக்கொண்டிருந்தான். சுமார் இருபது வருஷங் களுக்குப்பின் திடீரென்று என்னுடைய கல்லூரி சிநே கிதன் ரேகுரை அப்போது அங்கே பார்த்தது ஒரு அதிர்ச்சி யாய்த்தான் எனக்கு இருந்தது. அவனும் நானும் இருபது வருஷங்களுக்குமுன் பட்டணத்தில் கல்லூரியில் சேர்ந்து படித்தோம். அன்றைக்குப் பார்த்தபடியேதான் நேற்று நான் பார்த்தபோதும் தோன்றினான். அதே முகக்களை, அதே கம்பீரமான பார்வை.

கடல் ஒலித்துக் கொண்டிருந்தது, கட்டுமரங்கள் எல்லாம் கரை அடைந்துவிட்டன. காலந்தவறி வந்ததென இரண்டொரு கட்டுமரங்கள் வேகமாகக் கரையை நெருங்கி வந்து கொண்டிருந்தன. பாய் விரித்ததொன்று வெகுதூரத்தில் கடல் பரப்பில் தெரிந்தது. அமைதியற்ற

தன்மையில். எட்டி நெளியும் சாந்தமான சிற்றலைகள் கரை கண்டதும் அலைமோத ஆரவாரித்துக் கொண்டிருந்தன. சமுத் திரக் கரையில் கூட்டம் கொஞ்சம் கொஞ்சமாய்க் குறைந்து கொண்டிருந்தது. அவனோடு உட்கார்ந்து நான் என்ன பேசி னேன் என்பது கிடையாது. எதெல்லாமோ சம்பந்தமற்றுத்தான் நான் பேசினேன்.

படிக்கும்போதே அவன் ஒருவிதமான பையன். எல்லா மாணவர்களுடைய நன்மதிப்பிற்கும் உரியவன். படிப்பில் மிகுந்த கெட்டிக்காரன் என்பதும் உண்மை. எல்லோரிடமும் அவன் நெருங்கிப் பழகியது கிடையாதென்றாலும், என்னைப் பற்றிய வரையில் அவன் என்னுடைய அந்தரங்க நண்பன்.

"சேகர் எப்போது வந்தாய்? என்ன விசேஷம். ஊரில் எல்லோரும் சௌக்கியமா? என்ன செய்கிறாய்..." என்று என்னவெல்லாமோ கேட்டு, ஒரு பதிலில் அவனைப்பற்றிய இருபது வருஷ சமாசாரத்தையும் அறிய முயன்று கொண்டு இருந்தேன்.

அவனும் எனக்கு ஏதோ பதிலளித்துக் கொண்டிருந்தான். அவன் அதிகமாகப் பேசவில்லை. அவன் பேசுவதற்கு நானும் இடம் கொடுக்கவில்லை. சிறிது சென்று பேச்சு நின்றவுடன் அவன் முகத்தைத்தான் நான் ஆவலுடன் கவனித்துக் கொண் டிருந்தேன். அவன் பேச்சில் ஒரு தனி அடக்கம் தெரிந்தது. வேறு அவன் ஒருவிதத்திலும் கடந்த இருபது வருஷமாக மாறவில்லை என்பதை அவன் முகம் காட்டியது. அதே வளைந்த மூக்கு, உயர்ந்த புருவம், மிருதுவான கன்னங்கள். அதே இருபது வயதுக் கல்லூரி மாணவன் சேகர்.

அவனையே பார்த்துக்கொண்டிருந்த நான் அவன் பார்த்துக் கொண்டிருந்த பக்கம் திரும்பினேன்! பத்துப் பதினைந்து கஜம் முன்னால் நாலைந்து பெண்கள் உட்கார்ந்து பேசிக் கொண்டிருப்பதை அப்போதுதான் கவனித்தேன். அவர் களுக்குச் சுமார் இருபது வயதிருக்கலாம். குதூகலமாகப் பேசி வார்த்தையாடிக்கொண்டிருந்த அவர்கள் ஏதோ கல்லூரி மாணவிகள் போலும். நன்றாக இருட்டிவிட்டது. அநேகமாக எல்லோரும் போய்விட்டனர். ஏனையோரும் எழுந்து புறப்பட ஆயத்தமானார்கள். எங்கள் எதிரே உட்கார்ந்திருந்த அப்பெண்களும் எழுந்தனர். பிறகு நாங்கள் சிறிது நாழிகை பேசிக்கொண்டிருந்தோம். "சரி வா சுந்தரம், நாழிகையாகி விட்டது. கிளம்பலாம்" என்று சொல்லி என்னுடன் அவனும் புறப்பட்டுவிட்டான்.

வீதியில் அதிகக் கூட்டமில்லை. எங்களுக்கு முன்பு அந்தப் பெண்கள் போய்க் கொண்டிருந்தனர். அவர்களைத்

தவிர பார்வையைக் கொள்ள வீதியில் ஒருவரும் இல்லை. ஒரு தெரு அவ்வீதியைக் குறுக்கிட்டது. ஒருத்தியைத் தவிர மற்ற பெண்கள் அந்தத் தெருவில் திரும்பினர். தனிப்பட்ட அந்தப் பெண் மட்டும் முன் செல்ல நாங்கள் சிறிது பின்னால் சென்று கொண்டிருந்தோம். மற்றும் ஒரு தெருவில் அந்தப் பெண்ணும் திரும்பினாள். அவளோடு அந்தத் தெருவில் அவள் பின்னால் சேகர் திரும்பினான். சேகர் போன போதுதான், அவன் அப்பெண்ணைப் பின் தொடருகிறான் என்று எனக்குத் தோன்ற ஆரம்பித்தது. நாங்கள் பேசவில்லை. அவள் பின் மெல்லமாகச் சென்றோம் . . . சிறிது சென்று அந்தத் தெருவில் உள்ள ஒரு பெரிய வீட்டிற்குள் அப்பெண் மறைந்துவிட்டாள். அருகில் இருந்த ஒரு கடையில் சேகர் நின்றான். ஒருதரம் வெற்றிலை வாங்கிப் போட்டுக்கொண்டான். தன் மனத்தை ஒருவிதத்தில் சமாதானம் செய்துகொள்ளவே அவன் அந்தக் கடை வாயிலில் நின்றான் போலிருந்தது. அவ்வீட்டை அவன் முன்னால் சென்று கடக்கும்போது, அந்த வெளிச்சத்தடியில் அவன் நடை அவன் மனம்போல் கொஞ்சம் தள்ளாட ஆரம் பித்ததாய் எனக்கு ஒரு தோற்றம். அந்த வீட்டை அனேகமாக நாங்கள் கடந்துவிட்டோம்.

"சேகரா – வரக்கூடாதா . . ." என்ற ஒரு அசரீரியான சப்தம் எங்கள் காதில் விழுந்தது. அந்த வீட்டு வாயிற்புறம் இருட்டாக இருந்தது. . . எத்தனையோ காலம் மௌனமாக நின்ற அந்த இருட்டு அப்போது ஒரு உணர்ச்சி வேகத்தில் சப்தமாக உருவாகியது போலும்! கனவில் நடப்பவனே போன்று சேகரன் அவ்வீட்டினுள் நுழைந்தான். என்ன செய்வது என்று தெரியாமல் அவன் பின்னால் நானும் உள் நுழைந்தேன். அந்தக் குரல் அவனுக்குத் தெரிந்தவர்களுடையதா என்றும் அவன் அறிந்தவனா என்பதிலும் எனக்குச் சந்தேகம். ஆனால் அது சிறிது முன் உள்நுழைந்த அந்தப் பெண்ணுடையது அல்ல. அவ்வளவு குழைந்து அப்பெண் அவனைக் கூப்பிடுவாள் என்ற எண்ணத்தை என் மனது அப்போது ஏற்க மறுத்தது போலும். ஒருக்கால் அவனே பட்டணம் வந்ததும் அவ்விடத்தில் தங்கி யிருந்தால்? அதுவும் இல்லை; உள் நுழைய அவனுக்கு ஏன் அவ்வளவு தயக்கம்? வாயிற்படியை மிதித்ததும் இருட்டிலிருந்து வந்தவள் "உள்ளே வர என்ன இவ்வளவு தயக்கம்? வீட்டிற்கு வா . . . உன்னை நான் எதிர்பார்க்கவில்லை. ஆனால் உன் விஷயத்தில் எதிர்பார்ப்பது ஒன்றும் நடக்காதுதான்" என்றாள். சேகரன் மெதுவாய்ச் சிரித்தான். அவள் பேசின குரல் ஒரு மாதிரியாகக் கம்மலாய் இருந்தது. அவள் என்னைக் கவனிக்கா தது போலவே அவனை அணைத்துக்கொண்டு உள்ளே சென்றதும் ஒரு மாதிரியாகத்தான் இருந்தது. உள்ளே நுழையும் முன்பே,

எதிரே ஒரு விசாலமான கூடம் பிரகாசமாகத் தெரிந்தது. நடை மிகவும் இருட்டாக இருந்தது. நடையைக் கடந்து வரவேற்புக் கூடத்திற்குச் சென்றபோதுதான் அவளை கவனித் தேன். என்னை அப்போதுதான் கவனித்தவள் போன்று அவள் சேகரனைத் தன் அணைப்பினின்றும் விடுவித்தாள்... எதிரே இருந்த ஒரு சோபாவில் அவன் உட்கார்ந்தபோது அவன் பக்கத்திலேயே அவள் அமர்ந்தாள்.

அவள் அரை இருட்டில் சமுத்திரக் கரையில் கண்ட அந்தப் பெண்ணைப் போலவேதான் இருந்தாள். இருந்தாலும் அவள்தான் என்று நிச்சயிக்க முடியாத வகையில் கொஞ்சம் வயதில் பெரியவளாகத் தோன்றினாள். முக்கியமாக அவள் அல்ல என்பதற்குக் காரணம், அந்தப் பெண் சேகரிடம் இப்படி நடந்துகொண்டிருக்க முடியும் என்று என்னால் நினைக்க முடியவில்லை. எதிரே உட்கார்ந்திருந்த என்னை அவர்கள் கவனிக்கவில்லை.

"பிரியமான சேகரா, என்னை நீ மறந்தது சரி... நானும் உன்னை மறப்பது பிசகல்ல. ஆனால் முடியவில்லையே..."

என்னைப் போலத்தான் அவளும் அவனை வெகுநாட்கள் கழித்து அன்று சந்திக்கிறாள் போலும். அந்த எதிர்பாராத சந்திப்பின் அதிர்ச்சி அவளை வெகுவாக வசீகரப்படுத்தியது. கடற்கரையில் நாங்கள் பார்த்த பெண்ணைக் கூடத்தில் காண வில்லை; சேகரனோ ஒன்றும் பேசாமல் அவளையே பார்த்துக் கொண்டிருந்தான். அவன் உள்ளக் கிளர்ச்சி அவனை மௌன மாக்கியது போலும்.

ஆனால் அவன் முகம், ஆம், அவன் முகம் எவ்வளவு வசீகரம் கொண்டுவிட்டது! இளமையின் தனி சோபை அதில் தெரிந்தது.

"சுசீலா, என் ஞாபகம் இன்னமுமா உனக்கு இருக்கிறது? உன்னை மறுபடியும் பார்ப்பேன் என்ற எண்ணம் எனக்குக் கிடையாது. இன்று கடற்கரையில்தான் ஏதோ ஒன்று என்னுள் புரண்டது. இவ்வளவு சீக்கிரம் இவ்வளவு நாள் ஆனபின் உன்னை இப்படிக் காண முடியுமென்று நினைக்கவில்லை..."

அவள் பெயர் சுசீலா. அவள் வெகு அழகாக இருந்தாள். ஒரு வசீகரமும், வயது நிர்ணயிக்கவேண்டுமென்ற எண்ணமே தோன்றாத ஒரு வற்றாக் களையும் அவள் முகத்தில் புகுந்திருந்தன. சேகரன் பழைய காலத்தில் இம்மாதிரியாகப் பெண்கள் விஷயத்தில் கொஞ்சம் தடுமாறியிருக்கிறான் என்றாலும் இப்போது அவன் இந்த விஷயத்தில் எப்படி என்பது எனக்குத் தெரியாது. படித்து முடித்த பின்பு கல்யாணம் செய்துகொண்டு

அவன் தன் ஊரில் இருக்கிறான் என்பது மட்டுமே எனக்குத் தெரியும்.

இருவரும் பக்கத்தில் அமர்ந்து இருந்தனர். எட்டிய நாற்காலி ஒன்றில் நான் உட்கார்ந்திருந்தேன். சுசீலா ஒரு பையனைக் கூப்பிட்டாள். "பையா, காந்தா எங்கே? மாடியிலா? நான் கூப்பிடுவதாகச் சொல்லு. நீ வாசலிலிருந்துகொண்டு, யாராவது வந்தால் இன்று என்னைப் பார்க்க முடியாது என்று சொல்லி விடு" என்றாள்.

அந்தக் கூடம் அவசியமற்ற சாமான்களால் நிரப்பப்பட வில்லை. இரண்டு மூன்று சோபாக்களும் இரண்டொரு நாற்காலி களும், நடுவில் ஒரு சிறிய மேஜையும்தான். அவைகளும் கண்களை உறுத்துபவையாக இல்லை. சுவரில் நாலைந்து படங்கள்தான் மாட்டப்பட்டிருந்தன. எனக்கு எதிரே ஒரு பெரிய சுவர்க் கடிகாரம் இருந்தது. அப்போது மணி எட்டு ஆகிவிட்டது.

இரண்டொரு நிமிஷத்தில் காந்தா உள்ளே நுழைந்தாள். அவளைத்தான் நானும் சேகரும் கடற்கரையில் பார்த்தோம். வந்தவள் எங்களைக் கண்டதும் கொஞ்சம் தயங்கினாள். சிறிது நேரம் சுசீலா அவள் வந்ததைக் கவனிக்கவில்லை போலும். திரும்பி மாடிக்குப் போகிறவள் போன்று திரும்பிய அவளை "என்ன காந்தா, நீ வந்ததே தெரியவில்லை. கொஞ்சம் அப்படி உட்கார்ந்துகொள்" என்று சுசீலா தன் அருகிலிருந்த ஒரு நாற்காலியைச் சுட்டிக்காட்ட, தயக்கத்துடன் என் எதிரில் அவள் உட்கார்ந்தாள்.

சுசீலாவும் சேகரும் நான் இருப்பதையே, அல்ல நாங்கள் இருப்பதையே மறந்துவிடுகிறார்கள். இதில் ஆத்திரம் கொள் வதற்கு ஒன்றுமில்லை. வெகு நாட்கள் சென்ற பின் இந்த எதிர்பாராத சந்திப்பு அவர்களுக்கு எவ்விதமாகவும் இருக்க லாம். ஆனால் அவர்களுக்குப் புலனாகாமல் அவர்கள் எதிரில் வீற்றிருப்பது எனக்குக் கொஞ்சம் மதிப்பற்றுத் தோன்றியது. காந்தா என் எதிரில் இருந்ததால் என் மனம் சிறிது ஆறுதல் கொண்டது. காந்தாவும் மனக் கசப்புடன் இருந்தாள் என்று தோன்றியது எனக்கு. அவள் முகம் வசீகரம் காட்டியும், மனது மட்டும் எதோ வேதனைக்குள்ளாகியது போல் அவள் உதடுகள் உறுதியாய் இருந்தன. அடிக்கடி அவள் கவனிப்புக் கொள்ளாத பார்வையுடன் மிரண்டு விழித்துக் கொண்டிருந்தாள்.

எட்டிய வெளியில் இன்பம் காண்பதைப்போல் சுசீலா அடிக்கடி காந்தாவைப் பார்க்கிறாள். அவளைப் பார்க்கும் போது அவள் முகம் கொஞ்சம் மாறுகிறது. கொஞ்சம் வயதான

தோற்றம் கொடுக்கிறாள். ஆனால் அருகில் அமர்ந்திருக்கும் சேகரனைப் பார்க்கும்போது, என்ன உள்ளக்கிளர்ச்சியோ, அவள் வெகு பாலியமாகத் தென்படுகிறாள். அவனோடு பேசும்போதோவெனில் அவள் குரலில் ஒரு தனி உதறல் தொனிக்கிறது.

"நீ என்னைப்பற்றி என்ன எண்ணுகிறாய் என்பது எனக்குத் தெரியவில்லை. எனக்கும் உன்னைப்பற்றிய எண்ணம் தெளிவாக வில்லை... ஆனால், இப்போது உன்னைப் பற்றிய பழைய எண்ணங்கள் இனிமையாய் என்னைத் துன்புறுத்துகின்றனவே. அநந்தத்திலும் அவியாது என்னுள் இருந்து உன்னைப் பார்த்த தும் உணர்வு கொள்ளுவது எது?... சேகரா!"

அவள் ஒரு விலைமாது. ஒரு காலத்தில் சேகருடன் உறவு கொண்டாடியவள். எத்தனையோ பேர்களின் அடிச்சுவட்டைத் தாங்கிய மணல் பரப்புத்தான் அவள் உள்ளம். முன் நடந்தவன் சுவட்டை அழித்து நடப்பவரும், நடக்கும் போதே சின்னத்தைக் களைந்து நடப்பவரும் உண்டு. யார் எப்படி நடந்தால் என்ன, மணல் பரப்பிற்கு நடப்பவர் யாரென்று உணர்வு உண்டா? மயங்கிய எண்ணங்களில்தான் இன்பக் கனவு காண்பது?...

காந்தா ஒரு புதிராக விளங்கினாள். அவள் யாரென்று தெரியவில்லை. ஒருக்கால், சுசீலாவின் சகோதரியா இவள்? என்ன செய்கிறாள்? படித்துக்கொண்டு இருக்கலாம். எனக்குள் அவளைப்பற்றி ஏதோ எண்ணங்கள் தோன்றலாயின. நேரமோ நிற்பதில்லை. எனக்கோ நாழிகை ஆகிக்கொண்டிருக்கிறது. நான் வீட்டிற்குப் போகும் நேரம் ஆகிவிட்டது. எனக்காக என் மனைவி மக்கள் காத்திருப்பார்கள். அவர்களுக்கு நேர மானதன் காரணம் நான் என்ன சொல்லப் போகிறேன்?

வாயிற்புறத் தோட்டத்தில் மரங்களின் இலை அசைவுச் சப்தம், சிறு தூறல் சப்தமாகக் கேட்டது. "மழையா?" என்று காந்தாவைப் பார்த்துக் கேட்டேன். "இல்லை, காற்றுதான்" என்று சொன்னாள். அநாவசியமானவனென்ற தோற்றத்தின் போது, அர்த்தமற்ற கேள்விகள் கேட்பதால்தான் ஒருவன் இருப்பதை நிரூபித்துக்கொள்ள முடிகிறது? காந்தாவுக்கு அந்த இடத்தில் இருப்பே கொள்ளவில்லை. அங்கிருந்து எப்படிப் போவது என்றும் புரியாமல் உட்கார்ந்து இருந்தாள். என் எதிரில் இருந்த அவளை நான் அடிக்கடி பார்க்க முடியவில்லை. அந்த ஹாலில் எதைத்தான் நான் பார்த்துக் கொண்டிருப்பது என்பது புரியவில்லை.

காந்தாவை அடிக்கடி பார்த்துக்கொண்டே சுசீலா சேக ருடன் பேசினாள் : "நீங்கள் அன்றுமாதிரியே இன்றும் தோன்று கிறீர்கள். அதே முகத்தைத்தான் நான் பார்க்கிறேன். உங்களை

என்னால் மறக்க முடியவில்லை... இதோ காந்தா இருக் கிறாள்... நீங்கள் பார்க்கவில்லை? உங்களிடம் சொல்லவில்லை. நீங்கள்போகும்போது எனக்கு ஒரு மாதம் இரண்டு மாதமாக இருக்கலாம்... இவளுக்கும் தெரியாது. இவளைப் பார்க்கும் போது உங்கள் நினைவு வருகிறது..." சுசீலா நிறுத்தி நிறுத்தி பேசின பேச்சை நிறுத்தினாள். இருவரையும் மாறி மாறிப் பார்த்துக்கொண்டிருந்த அவள் கண்கள் சிறிது கலக்கம் கொண் டன. "ஆம், உங்கள் எண்ணம்கொள்ள காந்தா இருக்கலாம்... ஆனால் அவளைப் பார்க்கும்போதெல்லாம் உங்கள் எண்ணந் தானா... உங்கள் நினைவா தெரிகிறது? மறைந்த காரணத்தை நான் காரியத்தில் எப்போதும் பார்க்க முடியவில்லை. இரண்டும் ஒன்றாக என் கண்முன் தோன்றும்போதுதானா இந்த உள்ளக் கிளர்ச்சி?..."

அவள் கண்கள் கலங்கிவிட்டன. எழுந்து காந்தாவிடம் வந்தாள். தாயாரைக் கண்டதும் எழுந்த காந்தாவை அணைத்துக் கொண்டாள். அவள் நெஞ்சம் ஒருதரம் விசித்தது... "காந்தா உனக்குத் தெரியவேண்டாமா யார் உன் தகப்பனென்று? இதோ சேகர்... இவர்தான். அன்று போனவரை இன்றுதான் நான் பார்க்கிறேன். ஆனால் என்றாவது ஒருநாள் பார்க்க முடியும் என்ற நம்பிக்கை எனக்கிருந்தது..." அவள் கண் களிலிருந்து கண்ணீர் உதிர்ந்து காந்தாவின் உச்சந்தலையில் சொட்டியது. "இப்போது என்னுடைய எண்ணங்கள் எவ்வளவு இனிமையாக மனத்தை துன்புறுத்துகின்றன? என் இன்பக் கண்ணீருடன் என் வாழ்க்கை இனிக் கரைந்தாலும் பாதக மில்லை..." எங்கேயோ ஒரு நாயின் குரைப்புக் கேட்டது. "ஏய் பையா, ஏண்டா நாய் குரைக்கிறது? மாடியிலிருந்து அதை அவிழ்த்துவிடு... இல்லை, அங்கேயே இரு; நான் அவிழ்த்து விடுகிறேன்" என்று சொல்லிக்கொண்டே அவள் மாடிக்குச் சென்றுவிட்டாள்.

காந்தா யௌவனத்துடன் விளங்கினாள். அவளுக்கு இருபது வயதிருக்கும். அவள் பெண் என்றாலும், என் சிநேகிதன் சேகரின் பெண் என்றாலும், என்னால் அவளை மதிக்க முடிய வில்லை. அவள் தன் தப்பனாரைப் பார்த்துவிட்டாள். அவளுக்குத் தன் தாயாரைத்தான் நன்றாக தெரியுமே, ஆனால், அவனைத் தெரிந்துகொள்ள வேண்டியது, தெரிந்து கொண்டது, அவசியமா என்ற கேள்வியாகத்தான் சேகரனைப் பார்த்து நின்றாள். அவன் பேசவில்லை. காந்தாவைப் பார்த்தான். அவனை அறியாமலேயே அவன் கால்கள் அவனை அவளிடம் இழுத்துச் சென்றன. அவள் அருகில் வந்தான். அவளை அணைத்துக் கொண்டான். துவண்டு அவனுடைய அகன்ற மார்பில் தலையைப் புதைத்து நின்றாள் காந்தா. அவள் உச்சந்தலையில்

ஒரு முத்தமிட்டான். அவனாலும் கண்ணீரை அடக்க முடிய வில்லை. அவன் முகத்திலும் ஒரு முதுமை கண்டது, "காந்தா – காந்தா" மேற்கொண்டு அவன் ஒன்றும் பேசவில்லை. பேச முடியவில்லை.

உள்ளே சுசீலா நுழைந்தாள். அவள்பின் ஒரு நாய் துள்ளி விளையாடிக்கொண்டு ஓடி வந்தது. காந்தாவைப் பார்த்ததும் அவளிடம் வந்து நின்றது. நாயைக் காந்தா கவனிக்கவில்லை. இருவரையும் பார்த்தாள் சுசீலா. அவள் ஒரு தாயானாள். அவளுக்கு வயது நாற்பதுக்கு மேலேகூட இருக்கலாம். அவள் கன்னம் பூமியைத் தொடும் வண்ணம் கீழே தொங்கிக் கொண் டிருந்தது.

காந்தா சொன்னாள் – அப்போது சேகர் வாயிற்படிப் பக்கம் சென்றுகொண்டிருந்தான் – "அப்பா!" அவள் வாயில் அந்த வார்த்தையின் உச்சரிப்பு விசித்திரமாக இருந்தது. "அப்பா, எங்கே போகிறீர்கள்? இங்கே இருக்க மாட்டீர்களா? அம்மாவுக்காக இல்லாவிடினும் எனக்காக இருக்கமாட்டீர் களா?" அந்த பேச்சில் சோகம் அந்த வீட்டையே சூழ்ந்ததை என் மனது உணர்ந்தது.

ஒருமுறை சேகரன் திரும்பினான். அவன் முகம் மிக மாறுதல் அடைந்து இருந்தது. அதில் வெறுப்புக்கூடத் தெரிந்தது. தன்னைத்தானே வெறுத்துக்கொண்டவன் தான் தன்னுள் தெம்பு குறைந்ததாக உணர்கிறான்போலும். அவனுடைய யௌவனக் களை ஒரு வினாடியில் அழிந்தது. அவனுக்கும் வயது நாற்பதுக்கு மேல்தான் ஆகிறது.

அவர்களால் அவனைத் தடுக்க முடியவில்லை. அவன் அந்த வீட்டைவிட்டு வெளிக் கிளம்பிவிட்டான். தெருவில் வந்தவுடன் சேகர் தெருவழியே போய்க்கொண்டு இருந்தான். அவன் என்னைக் கவனிக்காதபோது நானும் கவனியாமலே என் வீட்டிற்குச் சென்றேன். நான் வீட்டை அடையும்போது மணி பத்துக்குமேல் ஆகிவிட்டது.

தேனி 1948

சாவில் பிறந்த சிருஷ்டி

ஒரு மாதம் முன்பே கௌரியை அவள் தங்கையின் கலியாணத்தை முன்னிட்டு பிறந்தகம் அனுப்பிவிட்டு தனியாக வீட்டிலிருந்த சுப்பய்யருக்கு வாழ்க்கையே கசந்துவிட்டது. மனைவியை முன் கூட்டியே அனுப்பிய தன் தவறுக்குத் தன்னையே நொந்து கொண்டார். ஒவ்வொரு நாளையும், துன்புறுத்தும் ஒவ்வொரு நாளாக கணக்கிட்டுக் கொண்டிருந்த சுப்பய்யருக்கு, தன் மைத்துனியின் கலியாணம் வெகுவாகத் தாமதப்பட்டு வருவதாகத் தோன்றியது. கலியாணத்தன்று போவதாக எண்ணியிருந்த அவர் புது மாப்பிள்ளை வந்து இறங்குமுன் முதல் மாப்பிள்ளையாக தன் மனைவி ஊர் போய்ச் சேர்ந்தார்.

சுப்பய்யருக்கு ஐம்பது வயது இருக்கலாம். அவர் மதிப்பிற்கு குறைவாகவே தோற்றமளிக்கும் சரீரமுடையவர். குழந்தைகளின்றி, பத்து வருஷங்களுக்கு முன் அவருடைய மூத்த மனைவி நோய்வாய்ப்பட்டு கொஞ்ச நாள் இருந்து இறந்துவிட்டாள். அதற்குப் பிறகு நான்கைந்து வருஷம் கல்யாணம் செய்து கொள்ளாமலே அவர் காலம் கழித்தார். பிறகு கௌரியை மணம்புரிந்துகொண்டு நாலைந்து வருஷம் ஆகிறது. சிறு வயதில் தாய் தந்தையை இழந்து பிரமச்சாரியாக வாழ்ந்த தனிமையையும் தன் மனதில் நன்றாக உணர்ந்தவர். ஆயினும் கடந்த ஒரு மாதமாக கௌரியை ஊருக்கு அனுப்பியதிலிருந்து அவர் கண்ட தனிமை, ஏதோ ஒருவிதமாக மனதில் சஞ்சலம் கொடுப்பதை உணர்ந்தார். கல்யாணத்திற்குப் பிறகு அவர் கௌரியை பிறந்தகம் அனுப்பியதே இல்லை. எப்போதாவது, அவ்வப்போது, ஏதாவது ஒரு காரணம் காட்டி தட்டிக் கழித்து விடுவார். சரியெனக் கேட்கும் தன் மனைவியின் மனப்போக்கை அவர் அப்போது

ஆராய்ந்து அறிந்து கொள்ளாததில் ஆச்சரியம் ஒன்றுமில்லை. அவளும் போவதற்கு இஷ்டப்படவில்லை என தன் மனதிற் குகந்தவாறு சமாதானம் அடைவதுண்டு. தன் சுயநலத்தை அறியாது அவளுடைய சவுகரியத்தின் பொருட்டே தான் செய்வது சரி என்ற நினைவில் மனது சமாதானம் அடைகிறது. இவ்விதம் அவர் தம் மனைவியிடம் கொண்ட பிரியம்தான் தனிமையில் காணும் சஞ்சலத்தின் காரணம்போலும். சுப்பய்யருக்கு கிராமத்தில் நல்ல சொத்தும் மதிப்பும் இருந்தன.

ஒரு சுமாரான குடும்பத்தில் ஐந்து குழந்தைகளுக்கு மூத்தவ ளாகப் பிறந்தவள் கௌரி. சிறு வயதிலிருந்து அவளுடைய குறுகுறுப்பும் அமைதியான அழகும் அவள் பெற்றோர்களுக்கு வருத்தத்தைக் கொடுத்தன. அவளுக்கு வயது ஆக ஆக அவள் கல்யாணத்திற்காக அவர்கள் மிகக் கஷ்டப்பட்டனர். கல்யாணத் திற்குப் பிறகு கௌரியைப் பார்க்காவிட்டாலும் சுப்பய்யரோடு சௌகரியமாக வாழ்க்கையை நடத்திக் கொண்டு இருக்கிறாள் என்பதில் அவர்களுக்கு ஒருவகையில் திருப்திதான். கௌரி ஒரு கெட்டிக்காரப் பெண். தோற்றத்திலும் அவள் வெகு வசீகரமுடையவள். அவள் மனது சுலபமாகக் கண்டறிவதற்கு அகப்படுவதில்லை. பிறருக்கு ஒன்றையும் நிச்சயம் கொடுக்காத வகையில்தான் அவள் போக்கும் பேச்சும் இருக்கும். தன் னுடைய கல்யாணத்திற்குப் பிறகு, தன் தாயார் தகப்பனார் மன ஆறுதல் சிறிது அடைந்தார்கள் என்பதைத் தெரிந்து கொண்டதில் தன் தியாகத்தினாலென அவர்கள் எண்ணங் கொள்ளா வகையிலும், தானும் அவ்வகை நினைப்பின்றியும் தான், அவர்களிடமும் தன் கணவனிடமும் நடந்து கொண்டாள். தன் தியாகம் என்ற நினைப்பில்கொள்ளும் பெருமிதமும் அவள் மனது கொள்ளவில்லை. அவ்விதமாயின் அதன் விளைவாக தான், தன் கணவனிடம் கொள்ளும் பிரியம் பாதிக்கப்படும் என்பதை சூட்சுமமாக அவள் மனது உணர்ந்ததுபோலும். கல்யாணத்திற்குப் பின் வெகு சீக்கிரமாகக் கௌரியின் மனது அவள் வயதுக்கு மீறியே பக்குவமடைந்துவிட்டது.

கல்யாண இரண்டாம் நாள். வாயில் திண்ணையில் ஏனையவர்கள் மத்தியில் பேசாது உட்கார்ந்து கொண்டிருந்தவர் கூடத்திலிருந்து கலகலப்பான பேச்சு, சிரிப்பு, சப்தங்கள் வந்துகொண்டிருப்பதைக் கவனித்தார். அந்தப் பேச்சு, சிரிப்பு, சப்தங்களிலும் தன் மனைவி கௌரியின் சிரிப்பொலி மேலோங்கி மிதந்து இவர் காதில் விழுந்து கொண்டிருந்தது. வெகுகாலமாக தான் வாழ்க்கையில் கண்டுணராத ஒருவித இன்ப உணர்ச்சி யுடன் உள்ளே தன் மனைவியைக் காணும் ஆவலில் நுழைந்தார். ரேழியிலிருந்து தன் மனைவி வெகு குதூகலத்தில் அநேகர்

மத்தியில் ஒரு ராணியெனப் பார்வை கொண்டு பேசியும் சிரித்தும் நின்றிருந்ததைப் பார்த்தார். தனக்கு வாழ்க்கைப் பட்டதிலிருந்து கௌரியைத் தான் அறிந்துகொண்ட விதம், அவள் இவ்விதமான ஒரு கலகலப்பான பெண்ணென எண்ணம் கொள்ள முடியவில்லை. ஓர் உயர்வகை இன்பம் தனக்கு உண்டாக வேண்டியதை, கூடியதை அவள் மறைத்து விடுகிறாள். வேண்டுமென்றுதானே தன்னிடம் மாறுவிதமாகப் பழகுகிறாள். உள்ளே தன் பிறந்தகத்துக் கூட்டத்திலே அவள் தோற்றம், பேச்சு, சிரிப்பு, குதூகலம்... எல்லாவற்றையும் தன்னிடம் மறைத்துக் கொண்டுதான் பழகுகிறாள்... என்பதான எண்ணங் களைக் கொண்டு வாயிற்புறம் திண்ணையில் பழையபடி வந்து உட்கார்ந்து கொண்டார். திடீரென மனதில் ஒரு ஆத்திரம் காண, மறுபடியும் உள்ளே சென்றவர், தன் மனைவியைத் தனியே கூப்பிட்டு ஏதோ அவள் மனதுநோகப் பேசி, உடனே ஊருக்குக் கிளம்ப ஏற்பாடு செய்யும்படிச் சொன்னார். தனக்கு இருப்புக் கொள்ளவில்லை என்றாலும், தன் மனைவியையும் விட்டுப்போக மனமில்லை. அநேக உயர்குணமும் ஞானமும் படைத்த சுப்பய்யருக்கு, இந்த மூர்த்தண்யமும் கூட இருந்தது. சமீபகாலமாக அதிகமாகவும் தலைகாட்ட ஆரம்பித்தது. வயது ஆக ஆக, அவருடைய முன்கோபம் கட்டுக்கடங்காது அதிகமாகி தன்னுடைய மனைவியிடமும் இடம் காலம் மாறி கொள்ளும் நிலைக்கு வந்தது.

கௌரிக்கு உள்ளூரக் கொழுந்து விட்டெரியும் கோபம் ஒரு பக்கம். சமய சந்தர்ப்பத்தை உத்தேசித்து விகாரமாக இல்லாத வகையில் தன் வீட்டவர்களுக்கும் ஏனைய மற்றவர் களுக்கும் ஏதோ காரணங்கள் சொல்லி ஊருக்குக் கிளம்ப ஆயத்தமானாள். கல்யாண வீட்டைவிட்டு வண்டியேறி ரயிலடியை அடைவதற்குள், சுப்பய்யர் மனது பலவிதத்தில் சலிக்க ஆரம்பித்தது. தான் செய்தது சரிதானா என்பது புரியவில்லை. ஒரு உன்னதவகை என்பதின்றி, ஒதுங்கிப் பதுங்கி ஊளையிடுவது போன்று பயத்திலும் அருவறுப்பிலும் தெரிந்து மனது ஒருவகை வருத்தமுற்றது. ஒரு நிச்சயமான மன உணர்ச்சியைக்கொள்ள அவளுக்குத் தெம்பில்லை. ஒருவரை யொருவர் நேராகப் பார்த்துக் கொள்ளாமலும் பேச்சில்லாமலும் ரயிலில் ஏறி அமர்ந்து கொண்டனர். பலவகை உணர்ச்சிப் பெருக்கில் ஊறித் திளைத்த மனதானது, வெறுப்பில்தான் ஊறிக் களைத்து நின்றது போலும் பரஸ்பர வெறுப்பில் ஒற்றுமை கொண்ட தம்பதிகளாக அன்று பிரயாணத்தைத் தொடங்கினர். ரயிலும் புறப்பட்டுவிட்டது.

வண்டி நகருமளவும், எதிரே, கீழே உலாவி நின்ற ஒரு வாலிபனும் வண்டி நகர்ந்ததும் வெகு நாசுக்காக ஓடி வந்து

தாவி, கைப்பிடியைப் பிடித்துக்கொண்டு ஏறினான். சின்ன கைகாட்டியைத் தாண்டுமளவும் கதவடியிலேயே நின்று பார்த்து விட்டு சாவதானமாக உள்ளே வந்தான். எட்டி இருந்த காலி இடங்களை விட்டுவிட்டு இவர்கள் எதிரில் அமர்ந்தான்; ஜன்னலுக்கு வெளியே தன்னுடைய பார்வையைக் கொள்ள, ஏங்கித் துடித்துப் பரந்துகிடந்த இயற்கைக் காட்சிகளைத் தலையை நீட்டிப் பார்த்துக் கொண்டிருந்தான். அவன் உள்ளத்தில் கண்ட இன்பத்தை சீட்டி மூலமாகவும் முணுமுணுப்பு கீதமாகவும் வெளிப்படுத்திக்கொண்டிருந்தான். இந்த நவநாகரீக வாலிபனின் சேஷ்டைகள் இவ்விதங்களினாலன்றி எதிரிலுள்ளவர்களின் மதிப்பையும் கவனிப்பையும் கொள்ளமுடியாது என்பது போன்றிருந்தன. எவ்வளவு நேரம்தான் அவனால் எதிரிலுள்ளவர்களை நினைத்துக்கொண்டு வெளியே பார்க்க முடியும்? இவர்கள் பக்கம் திரும்பும்பொழுது, இவனையே வெகுநேரமாக எதிர் பார்த்தவர் போன்று, "எங்கேயோ பார்த்த மாதிரி இருக்கே சார்..." என்று சுப்பய்யர் கேட்டது இவனுக்குத் தூக்கி வாரிப்போடும்படி இருந்தது. அவருடைய சப்தமேயல்லாது கேள்வியல்ல. அவனுக்குப் புரியுமுன் மனது இன்பத்தில் திடுக்கிட்டுவிட்டது போலும். அவர்களுடன் பேசுவதற்கான சூழ்ச்சிகளை யோசித்துக் கையாளுவதற்கு முன்பே, எதிர் பார்த்தது இவ்வளவு சுலபமாக நேர்ந்ததில் கொஞ்சம் குழப்பமடைந்தான். பதில் ஒன்றும் சொல்லாமல் ஒட்டிக்கொண்டு கெஞ்சுதலான பாவத்தில், முகத்தில் லேசான அசட்டுப் புன் சிரிப்புடன் உடம்பை ஒருதரம் நெளித்துக் கொண்டான். ஏதோ யோசிக்கும் பாவனையில் தலை குனிந்து கொண்டான்.

கௌரிக்கு வந்த சிரிப்பை அடக்க முடியவில்லை. கொஞ்சம் வாய்விட்டே சிரித்துவிட்டாள். சுப்பய்யர் இவள் பக்கம் திரும்பி "என்ன" என்றதற்கு, "ஏதோ யோசனைகள்" என்றாள்.

எதிரிலுள்ள வாலிபன் தன் கைக்குட்டையால் முகத்திற்கு 'பாலிஷ்' கொடுத்துக் கொண்டிருந்தான். பாவம், தற்கால வாலிபர்களின் பரிதவிப்பு, வெகு விநோதமாக அவன் உருக்கொண்டு நடையுடை பாவனைகளில் ஒளிந்து தவித்தது.

கௌரியின் வசீகரம் வெகு நிரடானது, வெகு தெளிவானது. பெண்ணைப் படைத்தவன் பெண்களைப் பார்க்கும்போது தோன்ற எதையுமோ படைத்தானோ என்று எண்ணமுடியுமேயல்லாது, இதைத்தான் என்று நிச்சயமாகக் கொள்ளும்படி இராது. இவளைப் பார்ப்பவர்களுக்கு ஒரே மாதிரி தோற்றம் கொடுக்கும் வகையல்ல அழகிய அவள் முகம். அறியமுடியாத அவள் மனப்போக்குடன் அவள் முகத்தோற்றமடையும், சலனம். அழகிற்குத்தான் எவ்வகைச் சாயல்கள், அவள் மனது வெகு

நேர்மையானது – எந்த ஆடவனையும் நோக்கின மறுகணம் அவள் கண்கள் லேசாக மாசடைந்து பாதி மூடிக்கொள்ளும், கனவென வாழ்க்கை கொண்ட கௌரிக்கு அன்று மனது சரியாக இல்லை.

பக்கத்து ஜங்ஷனை அடையும்போது பகல் பனிரெண்டு மணி இருக்கும். வண்டி நின்றவுடன் கையில் கூஜாவுடன் சுப்பய்யர் கீழே இறங்கினார். வண்டி புறப்பட மணி அடித்தாகிவிட்டது. சுப்பய்யர் கூஜாவில் ஜலம் பிடித்துக் கொண்டு வந்தபாடில்லை. அவர் வராததில் சஞ்சலமடைந்தவளே போன்று, கௌரி வெளியில் அங்குமிங்கும் பார்த்துக் கொண்டிருந்தாள்.

"வண்டி புறப்பட நேரமாகிவிட்டது. அவரைக் காணோமே..." என்று பேச்சை எடுத்த வாலிபன், திரும்பிய அவள் கண்களின் பார்வையைக் கண்டபோது ஒன்றும் புரியாமல் நிறுத்திவிட்டு அவர் வருவதைக் கவனிப்பதுபோல வெளியே பார்த்தான்.

வேகமாக ஓடிவந்த கிழவர் வண்டி ஏறுவதும் வண்டி நகருவதும் ஒன்றாக இருந்தன. இரைந்து சிரித்துக் கொண்டும் நடு நடுவே இருமிக் கொண்டும் வந்தவர் கௌரியைப் பார்த்தது ஒருவிதமாகத் தெரிந்தது... "குழாயடியில் கூட்டம்... நின்று கொண்டே இருந்ததில் ஒன்றுமே புரியவில்லை. முந்தாநாள் உன்னையழைக்க உங்களூர் வரும் ஞாபகம்தான். வண்டி ஊதினதும் தான் ரயிலில் எதையோ மறந்து வைத்துவிட்டு வெளியே அங்கே நிற்பதான ஞாபகம் வந்தது. உன் ஞாபகம் தான்... வேகமாக ஓடிவந்து ஏறிக்கொண்டேன். வயதாச் சோன்னோ? வண்டி போனால்தான் என்ன என்று தோன்றியது, ஓடிவரும்போது... அடுத்த வண்டி இல்லையா... துணைக்கு நீங்கள் இல்லையா ஸார்... ரயில்லே போகிறபோதுதான் ஸார் குஷியாக என்னவெல்லாமோ தோன்றுகிறது. ஸ்நேகமும் அகப்படுகிறது. நாளைக்குப் பின்னாலே நடக்கப் போகிறதெல்லாம் நேத்திக்கு முன்னாலே நடந்ததுபோல காலம் எல்லாம் தலைகீழே மாறிப் போகிறது ஸார்..." என்று என்னவெல்லாமோ இவளிடமும் அவனிடமும் மாறி மாறிப் பேசிக்கொண்டிருந்தார்.

கௌரிக்குத் துக்கம் தாங்கமுடியவில்லை. தன் கணவனின் இவ்வகைப் பேச்சுக்கு ஆதாரமான கோளாறை அவள் கொஞ்சம் கொஞ்சமாக உணர ஆரம்பித்தாள் போலும்! அறியாத ஒருவகை பயமும், தன் கணவனிடம் ஒருவித அனுதாபமும் அவள் மனது கொண்டது. தன்னைப்பற்றி தவறாக, அவரவர்கள் அபிப்பிராயம் போனவாக்கில் கொள்ளாத வகைக்கு, தான் எவ்விதம் இருக்க வேண்டுமென்று அவளுக்குத் தோன்றவில்லை. ஏதோ ஒரு தவறிய சூழ்நிலையில் தான் அகப்பட்டுக்கொண்டு

தத்தளிப்பதான எண்ணம் கொண்டாள். ஊரில் தன் தங்கையின் கலியாண இரண்டாம் நாள். அதை நினைக்கும்போது மனது வருத்தம் கொள்கிறது. தன்னால் ஆவது ஒன்றுமில்லை... விதி தனக்குத் தெரியாது பின்னின்று உந்தித் தள்ளத்தான் இருக்கிறது ... ஏதோ நடக்கப் போவதில் நடந்ததென பின் ஆறுதலை முன்கூட்டி கொள்ளும்படிதான் இப்பொழுது இருக்கிறது ... அவளால் மேலே யோசிக்க முடியவில்லை.

வாலிபன் கிழவரைப் பார்த்துச் சொல்லிக் கொண்டிருந்தான். “ஆமாம். நீங்கள் வராதது பெண்ணிற்குக் கூட ரொம்ப கவலையாக இருந்தது ... நான் கூட ...” அவன் முடிக்கு முன், “பெண்ணில்லை ஸார், பெண்ணில்லை. அவள் நம்ப ஸம்ஸாரம். கௌரின்னு பேரு ...” என்று சொல்லிச் சிரித்தார். வாய் நிறைய நின்ற வரிசையான பொய்ப் பற்களைக் காட்டி அவர் சிரித்ததானது, பயங்கரம் தோன்ற இருந்தது. அவர் மூளை சமீபகாலமாக, ஏறாத ஒரு விறுவிறுப்புக்கொண்டிருப்பதை கௌரி உணர்ந்துகொண்டாள். காலையில் யார் முகத்தில் விழித்தோமோ என்று தன்னைத்தானே நொந்துகொண்டாள். நல்லபடியாக ஊரையாவது போய் அடைவோமா என்ற கவலையில், வேகம் கொண்டு பேச தன் கணவனுக்கு ஒரு வாலிபன் எதிரில் அகப்படுகிறான்!

“ஓகோ, ஒய்பா?... ஏதாவது குழந்தை குட்டிகள் ...?”

“இல்லை ஸார், இனிமேல் தான் ... ஆசீர்வாதம்” என்றார் கிழவர்.

கௌரி எங்கேயாவது ஓடிவிடலாமா என்ற எண்ணத்தில் கணவனைப் பார்த்தாள். அவரைப் பார்க்கும்போது மனது வேதனைதான் கொள்ளுகிறது.

“கௌரி, உன்கிட்ட ஒரு சமாசாரம் ... குழாயடியில் உன்னை மறந்து நின்றிருந்தேன் என்று சொல்லவில்லையா? அப்போது கூட்டத்தில் ஒருவன் உங்க எதிராளாத்து சுப்பிணி மாதிரி இருந்தான். அவனை ஊரிலே விட்டு வந்தோமே, எங்கே இங்கே ரயிலைத் துரத்திக்கொண்டு தொத்தி ஏறிக் கொண்டா வருகிறான் என்று நினைத்துக்கொண்டு, கூப்பிடலாம் என்று வாயெடுத்தேன். அவன் நல்ல வேளையா திரும்பினான். அவன் இல்லை. அவனே போலத்தான் – ரொம்ப வேடிக்கை ஸார், கூப்பிட்டுவிட்டு இல்லை என்று தெரிந்தால் ஸார்...” கௌரியைப் பார்த்துக்கொண்டே ஸார் பட்டம் அவளுக்கு வழங்கியதை நினைத்து திடுக்கிட்டு இவன் பக்கம் திரும்பி, “வேடிக்கை ஸார்... வேடிக்கை; எதற்காகச் சொல்லுகிறேன் என்றால் உங்க சாயலும் உண்டு ஸார்... வாலிபமாச் சோன்னோ...”

‘சுப்பிணி’ என்ற வார்த்தை, முள்ளென பலவித அருத்தத்தில் கௌரியைக் குத்த உபயோகிக்கும் ஒரு அஸ்திரம். அவள் எதிராளாத்து ‘சுப்பிணி’ என்பவனுக்கு, சிறுவயதில் தன்னைத் தன் பெற்றோர்கள் கலியாணம் செய்து முடிக்க எண்ணியதும், அது நடக்காமல் போனதும் கௌரியின் குற்றத்தினாலல்ல. இந்த விஷயமும் சுப்பய்யருக்கு ஏதோ ஒருசமயம் அவள் சொல்லித்தான் தெரியும். பலவிதத்தில் அவள் மனது நோக அருத்தம் கொடுக்குமாறு அவர் எப்போதாவது ‘சுப்பிணி’ என்ற பதத்தை அந்தந்த சமய சந்தர்ப்பத்துக்கு ஏற்றவாறு எடுப்பார். சுப்பய்யர் அப்போது ஒன்று தெரிந்து கொள்ளவில்லை. புண்பட்டுக் காய்ச்சிய மனதிற்கு நோவில்லை என்பதைத்தான். அவிழ்ந்து பறந்த புடவையின் முந்தானை தன் கணவன் முகத்தில் பட, அதைப் பிடித்து இழுத்து தன் முகத்தைத் துடைத்துகொண்டு இடுப்பில் செருகிக் கொண்டாள் கௌரி.

ஒரு சிறிய ஸ்டேஷனில் வண்டி நின்றதும் ஏராளமான ஜனக்கூட்டம் இறங்கியது. அந்த ஊரில் சந்தை கூடுகிறதுபோலும், மணி அடித்து வண்டியும் நகர்ந்தது.

“கிழக்கே போகிற வண்டிக்கு மூன்று தரம் மணி அடிக்க வேண்டும் ஸார். வண்டி மேற்கே போக இரண்டுதரம். உங்களுக்குத் தெரியுமா ஸார்? மாத்தி அடிச்சா வண்டி போகிற பக்கம்தான்போகும் ... ஆனால் திக்கு திசை மட்டும் மாறிவிடும். கிழக்கு மேற்கா, தலைகீழா ... எவ்வளவு பெரிய தலைபோகிற விஷயம் மணி அடிப்பவன் கையில் இருக்கிறது தெரிகிறதா ஸார் ... எவ்வளவு கவனமும் சிரத்தையும் வேண்டும் மணி அடிப்பவனுக்குக்கூட ... அதோ அவன் நிற்பதைக் கவனியுங்கோ ஸார்... திக்கு திசை தெரியாது மாறாமலிருக்கப் பார்த்துக்கொண்டு ...”

வண்டியில் கூட்டமில்லை; வெயில் மிக உக்கிரமாக இருந்தது. மேலே படும் காற்றும் அனல்போல் காய்கிறது. “நாவரட்சை தாங்கவில்லை. குடங்குடமாகக் குடித்தாலும் போதாது போலத் தோன்றுகிறது. இடமிருந்தும் படுக்கை கொள்ளவில்லை ...” என்று அவனிடம், என்ன என்னவோ அவர் பேசிக்கொண்டிருந்தது ஒன்றும் கௌரியின் மனதில் படவில்லை. ஒரேவிதமாக விட்டுவிட்டு, புரியாதவகையில் விடாது, புரிந்துகொள்ளும் வரையில் உளறிக்கொட்டும் கோட் சொல்லி போல ஒலித்துக் கொண்டிருந்த ரயில் சப்தத்தில் அவள் ஈடுபட்டிருந்தாள்.

அடுத்த ஸ்டேஷனில் ரயில் நின்றவுடன், மறு ஒருமுறை கூஜாவுடன் சுப்பையர் கீழே இறங்கினார். போனவர், சீக்கிரமே, தின்பதற்குக் கொஞ்சம் பழமும் கூஜாவில் காப்பியும் வாங்கி

வந்து கௌரியின் பக்கத்தில் வைத்துவிட்டு நின்றவர் அவளைப் பார்த்தார். பிறகு இருவர்களையும் மாறி மாறிப் பார்த்தார். அந்த வாலிபன் சட்டென எழுந்து "நானும் கொஞ்சம் போய் ஏதாவது சாப்பிட்டுவிட்டு வருகிறேன்" என்று இவரைப் பார்த்துப் பேச ஆரம்பித்தவன் தன் கைக்கடிகாரத்தைப் பார்த்து விட்டு "வண்டி கிளம்ப இன்னும் கொஞ்ச நேரம் இருக்கிறது" எனச் சொல்லி முடித்தான்.

"நல்ல உயர்ந்த ரக கடியாரம்போல் தோன்றுகிறதே ஸார்... பதினைந்து ரூபாய் பெறுமா? கடிகாரங்களே இப்போது கன்னா பின்னாவென்று கண்ட பேர்வழிகள் கையில் கட்டிக் கொள்ளு வதால் ஆனைவிலை குதிரை விலையாக விற்கிறது ஸார்... என்ன ஸார் நான் சொல்லுகிறது?" என்றவர், அவனைத் தடுத்து "நீங்கள் வேண்டாம்... நானே போய்விட்டு வருகிறேன்..." என மறு ஒருமுறை வெளியே சென்றார். அவரைத் தடுக்க முடியாமல் அந்த வாலிபன் தன் இருப்பிடத்தில் உட்கார்ந்து கொண்டான்.

கௌரிக்கு தன் கணவனும் வாலிபனும் தன்னைக் கவனிக் கும் விதம், நிச்சயமெனத் தெளிவுறாது இருந்தவை கொஞ்சம் கொஞ்சமாக தெளிவுபடலாயிற்று. பாவம் என்னவாயினும் அவள் சிறு பெண்தானே? இருபது வயதுகூட இருக்காது. கால வித்தியாசம் என்பதால் தன்னைப் பிடிக்க கிழவனும் வாலிபனும் ஒன்றெனத்தான் தென்படுகிறார்கள். காலையி லிருந்து தன்னைப் பிடித்த சனியன் பல ரூபத்தில் ஆட்டுகிறான். கிழவனாகிக் கணவனாகிறான். ஓடும் ரயிலிலும் தொத்தி ஏறி எதிரில் உட்கார வாலிபம் கொள்கிறான்; தான் பிறந்தவுடன் தன் உயிரைப் பிடித்த சனியன் தன் பெண் உருவம் என்பதை அவள் அறிந்தாள்போலும். உயிரைக்கொண்டு உடம்பைத் தொலைத்து வாழ முடிகிறதில்லை. பெண்களென்றால் ஆறுதலுக்கு அழுவதற்குமில்லை, சிரிப்பதற்குமில்லை ஆடவர் களிடையே. அவள் மார்பிலிருந்து விம்மியெழுந்த மூச்சானது சப்தமற்றுத்தான் வெளிக்கலந்தது. மனதில் ஒரு சக்தி வேகம் கொள்ள அவள் முகம் தெளிவடைந்து காணப்பட்டது. உலகைத் தழுவும் 'பெண்மை'யை விஸ்வரூபத்தில் கொண்டாள்போலும்.

வெளியே சென்ற கிழவர் மெதுவாகவே தின்பண்டங்களை வாங்கி வந்தார். வரும்போதே தன் வருகையை சிரிப்பிலும் இருமலிலும் முன்னதாகவே தெரிவித்துக் கொண்டு வந்தார். ஒரு சந்தேகத்தை ஒரு வகையாக நிச்சயமெனத் தீர்த்துக்கொள்ள அவர் மனது பயம் கொண்டதுபோலும். வாங்கி வந்ததை அவன் கையில் கொடுத்தபோது, அவன் மற்றொரு கையை சட்டை ஜேபில் கொண்டு போனான். "பாதகமில்லை ஸார்...

கையை வெளியில் எடுங்கள் . . . ஒன்றும் பிரமாதமில்லை . . . அசல் ரயில் சிநேகிதம் போல பழகுகிறீர்களே. நான் உங்களைக் கண்டவுடனே கேட்கவில்லையா? யாரோ எங்கேயோ பார்த்த முகமாக இருக்கிறது என்று . . .” என்று சொல்லிச் சிரித்தார்.

நல்ல கோடை, பிற்பகல். வறண்ட வாய்க்கால், வயல்களின் குறுக்கே ரயில் ஓடிக்கொண்டிருந்தது. எட்டிய பனந்தோப்புகள், தெரிந்து கொண்டும் ஒன்று மறைந்த பின் மற்றொன்று தெரியவும் மறையவும் வரிசையாக வந்துகொண்டிருந்தவை, ஒன்றே மறைந்து தோற்றம் கொடுத்து விளையாடுவது போன்று தோன்றியது. இங்குமங்குமாக ரயில் பாதையருகில் தோன்றி மறையவிருக்கும் குட்டைகளில் குழம்பிய சேற்று நீரில் எருமைகள் இன்பத்தில் மூழ்கிப் புரண்டுகொண்டிருந்தன. அவள் எதிரில், தனக்குத் தோன்றுமுன்பே மறைய இருக்கிறதே தன் மன இன்பம் என நினைத்தான் வாலிபன். ஒருகால் பிறர் ஆனந்தத்தைத் தோன்றுமுன் விழுங்க இருக்கிறதா அந்தக் கிழபூதம் என அவரைப் பார்த்தான். அவர் சிரித்துக் கொண்டிருந்தார். அவர் தொலைந்தால் தன் இன்பம் சாசுவதமாகுமா? மேலே யோசிக்க முடியவில்லை. பாவம் அவனால் என்ன செய்யமுடியும்? அவனால் அவர்களுக்கு எதிரில் உட்கார்ந்து இருக்கவும் முடிய வில்லை. அங்கிருந்து நழுவிப்போய் எட்டிய அந்த காலியிடத் திலும் உட்காரும் வழி புரியவில்லை. ஏதோ ஒரு சங்கடத்தில் தான் அகப்பட்டுத் தத்தளிப்பதான எண்ணம் அவன் மனதில் கொண்டான். மாலைப்பொழுது கண்டு கொண்டு இருந்தது. அடித்த பஞ்சு போன்று ஆகாயத்தில் மேகத்திட்டுகள் மிதந்து கொண்டிருந்தன. மேற்கு அடிவானத்தில் அசைவற்றுக் கிடந்த மேக முகப்புகளுக்குப் பொன் வரம்பு காட்டி சூரியன் மறைய இன்னும் கொஞ்ச நேரம் இருந்தது.

கௌரியின் கண்கள் கலங்கிச் சிவந்து இருந்தன. சலிக்கும் அவள் முக அழகும் ஒரே விதத்தில் தோற்றம் கொடுத்தது. விட்டில் பூச்சிகள் போன்று விளக்கை வட்டமிட்டே அழிவது தானா வாழ்க்கை! கிட்டே நெருங்க கவர்ச்சி கொடுக்காது இருக்க எப்படி முடியும் பெண்களால்?

இருள் சுடரைக்கொண்டு விளக்காக முடியுமா? தன்னைத் தானே நொந்து கொண்டாள். அவள் கண்கள் சோர்வுகொண்டு பாதி மூடிக்கொண்டன. எல்லைக் கோட்டருகில் தெரியும் ஒரு வெளி, அதனைப் பொருள்கொள்ள அவளுடைய பகற் கனவினாலும் முடியவில்லை போலும்.

தோப்பின் நடுவில் நின்ற ஒரு சிறு குடிசை மரத்திடை எட்டிப் பார்ப்பது போலத் தெரிந்தது. ரயிலோடு மெதுவாக

கொஞ்ச தூரம் ஊர்ந்து வந்தது. அதுவும் பின் தங்கி பார்வையில் மறைந்துவிட்டது. ஒரு பயங்கரத்தின் நடுவில் எவ்வளவு நேரம் நின்றுகொண்டிருக்க முடிகிறது? நின்றவிடத்திலிருந்து பிரியும் பாதைகளென எண்ணற்றவை நேராகக் கொஞ்ச தூரம் சென்று, திருப்பத்தில் கோணலாக வளைந்து மறைந்து கொண்டன. அநேகர் தன்னை விட்டுவிட்டு, எட்டி தன் தலையை மட்டும் சுமந்துகொண்டு எங்கேயோ சென்று கொண்டிருந்தனர். ஒன்றுகூடி தனக்குத் தெரியாமலே தன்னைப் பற்றி சதியாலோசனை செய்கிறார்கள். நெருங்கித் தெரிந்தாலும் புரியாத வழிக்குத்தான் தன்னைக் கலக்காமல் எட்டி மறை கிறார்கள். ஏதோ உருளும் சப்தங்கள் மட்டும் கேட்டுக் கொண் டிருக்கின்றன.

சாலை ஓரத்தில் ஒரு கிழவி உட்கார்ந்து கொண்டிருக்கிறாள். அவளைத் தெரியாமல் மறைத்து மூடிக்கொண்டிருக்கும் புற்கள் கூரிய கோரைப் புற்களாக இருந்தன. வெகு அப்பால் உள்ள ஒரு அழகிய நகரை அடையும் ஆவலை அவள் வெகுநாளாகப் பாடிக்கொண்டு இருக்கிறாள். உள்ளம் கவரும் ஒரு கீதம் இவளைச் சுற்றிச் சுற்றி வட்டமிட்டு கிட்டே நெருங்க பயம் கொள்கிறது. "என்ன கௌரி, தூக்கமா..." என்றார் சுப்பய்யர். "இல்லை" என சொல்லி ஏதோ பேசிக்கொண்டிருந்த அவரையும் அவனையும் மாறி மாறி பார்த்துவிட்டு மறுபடியும் தலையைக் கீழே குனிந்து கொண்டாள்...

...அப்பாலும் இப்பாலும் ஒரு கீதம் மௌனமாக ஒலிக்கிறது...'ஏ குட்டி என்ன பாட்டு' என்று பார்த்தவுடன் புற்கள் காற்றுடன் ஓடிவிட்டன. தனது பொக்கை வாயைத் திறந்துகாட்டி 'எத்தனை பேரோ பார்த்தாகி, நீ தானா பாக்கி..?' என்று தனக்குத்தானே சிரித்துக் கொண்டாள். ஒன்றும் புரியாமல் தலை மயிரைக் கோதிக்கொண்டபோது தன் தலையைக் காணவில்லை. சதியாலோசனைக்காரர்களிடம் விட்டுவந்தது ஞாபகம் வந்தது. எதை தனக்குத் தெரியாததை எழுதி தலைக்குள் புகுத்தி விடுகிறார்களோ என்ற பயத்தில் நின்றுகொண்டு சுற்றும் முற்றும் கவனித்தாள். அவர்கள் தங்களிஷ்டமான யோசனைகளுடன் தலையைத் தூக்கிக் கொண்டு வந்தனர். இவளைத் தேடி 'ஜே – ஜே' எனக் கோஷ மிட்டுக்கொண்டு இவளைச் சுற்றிச் சுற்றி தேடி அலைந்து கொண்டிருந்தார்கள்... வாடி வதங்கிய பூக்கள் அப்பால் ஆடிக்கொண்டும் அழுது கொண்டுமிருந்தன. அவைகளின் மணம் ஒருவர் மூக்கிலும் படாது, மறைந்து, பதுங்கி, எட்டே ஓடி, சிரித்துக்கொண்டிருந்தது. பூக்களின் நடுவில் நின்று கொண்டிருந்தாள் கௌரி...தன்னைச் சற்றிலும் ஒரு ஒளி

வெறிச்சென்று காய்ந்துகொண்டிருந்தது. மறையும் சூரிய கிரணங்கள் ரயில் ஜன்னல் வழியாக இவள் முகத்தில் விழுந்து கொண்டிருந்தது. திடுக்கிட்டுக் கண் விழித்தாள்.

தன் கணவன் எதையோ வெகு சுவாரஸ்யமாக இரைந்து சொல்லிக் கொண்டிருந்தான். வெகு அலுப்பில் சிரத்தையாகக் கேட்கும் பாவனையில், அடிக்கடி தலையை ஆட்டிக்கொண் டிருந்த அந்த வாலிபனைப் பார்த்து அனுதாபங்கொண்டு, 'ஏன், இந்த துன்பமெல்லாம் உனக்கு' எனக் கௌரிக்குக் கேட்கத் தோன்றியது. அவள் அவனைப் பார்த்த பார்வைகூட அலுத்துக் கொண்டான் போலும். அவள் பக்கம் பார்க்காமலே வேறுபக்கம் தலையைத் திருப்பிக் கொண்டான்.

"ஆமாம் ஸார், நான் சிறிது முன்னால் சொன்னேனே புரிஞ்சுதோன்னோ... வெளியே பார்க்காதே அம்பி, கண்ணில் தூசி விழும். ரொம்ப தொந்திரவு கொடுக்கும், நேரே இங்கே பாருங்கோ... ஏன் எதற்கென்றால் அவ அப்பன் பாட்டன் யார், எவர் என்று கேட்காதே. அப்பனையே தெரிந்துகொள்ள முடியாதென்றால், பாட்டன் எங்கிருந்து குதிப்பான்..? ஆனால் அப்பன் வைத்த ஆஸ்தியாகத்தானே ஒரு வேலையை மூன்று பேரும் கண்டிஷனோடு பிரித்துக்கொண்டார்கள். ஒரு முழு வேலையை இந்த பிரகஸ்பதிகள் மூன்றாகப் பிரித்துக்கொண் டார்கள். செய்தால் மூன்று பேரும் சேர்ந்து செய்யவேண்டும்; நிறுத்தினால் மூன்று பேரும் சேர்ந்து 'ரெஸ்ட்' எடுத்துக்க வேண்டும்.

"இந்த திருமூர்த்திகள் கிளம்பி ஊருக்கு வந்து ஆஸ்தியைப் பங்கிட்டுக்கொண்டு வேலைக்கு ஆரம்பித்தார்கள். ரொம்ப நாள் செய்தார்கள் ஒற்றுமையாக... கிரேதாயுகம்... திரேதா யுகம் ...துவாபர யுகம்...முழுசா மூன்று யுகங்கள் ஐயா... ஒரு யுகம் பாக்கி, இந்த கலியுகம்தான். வேலை கலைந்து சாப்பிட்டுத் தூங்க. கலி பிறந்ததே பாருங்க ஸார், நம்மைப் பிடித்து ஆட்டுகிற கலி, அதைத்தான் சொல்லுகிறேன். அதுதான் பாக்கி. அப்போது பிரும்மாவிற்கு கொஞ்சம் தூக்கம் கண்ணை அமட்டியது. காப்பி கீப்பி, பொடி கிடி என்று என்னவெல்லாமோ குடித்தும் போட்டும் பார்த்தான் போலிருக்கிறது... இதைத் தான் ஸார், அந்தப் புராணத்தில் நன்றாகச் சொல்லி இருக்கிறது. நான் படிச்சு இருக்கேன், ஒரு காலத்தில் பக்தி சிரத்தையாக, வேதாந்தம், புராணம், அது இது என்று என்னவெல்லாமோ படித்து, முடித்து கண்டது என்ன இப்போது..? உங்களைத் தான், அய்யா நீங்களும் இதை கேட்டது உண்டா? கண்டது என்ன என்றுதான் சொல்ல முடிகிறதா? போகிற வழியும் தெரியவில்லை. வந்த வழியும் நன்றாக புரிந்தபாடில்லை.

விட்டுத் தள்ளுங்கோ எல்லாவற்றையும். ஸார் ... எனக்கென்ன வேண்டி கிடக்கிறது? எனக்கு நடக்க வேண்டியதெல்லாம் நடந்தாச்சு என்பதுதானே இனிமேல்...” என்று சொல்லி கொண்டிருந்தவர் கௌரி பக்கம் திரும்பி, “கௌரி மாரைக் கொஞ்சம் வலிக்கிறது. கூஜாவிலிருந்து ஜலம் கொஞ்சம் எடு ... இறங்க வேண்டிய ஸ்டேஷனும் வந்துகொண்டிருக்கிறது. அடுத்த ஸ்டேஷன். ஊரிலிருந்துகூட வண்டி வந்து இருக்கலாம்...” என்று அவளிடம் சொல்லி அவள் கொடுத்த தீர்த்தம் கொஞ்சம் சாப்பிட்டுவிட்டு இடது மாரை ஒரு கையால் அமுக்கிக் கொண்டும் கனைத்துக் கொண்டும் அந்த வாலிபனைப் பார்த்து மறுபடியும் பேச்சைஆரம்பித்தார்.

“சொல்லுகிறதெல்லாம் பாதியிலே விட்டுப் போகிறது. சொல்ல வந்ததை எல்லாம் எப்பவோ சொல்லியாகிவிட்டது என்றுகூடத் தோன்றுகிறது ... ஆமாம் பிரும்மாவிற்குத் தூக்கம் வந்துவிட்டது. விஷ்ணுவைக் கேட்டான், ‘கொஞ்சம் வேலையை நிப்பாட்டு. ஒரு சின்ன தூக்கம் போட்டுவிட்டு ஓடிவந்து விடுகிறேன்’ என்றான். சரிதான் நடுவிலும் கொஞ்சம் சாப்பிட லாம் என்று அந்தச் சாப்பாட்டு ராமன் சரி என்றான்... சிவனைப் போய் கேட்டாலோ, அது ஒரு பைத்தியம். ‘முடியவே முடியாது. நீ கேட்கிறதினாலே நிச்சயமாக முடியாது. இப்போதுதான் எனக்குக் குஷி கண்டிருக்கிறது’ என்று சொல்லிவிட்டான். என்ன கெஞ்சியும் மிஞ்சியும் அவனிடம் பலிக்கவில்லை. கோபம் வருகிறது ... ஆனால் யார் யாரை என்ன செய்ய முடியும் ஸார்..? இந்தக் காலத்திலே எல்லோரும் ஈசுவரர்கள் இல்லையா? எப்படியாவது துலைந்து போகிறது. அவா அவா தலை எழுத்துப்படி ஆகட்டும். நடக்கப் போவது தான் நடந்தது, ஆகப்போகிறது தலை எழுத்தாக, என நினைத்துக் கொண்டு பிரும்மா கண் அசந்து தூங்கிவிட்டான். கேளுங்க ஸார்! ரொம்ப வேடிக்கை... என்ன உங்களுக்கும் என்ன தூக்கமா?

“...சிவன் அழித்துக்கொண்டே விடாது வேலையை செய்துகொண்டிருந்தான். பிரும்மா படைத்ததை எல்லாம் குஷியில், ஒரு நொடியில் அழித்து முடித்துவிட்டான். மேலும் மேலும் சிவன் அழித்துக்கொண்டே இருந்தான் ஸார். பிரும்மா தூங்கிக்கொண்டு இருக்கான். படைத்தது ஆன பிறகும் பிரும்மா படைக்காததையும் சேர்த்து அழித்துக் கொண்டிருக்கிறான் இவன். சாமிகளோன்னோ எல்லாம் செய்யமுடியும் அவர்களால். தூங்கிவிட்டு பிரும்மா தன் வேலைக்கு ஆரம்பித்தார். அதுதான் ஸார் உன்னை, என்னை, இந்த பொம்பிள்ளை, நாய், நரி... எல்லாவற்றையும் படைக்கிற பிரும்மா சிருஷ்டி கொள்வதற்கு

முன்னால்தான் அவைகள் சிவனால் அழிக்கப்பட்டு விட்டாச்சே. இப்படிப் படைக்கிறதிலே ஏதாவது பலன் உண்டா ஸார் சொல்லுங்கோ... என்ன பிறவிகள் நாம் எல்லாம் இந்தக் கலியில். துள்ளுகிற தரிதலைகள்தான். அந்தத் திருமூர்த்திகளின் போட்டி நம்மை எல்லாம் உயிர் இல்லாமல் தவிக்க விட்டுக் கொண்டிருக்கு. எல்லாம் தரிதலையாட்டம்தான் ஸார் இந்தக் காலத்திலே... வேறு என்ன சொல்ல இருக்கிறது ஸார்."

ஸ்டேஷன் வந்துவிட்டது. வண்டி நிற்கப் போகிறது. "கௌரி என்ன தூக்கமோ?... ஊர் வந்துவிட்டது; சாமான்களை எல்லாம் எடுத்து வைத்துக்கொள்" என்று சொல்லிக்கொண்டே இருந்தவர், இடத்திலிருந்து எழுந்த இவனைப் பார்த்து "என்ன ஸார் நீங்களும் இங்கேதான் இறங்கணுமா...? மறந்தே போய் விட்டதே பேரைக் கேட்க... உங்கள் பேர் என்ன ஸார்" என்றார்.

எழுந்து அவன் நின்றுகொண்டே "சுப்பு..." என்றான்.

"என்ன வேடிக்கை ஸார்! என் பேரே..! நானேதான் போல..! சின்ன வயதில் உங்களைப் போலத்தான் இருந்திருப் பேன் போல ஸார்... என்ன கௌரி நான் சொல்வது – சின்ன வயதில் அவரைப் போல தானோ நானும்... என்ன மறதி போங்கோ... உனக்கு எப்படித் தெரியும். அப்போ என்னை போட்டோ பிடித்துக்கொள்ள அப்போது மறந்து விட்டேன்... என்ன ஸார் முகம் வேர்க்கிறது... மாத்தி அடித்த மணிக்கு திக்கு திசைமாறுவதுபோல. உங்களைப் பார்த்தால் காலமாறுதல் நன்றாகத் தோன்றுகிறது ஸார்... ஊருக்குப் போனதும் மறக்காமல் போட்டோ எடுத்து வைச்சுக் கோங்கோ..." என்று சொல்லிக்கொண்டே "ஊர் வந்துவிட்டது" என்று வண்டி நிற்குமுன் எழுந்தவர் கொஞ்சம் தள்ளாடிச் சாய்ந்தார். பக்கத்தில் இருந்த கௌரியின் அணைப்பில் அகப் பட்டுக் கீழே விழாது தப்பினார்.

வாலிபன் அவ்விடத்தில் இருப்புக் கொள்ளாமல் மெதுவாக நழுவி மூலையில் காலியாக இருந்த ஒரு இடத்தை நோக்கிப் போய்க்கொண்டிருந்தான்.

சிவாஜி 1954

குடை நிழல்

இரண்டு நாட்களாகக் கோடை வெக்கை மிகக் கடுமையாக இருந்தது. கோடை மழை ஒன்று பெய்வதற்கும் நாளாகிவிட்டது. எனினும் அன்று மாலை அவ்வளவு சீக்கிரமாக மழை வருமென அவன் எதிர்பார்க்கவில்லை.

அன்று மாலையில் சுந்தரம் குடையுடன்தான் வெளியே கிளம்பினான். குருட்டு வெயில் அன்று கடுமையாக இருந்தது. டவுனில் தன் அலுவல்களை முடித்துக் கொண்டு நடையாகவே சென்டிரல் ஸ்டேஷனை அடைந்தான். அங்கே ரயிலில் அவன் தன் நண்பன் ஒருவனை சந்திக்கவேண்டி இருந்தது. அவனை சுந்தரம் சந்திக்க முடியவில்லை. வீடு திரும்ப எதிரிலுள்ள ஆஸ்பத்திரி பஸ் ஸ்டாண்டை அவன் அடைந்தான். அங்கே அன்று மாலை அதிகக் கூட்டம் இல்லை. மழை திடீரென்று ஆரம்பித்தது. மழை ஆரம்பித்ததும் இருந்த சிலரும், அங்குமிங்குமாகச் சிதறிப் போய்விட்டார்கள். மாலை இருட்டு கண்டு கொண்டிருந்தது. வீதி விளக்குகளும் ஏற்றியாகிவிட்டன. அவ்விடத்தில் தன்னைத்தவிர வேறு யாரும் இல்லையெனத் தெரிந்துகொண்டபோது, திடீரென ஒரு ஆங்கிலோ இந்தியப் பெண் அங்கு வந்து சேர்ந்தாள். அவள் எவ்விடமிருந்து வந்தடைந்தாள் என்பதை இவன் கவனிக்கவில்லை. அவள் உடை மழையில் நன்றாக ஊறி நனைந்து உடம்போடு உடம்பாக ஒட்டிக்கொண்டிருந்ததைச் சுந்தரம் கவனித்தான்.

காத்திருந்த இவர்களை நாலைந்து பஸ்ஸுகள், தங்காதே தாண்டிச் சென்றுவிட்டன. மற்றும் தங்கிப்போன பஸ்ஸுகளும் இவர்கள் போகவேண்டிய இடத்துப் பஸ்ஸுகள் அல்ல. இருட்டு நன்றாகக் கண்டுவிட்டது. இவர்கள்

மௌனி படைப்புகள் ◆ 175 ◆

இருவரும்தான் அங்கு இருந்தவர்கள். வலுத்து மழையும் விடுவதாகத் தெரியவில்லை.

மோட்டார் வருகிறதா என்பதைக் கவனித்துக் கொண்டிருந்த இருவரும், முதலில் ஒருவரை ஒருவர் கவனிக்கவில்லை. பஸ் வரும் என்ற நம்பிக்கையைக் கொஞ்சம் கொஞ்சமாக இழக்கலானார்கள். நேரம் ஆகிக்கொண்டே இருந்தது. வீதியிலும் ஜன நடமாட்டம் குறைந்துவிட்டது. மோட்டார்கள் மட்டும் குறுக்கும் நெடுக்குமாக ஓடிக்கொண்டிருந்தன. தன் அருகாமையில் ஒன்றி நின்றிருந்த அப்பெண்ணைச் சுந்தரம் அப்போதுதான் நன்றாக கவனித்தான்.

சிறிய அழகான பெண் அவள். அவளுக்கு இருபது வயதுதான் இருக்கலாம். இவன் பார்த்ததைப் பார்த்த அவள் முகம் புன்சிரிப்புக் கொண்டது. அப்போது சுந்தரத்திற்கு என்னவோ போல் இருந்தது. அவனுக்கு மனது அமைதியை இழந்ததான ஒரு எண்ணம். மற்றும், ஒரு வசீகரப்பெண் பக்கத்தில் நின்றிருப்பதில் மனதில் ஒரு குதூகலமும் போலும்.

“மழை விடாதுபோல் தோன்றுகிறது” என்றாள் அவள்.

“ஆமாம், பஸ்ஸுும் வராதுபோல் தோன்றுகிறது” என்றவன் அவளுடன் பேசியது போதாது போன்று “ஆமாம், நீங்கள் எங்கு போகவேண்டும்” எனச் சிறிது விட்டுத் தொடர்ந்து கேட்டான்.

“இப்படி மழை வருமென்று தெரிந்திருந்தால் குடையாவது கொண்டு வந்திருக்கலாம் . . .” என்றாள் அந்தப் பெண்.

“தெரியாது தான், முற்கூட்டியே . . . ஆமாம், தெரிந்துதான் என்ன ஆகப்போகிறது. நான் இங்கு உனக்காக குடை வைத்துக் காத்திருப்பதும் தெரிந்தால், கொண்டா வரப் போகிறாய், நீ உன் குடையை?” பேசினதற்குப் பின்தான் சுந்தரத்திற்கே தான் ஏன் இப்படியாகப் பேசினோம் என்று ஆச்சரியம் கொடுப்பதாயிற்று. அவன் வேற்றுப் பெண்களுடன் பேசியதே கிடையாது. மேலும் அவன் சங்கோஜ சுபாவமும் படைத்தவன். சாதாரணமாக, சுபாவம் சமய சந்தர்ப்ப விசேஷத்தினால் எவ்வெவ்வகையோ மாறுதல் கொள்ளுகிறது போலும். சுந்தரம் மறுபடியும் சொன்னான். “பஸ்ஸுக்காகக் காத்திருப்பதில் பிரயோஜனமில்லை . . . நான் மவுண்ட்ரோட் போனால், அங்கு ஒருக்கால் எனக்கு பஸ் அகப்படலாம் . . . என்னுடைய குடையிருக்கிறது. இருவரும் போகலாமே.” சிரித்துக்கொண்டு அவள், அவன் பக்கத்தில் பிரித்த குடையின் கீழ் வந்தாள். ஒரு பெண், அதிலும் தனக்குத் தெரியாத ஒரு வசீகரமான

வாலிபப் பெண், அவளுடன் ஒரு குடையின் கீழாக இருட்டிலும், மழையிலும் செல்வது – ஆம், சுந்தரம் இது கனவில்தான் நடப்பதாக நினைத்தான். ஒரு சமயம் அவன் மனது சொல்லிக் கொள்ளும் – இதில் என்ன தவறு இருக்கிறது? தெரிந்தவர்கள் யாராவது பார்த்தாலல்லவா ஏதாவது நினைக்க இடம் இருக்கும்?

மின்னல் ஒளி பாய்ந்த கணத்தில் சுற்றுமுற்றும் கவனித்ததில் கண்ணுக்கெட்டிய வரையிலும், ஒருவரும்படவில்லை... ஏதாவது நினைத்துக் கொள்ளலாம்... அந்த நேரத்தில் யார் பார்த்து இவர்களைத் தெரிந்துகொள்ளப் போகிறார்கள்! ஒரு குடையின் கீழ் இருவருமாகச் சேர்ந்து சென்றனர். இருட்டிலும், மழையிலும், முக்கால்வாசி தூரம் போகும் வரையில் ஒருவருக்கொருவர் பேசிக்கொள்ளவில்லை. சிற்சில சமயம் இருவரும் மோதிக் கொள்வார்கள். அப்போது சுந்தரம் தன் மனதிற்கு விரும்பிய அதிர்ச்சியைக் கொள்வான். அப்பெண்ணோவெனில் சற்று உரத்து இவனைப் பார்த்துச் சிரிப்பாள் போன்று காதில் படும். வானம் முழுவதையும் மேகம் நன்றாக மூடிக்கொண் டிருந்தது. காற்றற்று செங்குத்தாகத் தடிமழை பொழிந்து கொண் டிருந்தது. குடையின்றியே இருவரும் நனைந்துகொண்டு போயிருக் கலாம். சாரலில் நனைந்து கொண்டு ஒருவரை ஒருவர் இடித்துக் கொண்டு போகத்தான் இந்த குடை உதவியது போலும். இடியும் மின்னலும் மிகக் கடுமையாக இருந்தன.

"நீங்கள் மவுண்ட் ரோட்டில் எங்கே இருப்பது?" என்று சுந்தரம் அவளைக் கேட்டான்.

"ஏன், உங்களுக்குத் தெரியவேண்டியது அவசியமோ" என்றாள் அவள். யதேச்சையாகப்பட்ட ஒரு பெண்ணுடன் எவ்வளவு தூரம் அவனால்போக முடியும். மவுண்ட்ரோடும் வந்துவிட்டது. வெகுதூரம் தான் போவதை அவன் விரும்ப வில்லை போலும். யாராவது ஒரு கௌரவமான குடும்பப் பெண்ணாக அவள் இருக்கலாம். "இல்லை... நான்" என்று இவன் தயங்கி ஆரம்பித்ததை அப்பெண் மறித்து, "நான் உங்களைக் கேட்டது அல்ல. என்னைத்தான், என் மனதைத் தான். நான் சிறிது உங்கள் காதுகேட்க உரத்துக் கேட்டுக்கொண் டேன்... என்னை யாரென உங்களுக்குத் தெரியவேண்டாம். மவுண்ட்ரோட் வந்துவிட்டது. நான் இப்படியே இச்சந்து வழியாக என் வீட்டிற்குப் போகிறேன்" என்று சொல்லி அவனை விட்டு நகர்ந்தாள்.

அவளை வீட்டிற்கு கொண்டு விட்டுப் போவதாகச் சுந்தரம் சொன்னான். அவள் பதில் சொல்லவில்லை. அரவணைப்பிற்கு ஆசைகொண்ட அனாதைக் குழந்தையைப் போல அவள் அவனைப் பார்த்துச் சொன்னாள்.

ஆயினும் அவள் வார்த்தைகளில் பரிதாபம் தொனிக்க வில்லை. "என் வீடு சமீபத்தில்தான் இருக்கிறது. நான் தனியாகப் போகிறேன். நீங்கள் வரவே வேண்டாம். உங்களை தடுப்பதிலும் நான் உங்கள் எண்ணத்தைத் தடுக்கச் செய்ய முடியவில்லை." சிறிது நகர்ந்தவள் தொடர்ந்து பிறகு "உங்கள் இஷ்டம், வேண்டு மாயின் வந்துவிட்டுப் போங்கள் ..." முடிக்கும் முன்பே அவள் முகத்தில் கொஞ்சம் அலட்சியச் சிரிப்பும் தெரிந்தது.

இந்த ஹோட்டலில் காப்பியாவது சாப்பிடலாம் என்று நுழைந்த இருவரும் ஏதேதோ சாப்பிட்டுவிட்டுப் பசியைத் தணித்துக்கொண்டு சென்றனர். அவள் வீடும் வெகு சமீபத்தில் தான் இருந்தது. சுந்தரம், அவளை அவள் வீட்டில் தவிர வேறெங்கேயும் விடுவதான எண்ணத்தில் இல்லை. இருவர் உடைகளும் நன்றாக நனைந்திருந்தன. தூறல் நின்றுவிட்டது.

ஒரு பெரிய வீட்டின் வாயிற்புறம் வந்தவுடன் அப்பெண் நின்றாள். "இதுதான் நான் இருக்குமிடம்" என்றாள். அது வீடாகவே தோன்றவில்லை. தனித்தனி அறைகளில் அநேகர் வசிக்கத்தக்க ஒரு விடுதியாகத் தோன்றியது. மாணவிகளின் விடுதியாக அது இருக்கலாம். ஆனால் அந்தப் பக்கத்தில் மாணவிகள் தங்க விடுதி இருப்பதாக, அவன் அறிந்தமட்டில் தெரியவில்லை. சுந்தரம் அப்போது அவளைப் பார்த்து, "அம்மா நீங்கள் யார் என்ன செய்கிறீர்கள் இங்கே?" என்று கேட்டான். வாயிற்புறத்து வெளிச்சம் அவன் முகத்தின் மீது விழுந்தது. அவள் முகம் நன்றாக அவனுக்குத் தெரிந்தது. அவள் முகம் குவிய அதில் ஒரு வசீகரச் சிரிப்பு தென்பட்டது. ரோஜா மொக்குகள் போன்று அவள் உதடுகள் குவிந்து இருந்தன.

அநேக ஆயிரம் விளக்கொளியிலும், ஆயிரம் விதமான கனவுகள் அவ்விடுதியில் ஒதுப்புறமாக மறைந்து நின்று உட் புகும் அவர்களை விழுங்க இருந்தனபோலும். அவனுடன் அவள் உள்ளே செல்லச் சிறிது தயங்கினாள். அவள் பார்வையில் மாசு படர்ந்தது. அங்கேயே, வாயிற்புறத்திலேயே தங்கி, அவனுடன் பேசிப்பேசி வாழ்நாட்களைக் கழிக்க எண்ணியவள் போன்று உட்புகத் தயங்கி நின்றிருந்தாள். ஊதலும் சாரலும் தெருவழியே ஓடிக்கொண்டிருந்தன. ஆயிரம் விநோத விரோத யோசனைகள் அவள் மனதில் புதைந்து, மறைந்து மாறுபட்டும் அவளுக்கு வாழ்க்கையில் அலுப்புக் கொடுக்கத்தான் ஒன்றாகத் தோன்றின. ஆதரவை அவனிடம் நாடின பார்வை அவள் கண்களின்றும் விடுபட்டுச் சலித்து எட்டிய வெளியை நோக்கிச் சென்று கொண்டிருந்தது. எங்கேயோ பார்த்து நின்று கொண்டிருந் தாள். அவளுக்கு இருபது வயதிற்குள்தான் இருக்கும். ஊறிய உடம்பில் ஒட்டிக்கொண்ட ஈரத்துணியின் அடியில் அவள்

மௌனி படைப்புகள் ◆ 179 ◆

அங்கங்கள் ஒவ்வொன்றிலும் கவர்ச்சி தெரிந்தது. அவளுள் பரிசுத்த ஆத்மாதான் அவள் கண்களில் இவ்வளவு தெளிந்த பார்வையை அப்போது கொடுத்தது போலும்! அவன் எதிரில் அவள் வருத்தத்தில் நின்றிருந்தாள். வெளிக்காட்டக் கூச்சம் கொண்டு அவள் கண்கள் பளிங்கு போன்று பிரகாசம் இழந்து தோன்றின. அவள் முகத்தோற்றமும் ஏதோ விதமாகத் தெரிந்தது.

அவளை பார்க்கும்போதும், புருவஞ் சுழிக்கும்போதும், அவள் பேசாத வார்த்தைகள் அருத்தம் கொள்ள, புருவத்திடைப் புகுந்துகொண்டன போலும், அவ்வித விளங்காத வகைப் பார்வையில், சுந்தரம் தன் மனதிற்கிஷ்டமான எவ்வளவோ அருத்தம் கண்டான். அவள் சொன்னாள்: "என்னை இப்போது நீங்கள் வெறுக்கவில்லை... பின்னாலும் உங்களால் முடியாது. உங்களிடம் உள்ள என் எண்ணத்தைத் தானே நீங்கள் எப்போதும் என்னிடம் கொள்ள முடியும், பிரதிபலிக்க முடியும். நீங்கள் எனக்குச் செய்த இச்சிறுகாரியத்தை ஏன் செய்தோ மென மனக்கசப்பின்றி நினைக்க, நான் யார் என்று தெரிந்து கொண்டபின் உங்களால் முடியுமா என்பதை நீங்கள் இப்போது சொல்ல முடியுமா? பின்னால் தெரிந்து கொள்ளப்போவதை முன்கூட்டி யோசித்து உங்களைப் பதிலளிக்க நான் கேட்கவில்லை. நான் இப்போது உங்களிடம் ஏன் இவ்விதம் பேசுகிறேன் என்பதும் எனக்குத் தெரியவில்லை. யோசனைகள் யோசிக்கும் போது யோசிக்கப்படுவதென்பதாலேயே மாறுதல் அடைகின்றன. நான் பேசுவது என்னைப் போன்று இல்லை, மீறித்தான் இருக்கிறது... நீங்கள் யார் என்பதற்கு, எவராக இருந்தால், யாராக இருந்தால் என்ன என்பதின்றி, யார் என்பதற்கு, ஆம் ஆயிரம் தடவை உன் பகற்கனவில் தோன்றிய நான் என்று என் மனது பதில் கொள்ளும்போது... என் பிரியமானவனே நீ போய்விடு..." அவள் கண்கள் போதை கொண்டு துள்ளிவிளையாட வெளியே ஓடுவதாகத் தெரிந்தன. வெளியே துள்ளி மறுபடியும் ஜலப்பரப்பின் கீழ் புதையும் வெள்ளி மீன்களாக உட்புதைந்தது அவள் பார்வை. அவள் கண்கள் பார்க்க முடியாத வகையில் ஒளிகொண்டு பிரகாசித்தன. அவள் யோசனைகளையே போன்று அவள் கண்கள் சலித்தன.

"எனக்குச் சொல்வதில் ஒன்றுமில்லை... உங்களுக்குத் தெரிந்தால் ஒன்றுமில்லையா? உங்களை ஒரு கணத்தில் நான் தெரிந்து கொண்டுவிட்டேன். என்னை நான் யார் என்று சொல்லாமலே அநேக ஆடவர்கள் என்னை தெரிந்து கொண்டு விடுகிறார்கள்! ஆம், என்னை மட்டுமல்ல; எல்லாப் பெண்களையும் கூட... அப்படிதான் தெரிந்து கொள்கிறார்கள்

மௌனி படைப்புகள்

போலும். ஆனால் அவர்கள் தெரிந்தவர்கள் என்பதில் எனக்கு சந்தேகம்தான். உங்களுக்கோவெனில் என்னைப் பார்த்தவுடன் அதுவும் ஒரு பெண்ணைப் பார்த்தவுடன் தெரிந்துகொள்ள முடியவில்லை. சொன்னாலும் நீங்கள் தெரிந்து அறிந்துகொள்ள முடியுமோ என்பதிலும் எனக்குச் சந்தேகம் தோன்றுகிறது. முடிந்தாலும், உங்களுக்குத் தெரிந்தது உங்களுக்கு நன்மை யானதா என்பதில், என் மனது திரும்பித் திரும்பி சந்தேகம் கொள்ளுகிறதே, நான் சொல்லித் தான் ஆகவேண்டுமா?"

அவள் பேசியதும் பேசிய வகையும் சுந்தரத்திற்கு அதிர்ச்சி கொடுப்பதாக இல்லை. அதிசயமாகவும் அவன் படவில்லை. மனதிலிருந்து ஒன்று விடுபட்டுப் போனதினால் தான் அவன் அவளை வெறுமனே வெறித்துப் பார்த்து நின்றான்போலும். நேருக்கு நேராக ஒருவருக்கும் சொந்தமற்று, யாருக்கும் சொந்த மாகும் ஒருத்தியுடன் பேசுவதில் ஆனந்தம் ஒன்றும் இல்லை; அதிர்ச்சியும் இல்லை. தன் இருதயத்திற்கு நேரான குறுக்குப் பாதையில் சென்றடைந்து விட்ட ஏதோ ஒன்று, ஆராய்வதற்கு அவகாசம், அவன் அறிவிற்கு கொடுக்கவில்லை. பின்னால் ஆயிரம் யோசனைகளுக்கு அடிப்படையாக அவள் எண்ணம் அவன் மனதில் தோன்றலாம். அப்போதோவெனில் எதிரில் நிற்பதைக் கூட அவன் அறிந்தவன்போன்று நின்று இருக்க வில்லை.

"ஏன் நிற்கிறீர்கள் – வாருங்கள் என் அறைக்குப் போகலாம்... உங்களைக் கண்டது முதல் என் மனது என்னை வெறுக்க வேதனைக் கொடுக்கிறது. அதில் உள்ள இன்பம் உங்களுக்கு அனுபவிக்க கொடுத்து வைக்கவில்லை. தன்னை வெறுக்க எண்ணம் கொடுப்பவர்களை வெறுப்பது என்பது, வேறொன்று, உங்களை நான் விரும்புகின்றேன். மனதிற்கு அடியிலிருந்து ஏதோ ஒன்று இப்போது வாழ்க்கையில் இனிமை கொள்ளத் தூண்டுகிறது. உங்களால் உணருகிறேன் என்பதிலா நான் உங்களை வெறுக்காது விரும்புகிறேன்..? என்னுடைய காரியங் களிலே நான் சிந்தனைகளைக் கொடுத்தது கிடையாது. யோசித் தால், யோசனைகளின் அடியே ஒரு அதிசயப் பயம் கொண் டிருக்கிறது. அடிப்படையான பயங்கரம் இருக்கிறது போலும். எவற்றையும் யதேச்சையில் கவனிப்பின்றிதான் நான் செய் கிறேன். சரி, நாம் உள்ளே போவோம். எங்கேயோ என்னைத் தனியாக பேச்சில் தனியாக செல்லவிட்டு விட்டீர்கள்."

அவளைப் பின் தொடர்ந்து மாடியில் ஒரு அறைக்குச் சென்றான். அவள் அறையை அடைந்ததும் அவன் மனது கொஞ்சம் நிதானம் அடைந்தது. தனியறையில், தனியாக தான் யார் முன்னிலையில் நிற்கிறோம் என்பது அவனுக்குப் புரிய

ஆரம்பித்தது. இந்த அனுபவம் அவனுக்குப் புதிது. அவளிடம் அவனுக்கு யாது காரணம் பற்றியோ ஒரு அநுதாபம் தோன்ற ஆரம்பித்தது. அவள் பேச்சும், பேசும்வகையும் அத்தகைய ஒருத்தியினது போன்று இல்லை. ஒருக்கால் இவன் இளமையும் புதுமையும், அப்படி நினைக்க ஏதுவாயிற்றோ என்னவோ. அவள் தன் ஈர ஆடைகளைக் களைந்து வேறு உலர்ந்த ஆடைகளை அணிந்துகொண்டு வந்தாள்.

"நீங்கள் ஈரத்தில் நிற்கிறீர்களே, ஆடை நான் கொடுக்கிறேன். உங்களுக்குச் சரியாகக்கூட இருக்கும். அணிந்து கொள்ளுகிறீர் களா?" அவள் சிரித்துக்கொண்டே கூறினாள். "ஆமாம், உங்களைப் பெண்ணுடையில் பெண்ணாக்கி என் சிநேகிதி யாக என் பக்கத்திலேயே, ஏன்—என் உள்ளேயே வைத்துக் கொள்ள ஆசையாக இருக்கிறது. எவ்வளவு அசட்டுத்தனமாக நான் உங்களை மௌனமாக்கிப் பேசிக்கொண்டே இருப்பேன் தெரியுமா? பசியே எனக்குத் தெரியாது. வாழ்க்கையும் வெகு சீக்கிரத்தில் இனிமையாக முடிந்ததென என் மனம் நினைக்க உங்களிடம் பேசும் நேரம் நீண்டுகொண்டே போகும்."

'வேண்டாம் – பாதகமில்லை எனக்கு –' என்று சொல்ல வாயெடுத்தான் சுந்தரம். அவள் மேலும் கவனியாது பேசிக் கொண்டே போனாள். "ஆமாம், உங்களை இதற்கு முன்னா லேயே பார்த்து இருக்கிறேன். அநேக நாள் பகற்கனவில் உங்களை எதிர்பார்த்திருக்கிறேன். நீங்கள் வரவில்லை, இப்போது நீங்கள் வேண்டா விருந்தினன் போல வந்திருக்கிறீர்கள். பிடிக்காததை சீக்கிரம் புறக்கணித்துத் தள்ள உபசாரத்தில் தான் முடியும்போலும். ஆமாம், என் பிரியம் உங்களிடம். பிரிவு உபசாரம் நான் உங்களுக்கு நான் செய்கிறேன்... உங்களைப் பிடிக்காது வெளியனுப்பத்தான் என் மனம் உங்களிடம் இவ்வளவு ஆசை கொள்கிறது."

"சரி ஜோன்ஸ்... மழை விட்டுவிட்டது, நான் போய் வருகிறேன்... போகட்டுமா?" என்று சொல்லி, "சரி, நாளை நான் வருகிறேன்" என்று ஐந்து ரூபாய்களை அவள் மேஜையின் மீது வைத்துவிட்டு வெளியே போய்விட்டான். அவன் போன பின்பு ஜோன்ஸ்க்கு சிரிப்புத் தாங்கவில்லை. ரூபாய்களை எடுத்துக் கையில் கலகலவென்று குலுக்கிச் சிரித்துக் கொண்டாள். அது அழுகைச் சிரிப்பாகத்தான் அந்த ரூபாய்களைப் பார்த்துச் சிரித்தாக இருந்தது.

மறுநாள் இருட்டிக்கொண்டிருக்கும்போது சுந்தரம் ஜோன்ஸ் அறையை அடைந்தான். வாயிற்புறத்தில் உட்புகச் சிறிது தயங்கி நின்றுகொண்டிருந்தான். உள்ளேயும் வெளியிலும்

பெண்கள் குதூகலத்தில் நடந்து கொண்டிருந்தார்கள். ரிக்ஷாக் களில் சிலர் ஆடவருடன் வெளிக்கிளம்பிக் கொண்டிருந்தனர். திருநாள் கடைகளை ஆச்சரியத்துடன், அர்த்தமற்று கவனித்து நிற்கும் சிறு பிள்ளையைப் போன்று சிறிது நேரம் சுந்தரம் இவைகளைக் கவனித்து நின்றிருந்தான்.

எப்படி உள்ளே நுழைந்து அவள் அறையின் வாயிலை அவன் அடைந்தான் என்பது அவன் பிரக்ஞையில் பட்டது போல் இல்லை. அநேகப் பெண்களின் பார்வையிலும் பேச்சு, சப்தங்களிலும் அவன் அகப்படாது மிதந்து போனதான ஒரு எண்ணந்தான் அவன் கொண்டது. ஜோன்ஸ் அறைக் கதவு தாழ் இடாது, பொருந்தாது சாத்தி இருக்கக் கண்டான். அதைத் திறந்து உட்புகவும் சிறிது தயங்கினான். ஒருக்கால் திறந்தும் உள்ளே அவள் இருப்பதையோ இல்லாதையோ தெரிந்துகொள்ள அவன் ஒன்றையும் அப்போது விரும்பவில்லைபோலும். எனினும் சாசுவதத்தில் அவன் வெளியே நின்றுகொண்டிருக்க முடிகிறதா? எவ்வளவு அறிவற்ற பலம் வேண்டியிருக்கிறது. முதலில் சிறு காரியம் கூடச் செய்ய வழக்கம் கொண்டவுடன் வாழ்க்கையே சவத்தின் ஒரு பழக்கமாகிறது.

அந்த அறைக் கதவை சுந்தரம் அவ்வளவு வேகம் கொண்டு திறந்து இருக்க வேண்டாம். கதவு சுவற்றில் மோதுண்ட சப்தத்தில் ஜன்னலடியில் நின்று வெளியே பார்த்துக் கொண் டிருந்த ஜோன்ஸ் இவனைத் திரும்பிப் பார்த்தாள். சிந்தனை களின்று விடுபட்டு தன்னை எதிர்பார்த்து நிற்பவளாக அவள் தோன்றவில்லை. இவனைப் பார்த்ததும் அவள் கன்னம் குழிவு கொள்ளச் சிரித்தாள்.

"என்ன ஜோன்ஸ், நான் வரமாட்டேன் என்றுதானே நீ நினைத்துக் கொண்டிருந்தாய்?" என்று கேட்டுக்கொண்டே உள்ளே நுழைந்தான். அருகில் வந்த அவன் பார்வையில் ஒரு ஆதாவு இருந்தது. அவளுக்கு அது பிடிக்கவில்லை என்றாலும், அவளுடைய அநேக நாட்களின் அலுப்புக் கொடுக்கும் தொல்லைகள், அக்கணநேரப்பார்வையில் கரைந்ததென உணர்ந் தாள்போலும். இன்புறத் தழுவிய அவன் கரங்கள், இயற்கையின் குதூகல ஆரவாரிப்புப் போன்று அவளைப் பரவசப்படுத்தியது. அவன் மார்பில் அவள் தலையைப் புதைத்துக் கொண்டாள்.

"ஏதோ வெளியில் இரைச்சல் கேட்கிறதே" என்றான் சுந்தரம்.

"ஆமாம். வெளியுலகு மடியுமட்டும் உள்ளே கேட்கும் கோர சப்தங்கள் அவை. நம்முடைய அணைப்பில் மரணா வஸ்தை கொள்ளும் சப்தங்கள். பாழ்பட்ட வசீகரம் வெளியே

உலாவ அவர்களைப் பார்க்கும்போது ..." அவளால் பேச முடியவில்லை. அவள் கண்களின்று வழிந்த கண்ணீர் அவன் மார்பை ஈரமாக்கியது. முன்பு அவளுடன் மழையில் நனைந்தது கூட அவனுக்குத் தோன்றவில்லை. அவள் கண்ணீரால் ஈரம் பட்டதும் அவனை நடுக்கியது. அவள் முகத்தை நிமிர்த்துப் பார்த்தான். கண்ணீரிலும் அவள் உதடுகள் ரோஜா மொக்காகக் குவிந்து இருந்தன. முகத்திலும் புன்சிரிப்புத் தெரிந்தது.

"ஏன் அழுகிறாய் ... நான் வருத்தம்தானா உனக்குக் கொடுக்கிறேன் ... என்னால் உனக்குச் செய்யமுடிவது ஒன்று மில்லையா ?"

"உங்களால் செய்ய முடிந்தது, அதோ அந்த மேஜையின் மீது இருக்கிறது பாருங்கள் ... ஆம், அதைத்தான் நான் உங்க ளிடம் எதிர்பார்க்க முடியும். எப்போதும் நிலைத்து நிற்க, என்னிடம் இல்லாததையா உங்களிடம் நான் எதிர்பார்க்க முடியும்? என்னுள், என் இனிமை, தனிமையில் துன்புறுத்தாது நிற்கும் நாளைத்தான் நான் நாடுகிறேன். உங்களைப் பெற்று உங்களால் அடையும் ஆனந்தம் நீடிக்கும் போதல்லவா நீங்கள் கொடுத்தது என்று ஆகும்.

"என்னுள் ஏதோ ஒன்று தூங்கினதைத்தான் தட்டி எழுப்பி னீர்கள் நீங்கள். உங்களால் ஒன்று செய்ய முடியாததினால்தான் உங்களிடம் இப்போது நான் பிரியம் கொண்டிருக்கிறேன். எங்கள் பிரியம் காசுக்கு அகப்படும்போது, பிறகு தூக்கி எறியப் படும் சாம்பலாகத்தானே இருக்கமுடியும். காசுக்கு அகப்படும் பிரியம் எவ்வளவு மலிவாக இருக்கிறது! உங்களுடைய அநு தாபம் அடையும் பாக்கியம் பெற்றும் ஏற்கும் வகை தான் நான் புரிந்துகொள்ளவில்லை."

அவள் தன்னை அறிந்து கொள்ளத் தான் இவ்வகையாக அவள் பேச்சில் தடுமாறிக் கொண்டிருந்தாள். சுந்தரமும், தன்னுள் தலைவிரித்தாடும் ஒன்றைச் சமனம் செய்யப் பாடு பட்டுக்கொண்டு இருந்தான்.

"ஜோன்ஸ், வெளியே போய் சிறிது உலாவியாவது வரலாம் ... ஏன், எப்படி, இத்தொழிலைக் கொண்டாய்?" ஏதோ சம்பந்தமற்று அர்த்தமற்றுத் தானும் பேசவேண்டுமென் பதற்காகச் சொன்னது போன்றுதான் இருந்தது, சுந்தரம் கேட்டது.

ஜோன்ஸ் அவனைப் பார்த்தாள். அவன் முகத்தைப் பார்த்தாள். அவன் பார்வையில் கோபம் இல்லை, வருத்தம் இல்லை, ஒருவகை அலட்சியம் தெரிந்தது. அவள் அவனைப்

பார்த்த பார்வையில் அவன் கேட்டதில் கேவலமான எண்ண மும் இருந்ததாகத் தெரியவில்லை.

"ஆமாம். மூன்று சிறிய சகோதரிகளும் வேலையற்ற வயதான தாயார் தகப்பனாரும் முன்னும் பின்னுமாக எப்போதும் ஏழ்மையில் என்னை வெறிக்கும்போதும், வெட்கத்திற்கு மேலே போய் மீறிப் பிச்சையெடுக்கும் வகையில் பசி தெரியாமல் இருந்தாலும் அப்போதுதான் தாங்கள் என் பக்கத்தில் நின்று, நீ ஏன் இப்படியானாய் என்று கேட்க வேண்டும். உங்கள் கேள்வியைத்தான், உங்களைத்தான் நான் பக்கபலமாக்கிக் கொள்ள வேண்டியிருக்கிறது. யார் யாரோ என்னவெல்லாமோ, கேட்டும், செய்தும் போய்விட்டார்கள், மறைந்துவிட்டார்கள். ஆனால் என் முன்னும் பின்னும் தெரிவதுதான் என் மனதில் மறையவில்லை. நான் மட்டும் சாசுவதத்தில் நிற்கப் போகி றேனா? நான் நிற்குமிடமும் சூனியமாகிறது. நான் இருப்பது, அதுவும் ஒரு பெரிய பொய்தானே. நிற்கும் பொய்யைத் தானே நிஜமெனக் காணப் பக்கத்தில் வருகிறார்கள். பொய்யை நம்பும் நீயும் இறக்கப் போகிறாய், இறப்பைத் தவிர உலகில் நடக்கிறது எது நிஜம்? இறப்பில்தான் மனித வாழ்க்கை பூர்த்தியாகிறது."

"ஜோன்ஸ், உன் வார்த்தைகள் கொல்லுகின்றன. நீ உன் இறப்பிலும் நிஜமாகமாட்டாய். இறந்த உன் வாழ்விலும் கனவுகள் உண்டு. கனவில் மிதக்கும் நீ, உனக்கு எது இறப்பு, விழிப்பு? உனக்கு சாவு இல்லை. சாவினால் நீ சமாதானம் அடைய முடியுமா?" என்றான் சுந்தரம்.

"அதோ அங்கே பார் பூமியின் கீழ், ஐந்தடிக்குக் கீழ் சிறுபுல் என்மேல் படர்ந்தால், இனிமையான பக்ஷிகள் என்மேல் பாடினால், வெளியுலகம் அப்போது பாழடைந்து மடியும், இரவின் வானக் கூரையில் அநேக நக்ஷத்திரங்கள் தெரியும். என்மேல் மெல்லிய காற்றுத் தடவிச் செல்லும் – என் இன்பக் கனவுகளைத் தவிர ஒன்றும் என்னைத் தொடர்ந்திட முடியாது. அப்போது விழிப்பின்றி, தூக்கமின்றி சதா இன்பக் கனவின் வாழ்க்கைக்கொள்ளும். நான் – எனக்கு எது மெய்யானால் என்ன? பொய்யானால் என்ன?"

"நான் எங்கெல்லாமோ சென்று கொண்டிருக்கிறேன். சரி வாருங்கள், வெளியே உலாவி வரலாம்... இருங்கள், இதோ வருகிறேன்..." என்று ஒரு சிறு தலை ஆட்டலுடன் வெளியே சென்றாள். எவ்வளவு அனுபவம் அச்சிறு தலை யாட்டுதலில் தெரிகிறது. அவளைப்பற்றி அதிகநேரம், அவன் சிந்தித்து நிற்க இடமில்லாமல் சீக்கிரமே ஜோன்ஸ் திரும்பி

வந்துவிட்டாள். இருவருக்கும் உள்ள பிடிப்பு என்னவென்பது தெரியவில்லை. அவள் நினைவை சுந்தரத்திற்குத் தன் மனதிலிருந்து களைந்து எறிய முடியவில்லை. அவள் நினைவு மட்டும் அவனுக்கு போதவில்லைபோலும். அவளைப் பார்க்க அவளிடம் அடிக்கடி வரவேண்டியிருக்கிறது. வெளியே சென்று உலாவித் திரும்ப இரவு வெகு நேரமாகிவிட்டது.

மாலை வரையிலும் சுந்தரத்திற்கு அன்று காத்திருக்க முடியவில்லை. மத்தியானமே ஜோன்ஸைக் காண அவள் அறைக்கு அவன் சென்றான். அவளும் அன்று அங்கிருந்தாள். சுந்தரத்தை அவள் அந்தவேளையில் கண்டதில், ஆச்சரியமடைந் தவள் போன்று, "என்ன, நீங்களா இப்போது வருகிறது . . ." சுந்தரத்தைப் பற்றியும், அவன் குடும்பத்தைப் பற்றியும், கொஞ்ச நாள் பழக்கமாயினும் அவள் அறிந்து கொண்டிருந்தாள். கேட்கவேண்டியது என்பது அவசியமே இல்லாமல் நடுநடுவே சுந்தரம் சொல்வதிலிருந்தும் அவளுக்கு அவனைப்பற்றி நன் றாகவே தெரிந்து இருந்தது.

"ஆமாம் ஜோன்ஸ், நீ இன்னும் இறக்கவில்லையே, இருக் கிறாயா என்று பார்க்கத்தான் வந்தேன் . . !" என்று அவன் சிரித்துக்கொண்டே கூறினான். அவனுடைய சிரிப்பு இவளுக்குப் பிடிக்கவில்லை, அவனுடைய வேடிக்கைப் பேச்சுகளும் அவளுக்கு ஆத்திரத்தைத்தான் கொடுத்தன. அவனைப் பார்த்து அவள் மிகுந்த துக்கத்தில் சொன்னாள் : "என் பிரியமானவனே, நான் சொன்னால் நீ சாதாரணமான வகையில் எடுத்துக் கொள்ளலாம் . . . என்னை, உன்னைப் பற்றிய வரையில் என்னை, நீ இன்னும் அறிந்து கொள்ளவில்லை என்று தோன்றுகிறது. உன்னையும் நான் சரியாகத் தெரிந்து நடந்து கொள்ளவில்லை என்றும் நினைக்கிறேன். இல்லாவிட்டால் நீ இப்படி எனக்கு வருத்தம்கொடுக்க நடந்து கொள்ளமாட்டாய். தவறியே உன்னைத் தெரிந்துகொண்டுவிட்டேன் போலும். உனக்காகத்தான் நான் காத்திருந்தேன். ஆனால் இப்போது உனக்காக நான் காத்திருக்க வில்லை . . . உன் நன்மைக்கு என்பதில் . . . என் பிரியமானவனே, நீ கேட்டது சரி, நான் இறக்காதிருப்பது சரியில்லைதான். ஆனால் நான் விரும்பும் வகை என் இறப்பு இருக்கமுடியும் என்பதில் இப்போது உன்னைக் கண்டவுடன் எனக்குச் சந்தேக மாக இருக்கிறது. மறுதலிக்காதே. இனி இங்கு வராதே. என்னைப் பார்ப்பதை விட்டுவிடு. முதலில் உனக்குச் சிரமமாக இருந்தாலும் எல்லாம் காலத்திலும், பழக்கத்திலும் சரியாகிவிடும் . . ."

அவள் உடைகளில் பூக்களும் கொடிகளும் தெரிந்தன. அநேக வண்ணாத்திப் பூச்சிகளும் மொய்த்துக் கொண்டிருந்தன. அவள் அன்று வெகு வசீகரமாக சுந்தரத்திற்குத் தோன்றினாள்.

அவள் மனதும் மிகுந்த சமாதனம் அடைந்து இருந்தது போல் தெரிந்தது. அன்று அவள் சிரித்துக்கொண்டும், வெகு உல்லாசமாகவும் சுந்தரத்துடன் பேசிக்கொண்டிருந்தாள்.

“நேற்றிரவு நான் ஒரு கனவு கண்டேன், வெகு விநோதமான இன்பக் கனவு கண்டேன். இப்போது உங்களிடம் சொல்வதற்கான அளவு அது ஞாபகத்தில் இல்லை. இருந்தாலும் வார்த்தைக்குள் அடைபடாது போலும், மறந்து மறைந்துவிடவும் இல்லை. உங்களை நான் இப்போது பார்ப்பதும் நேற்றைய என் கனவு தான் போலும்.” அவனை அவள் அணைத்துப் பேசியதெல்லாம் ஞாபகத்தில் நிற்காது மறக்காது விநோதக் கனவாகத்தான் சுந்தரத்திற்கு இன்பம் கொடுத்தது. அவள் தன்னிடம் ‘காதல்’ கொண்டவள் என்று சிறிது நினைத்தான். தெரியாததற்கும் அறிய முடியாததற்கும் பெயர் கொடுப்பதினால் தெரிந்ததெனக் கொள்ளும் மனிதர்கள், பேச்சற்ற பிராணிகளை விடப் பேச்சினால் எவ்வகையில் மேம்பட்டவர்கள்?

மறுநாள் மாலை சுந்தரம் போனபோது ஜோன்ஸ் அறையில் அவள் இல்லை. மற்றொரு யுவதியை அங்கு சுந்தரம் பார்த்தான். அவளும் பாலியத்தில் வெகு அழகாகத் தோன்றினாள். இவனைக் கண்டு சிரித்துக்கொண்டே “வாருங்கள், உங்களைத்தான் குறிப் பிட்டாள் என நினைக்கிறேன், ஜோன்ஸ். அவள் அவசர ஜோலியாக வெளியூருக்குப் போக நேர்ந்துவிட்டது. வருவதற்கு இரண்டொரு மாதகாலம் ஆகலாம் என்று உங்களிடம் சொல்லச் சொன்னாள். ஒருக்கால் இவ்வூருக்கு வராமல் இருந்தாலும் இருக்கலாமாம். மற்றும் உங்களிடம் கொடுக்கச் சொன்னாள்” என்று அவனிடம் ஐந்து ரூபாய்களைக் கொடுத்தாள். “நீயே வைத்துக்கொள்” என்று வாங்கியவன் அவள் கையிலேயே கொடுத்தான். அவ்விடத்தை விட்டு அவன் அகலும்போது, இரவு பத்துமணிக்கு மேல் இருக்கும். வாசலில் தூறிக் கொண் டிருந்தது. இன்றைக்கு அவன் குடையைக் கொண்டு வரவில்லை.

சிவாஜி மலர் 1959

மௌனி படைப்புகள்

பிரக்ஞை வெளியில்

“அதோ பார் அந்தப் பெண்ணை” என்றான் சேகரன்.

‘பெண்களை . . ?’ என்று திருத்தினான், அவனோடு கூடப் போய்க்கொண்டிருந்த, அவன் நண்பன் கிட்டு சிரித்துக்கொண்டே. இருவரும் மணற்பரப்பைக் கடந்து, சமுத்திரக்கரையை நோக்கி நடந்து கொண்டிருந்தனர். ஆங்காங்கே, மங்கும் மாலை ஒளியில் வசீகரத் தோற்றம் கொண்டு, அநேகர் உட்கார்ந்து கொண்டிருந்தனர். அன்று கடற்கரையில் அதிகக் கூட்டமில்லை. கொஞ்ச தூரத்தில் கடல் அலை மடியும் கரையின் சமீபமாக, மூன்று பெண்கள், இவர்கள் பக்கம் பார்த்துக்கொண்டு பேசிக் கொண்டிருந்தார்கள். அவர்களைப் பார்த்துக்கொண்டே, தன் நண்பன் கிட்டுவுடன் பேசி நடந்துவந்த சேகரன் “எனக்குப் பெண்களைப் பார்க்கும் வழக்கம் கிடையாது, அதோ அந்தப் பெண்ணைத்தான் சொல்லுகிறேன்” என்று மறுபடியும் சொன்னான். சேகரன் பார்வையில் குறிப் பிட்ட பெண்ணை கிட்டுவால் அம்மூவரில் யார் என்று தெரிந்துகொள்ள முடியவில்லை. கிராம வாழ்க்கையில் அலுப்படைந்து அதைத் துடைத்துக்கொள்ள, பட்டணத் தில் சில நாட்கள் தங்கிப் போகலாமென்று வந்த சேகரன் பேச்சுகள், அவன் பாலிய சிநேகிதன் கிட்டுவால்கூட, சிலசமயம் புரிந்துகொள்ள முடியவில்லை. மற்றும் சமீப சில நாட்களாக சேகரன் போக்கும் ஒருவிதமாக கிட்டு விற்குத் தோன்றியது.

“யாரைச் சொல்லுகிறாய் . .? வாயிலிருந்து தப்பி ஓடும் பற்களை, வெளியில் விடாது தடுத்து விழுங்குகிற வளையா . . . பிச்சல மயிர் தலையிலிருந்து பறந்து போகாது

இருக்க இரட்டைப் பின்னலாகத் தெரிவதையா . . ?" எனச் சொல்லி நிறுத்தினான் கிட்டு. பேச்சில் கேலிபடரப் பேசினானே ஒழிய, இக்கற்பனைகள் அவர்களை ஆழ்ந்து குறிக்கும் உவமைகளல்லாது ஏதோ மேலெழுந்த வாரியாக, பிறர் கேட்டுச் சிரிக்க வேண்டுமென்பதற்காகத்தான் இருந்தன. மேலும் மற்றுமொரு பெண்ணிடம் இவன் கற்பனைகள் ஓடவில்லையோ, அல்லது அந்த பட்டணச் சோதா மோஸ்தரில் கற்பனைகளைக் காண முடியவில்லையோ, எதினாலோ அவன் பேச்சு நின்றது.

"சரி, கிட்டு. நீ குறிப்பிட்ட பெண்களைக் கண்டுகொண்டு விட்டேன். அவர்களைச் சொல்லவில்லை, நான் பார்க்கவுமில்லை. அவர்கள் நடுவில் இருக்கிறாளே அவளைப் பார்த்ததும் உனக்குத் தோன்றுவதைச் சொல் . . . பட்டண ரீதியில் முடியாவிட்டால் . . . தமிழ்ப்பண்டிதர் பேச்சிலும் கொஞ்சம் முயன்று பார் . . ." என்றான் சேகரன்.

"அது முடியாதப்பா . . . முடிகிறதா என்று பார்ப்பதற்கும் என்னால் முடியாது. நான் முறையாகத் தமிழ் படிக்கவில்லையே" என்றான்.

"இந்த வகையிலாவது நீ செய்தது ஒன்று சரி . . . இல்லாவிட்டால், எழுத்தாலும் பேச்சாலும் நீ பாயைப் பிறாண்டிக் கொண்டிருப்பாய் . . . அதையாவது செய்யாது விட்டாயே! நான் எதையோ சொல்லும்போது, நீ எதையோ பேசி என் எண்ணம் போகும் திசையை மாற்றிவிட்டாய். சரி, அது போகட்டும். அதோ அந்தப் பெண்ணைப் பார். உனக்கு என்ன தோன்றுகிறது, உன் உவமைகளும் பேச்சுகளும் அவளிடம் எவ்வளவு பொருத்தம் காணுகிறது, பார்க்கலாம்" என்றான் சேகரன். அப்பெண்ணை உச்சந்தலையிலிருந்து, கால்வரையில் தடவிய கிட்டுவின் பார்வையில் பட்டது ஒன்றுமில்லை. அவள் தோற்றம், அழகு, வசீகரம் எல்லாம் இவனை ஒரு பிரமிப்பில் ஆழ்த்தியது. அவள் சௌந்தரியம் எதில் அடங்கி, கேட்காது முணுமுணுக்கிறது என்பது தெரியவில்லை. மொத்தத்தில் பார்வையினின்றும் உதறமுடியாது நிற்கும், விடுவிக்க முடியாத ஒரு மௌன ஜீவப் புதிர் போன்று விளங்கினாள். பார்ப்பவர் மனது கொள்ளும் எந்தப் பாவனையையும் ஏற்று நிற்பவள் போன்று இருந்தாள். இவ்வளவு அழகி உலகிலிருக்க முடியுமோ என்று ஜடமாகப் பிரமித்துப் பார்த்து நின்றான் கிட்டு. அவன் தோளைப் பிடித்துக் குலுக்கி – அவனை உயிர்ப்பிக்க வேண்டிய நிமித்தம் போலும் – சேகரன் சொன்னான். "இவளைப்போல் பார்த்ததில்லை என அவளைப் பார்த்து பிரமித்து ஜடமாக

நிற்கிறாயே – கற்பனைகளுக்கு நீ இடமாக முடியுமோ எங்கேயோ எப்போதோ கண்டதொன்று, மனதடியில் மறைந்தும் கிடக்கிறது. அதைத் தேடும் ஆர்வம் கண் விளிம்பில் ஒட்டிக் காத்திருக்கிறது; இவளைப் பார்க்குங்கால் கண்களில், முகத்தில் பரவி, இதுதான் ... எனக் களி கொள்ளுகிறது. எந்த அதிசயமும், பிரமிப்பின்றி ஆனந்தமெனப்படுவது இவ்வகையில்தான் ... எனக்குப் புரியும்படி சொல்லவரவில்லை. அவகாசமும் அவசரப்படு கிறது ...” எனப் பேசிய சேகரன், சிறிது மௌனமானான். அவளை ஒரு தரம் பார்த்துவிட்டு ... “இவ்வகையில் அவளைப் பார்ப்பதில்தான், அவள் கற்பனை ஊற்றென உன் ஒவ்வொரு ஜீவ நாடியிலும் துடிப்பில் பரவுவாள் ...” எனச் சொல்லி நிறுத்தினான்.

“சேகரா, உன் மூளை வன்மையும், உணர்ச்சி வேகமும் எனக்குத் தெரியும். கற்பனையில் நீ உணர்ச்சிவசமாவது, உன்னை எங்குகொண்டு செலுத்துமோ தெரியவில்லை எனக்கு ...” என்று கிட்டு கொஞ்சம் வருத்தம் கலந்த குரலில் சொன்னான்.

“கிட்டு, நீ சொல்லுவது ஒரு வகையில் சரியெனப்படுகிறது ... சமீப காலமாக, எனக்கு ஒன்றுமே புரிவதில்லை ... சுசீலாவைத் தான் உனக்கு நன்றாகத் தெரியுமே. அவளை மனைவியாக அடைந்தது என் பாக்கியமென்றாலும் தவறியே இவ்வுலகில் பிறந்த அவள், என்னை அடைந்ததும், அவளுக்கு ஒருவித பாக்கியம்தான். அவளை நான் இப்போது பார்க்கும்போது, என்னென்னவோ தோன்றுகிறது ... மனைவியை கணவன் பார்ப்பதில் என்னென்னவோ எல்லையற்று தோன்றவிருக்கிறது. சிறிது காலமாக, என் பிரியம் அவளிடம் அளவு கடந்துவிடுகிறது ... உடனே மனது ஒரு பயமடைகிறது ... பயம் என்று சொல்லுவது சரியல்ல. மனத்தில் ஒரு விநோத பயங்கரம் காணுகிறது. அந்த பயங்கரத்தில், ஒரு வசீகரமும் காணமுடிகிறதுபோலும். கிட்டவும் இழுக்கிறது, எட்டவும் துரத்துகிறது. இது, இப்போது என் மனைவி சுசீலா செய்கிற வேலை ... குடும்பக் காரியங்களில் எனக்கு அடிக்கடி அலுப்பும் சலிப்பும் தோன்றுகிறது. இங்கு வந்து சிலநாள் தங்கிச் செல்லுவதில் மனது கொஞ்சம் லேசாகும் என எண்ணித்தான் இங்கு வந்தது ... இங்கேயும் பெண்ணைப் பார்க்கும்போது அவளைக் காணும் தோற்றம் கொள்ளுகிறேன் . ..” ஒரு வேகத்தில் பத்து தப்படி நடக்குமுன் இவ்வளவையும் பேசிவிட்டான். ஆனால் அதற்கடியிலும் ஒரு நிதானம் தெரிந்தது. சிரித்துக்கொண்டே கிட்டுவைப் பார்த்து, “ஏதோ உளறுகிறேன். நீ ஒன்றும் நினைத்துக்கொள்ளாதே ... அதோ நடுவில் உட்கார்ந்து இருக்கிறாளே, அவளைத்தான் சொன்னேன். சமீப காலமாக

சுசீலாவைப் பார்த்தால் எனக்கு என்னவோ தோன்றுகிறது என்று சொன்னேனே, அதுதான் இவளைப் பார்க்கும்போது கொஞ்சம் தெளிவடைவதுபோல தெரிகிறது. என்ன என்பதுதான் புத்திக்குப் புலப்படவில்லை. அதைத்தான் உன்னிடம் சொன்னேன். உனக்கும் நன்றாகப் புரிந்து இருக்கும்! ... உன்னிடமில்லாமல் வேறு யாரிடமாவது சொன்னால் தவறாகவும், கேவலமாகவும் என்னை நினைப்பார்கள் ... அதோ அவளைப் பார் ... அவள் அழகு எவ்வளவு வசீகரமாக துணிவுகொண்டு தாக்குகிறது. அவள் கலியாணமாகாத கன்னிப்பெண். பெண்மை எனப்படுவது அவள்தான்போலும். எவ்வளவு பயங்கர சக்தி பெண்மை என்பது உனக்குத் தெரியுமா? பெண்ணென்றால் ஒருவனுக்கு மனைவியாகத்தான் வேண்டும். பிருமாண்ட வெளியில் உருக்கொள்ளும் பெண்மையை, சட்டத்திற்குட் பட்ட சிறு கற்பலகையில், மனைவியென சித்திரம் வரைந்து இன்பமடையப் பார்க்கிறான் கணவன். அவளிடம் பெண்மையைப் பார்ப்பதோ, பயம் கொள்ளுவதுதான் ... என்ன கிட்டு, நீ எப்போதாவது உன் மனைவியைக் கண்டு பயம் கொள்ளுவது உண்டோ?" என்றான், சிரித்துக்கொண்டே சேகரன்.

இவர்கள் பேசிக்கொண்டே அப்பெண்கள் சமீபமாக வந்துவிட்டார்கள். தங்கள் பேச்சு, அவர்கள் காதில் விழுந்து இருக்குமோ என்ற சந்தேகம்கொண்டு திடுக்கிட்டுப் பேச்சை நிறுத்தினர். இசைந்து தொடரொலியெனக் கேட்டு வந்த ஒரு சப்தம், இவர்கள் பேச்சை நிறுத்தியதும், திடீரென மறைந்த தான தோற்றம்கொண்டனர். பேசிக்கொண்டிருந்த அப்பெண்களும், இவர்களைச் சமீபத்தில் கண்டதும் இவர்களைப்போன்றே பேச்சை நிறுத்தினர்போலும். ஒருவர் ஒருவர் தத்தம் பேசியது மற்றவர்கள் காதில் ஒருக்கால் விழுந்து இருக்குமோ என்ற சந்தேகத்தின் சஞ்சலத்தில், ஒருவரை ஒருவர், ஓரக்கண்ணால், சிறிது புன்சிரிப்பில் மாறி மாறிப் பார்த்துக்கொண்டனர். இருவருக்கு, ஒரேவிதமான உணர்வு பிடிப்பு ஒரே சமயத்தில் உண்டாவதின் நிமித்தமாக, அவர்களிடையே ஒரு சூக்ஷுமமான பிடிப்பு, அவர்களையறியாமலே ஏற்பட்டுவிடுகிறதுபோலும். மேலும் அப்பிடிப்பு, பின் சமய சந்தர்ப்ப விசேஷங்களைப் பொறுத்து இறுகவோ, நழுவவோ மற்றும் என்னென்ன விதத்தில் பாதிக்கவோ காத்து நிற்கும்போலும்.

மறுநாள் பகல் ஒரு மணி சுமாருக்கு சேகரன் காப்பி சாப்பிட, ஒரு ஹோட்டலுக்குப் போய்க்கொண்டிருந்தான். அந்த ஹோட்டல் வாயிலில் அப்பெண்ணை யதேச்சையாகச்

சந்திக்க நேர்ந்தது. வியப்பில் ஒருவரை ஒருவர் சிறிது பார்த்து நின்றனர். இருவர் முகத்திலும் ஒரு சிரிப்பு படர்ந்தது.

"அவர்கள்!?" என்று அப்பெண்ணைப் பார்த்துச் சிரித்துக் கொண்டே, சேகர் கேட்டான். அதைத் தொடர்ந்து அவள் "அவர்!?" என்று கேட்டுவிட்டு, மேலும் "இது மாலை வேளை அல்ல; கடற்கரையும் அல்ல; அவர்களுடன் பேசிப் பொழுது போக்க" என்றாள்.

"சரிதான் ... கொஞ்சம் காப்பி சாப்பிட்டுவிட்டுப் போகலாமே ..." என்றான் சேகரன்.

"வேண்டாம் இப்போது ... பிறகு பார்த்துக் கொள்ளலாம்." என்றாள் அப்பெண்.

"சரி, சாயங்காலம் பார்த்துக் கொள்ளலாம் ..." என்றான். தலையை அசைத்துவிட்டு, அப்பெண் ஒரு அவசரத்தில் போய் விட்டாள். அவள் சென்றவுடன், சிறிது நேரம் சேகரன் அவ் விடத்தைவிட்டு அகலாமல் நின்றிருந்தான். ஒரு இன்பக் கனவு கண்டதான ஒரு தோற்றம் கொண்டான்.

அன்று மாலை, சேகரன் மட்டும் தனியாகக் கடற்கரைப் பக்கம் போக நேர்ந்தது. சிறிது தூரத்திலிருந்து முதல் நாள் உட்கார்ந்து இருந்த இடத்தில் உட்கார்ந்து அவர்கள் பேசிக் கொண்டிருப்பதைக் கவனித்தான். அவர்களருகில் நெருங்கியதும், "வெகு நேரமாகக் காத்து ..." என்று ஆரம்பித்தவன், சிறிது தயங்கி "வந்து நேரமாகிறதோ ..." என, மாற்றிக் கேட்டான். அப்பெண்கள் சிறிது திடுக்கிட்டனர். அப்பெண் "வந்து கொஞ்சம் நேரமாகிறது" என்றாள். அவர்களுக்குக் கொஞ்சம் தள்ளி இவன் உட்கார்ந்து கொண்டான். அப்பெண் மற்றவர்களைப் பார்த்து, "அவரை, மத்தியானம் டவுனில் சந்திக்க நேரிட்டது" என்று குரலில் ஒருபாவமும் தோன்றா வகையில் சொன்னாள். ஒரு கயிறுகொண்டு, இருவரையும் சேர்த்துப் பிணைத்ததுபோன்று அவ்விரு பெண்களும் இவ்விருவரையும் மாறி மாறிப் பார்த்தனர்.

பானு, சுசீலா, சுமதி இம்மூவரும் வசதியான, மூன்று கௌரவக் குடும்பப் பெண்கள். படிப்பு முடிந்தவுடன், மேற் கொண்டு செய்வதென்னவென்பது இவர்களுக்கும் இவர்கள் பெற்றோர்களுக்கும் புரியவில்லை போலும். மாலை நேரத்தில் பொழுது போக்குவதற்காக, கடற்கரை சென்று பேசி காலம் கழிப்பது வழக்கம். சேகரன் இவர்கள் கோஷ்டியில், மாலைப்

பேச்சில் கலந்துகொண்டதில் இவர்களுக்குப் பொழுதுபோவது சிறிது லேசாகியது. சேகரன் பேச்சுகள், கேட்க சுவாரஸ்யமாக இருக்கும். அவன், நல்ல குணமும் இவர்களுக்குப் பிடித்ததாக இருந்தது. அம்மூவருக்கும் இவனிடம், அவர்களைஅறியாதே ஒரு பிரியம் ஏற்படலாயிற்று. இக்குறுகிய கால பழக்கத்திலும், அவனை வெகுநாளாகத் தெரிந்த ஒரு நண்பனென அவர்கள் எண்ணலாயினர். இதுவரையிலும், யார் யார், எவர் எவர் என்று கேட்டுத் தெரிந்து கொள்ளாமலும் பெயர் என்னவென்று கேட்டுக்கொள்ளாமலும்தான் பழகிவந்தனர். சந்தித்தவுடன், முதலில் இவ்வகைப் பேச்சிற்கு இடமில்லாது போய்விட்டால், பிறகு கொஞ்சம் பழக்கமானவுடன் இவ்வகையில் கேட்டுக் கொள்ளுவது ஒரு அலௌகீகம்தான்.

ஒருநாள், சேகரன் சிறிது பதட்டத்தில் காணப்பட்டான். அப்பெண்களில் சுசீலாவைப் பார்த்து ஏதோ பேச வாயெடுத் தவன், "என்ன சுசீலா ..." என்றவுடன் திடுக்கிட்டு பேச்சை, எட்டிய வெளியை நோக்கியபடி நிறுத்தினான். இப்பெண்கள் ஒருவரை ஒருவர் பார்த்துக்கொண்டனர். அவர்களும் ஆச்சரிய மடைந்தனர்.

கொஞ்சம் பரிகாசமாகச் சிரித்துக்கொண்டே பானு சேகரைப் பார்த்து, "உங்கள் பெயர் என்னவோ ..." என்றாள். இவளைப் பார்த்துத் திரும்பிய சேகர், "சேகர் ... அப்பெண்ணின் பெயர்?" என்றான். "நீங்கள் இப்போதுதான் சுசீலா என்று சொல்லிவிட்டு, என்னைக் கேட்கிறீர்களே" என்றாள். "இல்லை, எனக்கு இதுவரையில் தெரியாது" என்றான்.

சிறிது சென்று, ஒரு நிதானத்தில், "நீங்கள் ஊஞ்சல் ஆடுவது உண்டோ. ஊஞ்சல் விளையாட்டுத் தெரியுமோ? சிறு வயதில், அப்படியாக ஒருவரை ஒருவர் ஊஞ்சலில் வைத்து, நீங்கள் வீசி ஆட்டி விளையாடி இருக்கலாம். வேகத்தில், கிட்டவும் எட்டவும், ஆட்டுபவருக்கு ஊஞ்சலில் இருப்பவர்கள், வந்து போய்க்கொண்டிருப்பார்கள். கிட்ட ஒருவராகவும் எட்ட ஒருவராகவும் ஊஞ்சலில் இருப்பவர் ஒருவரே தோற்றம் கொடுத்தால், அந்த ஊஞ்சல் விளையாட்டு இன்னும் எவ்வளவு விநோதமாகத் தோன்றும்? முன்பு நான் ஒரு உருவை வைத்து இருவராகக் கண்டு ஆட்டினேன் போலும்; இப்போதோவெனில் ஒரு பெயரை வைத்து இருவராக ஆட்டுகிறேன் போலும்" என்று சொல்லி, அவன் வாய்விட்டுச் சிரித்தது வெகு வசீகர மாக இருந்தது. "என்னை மன்னித்து விடுங்கள். உங்களிடம் நான் இவ்விதம், இவ்வளவு சீக்கிர பழக்கத்தில், சுவாதீனமாகப்

பேசுவதை... எனக்கு மிகவும் தெரிந்தவள், எனக்கு வெகு பிரியமான ஒருவள் பெயர் சுசீலா. இப்போது உங்கள் பெயரும் சுசீலா என்பதில் ஒரு யதேச்சை பெயர் ஒற்றுமை என்பதில் என்னென்னவோ என் மனது விநோத விதத்தில் எண்ணுகிறது. அதுதான்."

சேகரன் ஊரைவிட்டு வந்து கிட்டத்தட்ட ஒரு மாதமாகப் போகிறது. வந்த சில நாட்கள் வரையில் கிட்டுவுடன் தங்கி, ஊர் போவதாக அவனிடம் சொல்லிக்கொண்டு கிளம்பியவன், ஒரு விடுதியில் தங்கிக் காலம் கழித்துக் கொண்டிருந்தான். பட்டணத்தைவிட்டுப்போக அவனுக்கு இன்னும் மனம் வரவில்லை போலும். ஆனால் சமீபமாக, சில நாளாகவே அவனுக்கு ஊர் ஞாபகம் அடிக்கடி வந்து கொண்டிருந்தது. 'அநேகமாக நாளைக்கு ஊருக்குப் போகலாம்' என மாலையில் அப்பெண்களிடம் சொல்லுவதும் மறுநாள் மாலையில் அவர்களைக் கடற்கரையில் சந்தித்துப் பேசுவதாகவும் இருந்தான்.

அன்றைய தினம் 'இன்று நிச்சயமாக ஊருக்குப் போயிருப்பான்' என்று நினைத்துக் கொண்டிருப்பவர்களிடையே தன் தோற்றம் திகைப்பைக் கொடுக்கும் என்ற நினைவில் சேகரன், கொஞ்சம் முன் நேரத்திலேயே கடற்கரையை அடையும் ஆவலிலிருந்தான். அவசியம் ஊர் போக வேண்டியதென்ற எண்ணம் ஒரு பக்கமும், அப்பெண்களிடையே பேசுவதில் காணும் இன்பத்தில் இங்கேயே இருக்க நினைப்பது ஒரு பக்கமும் இவனை ஆட்டுவித்து, என்ன செய்வது என்று தோணாது இருந்தான். ஒளிபடராத பிரக்ஞை வெளியில் சேகரன் தடுமாறிக் கொண்டிருந்தான். தூக்கத்திற்கும் விழிப்பிற்கும் உள்ள எல்லைக்கோடு, பிளவுகொண்டு ஒரு சிறு வெளி விரிவு தெரிவதுபோலும், அந்நடு வெளியில் நின்று உலக விவகாரங்களைக் கவனித்தான். உலகம் உண்மையெனத் தோன்றுவதற்கு – வஸ்துக்கள் வாஸ்தவமெனப்படுவதற்கு – மாயைப் பூச்சு கொள்ளுமிடம் அதுதான்போலும். தூக்கத்தில் மறையவும், விழிப்பில் மறக்கவும்...

அன்று பகல்பொழுதை ஏதோ அவஸ்தையில் கழித்து, மாலையில் கடற்கரையை அடைய, கொஞ்சம் முன்நேரத்திலேயே பஸ் ஸ்டாண்டில் சேகரன் நின்றிருந்தான். அங்கு கூட்டம் அதிகமாக இருந்தது. கூட்டத்தில், முன்னேறத் தெரியாது இரண்டு பஸ்ஸுகளை விட்டான். தன்னைவிட்டு நகர்ந்துசெல்லும் அவைகளைப் பார்க்கும்போது உலகமே தன்னைத் தனிமையில் விட்டு, நகர்ந்து போவதாக நினைத்

தான். கடற்கரையில் அப்பெண்களையாவது விட்டுச் செல்லாதா என்ற ஏக்கப் பார்வையில், மற்றொரு பஸ்ஸும் போய்விட்டது. இருபக்க மரங்களையோ, அப்பால் நின்று தெரியும் பங்களாக் களையோ, கவனியாதே போன்று, நகர வீதி அகண்டு, நீண்டு குறுகி, கிழக்கு மேற்காக எட்டிய வெளியை அடிவானம் வரையில் சென்று தொட வெகுதூரம் போய்க்கொண்டிருந்தது. வீதி ஓரத்தில் மரங்கள், அப்பாலும் இப்பாலும் பலபல விசித்திரத் தோற்றத்திலும் பலவித நிறத்திலும் மரங்களிடையே, பாதி தெரிந்தும் தெரியாமலும், வீடுகளும், பங்களாக்களும் பார்வையில் பட்டன.

தன்னைப் போன்றே திகைத்து வீதிமரங்களும், வீடுகளும் நகரமுடியாது நின்றிருப்பதை சேகரன் பார்த்தான். லேசாக மரங்கள் காற்றில் அசையும்போது, அதன் தலையிலிருந்து பூக்கள் பொல பொலவென்று உதிருவது வெகு விநோதமாகத் தெரிந்தது. எதிர் பங்களாவிலிருந்து நாய் குரைப்பு சத்தம் கேட்டது. எதிரொலியில் அப் பங்களாவே நாயெனக் குரைப்பது போன்றிருந்தது. எட்டிய தூரத்தில் ஒரு பட்ட சவுக்க மரம் நட்டுத் தெரிந்தது. அது தன் தலையில் ஒரு கொடியைக் கட்டிக்கொண்டு 'பொலிடிகல்' குஷியில் கூத்தாடுவது எவ்வளவு அபத்தமாகத் தெரிகிறது! மேற்கே சூரியன் மறைய விருக்கிறான். உலகமே ஒரு லேசான மஞ்சள் காவித் தோற்றத்தில் ஒரு வறட்டு விரக்தி கொள்ளுகிறது. வெளியடைய முடியாத ஒரு பளு கொடுக்கும் வேகம், சேகரன் மனதிற்கடியில் குமுறிக் கொண்டிருந்தது. அவன் முகத்தில் ஒரு கடுமை கண்டும், உதட்டின் விளிம்பில் ஒரு ஏளனப் புன்னகை அருவிக் கொண் டிருந்தது. கோவிலில் தற்கால பக்தர்களின் பக்தி பரவசத்தை, பரிகாசச் சிரிப்பில் மாடத்திலிருந்து பார்த்து நிற்கும் ஒரு ஜீவகளை சிலை என, பட்டணப் போக்குகளைப் பார்த்துக் கொண்டு, சேகரன் நின்றிருந்தான்.

பட்டணச் சந்தடிகள், பொறுமையிழந்த கூக்குரல்கள் போன்று வீதிவழியே, யார் கவனிப்பிலும் படாது போய்க் கொண்டிருந்தன. மோட்டார்கள் பறந்து சென்று மறைந்தன. தங்களை விட்டுச்சென்ற உயிரைப் பிடிக்க நடைப் பிணங்க ளென, அநேகர் கடந்து சென்றனர். மற்றும் சிலர் தங்களை விட்டு உயிர் ஓடாது இருக்க, அதைப் பிடித்துக்கொண்டு ஓட்டத்திலும் நடையிலும் சென்றனர். உருவங்கள், தெரிந்தும், மறைந்தும், சப்தங்கள் கேட்டும் கேட்காமலும், எல்லா சந்தடி களும் ஒரு அலங்கோலத்தில் ஒரு புலனாகாத நியதியில் அவதிப்பட்டுச் சிதறித் தெரிந்தன. இந்த உரு, இந்த சத்தம்,

இந்தப் பெயர், இந்தத் தோற்றம் என்ற இசைவுமுறை நழுவி, தனித்தனியாகக் காணும் புலனுணர்வுகளை மனது ஒப்புக் கொள்ள முடியவில்லை.

எட்டிய வெளியிலிருந்து, சினிமா மெட்டு காதை சுவைக்கத் துளைத்துக் கொண்டிருந்தது. ஒரு டீக்கடைக்காரனுடைய வியாபாரம் விசுவரூபம் கொள்ளமுயலும், நவீன நாகரீக சத்தம் அது. பஸ்ஸுகளைத் தவறவிட்டுகொண்டு இவ்வகைப் பார்வையில் அங்கு நின்றுகொண்டிருந்தான். உலகமே, ஒரு நஷ்டக் கணக்கில், இவ்வித ஆர்பாட்டங்களில் தேய்ந்துகொண்டு போவதான எண்ணம்தான் அப்போது அவன் கொண்டது. சக்தியை, ஜன சக்தியை, முதலெனக்கொண்டு, ஆரம்பித்த இந்த உலக வியபகாரம், விளைவுகளில் மதிப்பைக் காணக் கூடாத திகைப்பில், நஷ்டத்தில், முதலையே வீண் விரய மாக்கிக்கொண்டு வருகிறதுபோலும்.

சீக்கிரம் செல்ல நினைத்த சேகரன், சிறிது நேரம் சென்றே கடற்கரையை அடைந்தான். அவர்கள் வழக்கம்போல், அந்த இடத்திலேயே உட்கார்ந்து பேசிக்கொண்டிருப்பதை, தூரத்தி லிருந்தே கவனித்தான். அவன் அவர்களை அணுகியபோது "என்ன சேகர், இன்று ரொம்ப லேட்? ஊரிலிருந்து நேரே இங்குதானே வருவது . . ." என்று சிரித்துக் கொண்டே பானு சேகரை வரவேற்றாள். சுசீலா, நிதானத்துடன், "இன்று ஊருக்குப் போகவில்லை!?" என்றாள். அது கேட்பவருக்குக் கேள்வியாகவும் அதைக் கேட்பவருக்கு ஆச்சரிய விளியாகவும் தோன்றும்படி இருந்தது. "வாவென்று அழைத்து லெட்டர் வந்தாலல்லது எப்படிப் போகிறது . . ." என்றாள் பானு.

"நான் இங்கிருப்பது வீட்டிற்குத் தெரியாது" என்றான் சேகரன்.

"ஓகோ, சேகர் கோபித்துக்கொண்டு சொல்லிக்கொள்ளாமல் வீட்டைவிட்டு வந்துவிட்டார்" என்று சொல்லி, பானு கொஞ்சம் உரக்கச் சிரித்தாள்.

"என்ன சுசீலா, பானு சொல்வது பொய்தானே" என்று அரைக் கெஞ்சலுடன் சுசீலாவைப் பார்த்து சேகரன் கேட்டான்.

"எனக்கு எப்படித் தெரியும் சேகர் . . . நீங்கள் பேசுவது சரியாக இல்லை. நீங்களும் ஏதோபோல் இருக்கிறீர்கள்" என்றாள் கொஞ்சம் வருத்தத்துடன் சுசீலா.

கொஞ்ச நாளாகவே சேகரன் பேசுவது சுசீலாவுக்கு ஏதோபோல் தோன்றியது. மற்றைய பெண்களுக்கு எப்படியோ, இவளுக்குத் தெரியாது. அவன் பேச்சுகள் சில சமயம் இவளுக்குப் பிடிக்காது. ஒரு அசட்டுத்தனமான ஜாக்கிரதையில், இவர்களுடன் பேசுவது இவளுக்கு அருவருப்பளித்தது. சிற்சில சமயம் அவன் பேச்சுகள், நிதானமாயும் ஆழ்ந்த கருத்துடன் வசீகரமாயும் இருக்கும். இரண்டொரு நாளாக சுசீலாவுடன் பேசும்போது ஒரு ஜாக்கிரதையும் ஒரு தடுமாட்டமும் சேகர் பேச்சில் தெரிந்தது. அது எதனால் என யோசிக்கும் போது, அவனை ஒருவித உணர்ச்சியில் கொள்ளமுடியவில்லை. அருவருப்பு, பயம், வெறுப்பு, பரிதாபம் முதலிய பலவிதமான உணர்ச்சிகளை, மாறி மாறி அவள் மனதுகொண்டு யோசனைகளும் சலிக்க ஆரம்பித்தன. சிற்சில சமயம் அவள் மனது துக்கமும் அடையும்.

ஊரையும் மனைவி குழந்தையையும் விட்டு, இப்படி இவன் பட்டணத்தில் காலம் கழிப்பது இப்பெண்களுக்குப் பிடிக்கவில்லை. தங்கள் தகப்பனார், தங்களுக்காகக் கணவன்மார்களைத் தேடிக்கொண்டிருப்பது இவர்களுக்குத் தெரியும். கல்யாணம் ஆகவேண்டிய பெண், தனக்குத் தெரியாத ஒருவனை எண்ணி, அவனுக்காகக் காத்திருப்பது போன்றதா, ஒரு மனைவி தன் கணவன் வருகைக்கு ஏங்கி எதிர்பார்த்து இருப்பது? கன்னியும் மனைவியும் வேறெனப்படுவதில், அதுமாதிரி இல்லாவிட்டாலும், இருவரும் பெண் என்பதில், அதுபோலவும் தோன்றுகிறது. இவன் ஊர் போகாது இருப்பது, இவன் மனைவி இவனுக்காகக் காத்திருப்பது, இதெல்லாம் இவர்களுக்குப் பிடிக்கவில்லை. ஒரு தவறான காரியத்தைத்தான், சேகரன் இங்கு இருப்பதில் செய்கிறான். அவனுடன் தாங்கள் பேசுவதும் தவறாகத் தான் தெரிகிறது ... ஒருக்கால் அவன் ஊர் போகாது இருப்பதற்கு தான்தான் காரணமா, என்று சிலசமயம் சுசீலா எண்ணுவாள். தன்னெதிரிலும் தன்னுடன் பேசுவதிலும் அவன் ஒருவகை இன்பம் கண்டு, அதனால்தான் ஊர் போகாது இருக்கிறான்போலும். சுசீலாவினால் தன் மனம் போகும் ரீதியைத் தடுக்கவோ, தன் மனதில் தோன்றி மறையும் எண்ணங்களை நன்கு புரிந்துகொள்ளவோ முடியவில்லை. தத்தி, தன்னை விட்டுக் குதித்தோடி உட்கார்ந்து கொள்ளுமிடத்தை தெரிந்து கொள்ளுமுன்பே மற்றொரு இடத்திற்குத் தாவிப் போவது போன்றுதான் அவள் மனமும் எண்ணமும் இருந்தன. சேகரன் ஊர் போகாதது, தன்னால், தன் தடுப்பால், என்று அவளால் நேர்முகமாக நினைக்க முடியவில்லை. தான், அவ்விதத்தில் குரூரசித்தம் படைத்தவளாகவோ, கேவலமான குணமுடையவ

ளாகவோ, கருத முடியவில்லை. ஒரு கணவனை அவன் மனைவி யிடமிருந்து பிரிப்பது ஒரு குரூரச் செய்கையல்லவா? அதையும் ஒரு பெண் செய்வதென்றால்? அப்படியாயின் தான் யார்? எப்படி? தான், தன் சுபாவம், குணம் என்பதெல்லாம் என்ன? தான் அல்லாதென ஒன்று தோன்ற, அதை மறுத்து மாறுதலை கொள்வதில்தானோ இவைகள் ஆகும்? மாறி மாறித்தானோ, நான், என்னுடைய என்பதெல்லாம் மறுப்பில் மறுதலையாக உண்மையெனத் தோன்றும்? அவ்வகையானால், இவைகளெல் லாம் ஸ்திரமெனக் கருத முடியுமா? உண்மையில் இவைகளெல் லாம் என்ன? சுசீலாவினால் ஒன்றையும் தெளிவுறக் கண்டு கொள்ள முடியவில்லை... உருவற்று, இடமற்று – தன் வழியே உலாவும் குணங்கள், நான், சுபாவம் எல்லாமே ஊடுருவத் துளைத்துச் செல்ல குறியென யதேச்சையில் குறுக்கிடுகிறது பெயர், உருக்கொள்ள? வெகு விநோதமான எண்ணங்களைக் கொண்டாள் சுசீலா. அவள் ஒரு விநோதப் பெண்தானே! அவள் மனது வெகுவாக விரிவடைந்தது போலும்!

அவனைவிட்டு, இவர்கள் பிரிந்து செல்லும்போது, பானுவைப் பார்த்து சுசீலா கேட்டாள்: “பானு, அவன் இங்கிருப்பது சரியா, ஊருக்குப் போவது சரியா? என்ன தோன்றுகிறது உனக்கு ... உனக்கு நன்றாக விளங்குவது போன்று, ஏதோ ஒன்றைச் சொல்லுவாய். வேறு வகையில் அவன் இருப்பது அவனுக்குத் தெரிந்தோ, தெரியாமலோ தவறு செய் கிறான் என்று சொல்லுவாய். அதிலிருந்தும் கிளைபாதைகளென ‘தெரிவது, தெரியாதது’, நாம் நமக்குத் தெரிந்து தெரியாமல் பொறுப்படைவது ... ‘பொறுப்பு’, ‘சரி’, ‘தவறு’ எல்லா வார்த்தைகளுமே என்னவெல்லாமோ அர்த்தம் கொடுக்கும். பேசுவதும் புரிவதும் மறுதலையில் சலிக்க என்னால் பேசமுடியும். ஆனால் உணரும்போது ஜீவியத்தை, உலகப்போக்கை, முரண் படும் உண்மைக் கூற்றெனக் கண்டு, அதைச் சொல்லும்போது, மாறுபட்ட அபத்தமாகத்தானே விளக்கமுடிகிறது ...”

சிறிது நிறுத்தி மேலும் பேசலானாள். “சேகரனை நான் ஆணாக மதித்துப் பழகவில்லை போலும் ... ஆண்கள், ஆண்மை என்பதெல்லாம் எனக்கு நன்றாகப் புரிகிறது. நழுவ, புழக்கடை வழியைத் திறந்து வைத்துகொண்டு, வாயிலில் நின்று சிறகடித்துக் கொக்கரிக்கும் சேவல்கள் ஆண்கள். ஆண்மையோவெனில் இறகு உரித்த கோழிகள். சேகரனைப் பெண்ணென மதித்துத்தான் நான் பழகி பேசுகிறேன் போலும்! ஒரு பெண் பெண்மையின் சக்தியையா ஒரு ஆணிடம் உணர முடிகிறது? அதனால்தான், நான் அவனிடம் கொள்ளும் விருப்பும் வெறுப்பும்? அவனுக்கு

என் பெயர்கொண்ட ஒரு மனைவி இருக்கிறாள். அவளையா, இவனிடம் நான் பார்ப்பது? அவள் பெண்மையை, இவன் ஸ்வீகரித்துக் கொண்டுவிட்டானா . . ? என் பிரியமான பானு, நீ என்னைக் கேவலமாகக் கருதமாட்டாய் என்பது எனக்குத் தெரியும். எதையாவது கட்டிக்கொண்டு அழவேண்டுமென மனம் தவிக்கிறது. இப்போது . . .” என்று பானுவை இறுகத் தழுவிக்கொண்டாள். தெரியாதே பின் தொடர்ந்து வந்துகொண் டிருந்த சுமதி, பேசா மடந்தையென, ஏதோ யோசனையில் ஆழ்ந்தவள் போன்றிருந்தாள்.

சேகரன் பேச்சுக்கள் அன்று சரியாக இல்லை. சுசீலா வெகு நேர்த்தியாவும், கலகலப்புடனும் அவனுடன் பேசிக் கொண்டிருந்தாள். அவன் ஊருக்குப் போவதை, இவ்வகையில் பேச்சினால் தடுத்துக்கொண்டிருந்தாள் போலும். ஆணென ஒருவன், எதிரில் சேஷ்டைகளிலும், பேச்சுக்களிலும் எவ்வளவு வெறுப்பை அளிக்கிறான் என்பதை சுசீலா எண்ணிக்கொண் டாள் போலும். ஒரு ஆணுடன் ஒரு பெண், மனைவி என எப்படிக் காலம் தள்ள முடியும் . . . அதில் இன்பமோ, ‘காதல்’ என்பதான ஒன்றையோ எப்படிக் காண முடியும்? வெறுப்பை அளிப்பவருடன் கூடப் பழகுவது எவ்வளவு தர்மசங்கடம்! விடாது தொடர்ந்து, நியாயமான முறையில் வாழ்க்கையை நடத்த, எத்தனை உபாயங்களை தர்மமென காண வேண்டி யிருக்கிறது! தன் எதிரில், காணாது தொலைந்தாலாவது கணவன் வருகைக்கு ஏங்கிக் காத்திருப்பதில் ஒருவகை இன்பம் காண முடியும்போலும் பெண்களால்! சேகரன் மனைவி சுசீலாவின் வாழ்க்கையின் ஆதாரமெனத்தான், தன்னை எண்ணிக்கொண் டாள். அவனை ஊரடையாது – தடுப்பதைத் தான், தான் செய்கிறது – செய்வது என்று நினைத்தாள். அவ்வித எண்ணம் சூனிய வெளியில் நின்றுகொண்டிருப்பது போன்று தோற்றம் கொண்ட தனக்கும் ஒரு இடமளிப்பதென உணர்ந்தாள். முன்பு தன் மனதிற்கு இசையாத குரூர குணமென்பதையும், தன்மனது ஒரு திருப்தியில் கண்டது, என்பதாகவும் அவளுக்குத் தோன்றியது.

இருட்டு கண்டுவிட்டது. உட்கார்ந்து இருந்த அநேகர் எழுந்து போய்விட்டனர். மற்றும் சிலர் எழுந்து போவதற்கும் ஆயத்தமானார்கள். இவர்களும் எழுந்து நடந்து வீதியை அடைந்தனர். அந்த முச்சந்தி வீதியைக் கடந்து, எதிர் வீதியில் கொஞ்சம் நடந்த பிறகு, மற்றொரு சந்து குறுக்கிடும்போது, சேகரன் இவர்களை விட்டுப் பிரிய வேண்டும். இவர்கள், வீதியை குறுக்காகக் கடக்கும்போது, இடது புறத்திலிருந்து ஒரு மோட்டார் சப்தம் கேட்டது. இவனை விட்டு, அவர்கள்

பின் திரும்பி நடந்து, ஓரமாக நடை பாதையை அடைந்தனர். வீதி நடுவில் நின்ற சேகரன் முன்பின் போவது தெரியாது, ஒரு திகைப்பில் நடு வீதியில் நின்றுவிட்டான். வந்துகொண் டிருந்த மோட்டார், எவ்வித லாவகத் திருப்பலிலும், இவனை கடந்தபோது சிறிது இவனை உராய்ந்து சென்றதுபோலும். ஒருவருக்கும் தெரியவில்லை என்பதே போன்று மோட்டாரும் நிற்காது சென்றுவிட்டது. சேகரன் சிறிது தடுமாறி, சமாளிக்க முடியாமல் கீழே சாய்ந்தான். தொடர்ந்து விழும் அவனை 'சாவு' யாவரையும்விட முன் சென்று பிடித்துக்கொண்டது ... சேகரன் கீழே விழுந்தான்.

கண்ணெதிரில் கீழே விழும் சேகரனை முன்னடைந்து குனிந்து தடவியபடியே பானு, "ஐயோ நம் சேகர்... பேச்சு மூச்சில்லையே ..." என்று கண்களில் நீர் ததும்பச் சொன்னாள். அருகில் வந்து நின்றிருந்த சுசீலா "நம்ப சேகர்!" என முணு முணுத்தபடி, பானுவைத் தூக்கி நிறுத்தி, "வா பானு போகலாம் ... கூட்டம் கூடுமுன்" என்று சொல்லி நிதானமாக அவளை அழைத்துச் சென்றாள். அவன் இறந்துவிட்டான் என்பது சுசீலா மனத்திற்கு நிச்சயமாகவே பட்டது. 'அநாதையாக நடுத் தெருவில் விட்டுச் செல்லுகிறோமே...' என்ற பானுவின் குரல், வெளிவர முடியாது, தன் மார்பில் அவள் முகத்தைப் புதைத்துச் சென்ற சுசீலாவின் மனத்திற்குள் கூச்சல் கொண்டு அமுங்கியது போலும்! வெகு வருத்தத்தில், சுமதி, இவர்களைப் பின் தொடர்ந்து நடந்து போனாள்.

ஒரு கணத்தில், தான் நின்ற இடம் மறுபடியும் சூனியமான தென்ற ஒரு உணர்வையடைந்தாள் சுசீலா. வெற்று வெளியில், உருவற்ற பெயரென சுசீலா நடந்து கொண்டிருந்தாள். கணவ னுக்கும் மனைவிக்கும், குறுக்காகத் தடுத்து நின்றதென்பதில், இடம் கொண்டு நின்ற கன்னி சுசீலாவை 'மரணம்' எட்டித் தள்ளிவிட்டது.

ஒரு மனைவிக்கு, சதா தன் கணவன் வருகைக்குக் காத் திருப்பதில் இன்பம் கொடுக்க, அவனைத் தடுத்து நின்றதில் இடம் கொண்ட சுசீலாவை எட்டித் தள்ளியே அந்த இடத்தை 'மரணம்' பறித்துக்கொண்டு விட்டது. எவ்வளவு அநியாய நியாயமெனப் படுகிறது சேகரன் மரணம். இனி, எவ்விடம் தன்னிடமாகக் காண்பது என்ற மனத் தடுமாட்டத்தில் சுசீலா நடந்துகொண்டு போனாள்.

○○○

சில நாட்களாக, இவர்கள் மாலையில் கடற்கரையில் கூடுவது இல்லை. தன் மாடி அறை ஜன்னலடியில் மாலையில் நின்றுகொண்டு எட்டிய வெளியை, சுசீலா பார்ப்பது உண்டு. தன் சிந்தனைகளே, ஒரு பளுக் கொடுப்பதென நினைத்தவள் மனம், அப்போது துக்கத்தையும் கொள்ளாது சந்தோஷத்தையும் கொள்ளாது இருந்தது. பெயர் கொண்ட ஒன்று, தன் உருவை, சுமையெனக் களைந்த, பெயரெனத்தான் எட்டிய வெளியில் லேசாக மிதப்பதைப் பார்த்து நிற்பவள்போலும், சுசீலாவென்ற பெயர், மறுபடி உருக்கொண்டால் யாராக முடியும்? இருளில், உடலை விட்டகன்ற நிழல், ஒளி கண்டவுடன் சரியெனத்தானா, பிரிந்த தன்னுடல் எனக் கண்டு மறுபடியும் உடலுடன் ஒட்டிக் கொள்ளுகிறது? சுசீலா, பெயரெனத் தன்னை களைந்து கண்டதில், சேகரன் மனைவி சுசீலா எனவா மனதில் உருக் கொண்டாள் . .?

கிராமத்தில் காலை, மாலை வேலைகளை கவனிப்பின்றிக் கைவிட முடியாது. அதிகாலையில் இருட்டுடன் எழுந்து, வாயிற்புறம் சாணம் தெளித்து, பெருக்கி, கோலம் வரைய வேண்டும். இரவின் இருளில் தூக்கம் காணாததினாலா, போடும் கோலம் தவறுகிறது . . . வெளிச்சம் காண இருக்கும் கிழக்கே, வெகு தூரத்தை உன்னிப்பாய்க் கவனிப்பதில், கண்டது ஒன்று மில்லை. இரவில் பரவியதை, ஒன்று கூட்டிச் சேர்த்துக்கொளுத்த குவித்த இருட்டு, ஒளி கொள்ளுமுன் தான் எவ்வளவு இருட்டு! கணவனைக் காணமுடியவில்லை. பகல் நீண்டும் இரவு வரு கிறது. குழந்தை, காலைச் சுற்றி வராது தொட்டிலில் தூங்கும் போதுதான், பகல் பொழுது வளருகிறது. அதைத் தடுக்க இரவு குறுக்கிடுகிறது. மாலையில் சூரியன் மறைகிறான். இரவு வந்தவுடன், விளக்கை ஏற்றி, வாயிற் புறையில் வைத்துவிட்டு திண்ணைத் தூணடியில் நிழலென நிற்கிறாள். மேற்கே சூரியன் மறைந்தவிடத்திற்கும் வெகு அப்பாலே பார்க்கிறாள். கண்ணொளி கொண்டும், ஒன்றையும் பார்க்க முடியவில்லை. கீழிறங்கி, எதிரே தெரியும் கோயில் சுவாமியைத் தெரிசித்துவிட்டு, விளக்கை எடுத்துக்கொண்டு உள்ளடைகிறாள் சுசீலா . . . இரவும் குறுகாது நீண்டு வளருகிறது. அல்லலுறும் மனது தூக்கம் கொண்டாலாவது இன்பக் கனவையாவது எதிர்பார்க்கலாம் . . . வேதனைகளின் இன்பம்தான் வாழ்க்கை போலும்!

தானாக வேண்டி, எதிலும் தன்னைக் காண தேடுவதுபோல கன்னி சுசீலா, மேற்கு பார்த்த தன் மாடி அறை ஜன்னலடியி லிருந்து எட்டிய வெளியை வெறித்துப் பார்ப்பது உண்டு.

சேகரன் மனைவி சுசீலாவை மனதில் கண்டதில், அவளாகத் தன்னையும் கண்டுகொண்டுவிட்டாள் போலும்!

தன் கணவன் வருகைக்காக எதிர்பார்த்து 'காதல்' காண மனைவியாக, கன்னிப் பெண் சுசீலா தன் மாடி ஜன்னலடியில் நின்றிருந்தாள்.

அப்படியாயின், ஒருவகையில் 'காதல்' கண்ட பெண் கலியாணமாகாத கைம்பெண் என்ற அபத்தம்தானே!

சரஸ்வதி 1960

மௌனி படைப்புகள்

மனக்கோட்டை

பத்து வருஷங்களுக்கு முன்பு இவன் பட்டிணத்தில் உயர்படிப்பு படித்துக்கொண்டிருந்தபோது, இவன் பெற்றோர்கள் இவனுக்கு கலியாணப் பிரயத்தனங்கள் செய்ததுண்டு. ஒவ்வொரு சமயமும் காரணம் காண முடியாத வகையிலே, ஏதேச்சை குறுக்கீட்டினால் என அவைகள் எல்லாம் தடைபட்டுவிட்டன. அவர்களும் ஒருவர் பின் ஒருவராக மறைந்தனர். தனக்குக் கிடைத்த உயர் உத்தியோகம் ஒன்றையும் உதறிவிட்டு, தன் கிராமத்தில் சொத்து சுதந்திரத்திடையே காலம் கழித்துக் கொண்டிருந்தான். ஒரு பிள்ளை என்பதினாலும் நெருங்கிய உறவினர்கள் என்பதின்றியும் தனியே இருந்து ஒரு நேர்மையான நட்புறவில் ஏனைய கிராமத்தினரிடை மதிப்பு கொண்டு வாழ்ந்து வந்தான்.

சமீப சில வருஷங்களாக தன் வாழ்க்கை, குறிப்பற்று, போக்கு புரியாமல், பாதையில் நழுவிச் செல்லுவதான தோற்றம் கொள்ளலானான். ஏதேச்சையெனக் கொள்ளுவதை மனது மறுக்கிறது. தன்னையும் தன் சூழ்நிலைகளையும் சம்பவங்களையும், ஒருமைகொள்ள வேண்டியிருக்கிறது. சூழ்நிலைக்களன்களில் ஒன்றி, அனுபவம்கொள்ள மனநிலை விரிவும் மாற்றமும் கொள்ளவும் வேண்டியிருக்கிறது. உலக வாழ்க்கையே, ஒரு பெரிய சூழ்நிலைத் தோற்றமெனக் கொள்ளவேண்டியிருப்பதில், தன் அறிமுகம் சரியென ஒருபோதும் தெரிய முடிகிறதில்லை என்றும் தெளிந்துகொள்ள, வெறித்து கனவென வாழ்க்கையைக் கண்டு நிற்பதான ஒரு எண்ணமும் இவனுக்கு அடிக்கடி எழுவதுண்டு. மனது வேதனை கொள்ளுவதாகிறது. எல்லாம் ஈசுவர சங்கல்பம் என, தன்னை விடுவித்துக்கொள்ளும் நம்பிக்கையும் இல்லை.

இவன் தோற்றம், நடையுடை பாவனைகள், பேச்சுப் பழக்கங்கள், எல்லாம் சேர்ந்து ஒரு விநோத விரோத பாவத்தில் கலந்து, இவனை தெரியாதவர்களுக்கும்கூட இவனைப் பார்க்குங்கால், தெரிந்துகொள்ள அவா கொடுப்பதாக இருக்கும். இவ்வகையில், இவன் சிநேகித சித்திபெற்றவன் போலும்.

அடிக்கடி இவன் ஊரைவிட்டு, மாதக்கணக்கில் வெளியூர் போய் வருவது உண்டு. பெரிய பட்டிணங்கள், சிறிய நகரங்கள், க்ஷேத்திரங்கள் மற்றும் பழங்கால சரித்திரச் சின்னங்கள் என ஒரு வரையறையிலும் அகப்படாது, சித்தன் போக்கு சிவன் போக்கெனத் தோன்றும், இவன் பிரயாணங்கள். இதுவரையில் இவ்வகையாக நான்கைந்து தரத்திற்கு மேலாகவே சுற்றியிருக் கிறான். இப்போது, இவன் ஊரை விட்டகன்று, நாலைந்து மாதங்களுக்கு மேலாகிவிட்டது. திரும்பி பட்டிணமடைந்தவன், ஊரையடையும் ஆவலின்றியே, அங்கு சில நாட்கள் தங்கிப் போகலாமென நினைத்து ஒரு ஹோட்டல் அறையில் தங்கினான்.

தெரிந்த பட்டிணத்தில், ஊரைச் சுற்றும் அலுவல்கள் இல்லை. எப்போதாவது சிறிது நேரம், சிறிது தூரம் வெளியே சென்று உலாவி வருவதிலும், ஆங்காங்கே தென்படும், தன் பழைய சிநேகிதர்களைக் கண்டு சிறிது பேசித் திரும்புவதிலும், பாக்கி அதிக நேரத்தை தன் அறையில் கழிப்பதுமாக இரண்டொரு நாட்கள் சென்றன. ஒருநாள் மாலை, ஒரு வீதியோரமாகச் சென்றுகொண்டிருக்கும்போது, பின்னின்று, சிலர் பேசிக் கொண்டு தன்னைக் கடந்து முன்சென்றபோது, அவர்கள் திரும்பி இவனைப் பார்த்தனர்.

இவனைத் தெரிந்துகொண்டு ஒருவன் "என்னப்பா சௌக்கியமா – எப்போது" என்றான். அவர்கள் இவனோடு படித்த நண்பர்கள். மேலும் அவர்கள் தன்னைக் கடக்கும்போது பேசிக்கொண்டு போனதும் தன்னைப் பற்றித்தான் எனவும் இவன் நினைத்தான். 'அவன் தானே – இல்லை அவனைப்போல – இல்லை அவனே தான்' என்பவைகள். ஒவ்வொருவருடைய பேச்சாகவும் ஒருவனுடைய பேச்சாகவும் மேலும், தானே தன்னைப்பற்றிய சந்தேகத்தில் பேசிக்கொண்டதென, எவ்வகை யிலும், அர்த்தம் கொடுக்கும் வகையில்பட்டது, இவனுக்கு வியப்பைக் கொடுத்தது. இச்சிந்தனைப் போக்குடன் அவர் களோடு சிரித்துப் பேசிக்கொண்டு போனான்.

"உன் சிரிப்புகூட மாறிவிட்டது" – என்றவன் இவனைப்பற்றி ஒன்றும் கேட்காமலே, தங்களைப் பற்றியும் ஏனைய பழைய நண்பர்களையும் பற்றிப் பேசிக்கொண்டிருந்தான். மற்றொருவன், "நேற்றுகூட நாங்கள் சங்கரைப் பற்றிப் பேசிக்கொண்டிருந்தோம்.

உன் நினைவுகூட வந்து, உன்னைப்பற்றியும் பேசினோம் உன்னைப் பார்த்தபோது, நீயோவெனக்கூட சந்தேகித்தோம். சங்கர் இறந்தது உனக்குத் தெரியுமோ?" என்றான். சந்தேகத்திலும் தான் அவர்களுக்கு உருவாவது இவனுக்கு விநோதமாகப்பட்டது. அவர்களுக்கு தான் புரியுமளவுக்குக்கூட, தனக்கு தன்னைப் புரியவில்லை என்ற எண்ணத்துடன், சங்கர் இறந்தது முன்பே தெரியுமோ தெரியாதோ என்பதின்றியே, 'ஆம், சங்கர் இறந்து விட்டான்' என தன் மனதிற்குள்ளே இரைந்து சொல்லுவது போன்று சொன்னவன் தன் சிந்தனைப் போக்கிலே போய்க் கொண்டிருந்தான். இவ்விதம் அவர்களுடன் பேசிக்கொண்டு போனால் தன்னை பைத்தியக்காரத்தனமாக தவறாகப் புரிந்து கொள்ளுவார்கள் என சீக்கிரம் அவர்களிடம் விடைபெற்றுக் கொண்டு, தன் விடுதியை அடைந்தான்.

'ஆம், சங்கர் இறந்துவிட்டான்.' இவன் மனது ஒரு தரம் சொல்லிக்கொண்டது. அநேக மாணவர் மத்தியில் இவன் ஒரு மதிப்பில் வீற்றிருக்கும்போது, அவனை அங்கு பார்க்க முடியாது. கொஞ்சம் எட்டியோ அல்லது பார்வையில்கூட படமுடியாத வகையில், அவன் அங்கிருப்பது மட்டும் நிச்சயம். அவசியமானால் பார்வை கொள்ளக்கூடிய விதத்தில், அவன் எங்கேயாவது பகற்கனவு கண்டுகொண்டிருப்பான் என இவன் எண்ணுவான். தான், அவன் எண்ணத்தில் எப்போதும் இருக்காமல் இருக்க முடியாது என்பதும் இவன் எண்ணம் போலும். தனியே, இருவரும் சேர்ந்து இருக்கும்போதுகூட அதிகமாகப் பேசுவது இல்லை. பரந்த வெளியில் சித்திரம் காண இரண்டொரு கரிக்கிறுக்கல் கோடுகளெனத் தோன்றும், அவன் வார்த்தைகள். இவன் மனோ விசாலத்தைப் பொறுத்து, அதற்கு உருவம் கொடுக்க தன்னைத் தான் பார்ப்பதான தோற்றம்தான், இவன் கொள்ளுவான். படிப்பிலும் மற்றும் எவ்விதத்திலும் இவனுக்கு சரிநிகரானவன். எவ்வளவு இனிமை யாக துன்புறுத்தும் நினைவுகள் பாலிய கால பழைய நினைவுகள்!

அவனோ சில வருஷங்கள் படித்துவிட்டு, வேறுவிதப் படிப்பிற்கு வடக்கே சென்றுவிட்டான். போவதற்கு முன்பு இருவரும் சேர்ந்து போட்டோ எடுத்துக்கொண்டதும் ஞாபகம் வந்தது. அவனுடன் வெகுநாட்கள் கடிதத் தொடர்புகொண்டிருந் தான். கடைசியாக, அவன் எழுதிய லெட்டருக்கும் இவன் பதில் எழுதி இருக்கிறான். அவனுடைய கடைசிக் கடிதம் வெகு தெளிவாக கண்முன் நின்றது ... இவன் மனது மிக வருத்தமடைந்தது. அவர்கள் சொல்லுவதுபோல அவனோடு – அவன் இறப்போடு – தன் இருப்புகூட சந்தேகம் கொள்ளுவதும் சரியெனத் தோன்றியது. அவன் இறுதிக் கடிதம்... "உன்னை,

மௌனி படைப்புகள் ❖ 207 ❖

என் பெற்றோர்கள் நன்கறிந்தவர்கள். ஏனைய குடும்பத்தினரும் கூட. எப்படி எனத்தான் தெரியவில்லை. ஒருதரம், நீ என் வீட்டிற்கு வந்து சிறிதுநேரம் தங்கி, என்னோடு பேசிப் போனாய். அப்போது அவர்கள் உன்னைப் பார்த்து இருக்கலாம். தெரிந்துகொண்டிருக்கலாம். அச்சிறு சந்திப்பு போதுமா, என்பதில் எனக்குச் சந்தேகம். அடிக்கடி உன்னைப் பற்றி நான் அவர்களிடம் பேசியிருக்கிறேன். என் கற்பனையில் பிறந்து, அவர்கள் மனதில் நீ வாழ்வது, எவ்விதமோ தெரிய வில்லை. எல்லோருமே, உன்னையும் பற்றி பேசுமளவிற்கு, நீ எங்கள் குடும்பத்தினரிடை ஒருவனென்ற தோற்றம் நாங்கள் கொண்டிருக்கிறோம். அடுத்த தடவை நான் ஊருக்குப் போகும் போது உன்னையும் அழைத்து வருவதாகச் சொல்லி இருக் கிறேன் . . . அப்போது, நீ வந்தபோது என் கடைசித் தங்கை சுமி, உன்னை கதவிடுக்கிலிருந்து பார்த்தது, உனக்குத் தெரிந்து இருக்கமுடியாது. அவள் எப்போதாவது உன்னை குறிக்கும் போது, எவ்வளவு நன்றாக, அழகாகப் புரிந்துகொண்டிருக் கிறாள் தெரியுமா? நான் போகும்போது, உனக்குக் காட்டுகிறேன். நீ அவளுடன் பேசி நான் பார்க்கவேண்டும் . . . என்னையின்றி நீ போக நேர்ந்தாலும் போய் வா. உன்னைப்பார்த்து அவர்கள் தெரிந்துகொள்ள முடியாவிட்டாலும், நீ சொன்னால் நிச்சயமாக தெரிந்துகொண்டு விடுவார்கள் . . .”

அன்றிரவு அவன் தூக்கம் காண, வெகுநேரமாயிற்று.

மறுநாள் காலையில் எழுந்தவுடன், அவன் இல்லாதே, அவர்கள் வீட்டிற்குப் போய் வரலாமெனக்கூட நினைத்தான். அவன் எழுதியபோது, தனியாகப் போய் வருவதற்கும் இப்போது அவன் இல்லாமல் போவதற்கும் ஏராளம் வித்தியாசம் இருக்கிற தென்பதை, அவன் அறியாமலில்லை. அவர்கள் இருந்த வீடும், இப்போது இவன் ஹோட்டலுக்குச் சமீபமாகத்தான் இருந்தது. இப்போது அவர்கள் அங்கு இருக்காமலும் இருக்கலாம் என்றும் தோன்றியது. ஒருகால் அவர்கள் இருந்தும், அங்குபோய், தனக்கு அவர்களைத் தெரிந்து, அவர்களுக்குத் தன்னைத் தெரியா விட்டால், எவ்வகையில் தன்னை அவர்களுக்கு அறிமுகப்படுத்த முடியும் என்பதும் சேர்ந்து, அங்குபோகும் எண்ணத்தைக் கைவிட்டான். பட்டிணத்தில், மேலும், தங்கவும் பிடிக்கவில்லை. ஊர்போகும் ஆவலும் இல்லை.

பட்டிணத்திலிருந்து தன்னூர் செல்லும் ரயில்பாதை நடுவில், ஒரு சிற்றூர் இருந்தது. அதனருகில், சரித்திரப் பிரசித்தி பெற்ற ஒரு பாழடைந்த மலைக்கோட்டை இருப்பது இவனுக்குத் தெரியும். இதுவரையில், இவன் அதைப் பார்த்தது கிடையாது. இந்த சந்தர்ப்பத்தில் அதன் நினைவுகொண்டு அதைப் பார்க்கலா

மென, பட்டிணத்தைவிட்டு காலை வண்டியிலே கிளம்பிவிட்டான்.

இருட்டு நன்றாகக் கண்டுவிட்டது. ரயில் அந்த ஸ்டேஷனை அடையும்போது, மேலும் நாழிகை ஆகிவிட்டது. குறிப்பிட்ட நேரத்தில் வண்டி வந்திருந்தால், மாலை நேரத்திலேயே அடைந்து இருக்கமுடியும். அன்று ரயில், மூன்று மணி நேரம் லேட். அந்த ஸ்டேஷனில் இவனைத் தவிர வேறு யாரும் இறங்கியதாகத் தெரியவில்லை. ஸ்டேஷனே, இரண்டொரு சிப்பந்திகளைத் தவிரவும், வெளியே பிரயாணிகளுக்காகக் காத்துத் தூங்கிக்கொண்டிருக்கும் நான்கைந்து வண்டிகளையும் தவிர, ஜனசஞ்சாரமற்ற தோற்றம்தான் கொடுத்தது. அவன் பார்க்கப்போகுமிடம், இப்போது இருட்டிலும்கூட தெரியும் வகைக்கு, ஸ்டேஷனுக்கு சமீபத்தில்தான் இருந்தது. ஆனால் அவன் அன்றிரவு தங்க, மூன்று மைல்களுக்கப்பால் உள்ள ஒரு சிறு நகரத்தை அடைய வேண்டியிருந்தது. அக் குன்றுக்கோட்டை அடியில் ஒரு பெரிய பட்டிணம் ஒரு காலத்தில் இருந்தது. அது காலத்திலும் நாகரீகத்திலும், நகர்ந்தும் தேய்ந்தும் இப்போது இருக்குமிடமடைந்திருக்கலாம். அல்லது மறைந்தே, சிறு குடிசைகளாக, மலையடிவாரத்தில், சிதறித் தோற்றம்கொண்டிருக்கலாம். மேற்கு அடிவானத்தில் மறையவிருக்கும் பிறைச்சந்திரன், அறையிருட்டைத்தான் அழகுடன் உலகிற்கு அளித்துக்கொண்டிருந்தது. ஆகாயத்தில் தெரிந்த எண்ணிலா நக்ஷத்திரங்கள், மொத்தமாக, சிறுஒளி கொடுக்க இருந்தன. ஸ்டேஷனில் இறங்கியவன், சிறிது நேரம் அப்பிராந்தியத்தைச் சுற்றிப் பார்வைகொண்டு நின்றிருந்தான். மங்கிய ஒளித்திரையில், அங்கொன்றும் இங்கொன்றுமாகத் தெரியும் அநேக மலைக்குன்றுகள் பல ரூபத்தில் பதிந்திருக்கக் கண்டான். தேவாசுர யுத்தத்தில், ஒருவருக்கொருவர் மலைகளைப் பிடுங்கி அடித்துக்கொண்டதில் சிதறித் தெறித்தன வென, ஆங்காங்கே தோன்றித் தெரிந்தனவே போலும். உயிரற்ற அவைகளுக்கு, எல்லையிலா கற்பனையில் ஜீவன் கொடுக்க இச்சிறு ஒளிபோதும் – மேலே வானத்தில் எண்ணிலா நக்ஷத்திரங்கள் தெரிவதும் – கீழே பூமியில் கண்ணுக்கெட்டிய வரையில் ஆங்காங்கே தெளிக்கப்பட்டுத் தெரியும் சிறு குடிசைகளின் விளக்கொளியும் போதும்போலும். புதைவு கொண்ட அமைதி, விட்டுவிட்டு, விம்முதலில் காணும் மௌனக் குமுறலின் ஓலமென எல்லாவற்றையும் பார்த்து, சிறிது நின்றிருந்தான்.

ஒரு வண்டியைப் பிடித்துக்கொண்டு, இதுவரையில் பார்க்காத ஊர்ப்பயணத்தை, இருள் வழியே இப்போது இவனுக்குப் போக நேர்ந்தது. இது இவனுக்கு, ஒரு அதிசய அனுபவமாக இருக்கவும் அமைந்தது. ரயில் பிரயாணம் தாமதப்

படாது இருந்து இருந்தால், இருட்டுக் காணும் முன்பே ஊரை அடைந்து இருப்பான்.

இருபக்கமும் மரங்களடர்ந்த இருள் சாலையில் வண்டி போகும்போது, இவனுக்கு, வண்டியில் போவதாகவே தோன்ற வில்லை. காலதேச விவரணத்தைக் குறிக்க, ஆங்காங்கே சாலை யோரத்தில் தெரியும் சிறுகுடிசைக் கடைகளின் விளக்கொளி தான். சில கடைகளில், தாமதமாக, இரவில் வெகுநேரம் சென்று சாமான்கள் வாங்கியது போன்றே நிசப்தத்தில் இரண் டொருவர் தெரிந்தனர். விடாது, தொடர்ந்து கேட்கும் வண்டி, வண்டிக்காரன், சப்தத்தை கவனிப்பில் கொள்ளமுடியவில்லை. குருட்டுத்தனமான, மௌனவெளித் தேடுதலாகப்பட்டது இப் பிரயாணம். நடுவீதியில், அயர்ந்து தூங்கிக்கொண்டிருக்கும் நாய்கள், வண்டி இடிக்குமளவு விழித்தெழக் காத்து, திடீரென ஊளையிட்டோடுவது, அடிக்கடி இவனுக்கு அதிர்ச்சி கொடுத்துக் கொண்டிருந்தது. இந்தத் தெரியாத ஊர்ப் பயணம், இருட்டில் ஒரு விநோத அனுபவமாகத்தான் இவனுக்குப்பட்டது.

மறுநாள் காலையில், கொஞ்சம் சீக்கிரமாகவே எழுந்து, எல்லா காரியங்களையும் முடித்துக்கொண்டு, நடுப்பகல் பொழு திற்கு முன்பே பார்க்கவேண்டியவைகளைப் பார்த்துவிட்டு திரும்பிவிடலாமென்று, கையில் ஆகாரம் கொண்டுபோகாதே கிளம்பினான்.

காலை ஒளியில், சொட்டச்சொட்டக் குளித்து நின்று கண்ணுக்கெட்டிய தூரம் வரையில், அப்பிராந்தியம் ஸ்பஷ்ட மாகத் தெரிந்தது. அது ஒரு மலைப் பிரதேசமல்ல. ஒரு பெரிய பொட்டல், வெட்டவெளிப் பிரதேசம். ஆங்காங்கே, சின்னதும் பெரிதுமாக அநேகக் குன்றுகள் சிதறித் தெரிந்தன. எட்டிய வெளி வரையில், கட்டான் தரையும் சில சில இடங்களில் பசும்புல் பூமி, மரம் மட்டைகள், சிறு புதர்கள் ஆகியவைகளும் ஒன்றுகூடி, ஒரு பிரமிப்பை கொடுக்கும்வகை யில் தெரிந்தது. தனித்தனியாக ஆடுமாடுகளும், இரண்டொரு மனிதர்கள், எட்டிய வெளியில் மந்தையென ஆடுமாடுகள் அசைவுத் தோற்றம்... ஆகியவைகள் அகண்ட வெளியில் கரையாது தோன்றியது. ஒவ்வொரு நேர ஒளியிலும் பருவகால வித்தியாசத்திலும் பார்ப்பவர் மனநிலையோடு கலந்து, வெவ் வேறு வகைக்குக் காண, எண்ணிலாச் சாயைகொண்டு தோற்றம் கொடுக்க இருந்தது அப்பிராந்தியம். ஒரு உயரமான குன்றின்மீது, இவன் பார்க்க இருக்கும், கோட்டை தெரிந்தது. அதன் அடிவாரத்தை அடைந்தபோது, அவ்விடம் கொஞ்சம் செழுமை யான பூமி எனத்தோன்ற, மரமட்டைகளும் புதர்களும் மண்டி

யிருந்தன. மரத்திலிருந்த பக்ஷிகளின் குரல், தூரத்திலிருந்து கும்பலாகப் பறந்துவரும் பறவைகள், தன்னைத் தடவி ஸ்பரிசம் கொடுக்கும் காற்று இலைகளூடே சலசலப்பு கொள்ளுவது, எல்லாமுமே இவனுக்கு ஒரு பாழ்பட்டுக்கொண்டிருக்கும் தோற்றத்தைத்தான் கொடுத்தன. குன்றின் அடிவாரத்திலிருந்து, கோட்டை கொத்தளங்கள், மாளிகை மாடங்கள், கோவில் கோபுரங்கள் எல்லாம் நன்றாகத் தெரிந்தன. மேலே ஏறி, சாவகாசமாக எல்லாவற்றையும் பார்த்துவிட்டுத் திரும்பும் போது, நடுப்பகல் சரிவு கண்டுவிட்டது. களைப்பில் பசிகூட தோன்றவில்லை. சிறிது இளைப்பாறி, பிறகு நடக்கலாம் என, ஒரு மரத்தடியில் உட்கார்ந்தான். எதிரே உற்றுநோக்கிக்கொண் டிருந்தான். கோட்டை கொத்தளங்கள், எட்டித் தெரியும் குன்றுகள், எல்லாம் எட்டி நகர்ந்து மறையத் துடித்து, கானல் சலனத்தில் தெரிந்தன. இந்தக் கோட்டையை இதுவரையில் பார்க்காதவனானாலும், அதைப்பற்றி அநேக விஷயங்களைக் கேட்டும் படித்தும் தெரிந்துகொண்டிருந்தான்.

மறைந்த கோவில் வெங்கலத் தேரையும், கோட்டைப் பாதாளச் சுரங்க வழிகளையும், பராபரிச் செய்திகளென இவன் கேட்டிருக்கிறான். திரேதாயுகத்தில், அதன் நிர்மாணம், ஸ்தல மகிமைப் புராணம், உண்மைக் கூற்றென சரித்திரம், கல்பனைக்கதைகள் முதலிய என்னவெல்லாமோ அதைப்பற்றி புத்தக ரூபமாகப் படித்தும் தெரிந்து கொண்டவன். இப்போது தனக்குத் தெரிந்ததெல்லாவற்றையும் நினைக்கும்போது, அபத்த மென, சிரிப்புகூட தோன்றியது. பக்தியில் கோவிலுக்கு வெங்கலத் தேரை வார்த்துவிட்டு, எதிரிகளை முறியடிக்க, விநோதமான குறுக்குப் பாதைகளை, வெகுயுக்தியுடன் கண்ட ஒரு மேதாவி வீரதீர சக்ரவர்த்தி, தொலைவிலே எதிர்க்கவரும் எதிரிகளை முறியடிக்க, அவர்களின் மத்தியில் திடீரெனப் புகவும் பிறகு தோற்றால் திடீரென மறைந்து கோட்டையை அடையவும் அநேக சுரங்கப் பாதைகளை அமைத்தான். ஒருதரம் அவ்வகை செய்ய தீர்மானித்து, அநேகரை, எட்டிய வெளியில் விரோதிக ளெனக்கண்டு அவர்களிடை புகுந்து வீரதீரபராக்கிரம செயல்கள் புரிந்து, சுரங்க வழியே கோட்டையை அடையும் ஆவலில் தோற்று, மறைய நினைத்தபோது எல்லாம் மறந்து விட்டது. அவர்கள் மத்தியிலே, அவர்களாகவே 'ஜே – ஜே' கோஷமிட்டு கோட்டையை அடைந்தான். அவர்களும் மறந்து, தாங்களென மதித்து, இவனையே அரசனாக்கி, கோட்டையை அடைந்து கைகட்டி கட்டளைக்குக் காத்திருந்தனர். அவர் களோடு வெங்கலத்தேரும் சுரங்கப் பாதைகளும் மறந்து மறைந்து விட்டன. இந்திரன், பிரும்மஹத்தி தோஷ நிவாரணம், சுனையில்

மௌனி படைப்புகள் ◆ 211 ◆

முழுகி சுவாமி தரிசனத்தில் கண்டது ... தற்போது ஒருவராலும் இந்திரனாக முடியாததினாலும் பிராயச்சித்தம் காணும் வகைக்கு, பிரும்மஹத்தி செய்ய முடியாததினாலும் அதுவும் மறந்துவிட்டது. மறைய பாழடைந்துகொண்டிருக்கிறது. அந்த அரசன், அவன் தகப்பன், அவன் – அவன் மகன் இவன் எனக்கொண்டு, கடல் கடந்து வாணிபம் செய்தது ... இமயத்தை வென்றது, பேரவை கூட்டியது, முத்தமிழ் பரிமாறியது, அது இது எல்லாமும், மனப்பிராந்தியில் சரித்திரமாகி, கல்பனைகளுடன் உண்மையும் மறந்துவிட்டது, மறைந்தும்விட்டது. கோவில், கோட்டை, குளம் எல்லாமுமே, இவன் பார்வைக்கு ஒன்றெனத் தோன்ற, இப்பாழ் தோற்றம் இவனெதிரில் மௌனமாக ஏங்கிப் புலம்பி நின்றன. கானல் சலனத்தில் எங்கேயோ எட்டிய வெளியையும் நாடிப்போகத் துடித்துக்கொண்டிருக்கிறது.

எவ்வளவு அபத்தமாகப்படுகிறது எல்லாம். ஒரு அல்ப சித்திகண்டு, தாங்கமுடியாது, மேலே போக வழிகாணாது, தவித்துக் கொந்தளிக்கும் மனோவியக்திகளின், இவ்வகை வெளிவிளக்க ஆர்ப்பாட்டம், ஊர்கூட்டும் தமுக்கடி தமாஷா போன்று, எவ்வளவு அபத்தமாகப்படுகிறது. எவ்வித பிரமாண்டத் தோற்றமும் ஒரு அல்பசித்தியின் அல்ப பவிஷாசையின், வெளிவிளக்கமாகத்தானே தோற்றம்கொள்ளுகிறது. இரவில் அந்தகார இருளைக் காண, ஒரு சிறு ஒளிப்பொறி போன்றாக முடியுமா, இப்பகல் தீவட்டிகளின் ஒளிகாட்ட முயலுதல்கள். எல்லாம் மாறி, மறைய, பாழடையத்தானே தோற்றம்கொள்ளு கிறது. பகல் ஒளியைப் பார்க்க, இவன் கண்கள் கூசின. சிறிது கண்களை மூடினான். யாரோ ஒருவன் ஒரு பெரிய பெட்டியைச் சுமந்து சென்றுகொண்டிருந்தான். அவனைப் பார்த்துச் சிரித்துக்கொண்டு, 'நீ பெட்டிக்குள்ளிருந்தே உன்னைத் தூக்கிக்கொண்டு போனால் சவுகரியமாகுமே' என்று சொல்லிக் கொண்டிருந்தபோது எல்லாம் மறைந்தன. ஒரு கேட்காத சப்தம் கேட்டுக்கொண்டிருந்தது. கண்களை உடனே திறந்து பார்த்தான். ஒரு காகம் மேலே மரக்கிளையிலிருந்து கரைந்து கொண்டிருந்தது. மாலை நேரம் கண்டுகொண்டிருந்தது, இவனைத் தூக்கிவாரிப் போடும்படி இருந்தது. நடுப்பகலில் அயர்வுகண்டு, தூங்கி மாலையில் விழித்ததென்பது, இவ்வளவு நொடிப் பொழுதில் என்று தோன்றியபோது, அன்று மாலைதானோ, என்பதும்கூட இவனால் அனுமானிக்க முடியவில்லை. மழை வருமெனத்தோன்றி, எழுந்து நகரத்தை நோக்கி வேகமாக நடக்கலானான்.

ஊர் எல்லைக்கு வெளியே இருக்கும் பங்களாக்களைக் கடந்துகொண்டிருக்கும்போது, வேகமாக காற்று கிளம்பி சிறு

தூறலாக மழை ஆரம்பமாயிற்று. அருகிலிருந்த ஒரு பங்களா வாயிற் கேட்டடியில் சாரல்படாது இருக்க, சிறிது ஒதுங்கி நின்றிருந்தான். காற்றில் மழை கலைந்தால், கொஞ்சம் காத் திருந்து நனையாமல் போகலாம் என இவன் நினைத்து, சுற்றுமுற்றும் பார்த்துக்கொண்டிருந்தான். சிறிது அப்பால் தள்ளி, உள்ளே நின்ற அப்பங்களா வரண்டா தூணடியில், இருபத்தைந்து வயது மதிக்கத்தக்க ஒரு பெண் நின்று, இவனைக் கூர்ந்து கவனித்துப் பார்த்துக்கொண்டிருப்பதை உணர்ந்தான். காற்று ஓய்ந்து, மழை வலுக்க ஆரம்பித்தது. மறு ஒருமுறை உள்பக்கம் பார்த்தான். அவள் அப்படியே நின்று தன்னை பார்த்துக்கொண்டிருப்பதைக் கண்டான். அங்கிருப்பது ஒரு விதத்திலும் இவனுக்குப் பொருத்தமாகப்படவில்லை. நின்றா லும் நனையத்தான் வேண்டுமெனத் தோன்றியது. இனி நிற்பதும் பிடிக்கவில்லை என, நனைந்துகொண்டே நடக்க எண்ணியவ னுக்கு, தன் அருகில் ஒருவன், கையில் குடையுடன் தன்னை உள்ளே அழைத்து வரண்டாவில் வந்து இருக்கும்படி சொன்ன தும் இவன் அங்கு நாற்காலியில் உட்கார்ந்து இருப்பதும் ஒரு கனவு நிகழ்ச்சி எனத்தான் கொள்ளும்படி இருந்தது. வெளியே மப்பு மந்தாரத்திலும், வெளிச்சம் இருந்தது. பங்களாவுக்குள், விளக்கு போடுமளவிற்கு இருட்டு கண்டிருந்தது. வாயிற்படி கதவருகில் நின்று நிழலென தன்னை அவள் கவனித்தது தெரிந்தது. உடனே வாயில் விளக்கும் உள்வெளிச்சமும் போடப் பட்டவுடன், ஒளி நடுவில் திடுக்கிட்டவன் மறுபடியும் வாயில்படி பக்கம் பார்த்தான். அவள் அங்கு நின்றிருக்கவில்லை. உள்ளே சென்றுவிட்டாள். அந்த பங்களாவுக்குள் ஒரு கார் வந்து நின்றது. அதனின்றும் உயர்ந்த உத்தியோகஸ்தரெனப்படும் ஒருவர் இறங்கி, ஒரு சேவகன் தொடர உள்ளே சென்றார். இவனைக் கடக்கும்போது, பார்த்தும் பார்க்காத பாவனையில் மறைந்துவிட்டார். அவள் கணவனென்பது இவனுக்குத் தெரிந்து விட்டது. போகும்போது, ‘தன்னை யார் என்ன விசேஷ’மெனக் கேட்டிருந்தால், அப்போது தன்னை எவ்விதம் அறிமுகப்படுத்தி யிருக்க முடியும் என்பது இவனுக்கு விளங்கவில்லை. அவர் தன்னைக் கேட்காது போனதில், சிறிது நிம்மதி அடைந்தும், இனியும் தனக்கு அவ்வகை நேராது இருக்க முடியுமா என்பது புரியாமலும்கூட, அங்கு விட்டு அகல முடியாமல், நாற்காலியில் உட்கார்ந்திருந்தான். ஏதோ ஒரு தவறிய சூழ்நிலையில் சிக்கித் தவிப்பதான எண்ணம் இவன் மனம் கொண்டது.

சிறிது நேரத்தில், அவர் உடைகளை மாற்றிக் கொண்டு வெளியே வந்தார். “மன்னிக்க வேண்டும், ஸார், கவனிக்க வில்லை. உள்ளே உட்கார்ந்து பேசலாமே...” என்று அவனை அழைத்துப்போகவும், ஹாலில் நாற்காலியில், ஒருவர் முன்

ஒருவராக உட்கார்ந்துகொண்டனர். முதலில் கண்ட நிலைக்கு, தற்போது கொஞ்சம் மாறுதலாகத் தோன்றினாலும், மனது, ஒரேவிதமாக இவனுக்கு வேதனை கொடுத்துக்கொண்டிருந்தது. தன்னை யாரென அறிமுகப்படுத்திக்கொள்ள முடியாத, தன் நிலைமையைத்தான் வேதனைகளெனக் கண்டுகொண்டிருந் தான். ஒரு பரிசாகரன், இரண்டு கப் காப்பி கொணர்ந்து வைக்க, இருவரும் பருகினர். அவருக்குப் பின்னால், தன் பார்வையில் அவள் பட எப்போது வந்தாள் என்பதை இவன் கவனிக்கவில்லை. அத்தம்பதிகள் இருவர் முகத்திலும், ஒரு சோகக்களை படர்ந்து இருப்பதை இவன் பார்த்தான். தான் அவர்களுக்கு யாரெனப்படுகிறோம் என்பதும் புரியவில்லை.

"... உங்களுக்கு, எங்களைத் தெரியவில்லை" எனக் கொண்டு, "நாங்கள் எப்படி எங்களை அறிமுகப்படுத்திக்கொள்ள முடியும், என்பது புரியவில்லை" என்றது இவனுக்குக் கொஞ்சம் தூக்கி வாரிப் போடும்படி இருந்தது. மேலும் இவன் திகைப்பை நீடிக்கா வண்ணம் தடுப்பதே போன்று "உங்களுக்கு, உங்கள் நண்பன், சங்கரை நினைவிருக்கிறது என்று நினைக்கிறேன்" என்று சொல்லி சிறிது நிறுத்தினார். இவனுக்கு எல்லாமே, ஒரு நொடியில் புரிந்துவிட்டது. அவரிடம் ஒரு மதிப்பும் கொண்டான். "... ஆமாம் சரிதான்" என்று பேசியதும் இவனுக்கு சரியாகப்படவில்லை. இதைக் கவனிக்காதவர் போன்றே, அவர் பேச ஆரம்பித்தார். அதற்கு முன், அவர் தன் மனைவியை சிறிது உள்ளே போய் வரச் சொன்னார்.

"நீங்கள் சங்கர் நண்பர் சேகர்தான் என்று எங்களுக்குத் தெரிகிறது. உங்களுக்கும் எங்களைத் தெரிகிறது . . . ஆனால், இக்குடும்ப சம்பவங்கள் சில, உங்களுக்குத் தெரியாமலிருக்கலாம் . . . உங்களுக்கும் தெரியவேண்டுமென்ற அவசியமுணர்ந்து, நான் சொல்லுகிறேன் . . ."

"ஆமாம். சங்கர் இறந்து விட்டான்" என்றவன் பேச்சை நிறுத்திக்கொண்டான்.

"ஆமாம் சங்கர் இறந்துவிட்டான் . . . எப்படி என்றும், உங்களுக்குத் தெரிந்து இருக்கலாம். இருந்தாலும் நான் உங்களிடம் சொல்ல வேண்டிய அவசியமுணர்ந்து சொல்லு கிறேன். உங்கள் துக்கம் மேலும் அதிகமாகலாம். ஆனால் உங்களிடம் சொல்லுவதில், என் மனம் சிறிது ஆறுதல்கொள் ளும். அதற்காக மன்னியுங்கள்." சிறிது நிறுத்தி மேலும் பேசலானார்:

"ஆமாம், ஆயிரம் தடவை, நான் சொல்லி ஆறவேண்டிய துக்கம் அது. சுமிக்கோ, ஒரு தரம்கூட நினைக்கமுடியாத, தாங்க முடியாத துக்கம். அவள் இப்போது இங்கில்லை. எங்கள்

பிரியம், சங்கரிடம் எவ்வளவு எனத்தெரியவேண்டுமானால், ஒருக்கால், அது அவன் உங்களிடம்கொண்ட அளவு, என்று வேணுமானால் சொல்லலாம். ஏதோ விவரமற்று, அர்த்தமற்ற புதிர்போட இவ்வளவு சப்பை கட்டி பேசிக்கொண்டிருப்பதாக நீங்கள் எண்ணமாட்டீர்கள். நான் சொல்லுவதற்கு, நிதானம் கொள்ள தவிப்பின் வெளியீடுதான், இவ்வகை பேச்சின் தடுமாட்டம், மன்னிக்கவேண்டும்..." சிறிது நிறுத்தி மேலும் தொடர்ந்தார்:

"...சரி சங்கர் இறந்தான். காலம் போனாலும், அந்த சம்பவம், மனவெளியில் மாறாது நிலைத்துவிட்டது. அதை மறுக்குமளவுக்கு இருக்கும் வகையில், மேலும் கடுமையாகப் பாதிக்க, அத்துக்கம், மாறாது ஸ்திரமென நிலைத்துவிட்டது. அவன் இறந்த செய்தித் தந்தி அவன் தகப்பனாருக்கு... அவன் இறுதிக் கடன்களை, அங்கேயே அவர்களே செய்யும்படி இவர் பதில் தந்தி, வடக்கே, கண்காணா தேசத்தில், ஒரு சுரங்கக் கம்பெனியில், ஒரு உயர்பதவி வகித்தவன், பூமிக்கடியில் இரண்டாயிரம் அடி கீழே சுரங்கத்தைப் பார்வையிடும்போது, ஏதோ விஷம் தீண்டி இறந்தான். மேலே கொண்டுவரும் அளவிற்கு, அவன் உயிர், உடம்பில் தரிக்கவில்லை. அவனைப் பார்ப்பதில்தான் அவன் ஆத்மா சாந்தியடையப் போகிறதா? தகப்பனார் பதில் தந்திதான் அதற்குப் பதில். பிறகு, வெகுநாள் கழித்து அவன் சாமான்கள் வந்துசேர்ந்தன... அவன் இறப்பை மறுக்குமளவுக்கு இல்லை? நீங்கள் இப்போது வந்தீர்கள். உங்களை இந்தக் குடும்பத்தில் ஒருவராகத்தான் நாங்கள் கருதிக் கொண்டு இருக்கிறோம். உங்களைப்பற்றி அவன் சொல்வதி லிருந்து, எங்களுக்கு நன்றாகத் தெரியும்...

எல்லோரிடமும் அவன் பிரியமாகப் பழகினாலும் அவன் கடைசித் தங்கை சுமியிடம், அதிகப் பிரியம் போலும். அவன் இறந்தது, அவளை வெகுவாகப் பாதிக்க ஆரம்பித்தது. கடைசியாக, அவன் எழுதிய லெட்டர் அவளுக்குத்தான்... அவன் எப்போது வருகிறான் என்று தெரிந்துகொள்ளும் ஆவலில், நாங்கள் எல்லோரும் அவளைச் சுற்றிச் சூழ்ந்து அவளைப் படிக்க வொட்டாது செய்துகொண்டிருந்தோம். வெகு நேரமாயிற்று, அவளுக்கு அதைப் படித்து முடிக்க. அவள் முகத்தை அப்போது பார்க்கவேண்டும்! வர்ணிக்கக்கூடாது – முடியாது. படித்து முடித்தவுடன் லெட்டரை என்னிடம்தான் கொடுத்தாள். நான் அதை இரைந்துபடித்தது, எல்லோரும் கேட்டது... அப்போது எங்களிடம் கண்ட குதூகலத்தில், வாழ்க்கையே போய்க்கொண் டிருந்தால்... 'சீக்கிரம் லீவு எடுத்துக்கொண்டு எல்லோரையும் பார்க்க வருவதாகவும் வரும்போது, உங்களையும் அநேகமாக,

நிச்சயமாக அழைத்துக்கொண்டு வருவதாயும் . . . எழுதியிருந்தது. எல்லோருக்கும் உங்களை நன்றாகத் தெரியும். அவன் வருகை ஆவலில், உங்கள் வருகையும் கலந்து, நாங்கள் வெகு ஆவலாக அந்த நாளை எதிர்பார்த்துக் கொண்டிருந்தோம். எங்கள் நிலை உங்களுக்குப் புரியும் . . . அருத்தமற்று குழந்தைகளின் திருவிழா நாளை எதிர்பார்க்கும் ஆவல்தான் அது. உலகில் கொடுத்து வைப்பது, கொஞ்சநாள்தான் போலும் . . . சில நாட்சென்று, அந்த தந்தி வந்தது. எங்கள் நிலைமையை அப்போது, நீங்கள் உணர முடியும். அவன் இறப்பு, மறுக்கு மளவிற்கு மீறியே போகிறது. அதிர்ந்துபோன எங்களை துக்கம் பீடிக்க கொஞ்சம் கொஞ்சமாக வந்தது.”

உள்ளே சென்றவள், எப்போது திரும்பிவந்து அவன் பின் நின்றாள் என்பது இவனுக்குத் தெரியவில்லை. கீழே தொங்கிய தலையுடன், கேட்டுக்கொண்டு இருந்தான்.

‘. . . சங்கர் இறந்ததில் சுமி கலியாணப் பிரயத்தினங்கள் தடைப்பட்டது . . . பிறகு, அவளும் கன்னியாகவே போய் விட்டாள். தன் தமயன் இறப்பை, கொஞ்சநாள்வரையிலும் அவள் மனது ஒப்புக்கொள்ளவில்லைபோலும். அவன் வருகையை எதிர்பார்த்து நிற்பவள்போன்று, வெகு வசீகரத் தோற்றம்கொண்டிருந்தாள். ஆயினும், உள்ளே குடிகொண்ட ஒரு ஏக்கம் வெளிக்கிளம்பியபடி, காலத்தை எதிர்பார்த்திருந்தது போலும். அப்போது அவள் தோற்றம்; வெகு வசீகரமான தோற்றம், எங்கள் மனதிற்கு ஒரு அச்சத்தை விளைவித்துக் கொண்டிருந்தது. அவள் ஒரு பயங்கரத்தின் கவர்ச்சியாகத்தான் தோன்றினாள். அதிகமாக ஒருவரோடும் பேசுவதில்லை. ஆனால் பேசாது இருந்ததாகவும் சொல்லமுடியாது. வெகு ஆழ்ந்து தொனிக்குமாறு அவ்வப்போது, ஏதாவது திடுக்கிடப் பேசுவாள். என்னை ‘அண்ணா – அண்ணா’யென அழைத்து கொஞ்சம் அதிகமாகப் பேசுவாள். பிறகு சிறிது சிறிதாக, அவள் மனம் சஞ்சலிக்க ஆரம்பித்தது. அப்போது அவளைப் பார்க்கும்போது மனத்திற்கு வருத்தம் தோன்றுவதில்லை . . . பார்த்து, பார்க்க முடியாது, ஒரு பெருமூச்சுடன் திரும்பிப்போவதுதான் முடியும் . . . அவளும் போய்விட்டாள். அவனைத் தேடி . . .

அவர் பேசி முடித்துவிட்டார். இவனைப் பார்த்தும், எங்கெங்கேயும் பார்த்துக் கொண்டிருந்தார். எல்லையற்ற துக்கம், அவர் நிதானப் பேச்சில் வெகு தெளிவாகத் தெரிந்தது. சிறிதுநேர மௌனத்தில், அவர் அவர்களுக்கு அந்தச் சூழ்நிலை யில் தத்தம் எண்ணப்போக்கில் போய்க்கொண்டிருக்க அவகாச மிருந்தது.

“நீங்கள் அப்போது வந்து பார்த்திருந்தால்...” என்று ஆரம்பித்தவரை, இவன் இடைமறித்து,

“அப்படி நேர்ந்து இருக்க முடியாது” என்று சொன்னான்.

“என்ன – இப்போது வந்ததுபோல...” எனத் திடுக்கிட அவர் கேட்டார்.

“எப்படி முடியும், இப்போது போல, அப்போது பார்ப்பது...” என்றவன் மேலும், “அப்போது, சங்கர் இறந்துவிட்டான். அப்போது எனக்கு... எவ்வளவு தெரிந்து இருந்தும் அவன் இல்லாது நான் வந்தால் நீங்கள் தெரிந்துகொண்டிருக்க முடியாது. இது தெரியவில்லை உங்களுக்கு?” என்றான் இவன். வெகு நிதானமாகவே, கொஞ்சம் அதிகமாகவும் பேசியும்விட்டான். எண்ணங்கள் எங்கெங்கேயோ போய்க்கொண்டிருந்தன.

“என்ன?” என்றார் அவர்.

“இப்போது யதேச்சையாகவா, வந்து சேர்ந்தேன்? இல்லை. என் வாழ்க்கை அவன் கற்பனையில், என்பதில் அவர்களும் கூட இருப்பது, உங்களுக்குத் தெரியவில்லை இப்போது? – நான் இருப்பதில்” என்றான்.

தெரிவது போன்ற தோற்றம், சிறிது கொண்டும், அவன் பார்க்குமிடத்தைப் பார்க்காது, அவனையே பார்த்துக் கொண டிருந்தனர் அவர்கள். இவன் மனம் தடுமாறுவதாகவும் சிறிது எண்ணமடைந்தனர் போலும்...

இவன் சொன்னான். “இதுதான், நான் இப்போது சொல்லுவது” எனச் சொல்லி எழ நினைத்தவன் மறுபடியும் உட்கார்ந்து கொண்டு, “நீங்கள் உங்கள் மனைவியை இப்போது பார்க்கவில்லை? அப்படித்தான்” என்றான்.

“எல்லோரும் காண இருப்பவளை நீங்கள் எப்படி உவமிப் பது” என்றார்.

“என்ன நீங்களா பேசுவது...” என்று கொஞ்சம் கடுமை தொனிக்க சொன்னவன் மீண்டும், நிதானமாக “நீங்கள் உங்கள் மனைவியைப் பார்ப்பதுபோல, நானும் சுமியைப் பார்க் கிறேன் – இப்போது பார்க்கிறேன்... சங்கர் இறக்கமுடியும், என் வாழ்க்கையை, என்னை, கனவு காணாது இருக்கமுடியாது, அவன் கனவில், நனவென வாழ்க்கை கொள்ளும், நான் இருக்குமளவும் அவன்?... அவனை நாடி அவன் கனவை

நாடி சுமி போகமுடியும் என்னைவிட்டு ... எப்படி முடியும்? நான் இப்படியாவதைத் தவிர்த்து, எப்படி வாழமுடியும் ..?"

இவன் நிதானமாக எழுந்து, வெளியே சென்றுகொண் டிருந்தான். வாயிற்படியைத் தாண்டி, மற்றும் வராண்டாவின் இரண்டு மூன்று படிகளையும் தாண்டி, மேலும் பங்களா கேட்டையும் தாண்டித்தான் எதிரே போகும் வீதியை அடைய வேண்டும். போவதைத் தடுக்கவோ, மழையில் நனையாதுபோக வசதியளிக்கவோ இவர்களால் முடியவில்லை. பிரியாவிடை கொண்டு, போவதைத்தான் கேட்டைத்தாண்டி வீதியில் பார்வை யில் மறையும்வரையில் பார்த்து நின்றிருந்தனர். துக்கத்திற்கோ, கண்ணீர்த் துளிகளுக்கோ அப்போது அங்கே இடமில்லை.

காற்று கடுமையாக வீசிக்கொண்டிருந்தது. மழையும் சிறு தூறலாக விட்டபாடில்லை.

எழுத்து 1963

உறவு, பந்தம், பாசம் . . .

இரவு முழுதும்கொண்ட பிரயாண அலுப்பிலும், அசதியிலும் கூட, ரயில் தன்னூர் நிலையத்தைக் காலையில் அடைந்தபோது, இவன் மனது ஒரு குதூகலம் கொண்டது. ஆனால் இறங்கியதும் ரயிலடியைப் பார்வை கொண்டபோது, மனது, குதூகலம் அதிர்ச்சியென மாறலாயிற்று. ஊர் தவறி இறங்கியதென எண்ணமுடியாதபடி எதிரே தன்னூர்ப் பெயர்ப்பலகை தன்னை வெறித்து நிற்பதைக் கண்டான். சமீபத்தில் பெரிய அளவில் நிர்மாணித்துக் கட்டப்பட்டிருந்ததால், தான் முன்பு பார்த்த தான எண்ணமே கொள்ளமுடியாது தோன்றியதை ஜடமென வெகுநேரம் அவன் கண்டு நிற்கவில்லை. புறக் காட்சியில் மனது ஒருமையில் அனுபவம்கொள்ள, அனுமானம்கொண்டு, திகைப்பு நீங்கச் சிறிதுநேரம் ஆகியது போலும்.

கடந்த பதினைந்து ஆண்டுகளுக்கு மேலாகவே, ஊரை விட்டகன்றவன்; வெளியூர் வாசம் செய்து, வசதியில் திரும்பியவன். வசீகரமெனத் தோன்றிய, தன்னூர்ப் பாலிய கால வாழ்க்கையை நினைத்து, தன்னுடைய பிற்கால வாழ்க்கையையும் அங்கே கழிக்கத் திரும்பியவன். வீட்டை அடையும் வழிநெடுக ஒரு புதிய ஊர்ப்பிரவேசம் எனத்தான் அடிக்கடி தோன்ற இருந்தது. பழைய இடங்களில் புது வீடுகள் தோற்றமும், ஆங்காங்கே வெற்றிடங்களில் சிறுசிறு குடிசைகளும், மேலும் ஒரு பெரிய சினிமாக் கொட்டகை, அநேக ஹோட்டல்கள், எல்லாம் முன்பே இவனுக்கு அறிமுகமானதென, மௌனமாக வரவேற்க நின்றிருந்தனபோலும் . . . தன் வீட்டை அடைந்தான். வீட்டின் முன் அறை ஒன்றை மட்டும் தன் உபயோகத்திற்கென வைத்திருந்து, ஏனைய பாகங்களை வாடகைக்கு விட்டிருந்தான்.

மௌனி படைப்புகள்

வெகு நாட்களாகப் பூட்டப்பட்டிருந்த அறையைச் சுத்தம் செய்வித்து, குடியிருக்க வசதிசெய்து, காலைக் காரியங்களை முடித்துக்கொண்டிருக்கும்போது, இவன் வருகையை அறிந்த இரண்டு நண்பர்கள் இவனைப் பார்க்க வந்தனர். திண்ணையில் அவர்களோடு அமர்ந்துகொண்டு தெருவையும் கவனித்தபடி பேசிக்கொண்டிருந்தான். தான் இல்லாத கால, ஊர் நடப்புகள் என அநேக விஷயங்களை அவர்கள் சொல்லியும் இவன் கேட்டும் தெரிந்துகொண்டான். தன் தெருவே மாறியிருப்பதை யும் ஜன நடமாட்டம் பெருகி இருப்பதையும் கண்டுகொண் டிருந்தான். மனது ஏதோ ஒருவகையில் சஞ்சலம் அடைந்து கொண்டிருந்தது. இரண்டொரு நாள் வாழ்க்கையில், பழக்கத்தில், எல்லாம் சரியாகிவிடும் என்ற நினைப்பில் பேசிக்கொண்டிருந் தான். முக்கியமாகக் கேட்டுத் தெரிந்துகொள்ள வேண்டிய விஷயங்களை மறந்தும், ஏதேதோ அது இதை விசாரித்துக் கொண்டிருந்தான். ஒரு நண்பனைப் பார்த்து "... அந்தக் கிழவி சௌக்கியமாக இருக்கிறாளா?" என்று கேட்டபோது அவர்கள் சிரிக்கலாயினர். எதிரே தெருவில் இருபது வயது மதிக்கத்தக்க ஒரு பெண், இடுப்பில் ஒரு குழந்தையுடன் சென்றுகொண் டிருந்தாள். கையைப் பிடித்து நடத்தி அழைத்துப்போன மற்றொரு குழந்தையுடன், தன் வயிற்றிலும் ஒரு சிசுவைச் சுமந்தாளென ஒரு பூரண கர்ப்பிணி என அவள் தோன்றினாள்.

"அதோ போகிறாள் பார் நீ கேட்ட கிழவி..." என்று இவன் நண்பன் மேலும் சிரித்தான். இவன் திடுக்கிட்டு என்ன வென்றதற்கு "நீ கேட்ட பாட்டியின் பேத்தி. அவள் இறக்கும் போது இவள் பிறக்கவில்லை என நினைக்கிறேன்..." என்றான். மேலும் "'நீ ஊரைவிட்டுச் சென்று எவ்வளவு நாளாகிறது, ஏதோ மறந்து போனதுபோல விசாரிக்கிறாயே. வந்த அசதி போலும்" என்று சொன்னான். பிறகு வந்து பார்ப்பதாக அவர்கள் விடைபெற்றுச் சென்றனர்.

சாப்பிட்டு, களைப்பு தீர உறங்கி, இவன் எழும்போது, மாலை நான்கு மணிக்கு மேலாகிவிட்டது. காபி சாப்பிட்டு வெளியே சென்று சுற்றிவரலாமென வீட்டை விட்டுப் புறப் பட்டான். கடைவீதியாகச் சென்று மற்றுமொரு வீதியையும் கடந்து மேற்குச் சந்நிதியை அடையலாம். அதையும் கடந்து கோயில் குறுக்காக ரயிலடியை அடைந்து, சிறிது உட்கார்ந்து, வீடு திரும்பினால், சாப்பிட்டுப் படுக்க நேரம் ஆகிவிடும் என்று எண்ணிக் கிளம்பினான். கடைவீதிக் கூட்டத்தைச் சாவதானமாக நடந்து கடந்துவிட்டான். மற்றொரு வீதியைக் கடக்கும்போது ஜன நடமாட்டம் குறைந்து விட்டது தெரிந்தது. இவன் மனதில் பழைய கால ஞாபகங்கள் சிறிது சிறிதாகத் தோன்றலாயின. சந்நிதித் தெருவை அடைந்து, ஒரு வீட்டைக்

கடக்கும்போது, இவன் மனதில் ஒரு பரபரப்புக் கண்டது. அவ்வீட்டிற்கு இவன் அநேகதரம் தன்னுடைய மிக நெருங்கிய நண்பனுடன் சென்று இருக்கிறான். அவனை ஊரில் சந்திக்கும் ஆர்வமும், அவனோடு சேர்ந்து இப்போது வாழ்க்கை கொள்ளலாம் என்ற எண்ணமும்தான் இவன் ஊர் திரும்ப ஒருவிதக் காரணம். காலையில் அவனைக் காணாததும், ஏனையோரிடம் அவனைப்பற்றி விசாரிக்காததும், வெகு உணர்ச்சியில், தன் தவறென இவனுக்குத் தோன்றியது.

அவ்வூர்க் கோவில் மிகப்பெரியது. சரித்திரப் பிரசித்தி பெற்றது. மகோன்னத தசையில் ஆண்ட சோழன் மன்னன் ஒருவனால், வெகு காலம் முன்பு கட்டப்பட்டது.

ஒரு காலத்தில் அவ்வூரே அந்தக் கோவிலைப் பொறுத்து நிர்மாணம் ஆனது. ஆனால் இப்போது அகலமான தேரோடும் வீதிகளையும், சந்நிதிகளையும், தெற்கே ஒதுக்குப்புறமாகப் பாழ்படும் ஒரு அமைதியில் விட்டு, தற்போதைய நகரமென்பது வடக்கே வெகுதூரம் வியாபகம்கொண்டிருந்தது. மேற்கு வீதிக்கப் பால் மேற்கே நெடுந்தூரம் அத்துவான வெளியென, தொடு வானம்வரையில் கண்ட வெளி வீதியை மறைக்க ஒன்றுமில்லை. மேற்கே சூரியன் மறைய இருந்தான். மறையும் சூரிய ஒளி சந்நிதித் தெரு முழுவதும் படர்ந்து கோபுர வாயிலையும் கடந்து கொடிமரம் வரையில் சென்று தெரிந்தது. மாலையில் கோவிலுக்குச் செல்லுபவர்கள் நிழல்கள், அவர்களை முந்திக் கொண்டு கர்ப்பக் கிருஹ இருளில் மறைந்து ஒன்றாவது, ஒரு உன்னதக் காட்சியென மனதில்கொள்ள இருக்கும்.

மேற்கு கோபுரத்தைத் தாண்டி உட்சென்றவன், பக்கத்தில் இருந்த ஒரு சிறு மண்டபத்தில் உட்கார்ந்தான். ஒருபுறம் கோபுரமும், மறுபுறம் ஈசுவர சந்நிதியும் தெரியும். முன்னும் பின்னும் இடிந்துக்கொண்டிருக்கும் பிரும்மாண்ட மதில் சுவர்களின் பாழ்படும் தோற்றம். கர்ப்பக்கிருஹம் இப்போதே இருள் கொண்டுவிட்டது. சர விளக்குகள் ஏற்றப்பட்டுத் தெரிந்தன. அந்த ஆழ்ந்த மௌன இருள் ஒளி அமைதியில் அருஉரு என எட்டிய லிங்கம் சோபையில் புலனாகித் தெரிந்தது. மதில்சுவர் இடிபாட்டிற்கிடையில் முளைத்து இருக்கும் புற் பூண்டுகளை, காலம் தவறி மேய்ந்துகொண்டிருந்தன, இரண் டொரு ஆடு மாடுகள்; மற்றும் சில, மூடிய கண்களுடன் அசைபோட்டுப் படுத்துக்கிடந்தன. ஒரு அமானுஷ்ய மயான வெளி அமைதி, அறிவிற்கப்பால் உணரும் வகை, ஒரு சங்கேத மௌனப்புதிரென, புறக்காட்சித் தோற்றம் கொடுத்தது.

எதிரே, ஒளிபடர்ந்த தரையில் நீண்டு வளர்ந்து வரும் நிழல்கள், ஒன்றுகூடிப் பிரிந்து சலிக்கும் ஒரு விநோதக் காட்சி

யில், உட்கார்ந்திருந்த இவன் லயித்திருந்தான்போலும். யாரோ சிலர் கோவிலுள் நுழைகிறார்கள்போலும். நான்கைந்து பெண்கள் வந்துகொண்டிருந்தார்கள். அவர்களில் ஒருவள், சிறிது தூரத்தி லிருந்தே இவனைக் கவனித்து வந்ததில், இவனைத் தெரிந்து கொண்டவள் போன்று, இவனைக் கடக்கும்போது, பார்த்து, ஒரு புன்சிரிப்பில் நின்றாள். இவன் தன்னைப் புரிந்துகொள்ள வில்லை என்பதை உடனே உணர்ந்து, நடந்து, ஏனையோருடன் கூடிக் கோவிலுள் சென்றாள். அவள் தோற்றம், வசீகரம், புன்னகை எல்லாம் கொஞ்சம் தாமதித்தே இவன் மனது கண்டது போன்று அவளைத் தெரிந்துகொள்ள, அவள் போவதையே கவனித்திருந்தான். அவள் ஒருதரம் திரும்பி இவனைப் பார்த்தாள். மாலை ஒளி அவள் முகத்தில் விழ அவள் வெகு வசீகரமாகத் தோன்றினாள். அவளை யாரென இவன் தெரிந்துகொள்ள முடியவில்லை. கோவிலுள் சென்று அவர்கள் மறைந்துவிட்டனர். ஞாபகம் காண, மறதியைத் தேடுவதில் ஜடமென இவன் அவ்விடத்திலேயே வீற்றிருந்தான். எவ்வளவு நேரமென்பது இவனுக்கு நிதானம் இல்லை. உலகு இருள் கொண்டுவிட்டது. உள்ளே சர விளக்குகள் வெகு சோபையில் பிரகாசித்துக்கொண்டிருந்தன. திடீரென மணி ஓசை அதிரக் கேட்டது. கோயில் மாலை பூஜை ஆரம்பமாகியது ...

அவர்கள் திரும்பி வந்துகொண்டிருந்தனர். எல்லோருமே நாற்பது வயதைக் கடந்தவர்கள். இவனைக் கடக்கும்போது, அவள் இவனுக்கு வெகு சமீபமாக வந்து நின்று, "யோஜனைகள் இன்னும் முடியவில்லையா ... கோவிலுள்ளாவது வந்து இருக்க லாமே ..." என்று சிரித்துக்கொண்டே கேட்டாள். இவனுக்கு அவளைத் தெரியவில்லை. மேலும் அவனுக்கு சஞ்சலம் கொடுக்காவகைக்கு எண்ணியவள் போன்று "ஏன் தனியாக? உங்கள் நண்பர் கூட வரவில்லையா?" என்றதும், மனதில் ஒரு ஒளி பாய்ந்ததென அவள் யாரெனக் கண்டு கொண்டான். "என்ன கௌரி, உன்மாதிரித் தோன்றியும் நீயென நினைத்துப் பெண்களோடு பேச முடிகிறதா ..?" என்று சொன்னவன், ஏனையவர்கள் எட்டிக் காத்து நின்று இருப்பதைப் பார்த்து, எழுந்து, அவளுடன் நடக்கலானான். "அங்கே அந்த வீட்டிலே தானே ... நான் இன்று காலையில் தான் வந்தேன் ... சாப்பிட்டு இரவு வருகிறேன். உன்னிடம் சில விஷயங்கள் பேசித் தெரிந்து கொள்ளவேண்டும் ..." என்றவன் கோபுர வாயிலைத் தாண்டி அவர்களைப் பிரிந்து சென்றான். அவன் பேச்சுகளுக்குக் கௌரி பதில் பேசவில்லை. இருவரும் தத்தம் பழைய வாழ்க்கை சிந்தனைகளில் சென்றுகொண்டிருந்தனர்.

இவன் வீட்டிற்குப் போகும் வழியில் இரண்டொரு சிநேகிதர்களைச் சந்தித்தான், வெகு அவசரத்திலும் –

காலையில் மறந்தது எனத் தோன்றியதை – தன்னுடைய பாலிய நண்பனைப் பற்றி விஜாரித்தான். அவர்கள் சொன்னது இவனுக்கு ஆச்சரியம் கொடுக்க இருந்தது. சில வருஷங்களுக்கு முன்னால் அவன் சொத்துக்களை எல்லாம் விற்றுவிட்டு ஊரைவிட்டுப் போய்விட்டதாயும், எக்காரணம் என ஒருவருக்கும் தெரியாதெனவும் அவர்கள் சொன்னார்கள்.

சாப்பிட்டு, சீக்கிரமாகவே கௌரி வீட்டிற்குச் செல்லுவதில் தன் மனது ஆர்வம் கொள்ளுகிறது என்பதை, இவன் கண்டுகொள்ளாமலில்லை. பழைய நினைவுகள் வசீகரமெனப் படுவதிலும், சோகமும் கலந்ததென இவனுக்குத் தோன்றியது. ஊரைவிட்டோடிய தன் நண்பனுடன் வெகுகாலம் ஒன்றென வாழ்ந்தவள் கௌரி. எவ்வளவோ நாட்கள் அவனுடன் கூடிக் கொண்டு இவன், அவள் வீட்டிற்குப் போய்ப் பேசியிருக்கிறான். அவனை இப்போது பார்க்கமுடியாதது வெகுவாக வருத்தமெனத் தோன்றுகிறது.

இவன் கௌரி இருந்த மேல சந்நிதித் தெருவை அடையும் போது, ஊர் அரவம் அடங்கி, அரை இருளில் தெருவே ஒரு தூக்கத்தில் ஆழ்ந்ததெனத் தோற்றம் கொடுத்தது. ஒரு காலத்தில் அத்தெரு முழுவதும் தேவதாஸிகள் இருந்தனர். வழி வழியாக வாழ்ந்து வந்த ஒவ்வொரு குடும்பப் பிரபல தாஸிகள், அவர்களின் இசை நாட்டிய கலைத் தேர்ச்சி, பழைய பெரிய மனிதர்களுடைய ஈடுபாடு . . . என அநேக ஞாபகங் களைக்கொண்ட தெரு அது. ஒரு வசீகரம் பாழ்பட்டுக்கொண் டிருக்கும் காட்சியை அது இப்போது அளித்துக்கொண்டிருந்தது. யார் யார் இப்போது அங்கு வசிக்கிறார்கள் என்பதற்கில்லை. பழைய வீடுகள் நடுநடுவே பெரிய புது வீடுகளும் இருந்தன. திடுக்கிட எங்கிருந்தோ கேட்ட ஒரு நாயின் குரைப்பு, இவனைக் கடந்து ஓடிக்கொண்டிருந்தது. ஒரு சுவான லக்ஷியம் எட்டிய இருளிலும் உருவாகியது போலும் . . .

கௌரி, தன் வீட்டுச் சிறு திண்ணைத் தூணில் சாய்ந்து நின்றிருந்தாள். பாலிய கால தன் வாழ்க்கை நினைவுகளை எதிர்மாடத்தில் தெரிந்த விளக்கொளியில் கண்டுநின்றாள் போலும். அவள் நிழல் பாதிக்குமேல் பக்கவாட்டில் கீழ் குறட்டுச் சுவரில் ஆடிக்கொண்டிருந்தது. வீட்டு வாயிலை அடைந்தவன் அவளைப் பார்க்காது அவள் நிழலைத்தான் முதலில் கண்டான்போலும். ஒரு பயங்கரம், இனிமையைத் தூண்டி இழுக்கும் பிரமையை அடைந்தான். இவனை, இவன் வந்ததை, கௌரி கவனிக்கவில்லை. “என்ன கௌரி . . !” என்ற சப்தம் கேட்டு இவனைப் பார்த்தாள். எதிரே தீபத்தின் சுடரொளியில் தன் நிருத்தியம் கலைவுபட்டதென, ஒரு இனிய

கனவு கலைய இந்த நினைவா என்பதில் இவள் மனம் வருத்த மடைந்தது. "உள்ளே போகலாம்" எனச் சொல்லி இவன் தொடர அவள் உட்சென்றாள். கூடத்தில் ஒரு விளக்கு எரிந்து கொண்டிருந்தது. இவனை உட்காரச் சொல்லி அவளும் சிறிது தூரத்தில் உட்கார்ந்துகொண்டாள். வாயிற் கதவு திறந்த படியே இருந்தது. சாத்தவில்லை. வாயிற்புரைக்கை விளக்கையும் உள்ளே எடுத்து வரவில்லை.

தன் நண்பனுடன், இவன் அநேகந்தரம் இந்த வீட்டிற்கு வந்து இருக்கிறான். கடந்த காலம் பிளவுகொண்டது எனத் தோன்றாவகைக்கு, நேற்றுக்கூடத்தான் இங்கு வந்ததான எண்ணம் கொடுக்கும் வகைக்கு, அவ்வீடு பழைய நிலைமையிலே தோன்ற இருந்தது. ஒருவகையில், காலையிலிருந்து தன் மனம் கொண்ட சஞ்சலம் சிறிது குறைந்ததென இவனுக்குத் தோன்றியது.

அநேக குடும்ப நினைவு ஞாபகங்களுக்கு வசீகரம் கொடுக்க நின்ற இந்த வீட்டில்தான் கௌரி வழிவழியாக வந்த ஒரு கௌரவ தாஸி குடும்பத்தில் பிறந்து வளர்ந்து வந்தவள். தன் வழிக்குப் பின் வாரிசு இல்லாது தன் குடும்பமும் தன்னுடன் முடிவுபெறாது இருக்க, அதன் லக்ஷியத்தின் சாசுவதத்தை இப்போது வாழ்வில் கடைப்பிடிக்கிறாள் போலும். பெண்மையின் சக்தி தோன்ற, அவள், பார்ப்பவர்களுக்கு ஒரு இனிமை, கவர்ச்சி, ஒரு பயங்கரம் தோன்ற இருப்பவள்போல ஒருவரிட மும் ஒட்டாது, வெகு சகஜமாக யாரிடமும் பழகுபவள். சிற்சில சமயங்களில் அவள் நடையுடை பாவனைகளிலும் பேச்சிலும், ஒரு நிச்சயம் தோன்றா பிரமிப்புத் தெரிய இருக்கும்.

உட்கார்ந்து கொண்டவன் சிறிது நேர மௌனத்திற்குப் பின், "இன்று காலையில் தான் வந்தேன் ... உன்னைக் கோவிலில் சந்தித்தபிறகு சிறிது நேரம் சென்று கேள்விப்பட்டேன் ..." என்றான். அவள் குறுக்கிட்டு "என்ன ..." என்றாள். "உன் சிநேகிதன் ... நம் நண்பன் ஊரை விட்டுப் போனதை உன்னை விட்டு ..." எனச்சொல்ல அவளும் சிரிக்கலானாள். "இல்லை நீங்கள் அதற்கு முன்பே ஊரைவிட்டுப் போய்விட்டீர்கள் ..." அவள் பேசியது, சிரிப்பது இவனுக்கு ஒருவகையில் திருப்தி அளிப்பதாக இருந்தும் ஏன் என்பது புரியவில்லை.

இவன் "உன்னைக் கேட்கலாம் என வந்தேன் ... உன்னை விட்டு ஊரைவிட்டுப்போன காரணம்? வெகு வருத்தமாகத் தோன்றுகிறது. சொத்தை எல்லாம் விற்று ஊரைவிட்டுப் போனது ..." இவன் பேசுவது இவனுக்கே பொருத்தம் காணாது தட்டுத் தடுமாறியது போன்று இருந்தது. இவன் உதவிக்கென கௌரி பேச்சை ஆரம்பித்தாள். "எனக்கும் காரணம் தெரிய வில்லை. அதைத் தெரிந்து கொள்ள நீங்கள் வந்த காரணமும்

தெரியவில்லை . . . எதை, எப்படி நான் சொல்லமுடிகிறது?" என்று சொல்லி அவள் வருத்தத்தை, இவன் தன் சிரிப்பில் கலந்து கொண்டாள். தன் வீட்டை ஒரு தரம் மௌனமாகச் சுற்றிப் பார்த்துவிட்டு இவனையும் பார்த்தாள். அவள் அலக்ஷிய பாவத்தை இவனால் ஏற்கமுடியாது. 'என்ன இருந்தாலும் – தாஸி" என இவன் மனம் எண்ணியது.

சிரித்துக்கொண்டே மேலும் கௌரி பேசலானாள். "பழைய கதையை, கனவெனக் கண்ணெதிரில் மடிவதைக் கண்டும், அதில் ஒரு வசீகரம் உங்களுக்குக் காண முடிகிறது. நடந்தது எல்லாம் கண்முன் அர்த்தம் மாறி இசைவுகொள்ள முடிய வில்லை? நடப்பில் என்ன முழுமைகாண இருக்கிறது? நடந்ததின் சாயையும் நடக்கப்போவதின் நிச்சயமின்மையும் கலந்து புதிராகப் படவில்லையா?"

"என்ன கௌரி உன் வேதாந்தம், வேடிக்கையாக இருக் கிறதே . . ." என்றான்.

"ஆமாம், நான் ஒரு தாஸிதானே . . . ஒரு பெண்தானே உங்களுக்கெல்லாம் . . ." என்றவள், "நீங்கள் சாய்ந்துகொண் டிருக்கும் தூணைக் கேட்டுப் பாருங்கள் சொல்லும் . . . உங்கள் நண்பர் போன காரணம்." இவன் நண்பன் இந்தத் தூணடியில் தான் உட்கார்ந்து பேசுவது இவனுக்கு ஞாபகம் வந்தது.

கொஞ்சம் கொஞ்சமாக அவள் முகமடையும் வசீகரம், அவள் வயதைக் குறைத்துக்கொண்டிருந்தது. அவள் பேச்சுகளும் பாவமும், பாலியக் குறுகுறுப்பை அளிப்பதாக இருந்தன.

"உங்கள் நண்பரைப் பற்றித் தெரிந்துகொள்ள நீங்கள் இப்போது என்னிடம் வந்து கேட்பதில் உங்களைக் கண்டு கொள்ள முடியாதா? காரணம், நம்பிக்கை கொடுக்காவிடின் என்ன பிரயோஜனம் . . . அவர் சொத்து சுதந்திரம் எல்லாம் விட்டுப் போய்விட்டார். ஏன், என்னையும் உங்களையும்கூட விட்டுவிட்டுச் சிலர் க்ஷேத்திராடனம் போய் இருக்கிறார் என்று சொல்லவில்லை? அல்லது எங்கேயோ தாங்கள் க்ஷேத்தி ராடனத்தின்போது, அவரை, அவரைப் போன்ற ஒருவரைச் சாமியாராகக் கண்டு பேசுமுன் மறைந்த மர்ம மகிமையைக் கூறவில்லையா? சில நாட்களில் நீங்கள் கேள்விப்படலாம் . . . அல்லது ஜீவன் முக்தனெனத் தோன்ற, தாடி வளர்த்துக்கொண்டு தமுக்குடன், எட்டிய அடிவானத்தையும், யாராவது தன்னுடன் பேச வருகிறார்களா என்ற ஆசையில் திருட்டுப் பின்னோட்டம் விட்டுக்கொண்டு, கடற்கரையில் அவரைக் கண்டதாகச் சொல்ல வில்லையா? கைகட்டி வாய்புதைத்து வரும் கதாசிரியர்களுக்கு ஞானோபதேசம் செய்ய – பூர்வாசிரமம் – கருகிய காதல் – சாதல்

இவைகளைக் – கதாநாயகனாகத் தன்னைக் காணத் தமுக்கடிக்க வில்லை? அப்படியாக நீங்கள் அவரைப் பார்த்துத் தெரிந்து கொண்டால் நானும் ஒரு வகையில் கதாநாயகியாயிருப்பேன் அல்லவா . .? அவருக்குச் சாமி பூதத்தில் நம்பிக்கை இல்லை. நான் எப்போவாவது அவரைத் திடுக்கிட சாமி என்று அழைப்பது உண்டு. ரொம்பப் படித்த அறிவாளிதான். கூப்பிட்ட தோஷம் அவரே சாமியாராக ஓடிவிட்டார் போலும் . . ! என்னெதிரில் ஆக முடியவில்லையே என்ற வெட்கம்கொண்டு, நான் பார்க்க முடியாது, சாமியாராகத்தான் ஓடியிருக்க வேண்டும் . . .” எனச் சொல்லி “நான் சொல்லுவது சரிதானே . . .” என்று சிரித்தாள்.

அவள் பேசுவது ஒரு சமயம் வேடிக்கையாகவும், பின்பு பரிகாசமாகவும் இவனுக்குத் தோன்றியது. மேலும் அப்போதைக் குப் புரியாது பின்பு புரியவிருக்க ஏதோ உளதாகியதாகவும் பட்டது. ஆதிநாளிலிருந்து தனக்கு அவளைப் பற்றித் தெரிந்த விதம், எப்படி என எண்ண முடியவில்லை. அவளை அவன் நேராகப் பார்க்காது, அடிக்கடி வீட்டைச் சுற்றிப் பார்வைகொண் டிருந்தான். ஆங்காங்கே ஒளி படராத இருள் மூலைமுடுக்குகளில் பழைய நினைவுகள் ஒன்றுகூடிப் புரிந்துகொள்ள முடியாவகை யில், சதி ஆலோசனை செய்துகொண்டிருந்தனபோலும். முற்றத் தில் ஒரு முல்லைக் கொடி, பகலில் சூரிய வெப்பம் காட்டாது, பந்தலின் மேலே படர்ந்து இருந்தது. இந்த இரவில், பார்வையில் படாது, மலர்ந்த மலர்களின்றும் பிரிந்து வரும் மணம் வீடு நிரம்பக் கணிசம்கொள்ளுகிறது. வானின்று நுகர ஊர்ந்துவரும், ஒரு கனிவு இவன் மனதில்படுவது என இது இல்லை.

பேசிய பிறகு ஏன் பேசினோம் என்ற மனக்குறை ஏற்படுவது எல்லோருக்கும் உண்டு. ஆனால் கௌரிக்கு அது மாதிரி தோன்றவே முடியாது. அவள் பேசியது அவள் பேசினதாகவே தோன்றாது சப்தம்கொள்ளுகிறது. பேசும்போது அவள் சரீர ஒரு சிறு நெளிப்பில், தான் பேசியதையே தன்னின்றும் எப்படி உதறிவிடுகிறாள்? தான் பேசியதைத் தானே கேட்பவள் போன்று இருக்கிறது அவள் முகபாவம். எவ்வகையில், காரியத்தில், எவ்விதப் பொறுப்பையும் சுமக்காமல் உதறி, அவளால் வாழ்க்கை காணமுடிகிறது?

“. . . அல்லது தன்னை விட்டுப்போன தன் மனைவியை தேடிக்காண ஓடியிருப்பாரோ என்னவோ, யாருக்குத் தெரியும்?” என்று அவள் சொல்லி முடித்தது இவனை யோஜனையினின்றும் கலைத்துத் திடுக்கிட வைத்தது. அவள் அறியாமையை நினைக்க, ஒருபுறம் வேடிக்கையாகவும் இருந்தது. தன்னைப் போலவே தன் நண்பனும் கலியாணம் ஆகாதவனென்பது இவளுக்குத் தெரியவில்லை போலும்!

திறந்து இருந்த வாயிற்படியைத் தாண்டி, வெகு சமீபம் வரை வந்தவளை இவன் கவனிக்கவில்லை. "... பேச்சுச் சத்தம் கேட்டுப் பார்க்க வந்தேனக்கா" என்று சிரித்துக்கொண்டே, ஒருத்தி வெகு நிதானமாக வந்து கூடத்தில் ஒரு பக்கமாக உட்கார்ந்துகொண்டாள். அவளைத் தொடர்ந்து வந்த ஒரு சிறுவனைப் பார்த்துக் கௌரி, "தம்பி, ஐயாவுக்குக் காபி, வெற்றிலைபாக்கு, வாங்கி வா ..." என்றவளை ஒன்றும் வேண்டா மென இவன் தடுத்தும், சோடாவாவது வாங்கி வரச் சொன்னாள். மேலும் இவன் பணம் எடுத்துக் கொடுப்பதைத் தடுத்து "என்ன ஐயா செய்வது? அவமானப்படுத்தவா? விருந்தாளியாக வந்தவரின் அபேக்ஷைகளை நாங்கள் திருப்தி செய்ய வேண டாமா ... என்ன அனசூயா நான் சொல்லுவது" என்று வந்த வளைப் பார்த்துக் கேட்டாள். "ஆமாம் ... இவர் நம்ப சாஸ்திர புராணம் படித்ததில்லையோ என்னவோ ..." என்று ஒரு அசட்டுச் சிரிப்புத் தோன்றச் சொன்னாள்.

அன்று இரவு இவன், அவர்களுடன் பேசிவிட்டு வீடு திரும்பும்போது இரவு வெகுநேரம் ஆகிவிட்டது.

மறுநாள் காலையில் இருந்தே இவனுக்குக் கௌரி வீடு செல்லும் ஆவல் தோன்ற ஆரம்பித்தது ... அன்று மாலை சீக்கிரமாகவே அவள் வீட்டிற்குச் சென்றான். நேராக உள் சென்றவன், இரண்டொரு பெண்களுடன் அவள் பேசிக்கொண டிருந்ததைக் கவனித்தான். இவனையும் கூப்பிட்டு உட்காரச் சொன்னாள். நேற்றுக் கோவிலில் பார்த்தவர்கள் எனவும், அவர்களும் தாஸிகளெனவும் கண்டுகொண்டான். சிறிது நேரம் ஊர் உலகப் பேச்சுகளெனப் பேசினர்.

கௌரி இவனைப் பார்த்துக் கேட்டாள். "நேற்றுத் தானே வந்தது ... மனைவி குழந்தைகளையும் அழைத்துக்கொண்டு தானே ..?" அவள் வசீகரம் மிகக் கடுமையாக இவனைத் தாக்கியது. மனது ஒரு வகையில் குதூகலமும் கொண்டது.

"நீ நினைப்பது எல்லாம் இப்படித் தவறாக இருக்கிறதே? நானும், அவனும் கல்யாணமே செய்துகொள்ளாதவர்கள் – என்னைப் பற்றித் தெரியாதது இருக்கட்டும். அவனைப்பற்றிக் கூட அவ்வளவு பழகியும் உனக்குத் தெரியாதது சிரிப்பாகத் தான் இருக்கிறது ..." என்று நெருங்கிப் பேசும் வகையில் கூறினான். ஏனையோரின் ஒருமித்த சிரிப்பில், இவள் கலந்து கொள்ளவில்லை. அதன் எதிரொலி என சிறிது சென்று இவள் முகத்தில் புன்சிரிப்புத் தோன்ற, அதிலும் ஒரு கடுமை தொனித்ததுபோலும். ஆண்களின் தன்மை ஒருவரிடமும் ஒருவிதத்திலும் சரியெனப்படவில்லை. ஆண் பெண் பாகு பாட்டை, உலகே தவறாகக் கண்டுகொண்டிருக்கிறது. உறவு,

பந்தம், பாசம், எல்லாமே வியர்த்தமாகத் தோன்றும் வகைக்கு, தர்மமும் சீர்குலைந்து, ஒத்துப் போவதாகக் காண்கின்றனர் போலும். இவள் மனம், யாரை எதற்காக நொந்துகொள்ளுவது என்பதும் புரியாது தவித்தது.

“. . . எவ்வளவு தவறு. தெரிந்துகொள்ளாதது எவ்வளவு சரியாகவும் இருக்கிறது” என்று ஆரம்பித்த கௌரியைத் தடுத்து, “சரி தவறு எல்லாம் தவறாகவே உனக்கு ஒன்றுதான்” என்றான். எல்லோரும் சிரித்தனர், கௌரியின் சிரிப்பு, மேலும் தன்னைப் பற்றிய அவர்கள் எண்ணம் என்னவென்பதும் புரியவில்லை. மேலே யோசிக்க முடியாது கௌரியைப் பார்த்துக் கொண்டிருந் தான். ஒரு பைத்தியக்காரச் சதியில் சிக்கித் தவிப்பதான லேசான ஒரு எண்ணம். தன்னை விடுவித்துக்கொள்ள கௌரியை விட்டு வெளிச்செல்லுவதும் மனதுக்குப் பிடித்தமாக இல்லை.

“ஐயா . . .” என்று இவனைக் கூப்பிட்டு அவள் பேச ஆரம்பித்தது ஒரு ஆறுதலாக இருந்தது. “ஐயா நான் ஒரு பெண் – அதுவும் ஒரு தாஸிப் பெண். தாஸிகளைப் பற்றி உங்களுக்குத் தெரிந்து இருந்தாலும் பெண்களையும் பற்றித் தெரியுமோ . . ? நீங்கள் கல்யாணம் ஆகாதவர்கள். செய்து கொள்ளாதது ஒரு வகையில் சரி. யாரோ, ஒருவன் மனைவி என உங்களிடம் கற்பிழந்துகொண்டு நிற்க முடியாத வகைக்கு . . .” என்று சொல்லிச் சிறிது பேச்சை நிறுத்தினது, இவனுக்குத் திடுக்கிட இருந்தது. சிறிது கோபத்தில் “என்ன . . . என்ன சொல்லுகிறாய்? தனக்குப் புரியாது, பிறருக்கும் புரியாத வகைக்கு . . .” என்றான் இவன். இவன் பேசுவதையே கவனிக் காதவள் போன்று, “நாங்கள் பெண்கள் – அதுவும் தாஸிப் பெண்கள், ஒருவிதத்தில் கல்யாணமானவர்கள், மனைவிகள் எனவும் கொள்ளமுடியும். கல்யாணமான ஒருவள், மறதியில் தன் கணவனை எங்கேயோவிட்டு, எங்கும் தேடுவதான பாவனையே என் மனது அடிக்கடிகொள்ளுகிறது ஐயா. ஆண்களால் கலியாணமின்றி வாழ முடியும். பெண்களால் முடிகிறதில்லை. இந்து தர்மம் அப்படித்தானே . . . கன்னியென வாழவும் கூடாது . . . முடியாது. குமரிக் கன்னியும் ஒருவனை அடைய ஏங்கி, சாசுவதத்தில்தானே, கன்னியெனவாகிறாள். மனைவி எனக் கணவனிடம் வாழ்க்கைப்படுவதில், தன் மனத் தூய்மையை, அவனால் எப்போதும் இழக்காமல் இருக்க முடியும் என்று எந்த மனைவியால் நம்பமுடியும்? தன் புனிதம் தன் கணவனால் பறிபோக, கற்பிழந்தவளாகத் தன்னை அவள் அப்போது கருதமுடியாதா? ஒருக்கால் உங்களைப் போன்றவர் களால் அவ்வகையில், கணவனாக முடியும்போலும் . . . ஆனால் கல்யாணம் செய்துகொள்ளாமல் நிற்கிறீர்களே . . . பெண்ணைப்

படைத்த 'அவன்' பெண்மையையும் மறக்கவில்லை..." என்று சொல்லியவள் "என்ன அனசூயா நான் சொல்லுவது?" என்று அவள் அசட்டு ஆமோதிப்பைப் பெற நினைத்து அவனைப் பார்த்துச் சிரித்தாள். "உங்கள் நண்பரை அவசியம் கண்டு கொள்ளுங்கள்... அவர் புரிந்துகொண்டவர் போலும்!"

ஒருவள் "நாழிகை ஆகவில்லையா அக்கா!" என்று கேட்டாள். "ஆமாம்" என்றவள் இவனைப் பார்த்து "நீங்களும் வாருங்கள் கோவிலுக்கு... நாழிகை ஆகிவிட்டது" என்றாள் கௌரி.

மாலை சூரியன் மறைய இருக்கிறான். சந்நிதித் தெரு முழுவதும் சூரிய ஒளி பரவி இருந்தது. கோபுரம் தாண்டியும், கொடி மரம் வரையிலும்கூட இவனும் அவர்களுடன் கூடச் சென்றான். முன் நீண்டு சென்ற நிழல்கள் சலித்து ஒன்றைச் சென்று கலந்தும் விலகியும் தெரு வழியே சென்றுகொண்டிருந்தன. முன் சென்ற அவர்கள் உட்சென்று மறையும்வரையில் பார்த்து நின்று இருந்தான். அப்பால் கர்ப்பக்கிருஹ சரவிளக்குகள் ஏற்றப்பட்டுத் தெரிந்தன... உட்சென்று மறைந்தவர்களை இவனால் பார்க்க முடியவில்லை. விளக்குகள் கலைந்து, மறைந்து, தெரிந்துகொண்டிருந்தன.

குருக்ஷேத்திரம் 1968

அத்துவான வெளி

தன் வீட்டிலே சும்மாத் தலையோடு வாசல் நடந்து கொண்டு சுகமாக வாழலாம் என எண்ணியவனுக்கு எதிரே வாசலில் பெரிய மரமொன்று பார்வை கொள்ள நிற்கிறது. வாயிற்பக்கம் எப்போதாவது வந்து நின்று போவோர் வருவோர்களைச் சும்மா நின்று கவனிப்புக் கொள்வதில், இந்த மரத்தையும் பார்வையில் பட்டுப் போகுமளவிற்கு வெறித்து நோக்குவது உண்டு. எந்த யுகத்திலிருந்து இது இப்படிக்கு இங்கே ஸ்தலவிருக்ஷ மென நிற்கிறது என்பது புரியவில்லை. ஆனந்தமாக அது ஆகாயத்திற்கும் பூமிக்குமாக வளர்ந்து எட்டுத் திக்கையும் நோக்கிப் படர்ந்ததென இருப்பது எதற்காக வென்றும் தெரியவில்லை. தன் வீடு ஒரு திக்கை நோக்கி நிற்பது சரியெனப் புரிந்தாலும் இந்த மரம் எந்தப் பக்கம் பார்த்து நிற்பது என்ற சம்சயம் யோசனையினால் விடுபட முடியாது இவன் திகைப்பது உண்டு. அந்தமரம் ஒருபோதும் நிசப்தம் கொள்ளாது, எந்நேரமும் பக்ஷி ஜாலங்களின் கூக்குரலைக் கொடுத்துக் கொண்டிருப்பது விநோதமாகப்படும். சிற்சில சமயம் ஊரை நாசம்செய்ய வானரங்களும் குடும்ப சகிதம் அதில் குடியேறி, வால் பிடிப்பில் தலைகீழாகத் தொங்கி கிரீச்சிட்டு கத்தி ஆடி அட்டகாசம் செய்யும். அது எச்சாதி மரமென்பது தெரியாது. காலையில் மரத்தடியில், மலர்கள் பாய் விரித்தாற்போல வீதியில் சிதறிக் கிடந்து காட்சியளிக்கும் போது, வாசனை நெடியெனக் காற்றடித்த வாக்கில் உலகில் பரவிக்கொண்டிருக்கும். கும்பல் கும்பலாகப் பிள்ளைகள் அதைப் பொறுக்க வருவதையும் இவன் கவனிப்பது உண்டு.

பின்னிருந்து 'என்ன ஸார் ஸௌக்கியமா? பார்த்து ரொம்ப நாளாச்சு' என்ற குரல் கேட்டதென திரும்பினான்.

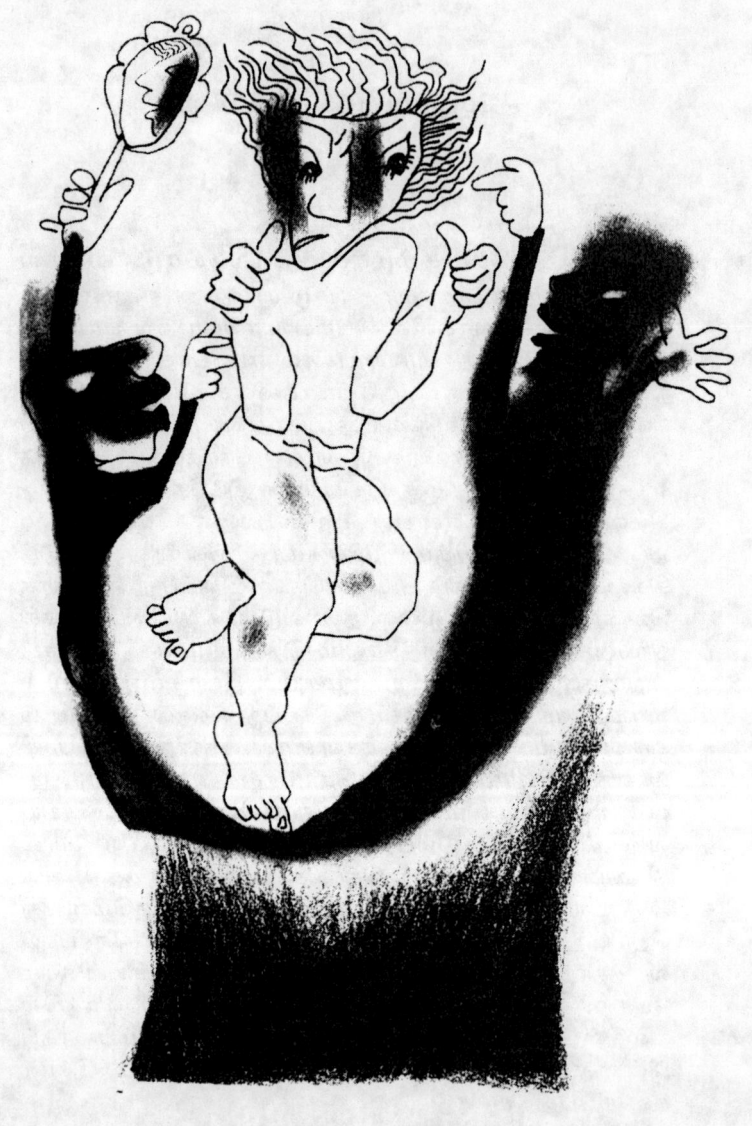

அந்த அந்திவேளையில், தன் நிழல்கூட இவனுக்குத் தெரிய நியாயமில்லை - கண்டு கூப்பிட்டதென நினைக்க. எனினும் சுற்றிச்சுற்றி யாரென இவன் காண திரும்பிக்கொண்டிருந்தான். இவன் முகம் காண அவனும் சுற்றியது போன்று ஒருவர் முகம் ஒருவர் பார்க்க முடியவில்லை. ஒருவரும் இல்லை என இவன் நின்றதும், இவன் எதிரில் வந்தவன், "என்ன ஸார், உங்களைப் பார்ப்போமென்று வந்தால் இப்படி ஊரையெல்லாம் சுற்றுகிறீர்களே" என்று சிரித்துச் சொல்லிக் கொண்டே ஒருவன் இவன் எதிரில் நிற்பதை உணர்ந்தான். எதிரில் கண்டதும் இவன் மேலே கடந்து போகலானான். அவன் இவனுக்கு மரியாதையாக ஒதுங்கிப் போகிற வழிவிட்டு இவனைத் தொடரலானான். அவனை யாரெனப் புரியாத திலும், இப்போது பார்த்ததில் எப்போதோ பார்த்து மறந்த தென எண்ணமும் இவனுக்குத் தோன்ற இருந்தது. மேலும் தனக்கு யாரையும் தெரிந்தும் தெரியாதது போலவும் இருக்க முடியும் என்ற எண்ணமும் கொள்ள யோசனையில் அவன் புரியாவிட்டாலும் சிறிது அவனோடு பேசுவதில் கண்டுகொள்ள முடியுமெனவும், அவசியமானால் தெரியவில்லை என நம்ப வைத்துத்தான் தன் வழியே போகவும் முடியுமென நினைத்து இவனும் "ஆமாம் ஸார்! ரொம்ப நாளாச்சு பார்த்து..." என்றான்.

"தெரியாதவர்களும் தெரிந்தவர்களென ஏமாற்றுவது உண்டு ஸார்... நான் அப்படி இல்லை. நிச்சயமாக உங்களுக்குத் தெரியும்... எனக்குத் தெரியாதவர்களே ஊர் உலகில் இல்லை ஸார்" என்றது ஒரு விபரீத நியாயமாகப்பட்டது.

"ஆமாம் ஸார், அப்படி நினைப்பது தவறு" என்றான் இவன்.

"இப்போது நீங்களா பேசுகிறீர்கள் - நான்தானே - உங்களைப் பிடித்து நான் பேசாது போனால் நீங்கள் தெரிந்தும் தெரியாது மாதிரித்தானே போவீர்கள்..." என்று உடம்பை நெளித்துக்கொண்டு கெஞ்சும் பாவனையில் பேசி வந்தது இவனுக்குப் பார்க்க பரிதாபமாக இருந்தது. நிச்சயமாக அவனைத் தெரிய ஞாபகம்கொள்ள நினைத்தான். அவன் அசடுமாதிரி அடிக்கடி சிரித்தது மேலும் இவனுக்கு யோசனைகள் கொடுத்தன. அவனை யாரெனத் தெரிந்துகொள்ள முடியாத போது, அவன் சிரிப்பிலிருந்தாவது ஞாபகம் வருகிறதா எனக் கவனித்தவனுக்கு, தன்னுடைய சிநேகிதன் ஒருவன் ஞாபகம் வந்தது. அதுவும் தவறென உணர, அந்நண்பன் எப்போதோ செத்து சுடுகாடடைந்ததும்கூட ஞாபகம்வர இருந்தது. அவனே இல்லாது அவன் சிரிப்புமட்டும் உலகில் இருந்தால், அவனென

இவனை இப்போது எப்படிக்கொள்ள முடியும் என்பதும் புரியவில்லை.

"ஆமாம் ..." என்றான் இவன். "நாலுபேரைத் தெரிந்து பிடித்துவிட்டால் எப்படி ஸார் உங்களைப் போல மறக்க முடிகிறதா ..." என்றான் அவன்.

"இப்போதெல்லாம் நான் வெளிக் கிளம்புவதில்லை. அதனால்தான் ..." என்று தன் குற்றமுணர்ந்த பேச்சென இவன் பேசினான்.

"நானும் அப்படித்தான் நினைத்தேன். இந்த ஊர் உலகைச் சுற்றும் நம் கண்ணில் ஸார் படவில்லையே என்று ..." என்றான் அவன்.

பேசிப் பிடித்தது உதறமுடியாது பேசப்பேச பீடிக்கிறதே என இவன் எண்ணலானான். சிறிது பேச்சை நிறுத்தி மௌன மானான்.

"உங்களைப் பார்க்க நேர்ந்தது ஏதோ யதேச்சையாக நேர்ந்தது என்று நீங்கள் நினைக்கலாம். உங்களைப் பார்க்க முடியும் என்ற நம்பிக்கையில் நான் உங்களைப் பிடித்தது ஏதேச்சையில் இல்லை ஸார். மனுஷாளை நான் சிநேகம் கொண்டாடாமல் என்னால் இருக்க முடியாது, உங்களைப் போல என்ன இப்படிப் பேசாது நீங்கள் ..." என்றான் அவன்.

'ஒரு சிநேகிதர் வீட்டிற்கு ...' என்று ஒரு அறைகுறை முணுமுணுப்பெனக் காற்றிலும் கரையும் போக்கிற்குச் சொல்ல விருந்ததையும் அவன் கேட்டு, "என்ன ஸார் உங்கள் சிநேகிதர் என் சிநேகிதர் அல்லவா, போவோம் ..." என்று சொல்லிக் கொண்டே தொடரலானான். பத்து தப்படிக்குள் இவ்வளவு கூச்சலும் முணுமுணுப்புமென்றால் குறைகாலமும் தன்னால் எப்படி வாழ்க்கையைச் சகித்துக்கொள்ள முடியுமென்பதில் மனது விடுபடமுடியாத ஒரு பயம் குடிகொள்ள இருந்தது. எதிரே தோன்ற முடியாவிட்டாலும் அடிமடியில் புகுந்து பேசுவது போன்றிருந்தது பேச்சுகள். நினைக்க நினைக்க மனது பீதி அடைந்தது. அவனை மறந்துவிட முடியுமென்பதற்கில்லை. மறக்க வேண்டியதை அடிக்கடி ஞாபகப்படுத்திக்கொண்டு இருக்க வேண்டியிருப்பதால் மறப்பதை ஞாபகமெனத்தானே கொள்ள முடிகிறது. அவனைப்பற்றி யோசிப்பதில் யாரெனத் தெரியவில்லை எனக்கொள்ளுவது தனது முக்கிய காரியமென எல்லாவற்றையும் யோசிக்கலானான். தெரியவில்லையெனக் கொள்வதிலும், தனக்குத் தெரியாத ஒரு பெரிய மனிதனாக அவன் ஏன் இருக்கமுடியாது. இந்த ஜன்மத்தில் இருக்காமலிருந் தாலும் போன அல்லது எந்தப் பிறவியிலாவது இருக்கலாம். தனக்கு முன்காலத்தில் அநேக பிரமுகர்களின் சம்பந்தம்

உண்டு என்பதை எண்ணும்போதும் தெரியாத மறதி எனக் கொண்டு தவறெனவும் கொள்ள முடியாது, சிரிக்கவும் சிரித்துக் கொண்டிருந்தான். இவனை அவசியம் யாரெனக் கண்டுகொள்ள வேண்டியிருப்பது யோஜனைகளின் அவசியத்தையும், சிக்கல் களையும் தோற்றுவித்தன. அவனை விட்டகல ஒரு யோசனையும் புரியவில்லை. எதிரே ஒரு கோவில் தெரிய இருந்தது. ஒரு வகைக்கு ஆறுதலாகவும் போக்கிடமெனவும் தோன்ற அதையே ஆதாரமென நினைத்து, நடந்ததில், அதுவும் எதிரே சமீபமாக வந்து நின்றது.

ஊர்த் தெருவில் நின்ற ஒவ்வொரு வீடாக இவனுக்குக் காட்டி, வசிக்கும் அந்த அந்த மனிதர்களை, தனக்குத் தெரியாதவர் களை, காணப்போவதாகச் சொல்லி, அவனிடமிருந்து தப்பிக்க வழியாக இவனுக்குச் சொல்ல முடியவில்லை. ஒருக்கால் மறந்து அவனுக்கு அவன் வீட்டையே காட்ட, அது அவன் வீடாக இருந்து அவன் சிரித்தால் தான் வெட்கமடைய முடியாதா என்ற எண்ணத்திலும் யோஜனையைக் கைவிட இருக்கிறது. நிச்சயமாக அவனைத் தெரிந்து அந்த வீட்டுக் காரன் இல்லை என்பதை தீர்மானித்தால் அல்லது எந்த வீட்டுக்காரனாகவும் இவனெனக் கொள்ளமுடிகிறது. இப்படிக் கான விஷயங்களினின்று விடுபடக் கோவில் மகத்துவம் அதிகமாகிக் கொண்டிருந்தது.

கோவில் சென்று சுற்றுவதில் அவனுக்கு வீடு திரும்ப ஆவல்கொண்டு தன்னைவிட்டுச் செல்லலாம் என்ற உத்தே சத்தை வெகு ஜாக்கிரதையாக அவனுக்குப் புரியாது காட்ட எண்ணி 'பார்க்கவேண்டியவர் ஒருக்கால் கோவிலில் இருக்க லாம் . . . அங்கேயே பார்க்க முடியலாம்' என முணுமுணுத்துக் கொண்டே கோவிலையடைந்தான். அசட்டு மனிதனென அவமதிப்புக்கொள்ள முடியவில்லை. அப்படி அவன் நினைவில் தானும் கலந்து தெரிவதால் தனக்கும் அவமானம் தோன்ற இருக்கும். கோவிலில் அவனை அலைக்கடிக்கும் அளவிற்குத் தாமதம் செய்ய உத்தேசித்து, யதோக்தமான தரிசன உத்தேசத் துடன், அர்ச்சனைக்கான பழம் தேங்காய் பாக்கு முதலியன வாங்கிப் போனான் இவன். ஒன்றை மறக்க அதை ஞாபகத்தில் கவனமாக வைத்துக்கொண்டு இருக்க வேண்டியிருப்பதில், எப்படி மறக்க முடிகிறது. இந்த வகையில் சாமியென்ன, பூதம் என்ன எல்லாம் ஒரே விதத்தில்தான் சஞ்சலம் கொடுக்க இருக்கின்றன மனிதர்களுக்கு.

தொடருபவனைச் சரிக்கட்ட, கோவில் தரிசனம் செய்து விட்டு அவரையும் இருந்தால் பார்த்து அழைத்து வருவதாகவும் இவன் சுகமாக இங்கு இருப்பதில் தான் திரும்பு காலில்

அவனைச் சேருவதாகவும் சொல்ல நினைத்தவனைத் தடுத்து "என்ன ஒற்றுமை போங்கோ ஸார் மனது. நானே சொல்ல விருந்ததை நீங்கள் செய்துகாட்ட" எனச் சொன்னான், தனக்குப் புரிந்ததை. இல்லை, மன ஒற்றுமை அது இது என்பதிலும், இரு உடல் ஒரு எண்ணமோ அல்லது ஒரு உடல் இரு எண்ணமோ ஆக ஒன்றிலும் நம்பிக்கை இல்லை என்பதை - காதலைப்பற்றித் தன் எண்ணமும் அநுபவமும் நினைவுக்குவர இவன் உடம்பு கூசிக்குறுகியது வருத்தமாகவும் இருந்தது. கையில் இருந்த சாமான்களை அவன் பிடுங்கியதுகூட இவனுக்குத் தெரியவில்லை. "நான் இருக்கும்போது உங்களுக்கு இந்தச் சிரமம் வேண்டாம் ஸார்" என்று கூவிக்கொண்டே சோழனைப் பிடித்தவனையும் மிஞ்சித் தொடரலானான். தன்னையும் தூக்கிக்கொண்டு அவன் தொலைந்தால், அவனோடு போவதில் தன் பொறுப்பு என்ற தொல்லையின்றியாவது வாழலாமெனவும் நடக்குமெனத் தோன்றவில்லை. இப்படி ஏதாவது எதேச்சையில் புண்ணியம் வருமென்றாலும் அதைத் தூக்கிக்கொண்டு போகத்தான் தொடருகிறான் போலும்.

இரவு அந்நேரம் கோவிலில் கூட்டமே இல்லை. அர்ச்சகரும், கவனிப்பை யார் மேல் கொள்வது என்று புரியாமல் பார்த்து விழித்துக் கொண்டிருந்தார். அவனோ மேல் துண்டை இடுப்பில் சுற்றிக்கொண்டு கைகட்டி கண்மூடி நின்றுகொண்டு, தேவாரம், திருவாசகப் பதிகங்களை இரைந்து அழுது கொண்டிருந்தான். அப்படிக் கேட்கவே அவனுக்கு நாராசமாக ஒலித்தது. அவனைப் பார்ப்பதும் கூட, ஒன்றிற்கும் ஒன்றும் செய்ய முடியாது. அர்ச்சனை முடியும். எங்கேயாவது ஓடி மறைய முடியாதா என்று எண்ணி நின்றான். அர்ச்சனை முடிந்தது. பிரசாதங்களையும் அவனே ஏற்றுக்கொண்டு திரும்புகாலில், யார் யாரைப் பீடிக்க இந்த உலகம் இப்படிச் சீரழிந்து கொண்டிருக்கிறது என்ற புனருத்தாரண விசனத்தில் மூழ்கித் தத்தளித்துக் கொண்டிருந்தான். வெளியே வந்ததும் யார் யாரைத் தொடருகிறது என்பது இல்லாமல் போய்க்கொண்டிருந்தனர். எதிரில் மரம் கண்முன் நிற்க இவன் எங்கேயோ அந்தரத்தில் பறந்து அதன் மேல் உட்காரவோ ஆடவோ முடியாது சுற்றுவதுபோல இருந்தது மனதிற்கு குஷி கொடுக்க இருந்தது. தனக்கு மட்டும் அவன் தெரிகிறான் என்றும் அவன் தன்னை கண்டுகொள்ள முடியாது எங்கேயாவது சுற்றிக்கொண்டிருக்கும் அவனைத் தான் தெரிந்து கொண்டு "என்ன ஸார் ஸௌக்கியமா?" என்று திடுக்கிடக் கூப்பிடவேண்டுமெனத் தோன்ற தனக்குத்தானே இவன் சிரித்துக் கொண்டான்.

அவனோடு சுற்றி நான்கு வீதிப் பிரதக்ஷணமும் முடிந்து விட்டது. மற்றொரு சந்தையும் அவன் கடந்துவிட்டான். அவன்

பேசாது மௌனமாகப் போவதும் மனதிற்குப் பிடிக்கவில்லை. தான் இப்படி அவனுக்குத் தோன்றா வகையில் அந்தர்த்தியான மாகியதை அவன் தெரிந்துகொண்டே பேசாது இருந்தால் தன் மதிப்பு எவ்வளவு குறைவுபடுகிறது என்று எண்ணியவ னுக்கு இப்படியே எவ்வளவு காலம் வாழ முடியுமென்பது புரியவில்லை. வெட்கப்படும் வகைக்கு அவனோட சல்லாபம் கொள்ளவும் தன்னைத் தயாராக்கிக் கொண்டான்.

இரவு நிசி நேரம் தாண்டிவிட்டது. சினிமாப் பார்த்தவர் களும் திருப்தியுடன் வீடடைந்துவிட்டனர். இவனுக்கு வீடடைய வழியில்லை. அவன் வீடு இவனுக்குத் தெரியாது. அவன் வீட்டை நோக்கிப் போகிறான் என எண்ணவும் அவனைக் கண்காணித்து அவனுடன் சுற்றுவதிலே திருஷ்டியாக இருந் தான். சும்மா எங்கே எங்கேயோ கண் காணாது படுத்துத் தூங்கியிருந்த நாய்களெல்லாம் தங்கள் இருப்பு மகத்துவத்தைப் பிரபலப்படுத்தக் குரைக்கவும் ஊளையிடவும் ஆரம்பித்தன. நாய்களுக்கும் தெரிவது தனக்கு புரியவில்லையே என்ற விசனத் தில் கூட சிலசமயம் இவன் அழவேண்டியிருந்தது.

முன்பு அவனைப் பார்த்தவுடன் தெரியவில்லை என்பது தெரிந்தவுடன் 'யார் நீ?' எனத் தைரியத்தில் அதட்டியோ அல்லது நைஸாகக் குழைந்தோ கேட்டிருக்கலாம். அவனும் என்ன பதில் சொல்லுவது எனப் புரியாது தத்தளிப்பதைத் தெரிந்துகொண்டிருக்கலாம். அதையெல்லாம் இவ்வளவு காலம் கடந்து நினைப்பதில் என்ன பயன் என்றும், இப்படி எப்படிச் சும்மா ஊர் உலகைச் சுற்றுவதில் சுகமடைய முடிகிறது என்றும் எண்ணலானான். ஒருவர் ஒருவர் நிழலென மாறி மாறி பற்றிப் போய்க் கொண்டிருந்தனர்.

தன் நிழலென அவனைப் பார்த்தபோது, மனதில் திடீரென ஒரு யோசனை தோன்றியது. தான் நினைக்கும்போது நினைத்த காரியம் கைகூடி விளையுமானால், எவ்வளவு சுலபமாக அவனை ஏமாற்றித் தான் விடுபட்டு, வாழமுடியும். இறகு முளைக்கத் தான் பக்ஷிஜாலங்களுடன் கூடி அந்த மரத்தில் கத்திக்கொண்டு இருக்கலாம் என நினைத்துத் துள்ளி நடக்க லானான். என்ன வேடிக்கையென அவன் கூவக் கேட்டுக் கொஞ்சம் நிதானமடைந்தான். அவனாகவே தானும் ஆகிக் கொண்டிருப்பதில்தான் அவன் நிழல் தொடருவதின்றும் விடுபடமுடியும் என்ற எண்ணம் தோன்ற ஆரம்பித்தது.

எட்டிய வெளியில் ஒரு விளக்கொளி தெரிந்தது. உலகமே எரியத் தோன்றுவதும் எட்டி இப்படிச் சிறு விளக்கெனத் தோற்றம் கொடுத்து இருக்கலாம். ஒரு லக்ஷியக் குறிப்பாகக் கண்டதில் எப்படிப் போகிறோம் என்ற உணர்வே இவனிட

மிருந்து அகன்றுவிட்டது. அதையே குறியெனக் கொண்டு ஒரு பைத்தியக்கார நிதானத்தில் போய்க்கொண்டிருந்தான். நெருங்க நெருங்க அது ஒரு மயானம் என்பதும் பிரேதம் எரியும் ஒளிதான் வீசியது எனவும் புரியலாயிற்று. தன் முன்தான், தன் நண்பன் சென்றுகொண்டிருப்பதைப் பார்த்துத் திரும்ப, வழியும் இருளில் மறைந்துவிட்டது என்பதையும் திரும்பாமலே இவனுக்குத் தெரிய இருந்தது. பொறுப்பற்றுத் தத்தம் தவறுகளுக்குத் தாம் என்பதின்றித் தோன்ற, மயானமும் ஒளிக்கொள்ள வெகு பிரகாசமாகக் கண்கூச, நன்கு அழகாகப் பிரேதம் எரிந்து கொண்டிருந்தது இவனுக்கு ஒரு வகையில் திருப்தி அளித்துத் தோன்றியது. மேலும் பூரண திருப்திக்கு என்று தானும் 'அதாகி மேலும் ஒளி கொடுக்க எரிய வேண்டு' மெனவும், அல்லது தான் தவிர எல்லாம் ஒளி கொடுக்க எரியவேண்டுமென்ற இருவகை யோஜனையில் ஒருமை காண நின்றுவிட்டான். உயிர் நினைவும் மயான நினைவும் ஒன்று கூடிப் பயம் காணச் சிறிது நேரம் ஆகியது. பக்கத்தில் துணை யிருப்பதை எண்ணி அவனை வெகுபிரியமாகப் பார்த்தான். அவன் அங்கு இருப்பதையோ இல்லாததையோகூட கவனிக்க வில்லை.

ஒரே இருள் அத்துவான வெளி, எங்கிருந்தும் பலப்பல பக்ஷிக் குரல்கள் கேட்டுக்கொண்டிருந்தன. வானரங்களும் மேலும் பூனைகளும் ஏன் நாய் நரியுங்கூட ஆகாயத்திலிருந்து பூமியை நோக்கிச் சப்தித்ததும் கேட்டது... ஒரு பெரிய மரம் எங்கிருந்து பிரும்மாண்டமாக இந்த சப்தத்தில் இங்கு எதிரே வளர்ந்து நிற்க நேர்ந்தது என்பது தெரியவில்லை. அடிமரம் பார்வை கொள்ளும்போதே பெரிதாகிக் கொண் டிருந்தது. நடுவில் யானையெனப் பெரிய பொந்து ஒன்று தெரிந்தது. ஒரு பெரிய யானை மீது ஏறிக்கொண்டு தலை யிலும் பெரிய ஒரு முண்டாசு கட்டிக்கொண்டு தட்டுப்படாமல் அந்தத் துவாரத்தின் வழியாகப் பாதாளம் வரையில் ஊர்வலம் செல்லலாமெனத் தோன்றியது. கிளைகள், இலைகள் ஒன்று மில்லையென, ஒரு கரிய கவிந்த வானம் மேகமெனத் தலையில் பரந்து தெரிய, மொத்தமாக ஒரு பெரிய குடைவிரித்ததெனத் தோன்ற இருந்தது. வேறு ஒரு விதமாகவும் அது மரமில்லை என அங்கே அப்படி நின்றிருக்க முடியாது என்றும் தோன்ற விருப்பதே. அது மரமெனத் தோன்றப்போதுமான அத்தாக்ஷியாக இருந்து நிச்சயமாக மரமெனவே இருந்தது. முதலில் எல்லாம் வேடிக்கையாகத்தான் இருக்கமுடியும். மயானம், பிணம் எரிதல், எதிரே ஒரு பெரிய மரம், எல்லாம் தெரிய ஒரு அத்துவான வெளி... ஆனால் யோஜிக்க யோஜிக்கவோ அல்லது பார்க்கப் பார்க்கவோ இதற்கென அதுவும் அதற்கென இதுவுமாக ஒன்றை

ஒன்று நிழலெனக் காட்டிக்கொடுக்க இருந்தது. எல்லாம் வேடிக்கை எனவும் ஒன்றிலும் ஒன்றுமில்லை எனவும் இந்த மாயானப் பிரேத ஒளியில் தோன்றவும் தோன்றலாயின. மயான ஒளி இருந்தும் அதைப் பொருட்படுத்தாது பயத்தில் கண்கள் தாமாகவே தீக்ஷண்யம் அடைந்தன. பயமடைந்து கால்கள் பூமியில் புதைவு கொண்டன. தலை தெரிய தான் மறைந்தே எல்லாவற்றையும் பார்ப்பதான உணர்வு கொண்டான்.

கொழுந்துவிட்டெரியும் ஜ்வாலையைச் சுற்றி சிறு சிறு கருப்புத்திட்டுகளெனத் தோன்றியவை கூத்தாடிச் சுற்றி சுற்றி கும்மாளம் போட்டுக் குதிப்பதைப் பார்த்தான். இவைகள் சில்லறைப் பிசாசுகள் என்பது நிச்சயமாகியது. அவைகளின் தலை மேலே கருமையாகப் பறவைக் கூட்டங்கள், கரையா மலும் காகமெனத்தோன்றச் சுற்றி வட்டமிட்டுக்கொண்டிருந்தன. பக்கத்தில் நின்ற அப்பெரிய மரமும் கரைந்து கத்திக் கொண்டு ஆடியது. இந்தக் குட்டிப்பிசாசுகள் எல்லாமுமே தலைகளில் பூச்சூட்டிக் கொண்டிருந்தது தோன்ற நக்ஷத்திரமென மினுக்கும் ஒளிப் பூச்சிச்சுட்டுகளை ஒன்றுசேர்த்துக் குல்லாயாகத் தரித் திருந்தன. இவைகளின் ஆட்டத்தைதைவிட ஒளி கொடுக்க எரியும் பிரேதமும் சேர்ந்து ஆடியதுபோல அவைகளின் நிழ லாட்டம் வெகு விநோதமாகக் தெரிந்தது. களைத்ததெனச் சில அடிக்கடி சோர்வு கொண்டு திடீரென கீழே விழுந்து கொண்டு பன்றிகளென மேயவும் ஆரம்பித்தன. கண்ட கண்ட நிழல்களைத் தின்று திருப்தியில் உறுவிச் சிரித்தது பயங்கரம் கொடுத்தது. துணையென இப்போது அவனை வேண்டிப் பக்கத்தில் இருப்பதை நினைத்துக்கொண்டு எதிரே பார்த்தான். அவைகளுக்குத் தலைமை தாங்கி அவனும் வெகு குகூஷியில் குதித்துக் களைக்கும்போது, தலையை மட்டும் ஆட்டிக்கொண்டு தாளம் போட்டுக் கொண்டிருப்பதைப் பார்த்ததும் நாதியற்ற பயத்தை இவன் மனது கடுமையாகக்கொள்ள ஆரம்பித்தது. நிழலைப் பறிகொடுத்து நின்ற பிசாசுகள் திடீரென எகிறிக் குதித்து மரத்தின் மேல் போய் மறைந்தன. மறுபடியும் தொடர, நிழலை அடையவேண்டி இரவிலும் நிழல் கொடுக்க நின்றிருக்கும் மரத்திடை மறைந்ததுபோலும். மரம் சலசலத்து இலைகளும் இரைந்து பேசியதுபோலும். மொக்குகள் உதிரக் கீழே விழுமுன் பூவாக மாறிக்கொண்டிருப்பதையும் இவன் கவனித்தான். இந்த மரத்திலிருந்து எப்படி விதவிதமான தனித்த சப்தங்கள் வரவிருக்கின்றன என்பதைக் கவனிக்கும்போது அநேக பூனைகளும் குரங்குகளும் மற்றவைகளும் வாலைக் கிளைகளில் சிக்கவைத்துக் கொண்டு தலைகீழாகத் தொங்கி ஆடிக்கொண்டு தவிப்பதைப் பார்க்க முடிந்தது. வால் விடுபட்டோ அல்லது இழக்கப்பட்டோ மரத்தை விட்டோட பயம்கொண்டு வெகு

வேகமாக ஆடியவைகள் ஒன்றை ஒன்று சில சில சமயம் இடித்துக் கட்டிக்கொண்டு, சல்லாபித்து, சண்டையிட்டு, அழுவதும்கூட தெரியக் கேட்டது. வாலிழந்து விடுபட்டவைகள் கீழே விழுந்து குட்டிப் பிசாசுகளான மீண்டும் நிழலோடு குதித்து ஆடலாயின.

தன் நண்பனுக்குக் களைப்பு, தூங்குமளவிற்கு உண்டாகி விட்டது. திடீரென மறைந்தவனை இவன் பக்கத்தில் கண்டான். கீழேயும் விழுந்து புரண்டான். சிறிது ஏமாந்து பார்த்துக்கொண் டிருந்ததில் தன் நிழலை அவன் தின்றுவிட்டது நினைவு வரவே ... பீதி. மனதிற்கு ஒரே பீதி. பைத்தியமெனச் சிரிப்பு தன் முகத்தில் கண்டதும் மேலும் பீதி அடைந்தான். உடல் கொண்டிருப்பதும் ஒரு அநாதி வழக்க தோஷத்தின் வாழ்க்கை எனவும் மிக அலுப்புக்கொண்டு விழித்தா.

காலையில் வீட்டு வாசலில் மரம் நின்றிருந்தது - ஆகாயத் திற்கும் பூமிக்குமாக எட்டு திக்கும் பரவி - எந்நேரமும் சப்தம் கொண்டு வாவென்றழைக்கும் தோற்றத்துடன் - சிறுவர்கள் மலர்களைப் பொறுக்கிக்கொண்டிருந்தனர். வீட்டுக்காரர் இன்னும் எழுந்து வீட்டு வாயிலில் நின்று தங்களைப் பார்க்க வில்லை என்பது தெரிந்து மேலே பார்க்காது மேலும் மலர் களைப் பொறுக்கிச் சென்றனர் சிறுவர்கள்.

குருக்ஷேத்திரம் 1968

தவறு

அவன், அன்றிரவு திடீரென விழிப்படைந்தவன் போன்று வழக்கமான நேரத்திற்கு முன்பே, அயர்வு நீங்கி எழுந்தான். தன் முன் வாழ்வெலாம் எவ்வெவ் விடத்தில் எவ்வெவ்வகை கொண்டதாகிறது என்று, கனவின் நிழலென, உணர்விற்கப்பால் தோன்றி மறையக் கண்டான் போலும். எங்கிருந்தெல்லாமோ 'சா' குருவிகள் அலறலும் ஆங்காங்கே எட்டிய வெளியில் புதைந்து, கேள்வி பதில்களென விபரங்கொள்ளக் காத்துநின்று ஆந்தைகளின் சீறலும் கேட்டன. இரண்டொருவர் நட மாட்டமும் அந்த அகாலவேளையில், வீதி வழியே உலாவி வரும் மௌனத்தைக் குலைக்கா வண்ணம், கேட்டு மறைய இருந்தது. எதிரே, கீழே நடைபாதையில் முடங்கிக் கிடந்த பிச்சைக்காரர்கள் அயர்ந்து தூக்கம் கொண்டிருந் தனர். இரவில் வெகுநேரம், எதிரே தூக்கம் காண, அவர்கள் இரைந்து பேசிக் கூவி கொம்மாளமிட்டு இருமி இருமிச் செத்துக்கொண்டிருந்தவர்கள். எவ்வளவு அமைதியான தூக்கம், விடிவுகொண்டு விழிப்பு வரும் வரையில் . . .

'ஏன் தன் வாழ்வு, 'அவளுடன்' ஆரம்பித்த அந்த இனிமையுடன் முடிவு பெறவில்லை. ஏன் எதற்கு இவ் வகையில், நடுவில் குறுக்கிட்டு வந்துபோனதான சம்சயம், நிச்சயம்கொள்ள வாழ்க்கை தொடருகிறது? உலகு அவளை எவ்வளவு ஏளனமாக ஏற்க, தன்னைக் கலந்து இன்பம் காண, என்பதில் கண்ட கண்ட இடத்தில் கண்ட கண்டவர்களை மகிழ்விக்க, தன்னை ஈனமாக்கிக் கொண்டவளா?' இவனுக்குப் புரியவில்லை. கேள்வி பதில் என்பதின்றியே, எதிரே இரவின் இருள் கவிந்து இருந்தது. உள் ஜன்னலைத் திறந்து, பிடித்துக் கொண்டு,

வெளியே பார்ப்பதில்தான் எல்லாம் இருக்கிறது. ஆகாயத்தில் எண்ணிலா தாரகைகள் வீதியில் பதிந்து பவனிவர சென்று கொண்டிருந்தனபோலும்.

அன்று மாலை நிகழ்ச்சியை இப்போது நினைவுகூர்ந்து நிச்சயமடைய, நடக்க இருப்பதின் நீண்ட முன் சாயையும், பின் நடந்தவைகளின் மறைவு, மறதி பின் ஞாபகத்தையும் கலந்துகொள்ள வேண்டியிருக்கிறது. வீதியில் ஒரு சந்தின் குறுக்கீட்டின்போது அவனைக் காண நேர்ந்தது வியப்படைய இருந்தது. இவனைப் பார்த்து அவன், "என்னப்பா . . . இங்கே தானா? எப்போது, தெரியவில்லையே?" என்றது யதேச்சை குறுக்கீட்டு சம்பவமென இப்போது கொள்ள முடியவில்லை. வாழ்க்கை எவ்வளவு வசீகரமாக அவனுக்குப் போய்க் கொண் டிருக்கிறது என்பது ஒளிவு மறைவின்றி அவன் நடையுடை பாவனைகளில் மிளிர்கின்றது . . . அவனுடன் தானே இப்போது 'அவள்' வாழ்கிறாள்? இவன் விலாசத்தைக் கேட்டுத் தெரிந்து கொண்டு மறுநாள் மாலை சரியாக நாலரை மணிக்கு நிச்சயமாக சந்திக்க வருவதாகச் சொல்லி அப்போதைய அவன் அவசர ஜோலியில் போய்விட்டான். மாலை சூரியன் மங்கல் மஞ்சள் ஒளியும் அவ்வீதி வழியே படர்ந்து வசீகரமாகத் தோன்றி மறைவுகொள்ள ஆரம்பிக்கிறது.

தன் தனிமை மாடி அறையில், இவன் தங்கியிருந்த இடம், போதுமானதற்கு அதிகமாகவே இருந்தது. நாற்புற ஜன்னல் களுடன், எதிரே எட்டிய வெளியையும் கீழே ஊர் நடப்பையும் கவனிப்பு கொடுக்கும் வகைக்கு, அது வெகு உயரத்தில் மேல் மாடியில் இருந்தது. தடுக்கி விழக்கூடிய விதத்தில், செங்குத்தான அநேக படிகளைத் தாண்டி ஏறித்தான் தன் அறைக்குள் நுழைய வேண்டிய சிரமம், அதிகமாக கீழிறங்கி ஊர் சுற்றித் திரிந்து திரும்பும் இவன் ஆவலை, வேதனை எனத்தான் கொள்ளச் செய்யும். ஜன்னலைப் பிடித்துக்கொண்டு எட்டிய வெளியை நோக்கியிருந்தான். . . காலையும், காண கண்டுகொண்டிருக்கிறது.

அன்று மாலை நான்கு மணியிலிருந்து அவன் வருகையில் கொள்ளும் ஆவலில், நேரமாகியும் அவன் வராதது கண்டு ஆத்திரம்கொள்ளலானான். அடிக்கடி கடியாரத்தைப் பார்த்தும் கொண்டிருந்தான். இன்னும் நேரமாகவில்லை என்று சமாளித்துக் கொள்ளுவதில், எப்போது அவன் வருவதாகக் குறிப்பிட்டான் என்பதையும் மறந்து கொண்டிருந்தான் போலும். சில சில சமயம் யாருக்காக தான் காத்திருத்தல் என்பதும் விளங்குவது இல்லை. வீதி வழியே அநேக ஆடவர் பெண்டிர் பிள்ளை குட்டியுடன் கடற்கரையை நோக்கி விரைந்து சாய்ந்து கொண் டிருந்தனர். தத்தம் தினசரி வாழ்க்கை அலுப்பைக் கடற்கரைக்

காற்று வாங்குவதில் கரையவிட முடியும் என்ற எண்ணத்திற்குத் தான் எவ்வளவு அலங்காரங்கள் ஆர்ப்பாட்டங்கள் வேண்டிக் கிடக்கின்றன! இந்திர விழா எடுப்பென – மேலே ஆகாயம் நிர்மலமாக சூரிய மறைவிற்கு இருள்கொள்ளக் காத்திருந்தது. வீதி விளக்குகளும், ஏற்றப்படாமல் எட்டியவரையிலும் நின்று தெரிந்தன.

நேரமாகிவிட்டது. அறையின் அமைதி அச்சுறுத்தலாகி, உள்ளே இருப்புக்கொள்ள முடியாது கீழிறங்கி வீதியை அடைந் தான். அநேகரை ஆங்காங்கே கடக்கும்போது உன்னிப்பாய் வெறித்து நோக்கிச் சென்றுகொண்டிருந்தான். ஒருக்கால் தன் எதிரிலேயே தெரியாமல் தன் நண்பன் தன்னைக் கடந்து செல்லக்கூடுமென்ற எண்ணம் போலும், எதிரே யாரோ ஒருவன் கையில் கட்டியிருந்த கடியாரத்தை இவன் கவனித்து, அவனருகில் சென்று திடுக்கிட நின்று, கேட்டான். இவனை ஒரு விதமாகப் பார்த்துக்கொண்டே அவன் தன் கடியாரத்தை யும் பார்த்துவிட்டு அடிக்கடி அதற்கு சாவி கொடுக்கத் தவறிய தால் அது நின்றிருப்பதைக் குறிப்பிட்டு, 'ஏன் ஸார்... சரியாக நாலரை இருக்கும்' என்றான். 'ஐந்துக்கு மேலாகாது' என்றும் சொல்லிக்கொண்டே அவன் போய்விட்டான். திரும்பி தன் அறையை அடையவும் தோன்றியது. ஒருக்கால் தன் நண்பன் அப்போதுதான் அங்கே வந்து, தன் அறையில் தன் நாற்காலியில் தன்னை எதிர்பார்த்து அமர்ந்து கொண்டிருக்க முடியும் எனவும், தான் குறிப்பிட்ட காலத்தில் வந்தும் தன்னை வெகு நேரமாகக் காத்திருக்கச் செய்த தன் தவறை அவன் சுட்டிக்காட்டிச் சொல்ல, அதை எப்படி சமாளிக்க முடியும் என்ற எண்ணத்தில், திரும்பும் நினைவை மறந்தான். வெளிக் கிளம்பும்போது பூட்டாதே தன் அறைக் கதவைச் சாத்தி வந்ததாகவும் ஞாபகம் வந்தது... மேலே வீதி வழியே போய்க் கொண்டிருந்தான்.

ஒரு பங்களா, சுற்றுச் சுவர் சூழ மத்தியில் தெரிந்தது. அதைக் கடக்கும்போது வராண்டாவில் ஒரு அழகிய பெண். அலுப்பு மிகுதி ஆனந்தத்தில் ஆவலுடன் ஒரு புத்தகத்தைப் புரட்டிக் கொண்டிருப்பதைக் கவனித்தான். படிக்கும் பாவனை யும் அவள் முகத்தில் படர்ந்து தெரிந்தது. உள்ளே அவள் முன் சென்று சரியாக சொன்னபடி ஆறு மணிக்கு தான் வந்ததைச் சொல்லி அவள் அலுப்பிற்குத் தான் ஜவாப்பல்ல எனச் சுட்ட வேண்டுமெனத் தோன்றியதும், 'அவனாக' அவளுக் குத் தானாக முடியுமா என்ற சந்தேகத்தில் விழிப்படைந்து மேலே நடந்துகொண்டிருந்தான். எதிர்பாராச் சம்பவம், விபத் தென அடிக்கடி ஆபத்தில் சிக்கவைக்க, வாழ்வுதான், தவிப்பில் எவ்வளவு அபத்தமென பெரும்பாடாகிறது. குறுக்கும் நெடுக்கும்

அநேக கார்கள் வீதி வழியே வேகமாக இவனைத் தொடும் அளவிற்கு உரசிச் சென்றுகொண்டிருந்தன. வீதி விளக்குகள் இன்னும் ஏற்றியபாடில்லை.

எதிரில், தனக்குப் பால் விற்பவளை இவன் பார்த்து, சிறிது தயங்கியவாறு நின்றான். இவனைப் பார்த்துச் சிரித்துக் கொண்டே அவள், "எங்கே ஐயா . . . இவ்வளவு சீக்கிரமாக வெளிநே? புதிசா நான் வரதுகூட மறந்து . . .' என்றதும் அவளுடன் தன்அறைக்குத் திரும்ப எண்ணினான். மேலும், தன் நண்பன் தனக்காக அங்கு காத்து வீற்றிருந்தால், இருவரையும் அவன் பார்த்தால் . . . என்ற எண்ணம் எப்படியோ தோன்ற அந்நினைப்பை மறந்தான். அவளையே போய் பாலை ஊற்றச் சொல்லவும் தயங்கி "இன்று வேண்டாம். நீ ரூமுக்கும் போக வேண்டாம் . . ." என்று சொல்லி மேலே அவள் சிரிப்பில் 'பாவம் என்னிடம் எவ்வளவு பிரியம்' என மிதந்து நடந்து கொண்டிருந்தான்.

குறிப்பற்ற போக்கில் போவது, நிச்சயமாக வேண்டி, எல்லை விரிந்த வெளியென எங்கெங்கேயும் ஒளிகிறதாகிறது. எதிரே, ரயிலடி ஆயிரம் விளக்கொளியில் நிற்கக் கண்டான். சிறிது எட்டி நின்று பார்த்திருந்து, பிறகு அதன் ஈர்ப்பில் அதனூடே கும்பலில் ஒருவனாக எப்படி எப்போது கலந்தான் என்பது இவனுக்கு விளங்கவேயில்லை.

ரயிலடியே ஒரு அலாதி அநாதைப் பார்வை கொடுப்பது. அதன் வெறிச்சோட்டத்திலும் கும்பலிலும் மனிதர்கள் ரயில் வண்டியில் வந்து போவதற்கு சிறிது அது ஒரு தங்கும் இடம். ஆனால் இந்தப் பெரிய புகைவண்டி நிலையம், வண்டிகளில் பிரயாணம் செய்பவர்களுக்கு ஒரு ஆரம்ப முடிவு ஸ்தலம் – டெர்மினஸ். இங்கிருந்து ஆரம்பிக்கும் பிரயாண தொடர்கள் எங்கேயோ எப்போதோ எட்டுத் திக்குகளுக்கும் சென்றடைந்து, சிறிது தாமதித்து நின்று திரும்பவும் இங்கு வந்தடையும். நாலா பக்கத்து ஜனங்களும் இங்கிருந்து கிளம்பவும், ஆங்காங்கிருந்து வந்தடைய கூட்டுறவு கொள்ளுதலும் இங்கேதான். அநேக குண விசேஷங்கள் விட்டுப் பிரிந்து தவறுதலில் அநேகரை மாற்றடைவது நேருமிடம் . . . ஆக இந்த ஆரம்ப முடிவிடம் எவ்வளவு கும்பல் கூச்சலையும் சமாளித்து சலனமற்ற ஒரு உன்னத மௌனப்புதிர் க்ஷேத்திரம். அவ்வேளையில் அங்கே வெகுஜனக் கும்பல். ஏதோ வந்த ஒரு ரயிலில் இருந்து இறங்கி யவர்களும், போவதான ஒன்றுக்குக் காத்திருப்பவர்களும் ஒன்று சேர்ந்து அநேக தவறுதலுக்கான பாவனை கொண்டிருந்தது. கூச்சல்கள் யாராரிடமிருந்து வருகிறதென்பதன்றி தானும் சேர்ந்ததான ஒருபிரமை கொள்ளவும் . . . உருவங்கள் தெரிந்தும்

மறைந்தும், சப்தங்கள் கேட்டும் கேட்காமலும், எல்லா சந்தடி களும் ஒரு அலங்கோலத்தில் ஒரு புலனாகா நியதியில் அவதி கண்டு சிதறித் தெரிந்தன. இந்த உரு, இந்த சப்தம், இந்த பெயர் என்ற இசைவுமுறை நழுவி தனித்தனியாகத் தோன்றும் புலனுணர்வுகளை மனது ஒப்புக்கொள்ள முடியவில்லை.

அங்கிருந்து புறப்பட இருக்கும் ஒரு ரயில் வெகுகாலமாக பிரயாணத்திற்கு ஆவல் தூண்ட காத்திருந்தது போலும். அதில் செல்ல நினைத்தவர்கள் கண்ட கண்டபடி இடம் பிடிக்கும் ஆர்வத்தில் அதை மொய்த்துத் திரிந்தனர். நெருக்கியடித்து ஏறியவர்களும் மேலும் எவர் எவரும் படிக்கட்டுகள், ஜன்னல் பிடிப்பு மற்றும் மேல் கூரையிலும் கூட ஏறியிருந்தனர். சிலர், ஸ்டேஷன் கம்பங்களிலும், மேல் பிளாட்பாரத்திலும் ஏன் ஸ்டேஷன் கூரையிலும் கூட ஏறி ஆவலைத் தணித்துக் கொண டிருந்த, ஒரு குருட்டு குரங்குத்தனமான விளையாட்டெனத் தோன்ற இருந்தது. என்ஜின் கோர்க்கப்பட்டு பூதாகரத்தில் புகையைக் கக்கி நின்றது, செல்ல ஆயத்தம் கொண்டு நகர முடியாது முக்கித் திணறி பெருமூச்சில் உறுமியது. அந்த வண்டித் தொடர், ஒரு ஜனக்கதம்பத் தொடுப்பு வடமெனத் தோன்றியது.

சீக்கிரமே வேறு வண்டி புறப்பட இருப்பதை அறிவித்து விட்டு, கூட்டத்தைக் குறைக்க போலீஸ்காரர்கள் முனைந்தனர். கண்ட கண்டபடி அநேகரை இழுத்து அடித்துத் துரத்தினர். ஒரு புறம் ஓடியவர்கள் மறுபுறமாக ஆங்காங்கே தொத்திக் கொண்டனர்.

இரண்டொரு முன் பின் குலுக்கலில் திடீரென வண்டி வேகம் கொண்டு ஓட ஆரம்பித்தது. உதறி விழுந்த அநேகர் அதில் தொற்றிக்கொள்ள முடியாமல் அத்துடன் ஓடி, களைத்து நின்றார்கள். இந்தச் சந்தடியில் தன்னை அறியாதே வண்டியில் புகுந்தது எவ்விதம் என, இவனுக்குப் புரியவில்லை. ஒரு சாமான் வைக்கும் மேல்தட்டில் ஒண்டி கூனிக் குறுகி உட்கார்ந்திருந்தான். தன் முழங்காலையும் கட்டி அதன்மேல் தலைவைத்துத் தூங்கி யும் விட்டான். எங்கெங்கேயோ கண்ட கண்டவிடங்களில் ரயில் நின்றபோதும், ஊர்ந்து சென்றபோதும் அநாவசிய பிரயாணம் கொண்டவர்கள் அவசியமென இறங்கி, இரவின் இருளில் மறைந்தனர். இடவசதி கண்டு காலை நீட்டி, நன்றாகத் தூங்கி விழித்த விதமும் புரியாதுதான் எழுந்து உட்கார்ந்தான். எங்கேயோ தடுமாறியதான ஒரு கனவுத் தோற்றமாய் உணர்ந் தவன், தானே ஒரு கனவுத் தோற்றமெனவும் கண்டான் போலும் . . .

தன்னையே விழி கொட்டாமல் கீழிருந்து பார்த்துத் தூங்கி வழியும் ஒரு முகத்தில் ஏளனப் புன்னகை கண்டு விழித்து அவனுடன் பேச ஆர்வம் கொண்டான்.

“ஸார் நாம் தூங்கும்போது, டிக்கட் பரிசோதகர் வந்து போய்விட்டார் ஸார். நம்மைப் பார்த்து, நம் நடையுடை பாவனையைக் கவனித்து டிக்கட் வாங்கியதாகக் கருதி கேட்காமலே போய்விட்டார் ஸார்... இனி வரமாட்டார் ஸார்”

இவன் தன் பையைத் தடவிக்கொண்டான். பையில் டிக்கட் இல்லாதது நிச்சயமாகத் தெரிந்தது. தான் வங்கியதோ வாங்காததோ மேலும் பிராயணம் செய்வதோ ஒன்றும் ஞாபகம் வரவில்லை. ஒருக்கால் தான் வாங்கியிருந்தால் இவன் ஏன் பிக்பாக்கெட் அடித்திருக்க முடியாதென்ற சந்தேகமும் இல் லாமல் இல்லை... மறு ஒரு தரம் அவர் வந்தால் வருவதற்கு முன் எங்கேயாவது போய்விட வேண்டுமென்ற எண்ணத்தில் தன் தலைமயிரைப் பிடித்தே தன்னைத் தூக்கிக்கொண்டு சென்றுவிட முடியும் என, கோதிக்கொண்டான் போலும்.

நிற்காத ஒரு சிறிய ஸ்டேஷன் வெளிக் கைகாட்டி காட்ட வில்லை போலும், ஒரு அத்துவான வெளியில் சிறிது அது நிற்க ஊர்ந்துகொண்டிருந்தது. வேகம் கண்டு, நிற்குமுன்பே அவசரமாக, வெகு லாவகமாக இறங்கலானான். தடுக்க அவனிடம் சாமான் சச்சுகள் இல்லை, வண்டி நின்று, போன வுடன் அந்த இரவின் இருள் சூழ்ந்த வெளியில் கூர்ந்து சுற்றும் முற்றும் கவனிப்புகொண்டபோது, தன்னைப்போல் யாருமில்லை என அப்போது உணர்ந்தான்.

அந்த இரவு இருள் வெளியில், கண்ட இருளானது மிகப் பிரகாசமாகத் தெரிந்து ஏனைய தோற்றங்கள் கொள்ளவும் ஏதுவாகியது. அடிக்கடி இவ்வித ஒளியும் இருளாகியது. உடல் தனித்த ஆவி, வாசனைகொண்டு அரூபத்தில் அலற, பயங்கரம் தொனிக்கக் கேட்கிறது. இருள், மறைவு, ஒளி, இசைவு முறை நியதியினின்றும் நழுவியதுபோலும். தறிதலை என குதிக்கும் சேவல், இருளில் முண்டம் காணாது, கண்ட கண்டவைகளில் சார்ந்து பொழுது புலர கூவியது, விநோதமாகக் கேட்டது. கொஞ்சம் வெளிச்சம் காணுமுன்பிருந்து பனை, தென்னை, ஆடு, மாடு, நாயெனவும் ஏன், மனிதனாகக்கூட இச்சேவலின் விடிவைக் கூவமுடியாது? ஆதாரம் தெரிந்தும் தவறை (பிரமை) தவிர்ப்பது எப்படி... தவறென உலகை காண்பதில்தான் போலும்.

காலை ஒளி காணும் சிறிதுமுன்பே பால் கொடுக்க வந்தவள் கதவைத் தட்டி கூப்பாடு போட்டும் இவன் எழுவதாக இல்லை. யாரோ ஒருவன் கனவின் சாயையென, தன் கனவில் உலகைக் கண்டு களித்திருந்தான்போலும். யார் யார் காதிலோ இந்த கூப்பாடு கேட்டும் இவன் காதில் விழாது, இவனுக்காக இனி காத்திருத்தல் தவறென, பால் விற்பவள் சென்று கொண்டிருந்தாள்...

கசடதபற 1971

கட்டுரைகள்

எனக்குப் பெயர் வைத்தவர்

திரு. ராமையாவைப் பற்றி எழுதத் தோன்றும் போது, பல்வேறு துறைகளில் அவர் சாதனைகளின் பரிச்சியம் எனக்கு இல்லை என்பது குறுக்கிடுகிறது. எனினும் அவருடைய தொடர்பு, என்னுடைய ஒரு குறிப்பிடக்கூடிய செயலுக்கு ஒரு விதத்தில் காரண மாகியது என் பதில், அவரைப் பற்றிய என் நினைவுகளை எழுத முற்படுகிறேன். நான் எப்போது. எப்படி எழுத ஆரம்பித்தேன் எனச் சொல்லுவதில், அவருடைய பாதிப்பும் அவரைப் பற்றிய என் நினைவுகளும் கலந்து நிற்பதால் அவரைப் பற்றி உங்கள் மதிப்பீட்டிற்கு இவைகள் உதவலாம் என்ற எண்ணத்தில் எழுதுகிறேன்.

நான் எழுதிய சிறுகதைகளில் பாதிக்குமேல் அவர் பொறுப்பு வகித்து நடத்திய மணிக்கொடியில் பிரசுர மாயின. எனக்கு புனைபெயர் கொடுத்ததும் என் கதை களுக்கு தலைப்புக் கொடுத்ததும் அவர்தான். தற்போது மனதிற்கொவ்வாத, தன்னடக்கமற்றதெனத் தோன்றும் சுயபுராண விபரங்களை வெளியிடுவதாகத் தோன்றினால் மன்னிக்கவும்.

35 ஆண்டுகளுக்கு முன் படித்து முடித்து, வேலைக் கென்று ஒன்றும் போகாமல் கும்பகோணத்தில் காலம் கழிக்கும் அநேக மாஜி மாணவர்களில் நானும் என் மனப்போக்கிற்கிசைந்த ஐந்தாறு பேர்கள் சேர்ந்த ஒரு கோஷ்டியில் ஒருவனானேன். ஆர்வ மிகுதியில் படித்தும், தெளிவு காண அநேக விஷயங்களைப்பற்றி விவாதித்தும்

பொழுதைப் போக்கிக்கொண்டிருந்தோம். எத்துறை என்பதின்றி, அரசியல் – சங்கீதம் – வேதாந்தம் – மொழிப் பிரச்னை – இலக்கியம் இத்யாதி எதையும் பற்றி ஆங்காங்கே அவ்வப்போது கூடிப்பேசுவது உண்டு.

1933 –ம் வருஷத்தில் மகாமகம் வந்தது. அதற்காக ஒரு விரிவான கண்காட்சி ஒரு மாதம் நடத்த ஏற்பாடு செய்யப்பட்டது. அந்த ஒரு மாத காலம் அம்மைதானத்தில் நாங்கள் கூடிப்பேசி பொழுதைக் கழித்தோம். அந்த சமயந்தான் திரு. ராமையா எங்களுக்கு அறிமுகமானது. அவர் கதர் போர்ட் ஸ்டாலுக்காக வந்திருந்தவர் என நினைக்கிறேன். எங்களுடைய நண்பர் ஒருவர் சென்னையில் சட்டக் கல்லூரியில் படித்த வருக்கு இவரை தெரிந்ததின் மூலமாக எங்களுக்கு அறிமுகமானார். எங்கள் மத்தியில் எங்கள் பேச்சிலும் கலந்துகொள்வார்.

ஒருநாள், ஏதோ ஒரு சந்தர்ப்பத்தில் கூறியது ஞாபகத்தில் இருக்கிறது. அதுதான் உள்ளூரப் பதிந்து ஒரு வருஷத்திற்கு மேலாக ஊறி என்னை எழுதும்படி தூண்டியதுபோலும். என்னைப் பார்த்து "நீங்கள் சிறுகதைகள் நன்றாக எழுத முடியுமென நினைக்கிறேன். மணிக்கொடி பத்திரிகைக்கு எழுதுங்கள்" என்று அவர் சொன்னார். எவ்விதத்தில் நான் சிறுகதை ஆசிரியனாக முடியும் என்று அவருக்குத் தோன்றியது என்பதை அவரால்தான் சொல்ல முடியும்! அப்போது அவருக்கு மணிக்கொடியில் தொடர்பு இருந்ததே தவிர பொறுப்பு இல்லை என்று நினைக்கிறேன். மகாமகம் முடிந்து ஒன்றரை வருஷங்கள் ஆகிவிட்டது. ராமையாவின் ஞாபகத்தோடு நான் சிறுகதை எழுதும் நோக்கமும் சென்றுவிட்டது.

35ஆம் வருஷம் இறுதியில் ஏதோ ஒரு வேகத்தில் 6, 7 சிறுகதைகளும், ஒரு நெடுங்கதையும் எழுதினேன். பிரசுரிக்கும் நோக்கம் எனக்கு இல்லை. எழுத முடிகிறதா என்று பார்க்கும் நோக்கம் போலும். மேலும் அதன் மதிப்பை தெரிந்துகொள்ள என் நண்பரில், துல்லிய இலக்கிய சுரணை உள்ள ஒருவரிடம் கொடுத்து அவர் அபிப்பிராயத்தைக் கேட்டேன். அவர் சொன்னது நான் எதிர்பார்த்ததை விட கொஞ்சம் திடுக்கிட இருந்தது. ஒருவிதத்தில் அவை உயர்தரமானதென்றும் தமிழில் அதுமாதிரி ஒன்றும் இருந்ததில்லை என்றும் மேலும் அதைப் போடக்கூடிய பத்திரிகைகள் கூட இல்லை என்றும் சொல்லிவிட்டு எப்படியாவது அதை பிரசுரிக்க ஏற்பாடும் செய்யும்படி சொன்னார்.

நான் எழுதியவைகளை, மேலே குறிப்பிட்ட என் வக்கீல் நண்பரிடம் அனுப்பி எந்தப் பத்திரிகை ஆசிரியரிடமாவது

காட்டி, போடத் தகுதியுள்ளதாயின் போடும்படியும் எழுதி யிருந்தேன். பத்து தினங்களுக்குள் இவைகளை ராமையாவிடம் கொடுத்ததாயும், அதைப் படித்து மிக நன்றாக இருப்பதாகப் பாராட்டி தன் மணிக்கொடியிலேயே பிரசுரிப்பதாக அவர் சொன்னதாகவும் பதில் வந்தது.

1936 பிப்ரவரியில் என் முதல் கதை பிரசுரமாகியது. பிறகு ஏப்ரலில் நான் எழுதிய நாலாவதோ ஐந்தாவதோ இரண்டாவ தாக 'காதல் சாலை' என்ற தலைப்பில் வெளிவந்தது. அது வந்தவுடன்தான் திரு. பிச்சமூர்த்தி ராமையாவுக்கு அந்த ஆசிரியரைப் பற்றி விசாரித்து உள்ளூரிலேயே இருப்பது தெரிந்து கொண்டு எனக்கு அறிமுகமானார்.

சிறிது உரக்க சிந்தித்துப் பார்க்கலாம். என் கதைகளின் மதிப்பீட்டையும், 1935லிருந்து அவர் நடத்திய காலத்து மணிக் கொடியில் வந்த கதைகளின் மதிப்பீட்டையும் அவர் அவர்கள் மனப்போக்கிற்கு விட்டுவிடுவோம். ஏனெனில் *objective value* என்பது உண்டா என்ற சர்ச்சைக்கு இப்போது இடம் வேண்டாம். 1935 –ம் வருஷத்தில் டக்கர்ஸ் லேன், சாலே மான்ஷன்ஸிலிருந்து பிரசுரமாகி வந்த மணிகொடியை எண்ணிப் பார்ப்போம். பொருளாதார ரீதியில் எந்த லக்ஷியம் அவருக்கு அதை அப்படி நடத்த தெம்பு கொடுத்து நடத்த உதவியது? ஊதிய எண்ண மின்றியும், பிற்காலத்தில் தனக்குப் புகழ் வரலாம் என்ற ஹேஷ்ய நம்பிக்கையில் லக்ஷியத்தில் வாழ்ந்ததாக இருக்கட்டும். அவ்வளவு கதாசிரியர்களும், அவ்வளவு கதைகளை எந்தெந்த நோக்கத்தில் எழுதினார்களோ தெரியவில்லை. ஆனால் மணிக் கொடியில் ராமையா பிரசுரிக்க எழுதினார்கள். இதுதான் முக்கியம்.

ஒன்று எனக்குத் தோன்றுகிறது. அதுவும் ஒரு பிடில் வித்வான் தன் பிள்ளைக்குச் சொன்ன சில வார்த்தைகள். 'சபையில் சரிகைக் குல்லாய் அங்கவஸ்திரத்தை முதல் வரிசை யில் பார்த்து அவர்கள் தலையாட்டத்தை நம்பி மோசம் போகாதே. நாம் என்னவோ ரொம்ப நன்றாக வாசிக்கிறோம் என்று சௌக்யமாக அவர்களைப் பார்த்து நாம் சிரிக்க வேண்டியதுதான். சுற்றிப் பார்த்தால் சபையிலே ஒருவனாவது இல்லாமல் போகமாட்டான், அவன் மெய்மறந்து ரஸிப்பதை நன்றாகப் புரிந்துகொள்ளலாம். அவனுக்காக, அவன் ரஸிப்புக் காக வாசிக்கிறது தான் உன்னுடைய உயர்ந்த வாசிப்பாக இருக்கமுடியும்.' அவர் சொன்ன மாதிரிதான் அவ்வளவு ஆசிரியர் களும் எழுதினார்கள் என்று கொள்ளலாம்.

மௌனி படைப்புகள்

ராமையாவுடன் பழகியவர்களுக்கு அவருடைய இலக்கிய ரஸனையை நன்கு தெரிந்துகொள்ள முடியும். அவரவருக்குத் தகுந்த விஷயத்தை எழுதுவது படைப்பாளியின் திருப்திக்குப் போதும் போலும். ஆயிரமாயிரம் பேர்களின் போற்றுதலை வேண்டாது 500க்கு குறைந்த பிரசுரத்திற்கே தடுமாறின ஒரு பத்திரிகையில் வெளிவந்தது போதுமென்று எழுதியவர்கள் ஏன் எழுதினார்கள்? அவர்கள் எழுத்தின் மதிப்பீட்டை விட்டுத் தள்ளுங்கள்! இப்போது ராமையாவின் 60 வருட விழாவில் பார்க்கவேண்டாம். அவரது 600 வருட விழாவில் வேண்டுமானால் பார்க்கட்டும். ராமையாவின் இந்த சாதனையைத்தான் நான் அவரிடம் கண்டது.

பி.எஸ். ராமையா மணிவிழா மலர் 1965

செம்மங்குடி – தன் ஊர் தேடல்

என் ஊர் செம்மங்குடி என நான் நினைக்கும் போது, அதற்கான ஒரு முக்கிய நியாயத்தையும் சொல்ல வேண்டி வருகிறது. என் தந்தை வழி மூதாதையார் அநேக தலைமுறைகள், சமீபகாலம் வரை, இந்த ஊரில் வீடு, சொத்து, சுதந்திரத்துடன் வசித்து வந்திருக்கிறார்கள்.

கர்நாடக சங்கீத உலகில் மிகவும் புகழ்பெற்ற, இப்போது இருக்கும் செம்மங்குடி ஸ்ரீனிவாஸ அய்யரை யும், காலம்சென்ற பிடில் வித்துவான் நாராயணசாமி அய்யரையும், அகால மரணம் எய்திய அவர் குமாரன் கலியாண சுந்தரத்தையும் தெரியாதவர்கள் மிகச் சிலரே. அவர்களும் இவ்வூர்க்காரர்களே.

ஒரு காரணச் சிறப்புப் பெயரென, ஓர் ஊரைக் குறிக்கும் இப்பெயர் (செம் –அம் – குடி; செம் – மன் – குடி; குடியிருக்கச் செம்மையான ஊர்.) மேலும் தஞ்சை ஜில்லாவில் அநேக கிராமங்களுக்கும் இப்பெயர் இருப்பதன் காரணமாக, எங்கள் ஊரை 'தீபங்குடி செம்மங்குடி' என்று பக்கத்து ஊரையும் சேர்த்துச் சொல்லுவது வழக்கம். பெயர்க்குழப்பத்தில் கடிதங்கள் தவறிச் சென்றுவிடா திருக்க தபால் இலாகாவினர் செம்மங்குடி என்ற முத்திரையைக் கொடுத்திருக்கிறார்கள்.

கும்பகோணம் திருவாரூர் பஸ் பாதையில், குட வாசலைக் கடந்து, மேலும் ஐந்து மைல் செல்ல, காப்பணா மங்கலம் கிராமம் வரும். காப்பணாமங்கலத்திலிருந்து

நேர் வடக்கே இருக்கும் பெரும்பண்ணையூர் செல்ல, ஆற்றிற்கு அங்கு ஒரு பாலம் இருக்கிறது. அதைக் கடந்தவுடன் கிளைப் பாதை என ஆற்றின் வட கரையிலும் தோப்பினுள்ளும், கோணல் மாணலாக செல்லும் ஒரு குறுகிய வண்டிப் பாதையில் அரை மைல் கிழக்கே சென்றால் செம்மங்குடியை அடையலாம். அடையுமுன் மேலக் குடியானத் தெருவையும், சமீபத்தில் ஊர்ச் செலவிலும் முயற்சியினாலும் ஏற்பட்ட செம்மங்குடி உயர்நிலைப் பள்ளியையும் தாண்டிச் செல்ல வேண்டும்.

இது ஒரு சிறிய கிராமம். வரிசைக்கு சுமார் இருபது வீடு களைக்கொண்ட ஒருகிழக்கு மேற்கு வீதிதான் அக்கிரஹாரம். மேலக் கோடியில் தெருவைப் பார்த்து நிற்கிறது ஸ்ரீதேவி, பூதேவி சமேத ஸ்ரீநிவாஸப் பெருமாள்கோவில். கீழ்க் கோடியில் நேராக இன்றிச் சிறிது வடக்கே தள்ளி கிழக்கே எட்டிய தூரம் வரையில் காணக்கிடக்கும் வயல் வெளியைப் பார்த்து நிற்கும் கோவில் ஆனந்தவல்லி சமேத அகஸ்தீச்வரர் கோவில். கோவில்கள் எல்லாம் நல்ல நிலைமையிலே ஊர்க்காரர்களால் பாதுகாக்கப் பட்டு வருகின்றன. அக்கிரஹாரத்தின் கீழ்க் கோடியிலிருந்து, தெற்கே செல்லும் சிறிது இரட்டை வரிசைத் தெருதான் கீழ் குடியானவர் தெரு. இது தெற்கே குடமுருட்டியாறு வரையிலும் சென்று முடிகிறது. ஊராருக்குக் குலதெய்வமாக விளங்கும் 'கரும்பாயிரம் கொண்டவர்' ஆற்றங்கரையிலே தேடிக் கண்டு பிடிக்கும் வகையில் ஒரு சிறு கூரைக்கு அடியில் இருக்கிறார்.

செம்மங்குடி ஒரு பாடல் பெற்ற ஸ்தலமல்ல. ஆயினும் இதைச் சுற்றி இரண்டு மூன்று மைல்களில் இருக்கும் பாடல் ஸ்தலமாகிய எண்கண், தலையாலங்காடு, ஸ்ரீவாஞ்சியம், அய்யம் பேட்டை முதலியவற்றிற்கு நடுநாயகம் போன்றே மத்தியில் இருக்கிறது. மேலும் குடமுருட்டி ஆற்றின் தென்கரையில், பக்கத்திலென தீபங்குடி என்ற கிராமம் இருக்கிறது. இது ஒரு புராதன ஜைன க்ஷேத்திரம். இங்கு ஒரு பழைய ஜைன கோவில் உண்டு. மேலும் இது, முதலாம் குலோத்துங்கன் சபையில் கவிச்சக்கரவர்த்தியாக விளங்கியவரும், 'கலிங்கத்துப்பரணி' ஆசிரியருமான ஜயங்கொண்டாருடைய ஊராகும்.

தஞ்சை ஜில்லா பிராமண சமூகத்தில் 'வாத்திமர்' என்றொரு பிரிவுண்டு. இதிலும் அநேக உட்பிரிவுகள் உண்டெனினும் 'பதினெட்டுக் கிராமத்து வாத்திமர்' என்ற சுமார் ஆயிரம் குடும்பத்தினர் மாயூரம், கும்பகோணம், நன்னிலம் தாலுக்காக்

களில் உள்ள பதினெட்டுக் கிராமங்களில் இன்றுவரையில் வழிவழியாக வாழ்ந்து வருகிறார்கள்.

இந்த வாத்திமர்களில், ஒரு கோத்திரத்தினரைத் தவிர வேறொருவரும் இன்றி வசிக்கும் கிராமம்தான் செம்மங்குடி என்பது. ஆகவே கிராமத்தினர் எல்லோரும் நெருங்கிய பங்காளிகள். மூல புருஷனிடமிருந்து பதினான்கு தலைமுறைகள் தாண்டாதவர்கள். அந்த முதல் மனிதன் என்று சொல்லக்கூடியவர் (ஸ்வர்ண சாஸ்திரி என்பார்கள்) சுமார் 450 வருஷங்களுக்கு முன் (சோழராஜ்யம் சீர்குலைந்து அரசியல் குழப்பமான நாளில்) இந்த ஊரில் குடியேற ஆந்திர சோழ பிரதேசத்திலிருந்து வந்தார் எனச் சொல்லப்படுகிறது. இவர் குடிவந்த காலத்திற்கு முன்பே சுற்று வட்டாரத்தில் அநேக கிராமங்களில் இருந்தும், சகவாசத்திற்கு தூரத்தையும், வாசத்திற்கு தனிமையையும் விரும்பியவர் போன்று இந்த குடமுருட்டியாற்றின் கடைசிப்படுகையென சொல்லக்கூடிய செழிப்பிலும் விஸ்தீரணத்திலும் குறைவுகொண்ட இந்த இடத்தைப் பிடித்தார் போலும். அவர் வழி வந்தவர்களாகத்தான் இக்கிராமத்தினர், கிராமச் சண்டை பூசலின்றியும், அக்கம் பக்கம் கிராமத்தாருடன் நெருங்கிய சிநேகிதத் தொடர்பு கொண்டும் இதுவரையினும் வாழ்ந்து வருகிறார்கள். இக்கிராமத்தினர் பொது அறிவும், பகுத்தறிவும் கொண்ட புத்திசாலிகள். ஒரு நியாயப்போக்கு நடைமுறைகளும், இதற்கு மேலாக ஒரு *critical sense*-ம் இவர்களிடம் இருப்பதை பழகி அறியமுடியும். தன்மான முடையவர்கள். பிழைப்பிற்காக எதையும் செய்யலாம் என்ற நியதியை உடையவர்கள் அல்ல.

ஊரில் உள்ள மூன்று குளங்களில் இரண்டு, எப்போதும் எதற்காகவும் என எல்லோருக்கும் பயன்பட முடியாதென்பதில் ஒன்றும் ஒருவருக்கும் பயன்படாது, கவனிக்கப்படாது பாழடைந்துகொண்டிருக்கின்றன.

சிவன்கோவில் குளம் மட்டும் ஒரு காவலில் உபயோகிக்க இருக்கிறது. ஆற்றங்கரையிலுள்ள ஸ்நானத்துறையும், பக்கத்து நந்தவனம், மடம் தோப்பு எல்லாமே இந்தக் கதிக்கு உள்ளாகிக் கொண்டிருக்கின்றன. பழைய குதூகலம் மாறிவிட்டது. பேச்சில் சுவாரஸ்யம் குன்றிவிட்டது. மனிதர்களிடம் மனச்சோர்வும் காண இருக்கிறது. ஊரும் தன் தனித்தன்மை இழந்துவருகிறது.

எப்பவோ ஆற்று வெள்ளத்தில் போய்விட்ட அக்காவை நினைத்து, புதுவெள்ளம் வருமுன்னே அக்காவை திரும்பிப்

மௌனி படைப்புகள் ❖ 257 ❖

பார்க்கும் ஆவலில் எங்கிருந்து எல்லாமோ அக்குக் குருவி சோகமுற கத்துவது கேட்கிறது. ஆங்காங்கே தோப்போடு அழி வுறாமல் தனித்து நிற்கும் மாமரங்களின்றும் கேட்கும் குயில் கூவுதலிலும் இனிமை இல்லை. நந்தவனம் இப்படி தோன்ற இருப்பதிலேயே ஏன் பாழ்தோற்றம் கொள்ளுகிறது? அநேக எதிரிகள் தங்கிப் போவதற்கும், ஊருக்கு பொது மடமாக இருந்து இடம் தெரியாது பூமியில் புதைவு கொண்டுவிட்டது. அரசமரங்கள் இரண்டு, சுற்றுவார் இல்லாது நின்று கொண் டிருக்கின்றன.

எங்கிருந்தோ மகிழம்பூ மணம் மூக்கில் இனிக்க உணர, அந்த இரண்டு மரங்கள் இருந்த இடத்தைப் பார்க்கிறேன். காலடியில் சிதறிய தன் பூக்களின் வாசனையை தாமே குனிந்து மகிழ்ந்து நிற்பது போன்றவை, இருந்த இடத்தில் இல்லை. ஆயிரம் காலத்திற்குப் பின்னும் வாட வாட மணம் கமழவிட்டு எங்கேயோ சென்றனவே போலும்... வெகு அப்பாலிலிருந்து செம்மங்குடியின் சங்கீதமும், பிடிலும் லேசாக மிதந்துவருகிறது... ஆம். எப்போதோ சிவன் கோயிலில் நடந்த கச்சேரிதான்.

இப்படி இவ்வளவு காலம் தாவி தூரத்தில்தான் இனிமை யெனப்படுகிறதா? குடமுருட்டி ஆறும் இருகூறாக பிரிக்கப்பட்டு வாய்க்காலாக தேய்ந்துவிட்டது.

இருட்டு காணும் முன்பு மாலை வந்துகொண்டிருக்கிறது. மயக்கமும் கூட வருகிறது. இன்று நடுப்பகல் வெயில் வெகு கடுமை... வசீகர எண்ணங்கள் மறைய, வருங்கால நினைவுகள் தோன்ற இருக்கிறது.

இருள் சூழுமுன், உள்ளூர் ஆற்றை கடக்குமுன் பயமேதும் தோன்றவில்லை. அப்பால் எல்லையில் உள்ளூர் மயானம் குறுக்கிடும்போது... எரியும் சவ ஒளியில் முன் நீண்டு ஓடும் நிழலைப் பிடிக்க ஓடும் விளையாட்டா இந்த நடையின் ஓட்டம் இரவின் இருளில் கரையும்போது. தான் என்ன, தன் நிழல் என்ன? நிசியில் தவறிய காகத்தின் கரைதலும் ஒளி கொள்ளுவதை அறிவிப்பதாகுமா? வருங்கால நல்லுலகின் வானில் ஒளியைக் காண என் பவிஷ்ய புராண படிப்பு உதவாததை உணருகிறேன்.

எங்கிருந்தோ குலைநடுங்க ஓர் ஊளையிடும் சப்தம் கேட்க ஓடுவதைப் பார்க்கிறேன். எட்டிய வெளியில் தமுக்கொலி

ஓர் அவலயத்தில் ஊரைப் பிடிக்க வரும் துர்த்தேவதைகளை விரட்ட இருக்கிறது.

எங்கேயோ எட்டிய சகவாசத்திற்கும், தனிமை வாசத் திற்கும் என என் ஊரைத்தான் நான் தேடிப் போய்க்கொண் டிருக்கிறேன்.

ஆனந்தவிகடன் 1968

the cosmic versus the ironic

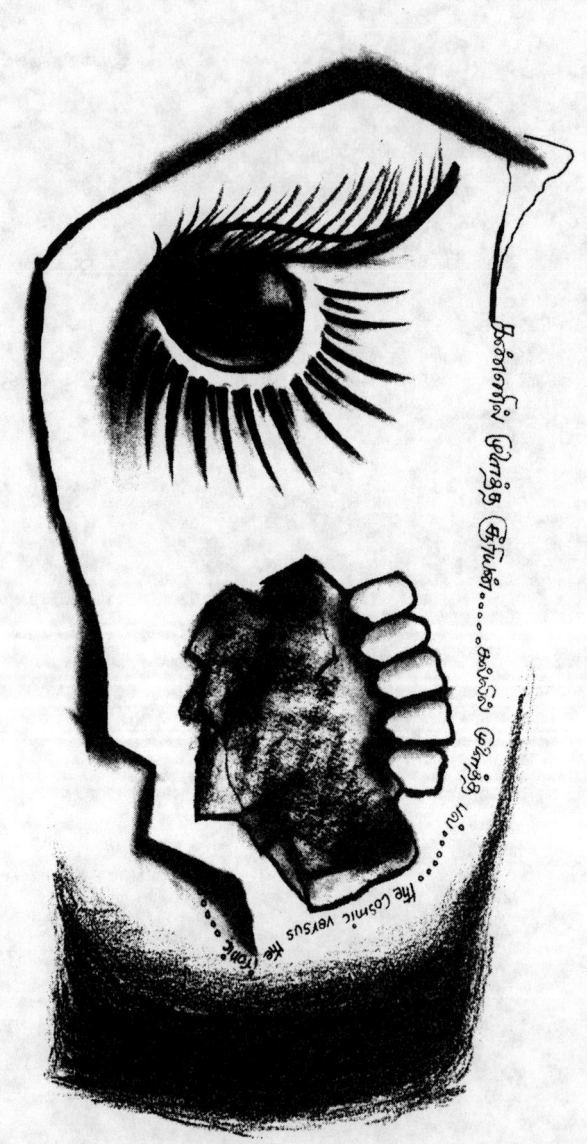

பின்னிணைப்புகள்

மௌனியின் கலை

தமிழர்கள் பாக்கியசாலிகள், ஆனால் தங்கள் பாக்கியத்தைத் தெரிந்துகொள்ளத்தான் அவர்களுக்குத் தன்மையோ, அறிவோ போதுவதில்லை. ஆகவே 1935இல் மௌனி எழுதிய சிறுகதைகள் 1959இல் வெளிவரு கின்றன.

மௌனியும் பாக்கியசாலிதான். அவர் இருபத்தி நான்கு வருஷங்களுக்கு முன் எழுதிய கதைகள் இப்போதாவது வெளிவருகின்றனவே! 250 வருஷங் களுக்கு முன் பெஷீ எழுதிய புத்தகங்களோ, ஆனந்தரங்கம்பிள்ளை இருநூறு வருஷங்களுக்கு முன் எழுதிய டயரியோ இன்னமும் நமக்குக் கிடைக்கவில்லை!

1933-க்குப் பின் தமிழ் இலக்கியத்தில் ஏற்பட்ட மறுமலர்ச்சிக் காலத்தை, மணிக்கொடி காலம் என்று சிறப்பாகச் சொல்லலாம். அந்தச் சிறப்பான காலத்திலே சிறப்பாகத் தோன்றி எழுதிய சிறுகதை ஆசிரியர்களில் மௌனியும் ஒருவர். எந்த இலக்கியத்திலுமே நல்ல நூல் களையும் நல்ல பகுதிகளையும் உடனடியாக அறிந்து கொண்டுவிடுகிற சக்தி எந்த வாசகக் கூட்டத்துக்கும் இருப்பதில்லை, தமிழ் வாசகக் கூட்டம் இதற்கு விதிவிலக் கல்ல. நேர்மாறாக, நன்றாக இல்லாததை, இலக்கியம் அல்லாததை, இலக்கியம் என்று போற்றிப் பாராட்டிக் கொண்டிருக்கப் பழகி வந்துவிட்ட திருக்கூட்டம் அது.

மௌனியைப் பற்றித் தமிழ் வாசகர்களை 'இடித்து'க் கூறுகிற காரியத்தை புதுமைப்பித்தன் தொடங்கினார். அதற்குப் பிறகு, நான் சமயம் வாய்க்கும்போதெல்லாம் மௌனியின் பெயரைக் கூறி வந்திருக்கிறேன். இந்த மௌனியின் கதைகள் எங்கு கிடைக்கும் என்று என்னைக் கேட்டுப் பலரும் எழுதி யுள்ளனர். இப்போது மௌனி எழுதியுள்ள 15 சிறுகதைகளைத் தேடி எடுத்து வெளியிடும் வாய்ப்புக் கிடைத்தது. ஸ்டார் பிரசுரத்துக்கு என் நன்றி. அவர் கதைகளில் மற்ற 3 கதைகளும் கிடைக்கவில்லை. அடுத்த பதிப்பில் முடியுமானால் சேர்த்துக் கொள்ளலாம். யாராவது வாசகர்களிடம் பிரதிகள் இருந்து, தந்தார்களானால் உதவியாக இருக்கும். மௌனியின் தனித்துவம், புதுமைப்பித்தனின் இலக்கியத் தனித்துவம்போலப் பூரணமானது – தனியானது – பழகப் பழகத் திருப்தி தருவது. சிந்தனையைக் கிளறுகிற எழுத்தைப் படித்துப் பழகாத தமிழ் வாசகர்களுக்கு பத்திரிகைக் கதைகளை மட்டும் படித்துப் பழகியவர்களுக்கு – மௌனியின் நடையும் விஷயமும் வேகமும் சிந்தனாலோகமும் முற்றிலும் புதுசாகவே இருக்கும். ஆனால் பழகப் பழக மௌனியின் கலை நன்கு புலனாகிவிடும். அந்த அளவிற்கு மௌனியின் கதைகளைத் திரும்பத் திரும்பப் படித்துப் பார்த்துத்தான் புரிந்துகொள்ள முடியும்.

இதிலுள்ள பதினைந்து கதைகளில் எனக்கு மிகவும் பிடித்த கதைகள் என்று 'அழியாச்சுடர்', 'பிரபஞ்ச கானம்' இரண்டை யும் சொல்வேன். ஆனால் மௌனியினுடைய எல்லாக் கதை களிலுமே சிறுகதை அமைதி பிரமாதமாக அமைந்திருக்கிறது. ஒதுங்கி நின்று, உள்ளதெல்லாவற்றையும் ஒரு குறிப்பிட்ட கோணத்தில் நோக்குப் பூராவையும் கனமான விஷயத்தை ஏற்க மறுக்கிற மெலிந்த வார்த்தைகளில் சொல்லிவிடுகிற காரியத்தை மௌனி சாதித்திருக்கிறார். இந்த அளவுக்கு இந்தச் சாதனையில் வெற்றி பெற்றவர்கள் என்று இன்றைய தமிழ்ச் சிறுகதையுலகில் வேறு ஒருவரையும் சொல்ல முடியாது. அவர் நடையும் நோக்கும் பூரணமானவை. இந்த அம்சம் மிகச் சிறந்தது, தனிப்பட்டது என்று பிரித்தெடுக்க முடியாது. மொத் தத்தில் இதுதான் 'மௌனி' என்று சொல்லலாம். இலக்கியாசிரிய னின் வெற்றியும் இதுவேதான்.

சிறுகதை என்கிற இலக்கிய உலகத்தில் சிறப்பான, தனக் கென்று ஏற்படுத்திக்கொண்ட சோதனையை, மௌனி திறம்படச்

செய்துவிட்டார் என்பதைக் காலம் ஊர்ஜிதம் செய்யும் என்றே இலக்கிய விமரிசகனாகிய எனக்குத் தோன்றுகிறது. காலத்தின் காரியத்தையேதான் விமரிசகன் நிர்தாக்ஷண்யமாகச் செய்ய வேண்டியவனாக இருக்கிறான். அந்த ஒரு நிர்தாக்ஷண்யத் துடன், இலக்கிய அளவுகோல்களை மட்டும் கொண்டு பார்க்கும் போது, மௌனியின் தமிழ் மிகவும் உயர்ந்தது என்றும் அவர் சிறுகதைகள் காலத்தால் சாகாது என்றும்தான் எனக்குத் தோன்றுகிறது.

அக்டோபர் 1959 க.நா. சுப்ரமண்யம்

'மௌனி கதைகள்' தொகுப்புக்கு எழுதிய முன்னுரை

முன்னுரை

தற்செயலாக நேர்ந்த ஒரு நிகழ்ச்சி போன்றதுதான் மௌனி எழுத்துத் துறையில் நுழைந்தது. 37 ஆண்டுகளுக்கு முன், படித்துவிட்டு, வேலைக்கென்று ஒன்றும் போகாமல் கும்பகோணத்தில் தம் மனப்போக்கிற்கிசைந்த ஒரு சிலரின் கோஷ்டியில் சேர்ந்து, தெளிவு காண அநேக விஷயங்களைப்பற்றி விவாதித்துக்கொண்டிருந்த நாட்கள் அவை. 1933-ல் மகாமகம் வந்தது. அதற்காக, ஒரு கண்காட்சி நடந்தபோது கதர் ஸ்டாலுக்கு வந்திருந்த பி.எஸ். ராமையாவைச் சந்தித்தார். விவாதத்தில் பிரீதி உள்ள மௌனியிடம் பி.எஸ்.ஆர் - எதையேனும் கண்டிருக்கலாம்; மௌனியே எதிர்பாராதபடி 'நீங்கள் சிறுகதைகள் நன்றாக எழுத முடியுமென்று நினைக்கிறேன், *மணிக்கொடி* பத்திரிகைக்கு எழுதுங்கள்' என்றார். மௌனி இதற்கு அந்தவேளையில் என்ன சென்னாரோ எப்படி இதை எடுத்துக்கொண்டாரோ தெரியவில்லை. ஆனால், 1934-க்கும் 35-க்கும் இடையில் இப்போதும் அவர்வசமுள்ள குறிப்புப் புத்தகங்களில் அவ்வப்போது பளீரெனத் தோன்றிய வற்றுடன் சிறு கதைகளுக்கான குறிப்புகளையும் எழுத ஆரம்பித்தார். தொடர்ச்சியாக 1984-ம் வருஷ இறுதியில் ஆறேழு சிறு கதைகளையும் ஒரு குறு நாவலையும் ஏதோ வேகத்தில் எழுதினார். இதுதான் ஆரம்பம்.

மௌனியை புதுமைப்பித்தன் ‘சிறுகதையின் திருமூலர்’ என்று குறிப்பிட்டது, திருமூலரைப் பற்றி ஐதீகமாகச் சொல்லப் படுவது போல், மௌனியும் ஆண்டுக்கு ஒரு கதை எழுதினவர் என்பதற்காக அல்ல என்று, அவ்வொற்றுமை இல்லாததால், இவ்விடத்தில் கவனிக்கத்தக்கது. திருமூலர் மிக எளிய பதங்களையும் பதச் சேர்க்கைகளையும் கொண்டு உயர்ந்த தத்துவங்களைச் செய்யுளில் வடித்தாற் போல, மௌனியும் ‘கனமான விஷயங்களை ஏற்க மறுக்கிற மெலிந்த சொற்களில்’ உந்நத அனுபவங்களை எழுப்பியிருக்கிறார் என்ற ஒற்றுமைக் காகவே பு.பி. அப்படிச் சொல்லியிருக்கலாம். ஆனால் தமது எழுத்தின் இந்தத் தரத்தைப்பற்றி மௌனிக்கே ஆரம்பத்தில் ஒரு நிர்ணயம் ஏற்பட்டதாகத் தெரியவில்லை. ‘இலக்கியத்தைச் சாதிக்கும்’ கோக்கம் அந்தவரையில் அவருக்குத் தோன்றவும் இல்லை. அவரே சொல்வது போல், “பிரசுரிக்கும் நோக்க(மு)ம் ...இல்லை. எழுத முடிகிறதா என்று பார்க்கும் நோக்கம் போலும்.” இலக்கிய ரஸனை மிக்க நண்பர் ஒருவர் அக் கதைகள் பற்றிச் சொன்ன உயர்ந்த அபிப்ராயமோ மௌனி எதிர்பார்த்ததை விட “கொஞ்சம் திடுக்கிட இருந்தது” அவர் ஆலோசனைப்படி பி. எஸ். ஆரைத் தமக்கு அறிமுகப்படுத்திய வக்கீல் நண்பரிடம் கதைகளை அனுப்பி, சென்னையில் ‘எந்தப் பத்திரிகை ஆசிரியரிடமாவது காட்டி’ போடத் தகுதியுள்ளதாயின் போடும்படி எழுதினார். வக்கீல் நண்பர், மணிக்கொடியுடன் தொடர்புள்ள, பி. எஸ். ஆரிடம் கதைகளைத் தந்தார். இதிலிருந்து மௌனிக்கும் *மணிக்கொடிக்கும்* இருந்த ‘தொடர்பை’யும் நாம் நிதானிக்கலாம். – *1936*, பெப்ரவரி தொடக்கம் மௌனி கதைகள் அவ்வப்போது வெளியாகின. அவரது பெரும்பாலான கதைகளைத் தாங்கி வந்த சிறப்பு *மணிக்கொடிக்கு* உரியது. மௌனி இதர கதைகளுடன் அனுப்பிய குறுநாவல் பிரசுரிக்கப்படவில்லை. அதன் பிரதியும் காணாமற் போயிருக்கிறது. மௌனி அது பற்றிச் சொன்னதைக் கொண்டு பார்த்தால், அது அவரது தரமான கதைகளின் வரிசையில் வராதது என்று தெரிகிறது.

சிறுகதைத் துறையில், அதுவும் முதல் சந்திப்பில் பி.எஸ்.ஆர். சொன்னதை மனதில் வைத்துத்தானா என்னவோ ‘எழுதிப் பார்த்து’ எழுத்தாளரான மௌனி, தமது ஆரம்ப நாட்கள்தொட்டு சங்கீதத்திலும் ரஸிகராக ஈடுபட்டிருந்தது குறிப்பிடத்தக்கது. அக்காலத்தில் பிடில் வித்வானான ஒரு நண்பரோடு மௌனியின் நெருங்கிய ஈடுபாடும் ரசனையும் சர்ச்சைகளும்தான் இவர் கதைகளில் சங்கீதம் வகிக்கும் இடத்திற்கு ஒரு அந்தரார்த்தம் கொடுப்பதற்கு காரணமானது போலும். அவர் எழுத்து சொல் ஜாலத்தை நிராகரித்துப் பிறந்தது. பிடில் சங்கீதமும் எழுத்தும்

தற்செயலான விளைவுகளுக்கு இடம் தருவன. இதனால், கலைஞனின் உண்மையான மனநிலைகள், உணர்வுகள், போன்றவற்றுக்குக் கட்டுப்படாமல், தற்செயலான ஸ்வர வளைவிலோ, படிமங்களிலோ தடுமாறி, பிடில் வாசிப்பும் எழுத்துக் கலையும் செயல்பட முடியும். இந்த தற்செயல் விளைவு வேறு, தன்னை மறந்த வேகத்தில் பிறக்கும் படைப்பு வேறு என்பதைப் பெரும்பாலான கலைஞர்கள் மறந்து விடுகிறார்கள். முதிர்ந்த சில கலைஞர்கள் கூட இவ்விரு துறைகளிலுமே, தற்செயல் விளைவுகளை விஸ்தரித்து கைதட்டலையும் வாசக ரஸனையையும் பெற்றுவிடுகிறார்கள்.

இவ்விபத்துக்களையே அநுசரித்துப் பிறக்கும் கலை கைதட்டலையும் ஆரவாரிப்பையும்தான் பெற முடியும். ஆனால், "கைதட்ட வைப்பதோ, 'பேஷ், பேஷ்' என்று ஆரவாரிக்க வைப்பதோ அல்ல – நீண்ட பெருமூச்சுக்களை உண்டாக்குவதுதான் உயர்ந்த சங்கீதம்" என்று மௌனி ஒரு தடவை சம்பாஷணை யில் குறிப்பிட்டிருக்கிறார். பிடில் போன்ற ஒரு வாத்யத்தில் சாஸ்திரக் கட்டுமானங்களின் முடுக்கப்பட்ட ஓட்டத்தில் சில தற்செயல் விளைவுகள், கலைஞனின் உண்மையான உணர்ச்சிகள் போன்றவற்றுக்குக் கட்டுப்படாமல், பிறப்பதுண்டு. இது ஓரளவு எழுத்துத் துறைக்கும் பொருந்தும். இந்த தற்செயல் விளைவு, கலைஞனின் மனநிலையிலிருந்து வேறுபட்டதாக இருக்க, அந்த மனநிலையாலேயே ஆளப்பட்டு பளீரெனப் பிறக்கும் சங்கீதமும் எழுத்தும் உண்டு. இப்படி தன்னை மறந்த வேகத்தில் பிறப்பதற்கும் தற்செயல் விளைவுகளுக்கும் இடைடையே உள்ள வேறுபாட்டை தமிழில் சில பழம்பெரும் எழுத்தாளர்கள் கூட உணரவில்லை – இன்றும், கைத்தட்டலை யும் ஆரவாரிப்பையும் பெறும் அவர்கள், அந்த தற்செயல் விளைவுகளை விஸ்தரித்து எழுதுபவர்கள்தான் என்பதை, அவர்களது எழுத்துகள் கைதட்டலையும் ஆரவாரிப்பையும் மட்டுமே பெறுகின்றன என்ற ஒன்றன் மூலமே நிரூபிக்கலாம். மௌனியோ, நீண்ட பெருமூச்சுகளை எழுப்புபவர்.

சாஸ்திரப் பயிற்சி, மனநிலைகளை வெளியிடாமல், தன் போக்கிற்கு விளைவுகளை உண்டாக்கும் என்பதால், அத்தகையப் பயிற்சி நிலையிலேயே தேங்குபவரை 'விரல் ஞானஸ்தன்' என்பதுண்டு. – எழுத்துத் துறையிலும் அத்தகைய வர்களை இப்படிக் குறிப்பிடலாம். இவர்கள் தற்செயல் விளைவு நேராத சமயத்தில்தான் ஒரு 'விரல் ஞானஸ்தன்' சாஸ்திரீய மாகத் தான் கற்ற ஸ்வர உருப்படிகளை மட்டுமே வாசிப்பது போல், காது புளித்த லட்சியங்களை உண்டாக்குவதும், தத்துவச் சரடு திரிப்பதும்.

அடுத்தது மௌனி 'நடப்பியல்பு'க்குப் புறம்பான வகையாக எழுதுபவர் என்பது: ஆனால், நடப்பியல்புக்கு 'இசைய' எழுதுபவர்களில் சிலர் சாதிக்க முடியாத மனநிலைப் போக்குகளை மௌனிதான் இயல்பானதாகத் தென்படும்படி சாதிக்கிறார். ஆளில்லாவேளையில் வீடு பெருக்குபவளை வரச் சொல்லிவிட்டு, அவள் வந்ததும் அந்த இக்கட்டான சமயம் பார்த்து 'மனம் மாறி'விடுகிறதாக எழுதியுள்ள ஒரு கதையுடன் மௌனியின் 'மனக்கோல'த்தை ஒப்பிட வேண்டும். நடப்பியல்பு என்ற அளவுக்கு இயல்பானது அந்த இக்கட்டான நிலையில் செய்யத் திட்டமிட்ட 'கெட்ட' காரியத்தை நிறை வேற்றுவதுதான். மனம் 'மாறுவது', மனோதத்துவ இயல்பு தென்படும் வகையில் சித்தரிக்கப்படாத அளவுக்கு, அம் மனமாற்றம் அக்கதையில் நடப்பியல்பு அல்ல. அந்த இயல்பைச் சித்தரிக்கும் சிரமத்தைத் தவிர்த்து விட்டு, தத்துவச் சரடு திரித்தே பாத்திரத்தின் மனதை மாற்றுவது, வில்லனைக் காரால் அடித்துத் தீர்த்துவிடுவது போன்ற ஒரு சுளுவான காரியம்தான். மௌனி 'சுளுவான' தத்துவச் சரட்டை அநுமதிப்பதே இல்லை. பாத்திரத்தின் இயற்கையையே கொஞ்சம் கொஞ்சமாகக் கட்டி எழுப்புகிறார். கேசவன் என்ற ('மனக்கோலம்') அப் பாத்திரம் மனம் மாறுவதற்கான காரணமும் ஏற்கனவே தென்பட ஆரம்பிக்கிறது. அவன் கௌரியை 'ஒன்றிலும் கட்டுப்படாது தனியே எட்டி நின்று உற்றுப் பார்க்கும் பெண்மையாகக் காண்கையிலேயே விரும்புகிறான். பெண்மை, அவன் வாழ்வுக்கு லட்சியமாகும் அவளது கருவிழிகள் என்பனவெல்லாம் உடலுறவுக்கும் அப்பாற்பட்ட அம்சங்கள். (ஆனால் உடலுறவையும் அவன் சரீரத்தின் தவிர்க்க முடியாத இயல்பால் நாடுகிறான் என்பது கூட தன்னறையில் அவளை அவன் தேடுவதில் சூசகமாக காட்டப்படுகிறது.) இருந்தும், இன்னொருவரின் மனைவி என்று (உடலளவில்?) கட்டுப்பட்டவ ளாக, அவள் அருவருப்பையே அளிக்கிறாள். எனவேதான், கௌரி தன்னை அதுவும் தன் கற்பனையிலேயே பின்னிருந்து அணைத்ததாக உணர்கையில் அவன் அருவருப்படைந்து 'மனமாற்றம்' கொள்கிறான். இங்கு கௌரியை நேரில் (நடப்பியல் உலகில்?) அவன் அறைக்குக் கொண்டு வந்து அவ்வருவருப்பை உண்டாக்காமல் அவன் கற்பனையில் இதை நிகழ்த்தியதற்காகவும் மௌனியை நடப்பியல்புக்குப் புறம்பானவர் என ஒருவர் வாதிக்கலாம். அவ்விதமானால் அவளைக் கொண்டு வரும் வகையாக நிகழ்ச்சிகளை ஏற்கெனவே எழுப்பியிருக்க வேண்டிய நிர்ப்பந்தத்தையும் அதனால் அவள் உணர்வுகள் எப்படி ஆகின்றன என்று சித்தரிக்கும் பொறுப்பையும் கொணர்ந்து சிறுகதைக்கான கூர்மையை அழிக்க நேரும். ஆனால்,

மேற்குறிப்பிட்ட நிகழ்ச்சி உண்மையில் மனப் போக்குகளால் ஆளப்பட்டு நிகழ்வதால், மனநிலைகளின் இயல்புக்குத்தான் முதலிடம் தர வேண்டும். **அதைத் தந்துவிட்ட அளவில், புற நிகழ்ச்சிகளின் உதவி அங்கு வேண்டியதில்லை.** இதுதான் மௌனியின் கதைகளை மற்றையவர்களினுடையவற்றிலிருந்து பிரித்துக்காட்டும் அம்சம். அவர் நடப்பியல்புக்குப் புறம்பானவர் அல்ல, **மனப்போக்குகளின் நடப்பியல்பையே** அதுவும் பரிபூரண மாகச் சித்தரித்துவிட்டு ஒதுங்குபவர். இது அவர் சாதனை.

மௌனியின் கருத்தில், நடப்பியல் என்பது புற நிகழ்ச்சிகள் மட்டுமல்ல. அப்புறநிகழ்ச்சிகள் மனிதர்களோடு சம்பந்தப் பட்டதால் அவர்களின் மனப்போக்குகளை உரிய முறையில் சித்தரிக்குமளவுக்குத்தான் கதைகளும் நடப்பியலானவையாகும்.

புற நிகழ்ச்சிகள், நிலைமைகள் என்பவற்றைப் பற்றி மௌனி ‘கண்மூடி’த்தனமாக இருக்கவில்லை – நிகழ்ச்சி களையும் நிலைமைகளையும் சிக்கனப்படுத்தி இருக்கிறார் என்பதே சரி. இந்தச் சிக்கனமான எல்லைக்குள்ளேயே அவர் வாழ்க்கையின் அகண்டத்தை அங்கங்கே சிதறி விழும் வரிகள் மூலம் எழுப்பிவிடுகிறார். இதை அவரது கவித்துவம் என்றே கூறவேண்டும். இந்த அம்சத்தை “உயிர் வாழ்ந்த ஒவ்வொரு கணமும் ஒரு புரியாத புதிராக அமைகிறது, விடை கண்டால், புரிந்த நிகழ்ச்சியும் மறுகணம் இறந்ததாகிறது” என்று சிந்தனைப் பொருளாகவும் “ஒன்றிலும் கட்டுப்படாது தனியே எட்டி நின்று உற்றுப் பார்ப்பதே பெண்மையின் பயங்கரக் கருவிழிகள்தான்” என்று கவிப்பொருளாகவும் அவரது ‘சுமாரான’ கதைகளின் வரிசையிலுள்ள ‘மனக்கோல’த்திலேயே காணலாம்.

இவற்றை உணராது, வேலை நிறுத்தம் போன்ற புற நிகழ்ச்சிகளையும் அதற்கான நிலைமைகளையும் சித்தரிக்காத துக்காக அவரை வாழ்க்கையைப் பற்றி ‘கண்மூடிக்’ கொண்டவர் என்றதுடன் ஃபிராய்டின் வழியில் ஆராயப்படத்தக்கவர் என்றும் அவரது ரசிகர்களே கூற நேர்ந்திருக்கிறது. மேற்சொன்ன வீடுபெருக்குபவளைப் பற்றிய கதையில் கதாநாயகன் மனம் மாறுவதைக்கூட, ஃபிராய்டின் வழியில் ஆராயலாம் என்று நாம் திருப்பிச் சொல்லலாம். சுய நினைவோடு தத்துவமும் லட்சியமும் பேசுபவர்களும் ஃபிராய்டிடம் அகப்படுபவர்கள்தான்.

II

மௌனியின் இலக்கிய முன்னோடிகள் என்று தமிழில் யாரையும் குறிப்பிட்டுச் சொல்லிவிட முடியாது. வசன அமைப்பு களிலிருந்து கதையம்சம் வரை வேறொருவருடனும் அடையாளம் காட்ட முடியாத தனித்தன்மையை அவர் கலை விளக்குகிறது.

'மறுமலர்ச்சி' என்ற பிரயோகத்தை (பதினாறாம் நூற்றாண்டில் ஐரோப்பாவில் பல கலைத்துறைகளிலும் அறிவுத்துறைகளிலும் புத்துயிர் காட்டி உலகையே பாதித்த 'மறுமலர்ச்சி'யை மனதில் கொண்டு அச்சொல்லை இங்கும் பிரயோகித்தார்களாயின் அது எவ்வளவுக்கு பரிதாபகரமான தப்பர்த்தங்களைக் காண்பிக்கும்!) 1930-க்களின் இறுதியில் சில தமிழ் எழுத்தாளர்கள் உச்சரித்தபடி இலக்கிய *மணிக்கொடி* பத்திரிகைக்கு மௌனி அத்தகைய அவர்களது லட்சியம் எதையும் ஏற்றுக்கொண்டு எழுதியவரல்ல என்பதை அவருக்கு *மணிக்கொடியுடன்* ஏற்பட்ட தொடர்பின் விதமே காண்பிக்கிறது. அதோடு, அக்காலத்தில் இயங்கிய இலக்கிய சக்திகள்' என்று குறிப்பிடப்படுபவர்கள் எவராலும்கூட மௌனி ஆளப்படவில்லை. இந்நிலையில் 'மணிக்கொடி கோஷ்டி'யுடன் அவரையும் அடையாளம் காட்டுவது எவ்வளவு முரணானது! அவ்வப்போது போய் வந்த தொடர்பைத் தவிர 'மௌனி'க்குச் சென்னையுடனேயே தொடர்பில்லாது இருக்க, *மணிக்கொடியிலேயே* நெருங்கிய தொடர்பு கொண்ட புதுமைப்பித்தன் கூட தம்மை மணிக்கொடி கோஷ்டியினர் என்று குறிப்பிட்டால் சண்டைக்கு வந்து விடுவாராம். அப்பத்திரிகையில் எழுதியவர்களிடையே மேதாவிலாசம் பொருந்திய எழுத்தாளர்கள் மௌனியும் புதுமைப்பித்தனும் மட்டுமே என்பது என் அபிப்ராயம். அவர்கள் அளவுக்கு மேதைகள் என்று இதுவரை அவர்களுக்குப் பிறகும் வேறெவரையும் குறிப்பிட முடியாது. பாரதி இலக்கியத்தின் 'வாரிசுகள்' என்ற பிரயோகத்துக்குப் புதுமைப்பித்தன் எப்படி தம்மை ஈடுகட்டிக்கொண்டாரோ தெரியவில்லை. இதர *மணிக்கொடி* – 'மறுமலர்ச்சி'க்காரர்களோ, இந்த 'பாரதி பரம்பரை' என்ற பிரயோகத்தையும் நாணயமாக்கியிருக்கிறார்கள் போலிருக்கிறது. ஆனால் மௌனி இத்தகைய முத்திரை எதையும் ஏற்க மறுப்பதோடு, பாரதி கலையின் 'வாரிசாக' மௌனி கலை பிறக்கவில்லை என்பதையும் நாமாகவே காண முடிகிறது.

மௌனி ஒரு பெரிய படைப்பாளி என்ற அளவில் பண்டி தத்தனமானவர் அல்ல எனச் சொல்ல வேண்டியதில்லை. அவர் சொற்பிரயோகங்கள் இந்த 'பாரதி பரம்பரை'யில் வராததால் அவரைப் பண்டிதத்தனமானவரென்பது அபத்த மானது. "போவது" என்றில்லாமல், "சென்றது" என்று மட்டுமல்ல, "நகைத்தல்" என்பது போன்ற பழைய சொற்களைக் கூட அவர் உபயோகிக்கிறார். இதன் காரணம், பாரதியின் கவிதையிலுள்ள தொனியிலிருந்து மாறுபட்ட தொனியில் அவர் சிறுகதைகள் பிறப்பதாலாகும். உதாரணமாக பின்வரும் மௌனி வசனத்தில் உள்ள "நகைத்த" – "சென்றது" என்ற சொற்களை நீக்கி, "சிரித்த," – "போனது" என்ற சொற்களைப் போட்டுப்

படித்துப்பார்த்தால், தொனியில் மாற்றமும் கீழிறக்கமும் தென்படக் காணலாம்: "அந்த இருள் வெளியில் கலகலவென நகைத்ததென ஒரு சப்தம் கேட்க, ஒளிகொண்ட ஏதோ ஒன்று உருவாகி எட்டிய வெளியில் மிதந்து சென்றது." ('மனக்கோலம்')

ஒரு உயர்ந்த மனவெழுச்சியின் வசப்பட்ட தொனிக்காகத் தான் இச்சொற்கள் பிரயோகிக்கப்படுகின்றன. ஆனால் 'மாறாட்டம்' போன்ற கீழ் தளத்து தொனியுள்ள கதைகளில் 'கொச்சை'யையும் மௌனி உரியபடி உபயோகிக்கிறார் எனக் காணலாம்.

III

மௌனிக்கு தனது கதைதனில் ஒவ்வொரு சொல்லுமே முக்கியமானது. சொற்களின் அர்த்தத்தோடு, சில வேளைகளில், அவற்றின் சப்த அமைப்பையும் கூட அவர் கவனத்தில் ஏற்கிறார்: "எவற்றின் நடமாடும் நிழல்கள் நாம்?" (அழியாச்சுடர்) என்ற வரியில் 'எவற்றின்' என்ற சொல் தவறு, 'எவைகளின்' என்பதே சரி என ஒருவர் மௌனியிடம் சொன்னாராம். மௌனி அச்சொல்லின் சப்தம் அந்த வசனத்திற்குத் தேவைப்படுகிறது என்றார். 'எவற்றின்' என்ற சொல்லின் அழுத்தமான சப்தமே, அவ்வரியிலுள்ள கேள்விக்கு அதிக வலிமையைக் கொடுக்கிறது எனக் காணலாம். தம் கதைகளில் பலவற்றை பல தடவைகள் வேறு வேறு சொற் பிரயோகங் களுடன் திரும்பத் திரும்ப எழுதி, முக்கியமான இடங்களைச் சீராக்கும் மௌனியைப்பற்றி 'சரி – தப்பு' பார்ப்பவர்கள் கொஞ்சம் நிதானித்து தங்கள் அபிப்ராயங்களைச் சொல்வது நல்லது.

சொற்களைப்பற்றியே இவ்வளவு அக்கறை காட்டும் மௌனி கதைகளுக்கு இடப்பட்ட சில தலைப்புகள் சில கதைகளுக்குப் பொருந்தவில்லை, 'நினைவுச் சுழல்' என்பது போன்று படிமங்கள் – உவமை உருவகங்கள் – செறிந்த ஆடம்பரமான பெயர்களைவிட 'மாறுதல்' என்பது போன்ற பெயர்கள்தான் அவர் கதைகளுக்குப் பொருந்தும். ஏனெனில் தானாக இச் சொல் ஒரு மனக் கிளர்ச்சியையும் ஏற்படுத்தி விடாமல், கதையைப் படிக்கும்போதும், படித்து முடித்த பின்னும் ஏற்படும் உணர்வினால் நிரம்புவதற்கென வெறுமை யாகக் காத்து நிற்கிறது. 'நினைவுச்சுழல்' என்பது போன்ற தலைப்புகளோ தாமாகவே ஒரு உணர்வை எழுப்பி விடுவன. கதையைப் படிக்கு முன்பே இவ்வுணர்வைக் கதையிலும் எதிர்பார்த்து நாம் தயாராகிவிடுகிறோம், சில வேளைகளில் இப்படி எதிர்பார்த்தது நிறைவேறாமலும் போகும். மொத்தத்தில்

நாம் மௌனி கதைகளின் பெயர்களை கொஞ்சம் ஒதுக்கி விட்டுத்தான் அவற்றைப் படிக்கவேண்டும் என்று சொல்லத் தோன்றுகிறது.

இதோடு, தமது கதாபாத்திரங்களின் பெயர்கள் கூட கதையின் முக்கியமான ஓட்டத்தை மீறி சப்தம் போட்டு விடக்கூடாதே என்ற அக்கறையுடன் பாத்திரங்களின் பெயர் களையும் சாமானியமானவையாகவே உபயோகிக்கிறார். சில கதைகளில், அவசியமில்லை என்று காணும்போது பாத்திரத்துக்குப் பெயரே இராது. பெயர் இருப்பினும் இல்லாவிடினும், பெயர் கொள்ள, பாத்திரம் உருப்பெறுவதே அதிமுக்கியம் என்பதை அவர் உணர்ந்திருப்பது இவ்விஷயத் தில் தெரியவரும்.

IV

மௌனி பல விஷயங்களில் பிரச்னைக்குரியவராகியிருக்கிறார். பொதுவாக, அவர் எழுதுவதே புரியவில்லை என்ற குற்றச்சாட்டு ஒன்று. – தமது வசனங்கள் ஏதும் புரியவில்லையா என்று மௌனி கேட்கிறார். – அல்ல, புரிய மறுக்கிற சில விஷயங்களை அங்கங்கே எளிமையான வார்த்தைகளில் மடக்கிக் கொண்டு வரவே அவர் முயல்கிறார். அவ்விடங்களிலும் ஓரிரு வசனங்கள், அதுவும் மௌனியிடத்தே புதுப் பரிச்சயம் கொள்வோருக்குப் புரியாதிருக்கலாம். மற்றப்படி அப்படி ஒன்றும் மௌனி வசனங்கள் புரியாதவை அல்ல – அப்படியானால் தமது கதை எதுவும் புரியவில்லையா என மௌனி கேட்கிறார் – அப்படியும் இல்லை. ஒரு அளவுக்கு அவையும் புரிவது போல்தான் தென்படுகின்றன. ஆனால் அதற்கும் மேல் அதில் புரிந்து கொள்வதற்கு ஏதும் இருக்கிறதா என்று சந்தேகிக்க அவை இடம் வைக்கின்றன. உதாரணமாக 'அழியாச் சுடர்' கதையில், ஒருவன் ஒருத்தியிடம் அவளுக்காகத் தன்னால் எதையும் செய்யமுடியும் என்று சொல்கிறான். ஒன்பது வருஷங்களின் பின் பூரண வாலிபப் பருவத்தில் அவளை மீண்டும் சந்தித்த போது அவள் அவனை நோக்கி ஏதோ ஆக்ஞையிடுவதாக இவனுக்குத் தோன்றியது. அவள் என்ன செய்யச் சொன்னாள் என்பதே புரியாமல் இவன் மறைகிறான். இவ்வளவும் புரிகிறது ... – அவ்வளவுதான் அதில் புரிந்து கொள்ள இருப்பது என்கிறார் மௌனி. இதற்கு மேல், பாத்திரங்கள் ஏன் சாதாரண மானவர்களைப்போல் நடக்கவில்லை என்பது போன்ற கேள்விகளுக்கு மௌனி, பாத்திரங்களின் பைத்தியக்காரத் தனமான இயல்பை ஒத்த நடத்தையாகத்தானே அவர்களின் காரியங்கள் இருக்கும் என்கிறார். இது இடக்கான பதிலே அல்ல. உண்மையில் பாத்திரங்களே சாதாரண மனிதர் களாகவன்றி, மனக்கோளாறு பீடித்தவர்களாகவோ,

குடிப்பவர்களாகவோ, உந்நதமானவர்களாகவோதான் படைக்கப் பட்டிருக்கிறார்கள்.

மௌனியின் கதைகள் படிக்கும்போதே உயர்வகையான மனக்கிளர்ச்சியை ஏற்படுத்துக்கின்றன. இக்கிளர்ச்சிக்கான காரணங்களைக் கதைகளில் ஆராயும்போது அவைகள் இப்படி அசாதாரணமான பாத்திரங்களைச் சுற்றி அமைவதாக காண நேர்கிறது என்பது மேற்படி கூற்றுக்களுக்குக் காரணமாகலாம். ஆனால், திரும்பத் திரும்பப் படிக்கிறபோது இந்த வெளிக் காரணங்களைப் பற்றிய சிரமம் பின்தங்கி மங்கிவிடுகிறது. ஒரு உயர்ந்த மனவெழுச்சியை உண்டாக்கிவிட்டு பாத்திரங்கள் மங்கி மறைந்துவிடவே தோன்றின என்ற உணர்வினால் இது சேரலாம். அதற்கப்புறம் எப்போது படித்தாலும் இந்நிலையே நீடிக்கக் காண்கிறோம். உண்மையில் மௌனி கதைகள் திரும்பத் திரும்பப் படித்து அனுபவிக்கத் தக்கவை.

அசாதாரணமான பாத்திரங்களாகச் சிருஷ்டிக்கப்பட்ட பின் அவர்களது நடத்தையோ அவர்களால் நிகழ்த்தப்படும் சம்பவங்களோகூட அவர்களைப் பொறுத்த அளவில் 'நடப்பியல்'புக்கு ஒத்தவைதான். குருவி 'ஏன்–எங்கே' என்று கத்துவதும், கல்யாளி எழுந்து நின்று கூத்தாடுவதும் கதா பாத்திரங்களைப் பொறுத்த அளவில்தான். வேறு ஆசிரியர்கள் ஆடம்பரமான பெயர்கள் வார்த்தைகள், சிக்கலான நிகழ்ச்சிகள், தத்துவச் 'சரடு', அரை வேக்காட்டு 'நனவோடை' 'யுக்தி'களால் சாதிக்க முடியாத ஒரு தரிசனத்தை மௌனி இந்த வகையாக அசாதாரணமான பாத்திர அமைப்பு என்கிற ஒரே தந்திரத்தின் மூலம் பிரமிக்கத்தக்க விதத்தில் சாதிக்கிறார் என்பதே அவரது பாத்திரங்களின் அத்தன்மைக்குப் போதிய சமாதானமாகும்.

மௌனி தமது கதைகளில் பெரும்பாலும் நிகழ்ச்சி களினாலன்றி கவித்துவத்தினாலேயே பாத்திரங்களிடையே உறவு போன்றவற்றைக் கொண்டு வருகிறார். 'பிரக்ஞை வெளியில்' கதையிலே கதாநாயகன் காரில் மோதுண்டு வீழ்வது போன்ற புற நிகழ்ச்சிகள் வரும்போது அவை மங்கலாக்கப்பட்டு பின்னொதுக்கப்படுகின்றன. 'மனக்கோலம்' என்ற கதையில் கேசவனுக்கும் கௌரிக்கும் இடையே உள்ள கவர்ச்சியை ஏற்படுத்தி, நிகழ்ச்சிகளை மௌனி தேடவில்லை. கவித்துவம் நிரம்பிய மௌனியின் எழுத்தோட்டத்திலேயே இந்தப் பிணைப்பு, அற்புதமாக, உதறமுடியாமல் நேர்ந்துவிடுகிறது. அவள் கோலம் வரைவது தன் மனம் சித்திரம் கொள்ள, என்று கேசவன் கற்பிப்பதிலும், அவள் "முகமே விழிகளென" இவனைப் பார்ப்பதிலுமே மௌனி அவர்களிடையே வேண்டிய பிணைப்பைக் கொண்டுவந்து விடுகிறார்.

'பிரக்ஞை வெளியில்' கதையில் சேகரும் சுசீலாவும் ஒருவரைப் பற்றி மற்றவர் பேசிக்கொண்டிருந்து கிட்ட நெருங்கியதும் பேச்சை நிறுத்தி ஒருவரை ஒருவர் பார்த்துக் கொண்டதில், தாம் பேசியது மற்றவருக்குக் கேட்டிருக்குமோ என்ற அழுத்தத்தினால் ஏற்படும் பிணைப்பை வைத்தே 'அறிமுக'மானவர்கள் போன்று பின்னாடி ஹோட்டலில் சந்தித்ததும் பேச ஆரம்பித்துவிடுகிறார்கள் – இந்த அளவிற்கு மௌனி கதைகளில் நிகழ்ச்சிகளின் இடத்தை, கவித்துவமும் மனோதத்துவப் போக்குகளுமே நிரப்புகின்றன.

V

இக்கதைகளில் உயர்ந்தவை இவை என்று சுட்டவோ கதைகளை 'அலசி'ப் பார்க்கவோ நான் முயலவில்லை. உள்ளர்த்தம் பார்த்து 'பிச்சுப் பிடுங்கு'வது பரம்பரையாக தமிழ் இலக்கிய ரஸனையில் ஊறிவிட்ட ஒன்று போலும். ஒரு படைப்பு ஏதும் 'உள்ளர்த்தம்' கொண்டிருக்க வேணும் என்றும் அதுதான் 'ஆழமான' எழுத்தாகும் என்றும் கருதிப் பழகிவிட்டோம். இதனால் மௌனியின் கதைகளைப் போல், **படிக்கும் போதே** உயர்ந்த அனுபவங்களை உண்டாக்கக் கூடிய படைப்புகளை விட, பிச்சுப் பிடுங்கி உள்ளர்த்தம் தேடி **அதன் பின்பே** 'ஆழமான' எழுத்து என்று கருதத்தக்கதாக எழுதலே 'இலக்கியம்' என்ற பிரமை நம்மிடையே ஊறி இருக்கிறது. இலக்கியம், படிக்கும் போதே அனுபவிக்கத்தான். மௌனி கதைகள் இதற்குத் தகுந்த உதாரணங்கள் என்பதோடு, அவர் கதைகளில், உள்ளர்த்தம், தத்துவச் 'சரடு' ஏதும் கிடையாது. அங்கங்கே தெளிவுபட்டும் எட்டி உயர்ந்து செல்லும் சிந்தனைப் பொருள்கள் வேகம் கொண்ட வசனங்களில் வருகின்றன. இதுதான் அவரைப் பொறுத்த அளவில் 'ஆழமானது.', அவ்விடங்களில் மௌனியின் வசனம் சிக்கலாவதும் உண்டு. ஒன்றுக்கு மேற்பட்ட வசனங்களில் சொல்வதால் பொருளின் வேகம் குறைந்துவிடும் எனக் கருதி சொல்லவந்ததை ஒரு தரிசனமாகக் கண்ட கணத்தின் வேகத்தோடு ஒரே வசனத்தில் சொல்ல முயன்றவைதான் அவை. உதாரணமாக, "இரவின் அந்தகார இருளைக்காண, ஒரு சிறு ஒளிப்பொறி போன்றாக முடியுமா இப்பகல் தீவட்டிகளின் ஒளிகாட்ட முயலுதல்கள்?" என்று 'மனக்கோட்டை'யில் வரும் வசனம். இது வார்த்தை ஜாலம் அல்ல. வார்த்தை ஜாலம் என்பது பொருட்கிடை இல்லாத அபத்த வசனத்தைத்தான் குறிக்கும். மாறாக இங்கே இது போன்ற வசனங்கள் பொருட் கிடையோடு, தரிசன உணர்வும் செறிந்தவை.

தத்துவம், லட்சியம் போன்ற, கதைக்கு அப்பாற்பட்ட எதன் உதவியும் இன்றியே மௌனியின் கதை வாசகர் மனதை

சிறகு பெற்றது போல் உயர்வடைய வைக்கிறது. ஒரு காவ்ய இன்பத்தை அளிக்கிறது. இவ்வனுபவமே, ஆழமானதென்று சொல்லத்தக்க இலக்கிய அனுபவம்.

கதையம்சத்தை ஆழமாக்குவதாலோ, அதன் உள்ளர்த் தத்தைத் தேடிக் 'கண்டு பிடிக்கும்' சாமர்த்தியமும் 'கண்டு பிடித்தோம்' என்ற கர்வமும்தான் வாசகரிடையே வளரும். இது பண்டிதர்களிடமிருந்து இன்று சில விமர்சகர்கள் வரை பரவி தமிழ் ரஸனையைப் பீடித்த ஒரு வியாதியாகவிட்டது. இதை மாற்றியமைத்து மௌனியின் கதைகள் போன்ற படைப்புகளை உணரத்தக்க விதமாக ரஸனையைப் பண்படுத்துவதுதான் நாம் செய்ய இருப்பது.

தமிழில், ஆழமான கதையம்சத்தின் துணையின்றி, சாதாரணமான கதைகளிலேயே ஒரு காவிய உணர்வை மௌனி மட்டும்தான் இன்று தருகிறார். அவரது சொற்களால் தீண்டப் பட்டதும் இயற்கைப் பொருள்களிலிருந்து, சங்கீதம், பெண்மை, என்பனவரை தம்மை மீறி வியாபகம் பெறுகின்றன. படிக்கப் படிக்க அலுக்காத உணர்வோட்டமும் இலக்கிய நயமும் இதனாலேயே மௌனி கலையில் பரந்து கிடக்கின்றன. இந்த அளவு உந்ததமான காவியத்தன்மை உலக இலக்கியத்திலும் அபூர்வமாகவே காணப்படுகிறது. தமிழுக்கு இந்த வரண்ட வேளையில் இந்தப் படைப்புகள் கிடைத்தது அதிர்ஷ்டம்தான். இருந்தும் இவை தமிழுக்கு மட்டும், அதுவும் இந்த வேளைக்கு மட்டும் உரியனவல்ல; சிலவற்றின் ஜோதி காலத்தால் குன்றாது, தேசவரம்புகளையும் மீற ஜொலிப்பது என்று தோன்றுகிறது.

திருக்கோணமலை. **தருமு சிவராமு**
மே, *1967*

'மௌனி கதைகள்' தொகுப்பு ஒன்று முதல் பதிப்பிற்கு எழுதிய முன்னுரை

மௌனி: சில நினைவுகள்

1957ஆம் வருடம் திருவனந்தபுரத்திலிருந்த க.நா.சு. நாகர்கோவிலுக்குப் பலமுறை வந்தார். நானும் கிருஷ்ணன் நம்பியும் உயிர் நண்பர்களாக இருந்த காலம். ஒருமுறை மூன்று நாட்கள் தங்கிவிட்டுப் போக வந்த க.நா.சு. சுமார் மூன்று மாதங்கள் நாகர்கோவிலிலேயே அறை அமர்த்தி உட்கார்ந்துவிட்டார். சிறிய அறை. ஒருநாள் வாடகை ரூபாய் நாலணா. அறைக்குள் ஒரு பெஞ்சு மட்டும். ஓட்டல் முதலாளி அதைக் கட்டில் என்பார். ஒரு பக்கச் சுவரோடு இணைந்து கிடந்தது அது. பெஞ்சுக்கும் மறுபக்கச் சுவருக்குமான இடைவெளி ஒரு சாண் ஒரு விரற்கடை இருக்கும். வராண்டாவி லிருந்து அந்தரத்தில் ஒரே குதியாகக் குதித்து பெஞ்சில் படுப்பது சிரமம் என்பதால் முதலாளி முன்யோசனையாக விட்டிருந்த இடைவெளி அது. பிருஷ்டபாகம் கட்டிலில் உரசும்படி ஒருக்களித்து நின்று பாதங்களை அகட்டி வைத்துப் போனால் சௌகரியமாக பெஞ்சின் மீது அமர்ந்து விடலாம். பிருஷ்டபாகம் சுவரில் உரசும்படி உள்ளே நுழைந்துவிட்டோமென்றால் அதன்பின் பெஞ்சில் உட்கார உடம்பைத் திருப்ப முடியாமல் ஆகிவிடும். க.நா.சுவும் நாங்களும் ஒவ்வொரு முறையும் தவறாகத்தான் நுழைவோம். ஒரு தடவை நாங்கள் மூவரும் தெருவில் நடந்து போய்க்கொண்டிருக்கும் போது, க.நா.சுவிடம், 'எப்பிடி சார் இருக்கு அறை?' என்று நம்பி கேட்டான். 'ரொம்ப சௌரியம். மூன்று மாடிகள் எறங்கி பத்து நிமிஷம் நடந்தா ஹோட்டல் கக்கூஸுக்குப் போயுடலாம்' என்றார் க.நா.சு.

க.நா.சு. அறையைவிட்டு வீதிக்கு வந்தால் அவர் உடம்பு முதலில் எந்தப் பக்கம் திரும்புகிறதோ அந்தப் பக்கம் பார்க்க நடக்கத் தொடங்கிவிடுவார். அது எந்தத் திசை என்பதுகூட அவருக்குத் தெரியாது. ஒரு தடவை நடந்து போகும்போது 'சார், இதுதான் சுசீந்தரம்' என்றான் நம்பி. "இவ்வளவு பக்கமா?" என்று கேட்டார் க.நா.சு. நான்கு மைல்கள் நடந்துவிட்டிருந்தோம். 'ஊருக்குள் போவோமே' என்றார் அவர். கிராமத்துப் புராதன ஓடு வேய்ந்த வீடுகளைப் பார்ப்பதில் அவருக்கு ஒரு லயிப்பு உண்டு என்பதை கண்டுபிடித்து வைத்திருந்தோம். வழியில் தெப்பக்குளம் வந்தது. சில எட்டுக்கள் வைத்ததிலேயே ஒரு புராதன காலத்திற்குள் நுழைந்து விட்டதுபோல் பிரமை தட்டிற்று. குளத்தின் சுற்றுக்கட்டு நேர்த்தியாக இருந்தது. குளத்தைச் சுற்றிவர இரண்டு பக்கங்களிலும் தாழ்ந்த ஓட்டுக்கூரை கொண்ட வீடுகள். ஒருபக்கம் அகலமாகக் காவியடித்த கோவில் சுவர். குளத்தின் சுத்தமான, சொரசொரப்பான படிக்கட்டுகள் ஆசையைத் தூண்டவே அதில் உட்கார்ந்து கொண்டோம்.

க.நா.சு. சிற்றலைகளைப் பார்த்துக் கொண்டேயிருந்தார். குளத்தின் பல்வேறு இடங்களில் மயிர்கூச்செறிவதுபோல் இருந்தது. அவர் மீது மௌனம் கவிழ்கிறபோது இடதுகைக் கட்டை விரல் நகத்தை வலது கை நகத்தால் சுரண்டத் தொடங்கி விடுவார். திடீரென்று அவர், 'மௌனியை படிச்சிருக்கேளா?' என்று கேட்டார். 'காதில் விழுந்திருக்கு' என்றான் நம்பி. என் முகத்தைப் பார்த்தார். 'ஒரே ஒரு கதை படிச்சிருக்கேன். ஒண்ணும் புரியலே' என்றேன். 'தலைப்பு?' 'மாறாட்டம் என்று ஞாபகம்.' 'இருக்கிறதிலேயே அதுதானே லேசு' என்றார். ஒரு நிமிட இடைவெளிக்குப் பின், 'தேடிப் படிக்கணும். ஹி எஸ் எ கிரேட் ஆதர்' என்றார். அவர் பேசிய இடம், மௌனி என்ற பெயரை அவர் உச்சரித்த விதம், அவருடைய பாராட்டு மூன்றும் எங்களுக்கு மனச்சிலிர்ப்பைத் தந்தன. க.நா.சு. சென்ற பின் நானும் நம்பியும் மௌனி வேட்டை ஆடத் தொடங்கினோம்.

கிராமங்களில்கூட அருமையான நூலகங்கள் இருந்த பொற்காலம். ஒன்றுவிடாமல் அலசிப் பார்த்தோம். நாஞ்சில் நாட்டைப் பற்றி எங்களுக்கு இருந்த அறிவு நல்ல விருத்தி கண்டது என்றாலும் மௌனி அகப்படவில்லை. தேரூர் நூல் நிலையத்தின் நூலகர், 'மௌனி இல்லை. புதுமைப்பித்தன் இருக்கு' என்றார். ஆச்சரியமாக இருந்தது. புத்தகப் பட்டியலை அவர் திருப்பிப் பார்க்கவேயில்லை. முகத்தைப் பார்த்தபோது, மூளையிலிருப்பதை, புத்தகத்தில் என்ன மண்ணாங்கட்டிக்குத் தேடணும் என்ற பாவம் தெரிந்தது. 'புதுமைப்பித்தனைச் சொல்லக்

காரணம்?' என்று கேட்டான் நம்பி. 'மௌனி கிறுக்கு இருந்தா புதுமைப்பித்தன் கிறுக்கும் இருக்கும்' என்றார் நூலகர். இலக்கிய விமர்சகராக இருப்பாரோ என்ற சந்தேகத்துடன், 'மௌனியை படிச்சிருகேளா?' என்று நான் கேட்டேன். 'மணிக்கொடியில் வந்தது முச்சூடும் படிச்சிருக்கேன்' என்றார். 'ஒரு இதழை கண்ணால் பார்க்க முடியுமா?' என்று கேட்டான் நம்பி. 'ஒண்ணுகூட இல்லையே' என்று கையை விரித்தார். 'ஐயையோ பெரிய பொக்கிஷம் இல்லையா?' என்றான் நம்பி. 'இப்பமில்லா பொக்கிஷம்ன்னு தெரியுது. அண்ணைக்கு மௌனியைப் படிக்கிற நேரத்திலே கிறுக்கு மனுஷன் பொலம்பிக்கிட்டு கிடக்காருன்னுதானே நெனச்சேன்' என்றார்.

ஒருமுறை கொச்சிக்குப் போன நம்பி, திரும்பி வந்ததும் 'கொச்சியிலே கூட மௌனி கிடைக்கலே' என்றான். கொடுமலையாளத்தில் யாராவது மௌனியைத் தேடுவார்களா என்று கேட்டேன். நம்பி ஒரு தினுசாக என்னை முறைத்தான். 'உ.வே.சா. என்ன சொல்லியிருக்கார்? ஒரு புஸ்தகமோ ஏடோ தேவைன்னா பார்க்கறவா எல்லாரிட்டையும் அதப் பத்திக் கேளு. கூச்சப்படாதே. ஒரு அரிசிமணி கிடைக்கணும்னா அரைப்படி உமியைத் கிளறித்தான் ஆகணும் அப்டீனு சொல்லியிருக்கார்' என்றான். நாங்களும் உ.வே.சா. வழியைப் பின்பற்றத் தொடங்கினோம்.

எனக்கு உடல்நிலை மிகவும் மோசமாக இருந்த காலம். குதிரை வண்டி ஒன்றை அமர்த்தி நானும் நம்பியும் சுசீந்திரம் போனோம். வீடு வீடாகக் கேட்டுவிடலாம் என்று அங்கிருந்த எங்கள் நண்பர்கள் சொல்லியிருந்தார்கள். குதிரை வண்டி கொஞ்ச தூரம் போனதும் வண்டிக்காரரிடம் நான், 'மௌனியைப் பத்தித் தெரியுமா?' என்று கேட்டேன். நம்பியை முந்திக்கொண்டு விட வேண்டும். 'நல்லாத் தெரியுமே' என்றார் வண்டிக்காரர். 'நேர்ப்பழக்கம் உண்டா?' என்று கேட்டோம். 'கோட்டார்லே சுத்திக்கிட்டிருந்தவருதானே' என்றார். மேலும் விசாரித்தபோது மனம் பிசகிய நிலையில் மௌனச் சாமியார் என்றொருவர், கோட்டாரில் நிர்வாணமாக அலைந்துகொண்டிருந்தார் என்பது தெரிந்தது. 'சாமி உத்தேசமா எத்தனை வருஷம் நிர்வாணமாக இருந்திருப்பார்?' என்று கேட்டான் நம்பி. 'கருப்பையிலேருந்து கட்டையில போற வரைக்கும் நிர்வாணம்தான்' என்றார் வண்டிக்காரர். அதோடு நிறுத்திக்கொள்ளாமல், 'நமக்குப் பைத்தியம், வேட்டியைக் கட்டிக்கிட்டு ஆத்தமாட்டாம அலையறோம்' என்றார்.

*1959*இல் சென்னையில் அகில இந்திய எழுத்தாளர் மாநாடு நடந்தபோது எனக்கும் நம்பிக்கும் அழைப்பும், க. நா. சு. விட

மிருந்து தனிக்கடிதமும் வந்தன. அந்த நிமிஷமே நாங்கள் பரஸ்பரம் பேசிக் கொள்ளாமலே சென்னைக்குப் போவது என்று தீர்மானித்துவிட்டோம். க.நா.சு.வை திருவல்லிக்கேணி ஸ்டார் பிரசுரத்தில் சந்தித்தபோது அவர் மாநாட்டைப் பற்றிப் பேசுவதற்கு முன், 'மௌனி கதைகள் புஸ்தகமாவரது' என்றார். புத்தகத்தைத் தபாலில் அனுப்பி வைக்கச் சொல்ல வேண்டும் என்ற நினைப்பில் விலையை முன்பணமாகக் கொடுக்க முயன்றபோது, 'இப்போ பணமெல்லாம் வேண்டாமய்யா. செட்டியார் வெகுமதிக்கெல்லாம் பயப்படற ஆள் கிடையாது' என்றார் க. நா. சு.

புத்தகங்கள் நாகர்கோவிலுக்கு வந்து சேர்ந்தன. மனதைக் குவித்துக்கொண்டு படித்தால்தான் சுமாராகவாவது மண்டையில் ஏறும் என்ற பயத்தோடு புத்தகத்துடன் மொட்டை மாடிக்குப் போனேன். படிக்கப் படிக்க மௌனி என் கன்னங்களை கிள்ளி, தலையை உசுப்பி, பின் பக்கம் தள்ளிவிடுவதுபோல் தோன்றிற்று. நம்பி வந்ததும் 'எப்படி?' என்று கேட்டேன். 'இன்னும் ஒரு மாசம் நீங்க எதுவுமே எங்கிட்டக் கேக்கக் கூடாது என்றான். சில வாரங்களுக்குப் பின்' மௌனியிடம் பல மர்மங்கள் இருக்கு. அவர் என்னை ஆட்டிப் படைக்கிறார்' என்றான்.

பின் வந்த ஐந்நூறு மாதங்களில் மேலும் இரண்டு மூன்று முறை நான் மௌனியைப் படித்தேன். வரிகளுக்குப் பின்னாலிருந்து சிறிது வெளிச்சம் வருவதுபோல் இருந்தது. 'என் குகைக்குள் தைரியமாக வா' என்று என்னை அழைக்கிறார் மௌனி. மேலும் சில தடவை படித்தபோது மௌனி தன் மார்போடு என்னை அணைத்துக் கொள்வதை உணர்ந்தேன். அதன்பின் பல மாதங்கள் அடிக்கடி நானும் நம்பியும் மௌனி கதைகளில் கண்டுபிடித்த ரகசியங்களை மட்டுமே பரிமாறிக் கொண்டோம். கதைகளைப் பற்றிப் பேசிக் கொள்வது சாதாரணமாகத் தோன்றிற்று. அப்போது நம்பி ஐந்து முறை மௌனியைப் படித்திருந்தான். சந்தர்ப்பங்கள் பொருந்தி வரும் போது அவருடைய வாக்கியங்களைத் தட்டிவிடத் தொடங்கி யிருந்தான்.

நம்பியின் தம்பி வெங்கடாஜலம், சிதம்பரத்துக்கு ஒரு பரீட்சை எழுதப் போனவன், ஹால் டிக்கட்டை விட்டுவிட்டு போய்விட்டான். நம்பி கிளம்பினான் ஹால் டிக்கட்டோடு. அவனுக்கு ஒரு சந்தர்ப்பம் வாய்த்துவிட்டது! நானும் நம்பியும் சேர்ந்து போய் மௌனியைப் பார்க்க வேண்டும் என்று, குறைந்தது ஐம்பது தடவையாவது பேசிக்கொண்டிருந் திருக்கிறோம். எனக்கு ஏமாற்றமாகப் போய்விட்டது. 'இப்போதே சேர்ந்து போவோம். கைக்கொழந்தையா உங்களை

கவனிச்சிப்பேன்' என்றான் நம்பி. தனியாக மௌனியைச் சந்திக்க அவனுக்கு உள்ளூர ஒரு பயமும் இருந்தது. 'அவர் கதை மாதிரி பேசத் தொடங்கிட்டா எக்கச்சக்கமாக உளறிடுவேன்' என்றான். எனக்கு உடல்நிலை மிக மோசமாக இருந்தது. அந்த நிலையில் மௌனியைப் பார்க்க வெட்கப்பட்டேன்.

சிதம்பரத்திலிருந்து திரும்பியதும் நேராகக் கைப் பையுடன் எங்கள் வீட்டுக்கு வந்தான் நம்பி. என் மனசு படபடத்தது. 'அவர் பேசினதெல்லாம் சாவகாசமாச் சொல்றேன். வாக்கியத்துக்கு வாக்கியம் போடற கெட்டவார்த்தை இருக்கே, ஒவ்வொண்ணும் லட்டு லட்டுவா இருக்கு' என்றான் நம்பி. அதன்பின் நினைவு வரும்போதெல்லாம் நம்பி மௌனியைப் பற்றி செல்லக் கோபத்துடன் எவ்வளவோ என்னிடம் சொன்னான். 'பெரிய சிங்கம்னு நினைப்பு; வெறும் ஆட்டுக்குட்டி. கையிலே ரெண்டு புல்லை வச்சுண்டிருந்தா என் பின்னால இங்கேயே வந்துடும். ஆனா அவர் பேச்சுக்கு நீங்கள் ஈடு கொடுக்கத் தொடங்கினா நெஞ்சுவலி வந்து ஆஸ்பத்திரில அட்மிட் பண்ணும்படி ஆயிடும்' என்றான்.

சில வாரங்களுக்குப் பின் மௌனியிடமிருந்து நம்பிக்கு ஒரு கிறுக்கல் கார்டு வந்தது. அதில் அவர் எழுதியிருந்ததைக் கண்டுபிடிக்க நம்பிக்கு மூன்று மாதங்கள் வரையிலும் ஆயிற்று. அக்ரஹாரத்தில் ஒருவர் பாக்கியில்லாமல் அந்தக் கார்டைக் காட்டி நச்சுப் பண்ணத் தொடங்கிவிட்டான். தில்லியில் அண்டர் செக்ரெட்ரியாக பணியாற்றி விட்டு ஓய்வு பெற்று வந்திருந்த ஒரு மாமா, 'படிச்சுச் சொல்றது அப்பறம் இருக்கட்டும். என்ன பாஷைனு முதல்ல கண்டுபிடிச்சுடறேன்' என்றார். மற்றொரு மாமா, 'அசடு, சுருக்கெழுத்துடா. அத தெரிஞ்சவா கிட்டக் கேளு' என்றார். 'சமஸ்கிருதமாக இருக்குமோ?' என்று என்னிடம் கேட்டான் நம்பி. அதன்பின் அவன் தன் ஜேபியில் கார்டை வைத்துக் கொண்டு தெருவில், பஸ்ஸில், பூங்காவில், கிடைத்த நேரத்திலெல்லாம் ஆராய்ச்சி செய்து கொண்டே இருந்தான். திடீரென்று ஒருநாள் அவன் வந்ததும் எண்ணைப் பிசுபிசுப்பில் தோய்ந்து போயிருந்த கார்டை எடுத்து படித்துக் காட்டத் தொடங்கிவிட்டான். 'ஏழு எழுத்துக்களைத் தவிர மீதி சகலதும் கண்டு பிடிச்சாச்சு' என்றான். படித்து முடித்ததும்,' எதுக்கு இப்படிச் சுத்தி வளைக்கணும்' என்று நான் கேட்டேன். 'கடிதாசில இருக்கிற ஜெபர்தஸ்தை எல்லாம் கழத்தி வச்சுட்டுப் பாத்தா விஷயம் சுருக்கமா நம்ம ரெண்டு பேரும் ஒண்ணா அவரப் பாக்கப் போணும் என்பதுதான்' என்றான்.

இரண்டு மூன்று மாதங்களுக்குப் பின் நானும் நம்பியும் சிதம்பரம் போனோம். நாங்கள் பஸ் ஸ்டாண்டில் இறங்கி ஒரு

அறையெடுத்து குளித்துவிட்டு டிபனையும் முடித்துக்கொண்டு போகலாம் என்று தீர்மானித்தோம். நாலு எட்டுக்கூட வைத்திருக்க மாட்டோம். பின்னாலிருந்து அதிகார மிடுக்குடன் ஒரு குரல், 'நம்பீ' என்று கத்துவது கேட்டது. திரும்பிப் பார்த்த நம்பி, 'ஐயையோ, இவர் இங்கேயே வந்து நிக்கறாரே' என்று கத்தினான். வெள்ளை மயிர் கொத்துக் கொத்தாக முன் நகர்ந்து விழ லாவகத்துடன் விறுவிறுவென்று நடந்து எங்கள் பக்கம் வந்துவிட்டார் மௌனி. இடுப்பொடுங்கி தசை இறுகிய உடற்கட்டும், நடையின் வாலிப மிடுக்கும் என்னைக் கவர்ந்தன. நம்பி என்னை அறிமுகப்படுத்த வலது கையைத் தூக்கத் தொடங்கியதும் அவர் குறுக்கிட்டு 'அறிமுக மயிரொண்ணும் வேண்டாம். நீ நம்பி, அது ராமசாமி' என்றார். 'நீங்க கோவிச்சுக்கக் கூடாது ஸார். ஒரு சின்ன விஷயம்' என்றான் நம்பி. 'என்னது?' என்று குரலில் ஒரு கோணலோடு கேட்டார் அவர். நம்பியின் சுருதி இறங்கிவிட்டது. 'ஸார், ஹோட்டல்லே ஒரு ரூம் எடுத்து குளிச்சுட்டு வந்துடலாம்னு பாக்கறோம்' என்றான். 'இந்த லோகத்துல நீ ஒருத்தன் தான் குளிச்சு சுத்தமா இருக்கறவனோ?' என்று கேட்டார் மௌனி. அதன்பின் ஒரு இளக்காரத்துடன், 'எந்த ஹோட்டல்னு தீர்மானம்?' என்றார். நம்பி பறக்கப் பறக்க விழித்துவிட்டு கண்ணுக்குத் தெரிந்த ஒரு ஹோட்டல் போர்டைக் காட்டினான். மௌனி, லேசான வலிப்புடன், 'சீச்சீ, இது வேண்டாம். போற வழியிலே ஒசத்தியா ஒண்ணிருக்கு. ஆனந்தமா இருக்கும். இங்க மூணோ நாலோ குட்டிகளை வச்சுண்டு ஒப்பேத்திண்டிருக்கான் தரித்திரம். அங்கன்ன ஒரு டஜனுக்கு மேலே இருக்கு' என்றார். நான் நம்பியின் பின்னங்கையை லேசாகக் கிள்ளினேன். உடனே நம்பி, 'சரி ஸார் போவோம், தப்பா நெனச்சுக்காதேங்கோ' என்றான்.

மௌனி அவர் வீடு நெருங்கியதும் 'மாடியில உனக்கும் அவனுக்குமா தனி ரூம்; ரெண்டு படுக்கை; படுக்கைன்னா பாய் இல்லை; மெத்தை – ஆளுக்கொரு பாக்கெட் சிகரெட்; ப்ளேயர்ஸ்' என்றார். சிரித்தபடி, என் கையைப் பற்றி, 'ஊதற பழக்கம் உண்டோ இல்லையோ?' என்றார். எனக்குத் தர்ம சங்கடமாக இருந்தது, 'சில சமயம்' என்றேன். 'ரெண்டு ரெண்டா ஊதுவாய்ன்னு கேள்வி' என்றார். குளித்து டிபன் முடித்ததும் 'மாடிக்குப் போறது' என்றார் மௌனி. நாங்கள் மாடிக்குப் போய் உடம்பைச் சாய்த்தோம். என் காதோரம் நம்பி, 'இன்னும் பத்து நிமிஷத்திலே இங்கே வந்திடுவார்' என்றான். அவன் சொன்னபடியே நடந்தது. தூக்கம் கண்ணைச் சுழற்றிக் கொண்டு வந்தபோது காலடி ஓசை கேட்டது. மௌனிதான். அறைக்கு வெளியே இரு கைகளையும் நிலைப்படியின் மேலே

தூக்கி வைத்தவாறு முகத்தை மட்டும் உள்ளே விட்டுக் கொண்டார். லேசாகக் கனைத்தார். நாங்கள் எழுந்து உட்கார்ந்து கொண்டோம், 'நீங்க பாட்டுக்குத் தூங்குங்கோ, சௌகரியம் எப்பிடீனு பாக்க வந்தேன்' என்றார். அதன்பின் 'ஒரே ஒரு சந்தேகம். போனதவா வந்திருக்கச்சே 'அழியாச்சுடர்' கதையில அந்தப் பொண் அவனைக் கல்யாணம் பண்ணிண்டாளானு கேட்டியே. அப்பப்பொ ஞாபகம் வந்து தனியே சிரிச்சிப்பேன்' என்றார். நம்பி என் மனதில் ஏற்றியிருந்த மௌனியின் படிமத்தை வைத்து, இது ஒரு தூண்டில் என்று நினைத்துக்கொண்டேன். 'ஏன் ஸார், உளறல் கேள்வியா?' என்று கேட்டான் நம்பி. 'நோ நோ, இட் ஈஸ் எ ப்ரில்லியன்ட் கொஸ்டின்' என்று சொல்லிக் கொண்டே வலது காலை அறைக்குள் வைத்தார். ஸார் உக்காருங்கோ' என்றான் நம்பி. நாங்கள் இருவரும் சுவரைப் பார்க்க நகர்ந்துகொண்டோம். நின்று கொண்டிருந்த ஒரு கற்சிலை வாகாக அமர்ந்துகொண்டது போல் மௌனி உட்கார்ந்தார். புகை உடம்பு தன்னை மாற்றிக்கொள்வது போல் இருந்தது. 'அந்தப் பெண் என்னை பைத்தியமா அடிச்சுட்டா ஸார். இத்தனைக்கும் நீங்க அவளைப் பத்திப் பெரிசா ஒண்ணும் சொல்லிடலை. மாஜிக் மாதிரின்னா இருக்கு ஸார்' என்றான் நம்பி. நம்பியின் பாராட்டில் சிறிதும் சந்தோஷம் அடையாத மாதிரி முகத்தை இறுக்கமாக வைத்துக்கொண்டார் மௌனி. 'உனக்கு அவளப் பத்தி ஏக்கம் இருக்கு; அவளுக்கு உன்னைப் பத்தி இல்லியே' என்றார். தொடர்ந்து, 'அவ யாரை வேணா கட்டிண்டு போறா, உனக்கென்ன மயிரு?' என்று கேட்டார். நம்பி பெரிதாகச் சிரித்தான். ஒவ்வொரு தடவை மௌனி கேலி செய்யும்போதும் அவனுக்குத் தாங்க முடியாத சந்தோஷம் ஏற்படும்.

'உனக்கு ரொம்ப பிடிச்ச கதை எது?' என்னைப் பார்த்துப் கேட்டார் மௌனி. 'பிரபஞ்ச கானம்' என்றேன். நம்பியைப் பார்த்து, 'அதைப் படி' என்றார். அப்போதுதான் அவர் கையில் 'அழியாச்சுடர்' தொகுதி இருப்பதை நாங்கள் கவனித்தோம். பிரபஞ்சகானத்தை நம்பி படிக்கத் தொடங்கினான்:

'அவன் அவ்வூர் வந்து, மூன்று வருஷம் ஆகிறது. வந்த சமயம், மேல் காற்று நாளே ஆயினும், அன்றைய தினம் உலகத்தின் வேண்டா விருந்தினன் போன்று காற்று, அலுப்புற்றுச் சலித்து, ரகசிய புக்கிடமாக, மரக்கிளைகளில் போய் ஒடுங்கியது போன்று அமர்ந்திருந்தது. என்று படித்து முடித்ததும். நம்பி, 'ரொம்ப அற்புதமான ஆரம்பம் ஸார்' என்று உணர்ச்சிவசப்படச் சொன்னான். 'சுருதி சேர்த்தபின் வீணையை மீட்டுவது போல் இருக்கிறது' என்றான். அவன் கூறிய சங்கீத உவமானம்

மௌனிக்கு ரொம்பப் பிடித்துவிட்டது. புன்னகை மாதிரி உதடு நெளிந்தது. மௌனி என்னைப் பார்த்து, 'ஒனக்கு என்னென்ன சந்தேகம் உண்டோ, அவ்வளவையும் கேளு. தப்பா நெனச்சுக்க மாட்டேன்' என்றார்.

நம்பி கதையைத் தொடர்ந்து வாசித்தான். நடுவில் குறுக்கிட்டு நான் ஒரு கேள்வி கேட்டேன். 'ஸார், ஒரு சம்பாஷணை முடிந்ததும், கூறினான் என்று வருகிறது. மற்றோரிடத்தில் சொன்னான் என்று வருகிறது. மனசுக்குள் வித்தியாசம் இருக்கா?' என்று கேட்டேன். அந்தக் கேள்வி மௌனிக்கு ரொம்பவும் பிடித்துவிட்டது. முதல் தடவையாக அவர் சிரிப்பதையும் பார்த்தேன். கொஞ்சம் புகையிலையைச் சுருட்டி இடது வாயோரம் திணித்தபடி 'நீ கொஞ்சம் இடக்குப் பேர் வழின்னாலும் பெரிய மண்டை என்று நம்பி சொன்னது சரிதான்' என்றார். மௌனி புகழ்வதை அப்படியே எடுத்துக்கொண்டால் நாம் நாள்பட ஒண்ணாம் நம்பர் அசடாகிவிடுவோம் என்று நம்பி சொல்லி யிருந்தது நினைவுக்கு வந்தது. அவர் என்னைப் பார்த்து, 'எனக்குக் கூறினான்னா ஒண்ணு, சொன்னான்னு சொன்னா இன்னொண்ணு' என்றார். தொடர்ந்து 'மலர்ன்னா ஒண்ணு. பூன்னா இன்னொண்ணு என்று நூற்றுக்கணக்கான வார்த்தைகளை இப்படி மனசில பிரிச்சுப் போட்டுண்டு இருக்கேன்' என்றார். 'ஒண்ணு ரெண்டு உதாரணங்களைச் சொல்லுங்களேன், ஸார்' என்றேன். சம்பாஷணை சரியான தடத்துக்குள் நுழைந்துவிட்டது (நுழைய வைத்துவிட்டார் என்றும் சொல்லலாம்) மௌனியின் முகத்திற்கு ஒரு குளுமையைத் தந்திருந்தது. 'சொன்னான் அப்டீன்னு சொன்னா மேலோட்டம். அதோட லௌகீக தளம். ஆழமோ கனமோ ஒரு எழவும் கிடையாது. கூறினான் அப்டீன்னு சொன்னா, அதில தீர்மானம், உறுதி இப்டீன்னு எவ்வளவோ இருக்கு. மௌனி ஒரு அடாவடிக்காரன் என்று அவர் நண்பர் சொன்னார். அப்டீன்னு சொல்றது. 'மௌனி ஒரு எழுத்தாளனே இல்லை' என்றால் அவன் கூறினான் என்று வரும். அர்த்தமாறதா? என்றார் 'பூ அப்டீன்னு சொன்னா எனக்கு அது சின்னது. பிச்சிப்பூ, முல்லைப்பூ மாதிரி. மலர்ன்னா தாமரை, சூரியகாந்தி மாதிரி' என்றார். 'அதோட நீங்க ஒண்ணு தெரிஞ்சுக்கணும். அகராதி ஒரு விவஸ்தைகெட்ட மொண்ணை வஸ்து. ஒவ்வொரு வார்த்தைக்கும் ஏகதேசமா இதுதான் அர்த்தம் அப்டீனுதான் அதால சொல்ல முடியும். ஒரே அர்த்தம் தர ரெண்டு சொல்லுக்குள்ளே மயிரெழை வித்தியாசம் இருக்கு. அதுக்கு பாஷை கிடையாது. மனசால உணர்ந்தா உண்டு. இல்லைன்னா இல்லை. ரெட்டக் குழந்தைகளுக்கு இருக்கிற வித்தியாசத்தத் தெரிஞ்சுக்கற மாதிரி இது. இல்லைன்னா ராமென லட்சுமனன்னும் லட்சுமணனெ ராமன்னும் தப்பு தப்பா கூப்பிட்டிண்டே

இருப்போம். அவன்ட்ட சொல்லவேண்டியதெல்லாம் இவன்ட்ட சொல்வே. உளறல்தானே அது. இப்ப நாம எழுதற தமிழெல்லாம் தப்புத் தமிழ். அதில யோசிக்காத பழக்கம் இருக்கே தவிர யோசிச்சு கண்டுபிடிப்பு ஒரு மயிரும் கிடையாது. இப்படி எழுதறதெவிட நாக்கப் பிடுங்கிட்டு சாகலாம்' என்றார்.

'நீங்க சொல்றது புத்தம் புதுசா இருக்கே ஸார் என்றான் நம்பி.

'புத்தகம் புதுசுதான். நாள்பட யோசிச்ச புதுசு. உங்க ரெண்டு பேருக்கும் வள்ளிசா இது தெரியாது' என்றார் மௌனி. எங்களுக்குக் கேட்கக் கஷ்டமாக இருந்தது. யோசிக்க வேண்டும் என்று தோன்றிற்று.

'எப்படி ஸார், நான் சுமாரா எழுதறேனா?' என்று கேட்டான் நம்பி.

'சுமாராகவா? ரொம்ப நன்னா எழுதறே' என்றார். ஏதோ மேற்கொண்டு சொல்லவரும் மௌனியின் முகத்தையே நம்பி பார்த்துக் கொண்டிருந்தான். அவன் முகம் முழுக்கச் சந்தேகமாக இருந்தது.

'எனக்கு ஒரு வயசான சித்தப்பா இருந்தார். ஒண்ணுக்குப் போகத் தொடங்கினா அவர் பாட்டுக்கு ஒண்ணுக்குப் போயிண்டே இருப்பார். என்னடா இது, மூணு நாலு கொடம் பிளாடர்லே யிருந்து வரமுடியுமா அப்டீனு தோணும். எல்லாரும் ஒண்ணுக்குப் போக வேண்டியதுதான். அதுல சந்தேகமே கிடையாது. ஆனா ஒண்ணுக்குப் போகத் தொடங்கினா முன்னப்பின்ன முடிச்சுக்கணும்னு கிடையாதா? நீ பாட்டுக்கு நீலக் கடல் கதையிலே போயிண்டே இருக்கியே. என் சித்தப்பாவயே தோக்கடிச்சிடுவாய் போலிருக்கே' என்றார்.

தனக்கு நோபல் பரிசு கிடைத்ததுபோல் நம்பி சந்தோஷப் பட்டுக்கொண்டான்.

'மண்டையாலதான் எழுத முடியும். அதுலயும் மனுச மண்டையாலே. அதனாலதான் உராங்குட்டான், சிம்பன்சி எல்லாம் கவிதை எழுதாம இருக்கு. பிரக்ஞை சுடர் மாதிரி எரிஞ்சிண்டே இருக்கணும் உள்மனசிலே' என்றார்.

நம்பி தயக்கத்துடன், 'ராமசாமி கதைகளைப் படிச்சிருக்கேளா ஸார்?' என்று கேட்டான்.

'அவன் கதைகளை படிக்காம இருக்க முடியுமா? ஜானகிராமன் பெரிய டிஸ்கவரீனு சொல்லியிருக்கானே. தன்னைவிட நன்னா எழுதறதாகச் சொல்றான் அவன். அது

மட்டுமா தூங்கச்சயும் க.நா.சு. இவன் பெயரேப் புலம்பின வண்ணமா இருக்கே. லேசான ஆளா? படிச்சிருக்கேன்' என்றார்.

'புரியற மாதிரி சொல்லுங்களேன் ஸார்' என்றான் நம்பி. குரலில் கெஞ்சல் இருந்தது.

மௌனி என் கையைப் பிடித்துக்கொண்டார். 'இவன் மூளை கலையைப் படைக்கவிடாதே. அதுக்கு நான் என்ன செய்ய முடியும்? கலையைவிட தான்தான் உயரம் அப்டீன்னு ஒரு முக்காலிலே ஏறி நின்னுப்பன். கலை பெரிசுடா, சித்தக் கீழ எறங்குடா, புண்ணியமாப் போகும் அப்டீன்னு சொன்னா கேக்க மாட்டேங்றானே' என்றார்.

நம்பி நமுட்டுச் சிரிப்புச் சிரித்தான். எனக்கு உலக்கையடி கிடைத்தது அவனுக்குச் சிறிது சந்தோஷத்தையும் தந்ததோ என்னவோ.

'எனக்கும் ஊர்ல நண்பர்களுக்கும் அவர் எழுத்தைப்பத்தி ஒசத்தியான அபிப்பிராயம் ஸார்' என்றான் நம்பி.

மௌனி, நம்பியின் முகத்தைக் கூர்ந்துப் பார்த்தார். 'ஒண்ணு கேக்கறேன். பதில் சொல்லு. நீ ரம்பை, திலோத்தமை, ஊர்வசி இவாளையெல்லாம் பாத்திருக்கியா?'

'எனக்கு அந்தப் பாக்கியம் கிடைக்கலையே ஸார்' என்றான் நம்பி.

'அதுதான் ரோட்ல போற குட்டிகளெல்லாம் பார்த்து பல்லக் காட்டிண்டு இருக்கே. ஒரு பாவாடை நுனி தெரிஞ்சாப் போரும், பின்னாலெ போயிண்டேயிருப்பே. முன்னாலே போயிண் டிருக்கிறவளெ பொண்ணுன்னு சொல்லலாம். என்ன மயிருக்கு பேரழகின்னு சொல்லணும்?' என்றார்.

'நீங்கள் இன்னும் தெளிவாகச் சொன்னாத்தான் எனக்குப் புரியும்' என்றேன்.

'விவரமாச் சொன்னா உன் மூளையால என்னைச் சகதியில தள்ளிடலாம்னு பாக்கறியா?' என்றார்.

'சரி, எங்க ரெண்டு பேரையும் விட்டுட்டு மத்தவங்களப் பத்தி சொல்லுங்களேன்' என்று கேட்டேன்.

'நீ ஒவ்வொண்ணா கேளு. நான் சொல்றேன். எனக் கென்னடா பயம்? என் நாக்கை அறுத்தாலும் காட்டெருமையை மான் குட்டின்னு சொல்லமாட்டேன்' என்றார்.

'முதல்ல பாரதி' என்றான் நம்பி.

‘அவன் அப்புராணி. சங்கடப்பட்டுச் செத்துப் போனவன். அவனை வதச்சது காணாதா?’ என்று கேட்டார் மௌனி. முகத்தைப் பரிதாபமாக வைத்துக்கொண்டார்.

‘நாங்கள் தெரிஞ்சுக்கறதுக்குத்தானே. பேப்பரிலேயா போடப் போறோம்’ என்றான் நம்பி.

‘அவனுக்கு நல்ல படிப்பு. பொய் சூதுவாது கிடையாது. ஆனா அவனுக்குக் கவிதை எழுதவராது அதுக்கு நானென்ன செய்ய முடியும்?’ என்றார்.

எங்களுக்கு மிகுந்த அதிர்ச்சியாக இருந்தது.

‘இன்பத்தேன் வந்து பாயுது காதினிலே அப்டீனு சொல்றானே’ அந்த அனுபவத்தை நெனச்சுப் பாத்திருக்கேளா? அருவருப்பு, தாங்க முடியாத அருவருப்பு. என்ன இது? ஒரு கவிஞன் இப்படியா சொல்லுவான்?’

‘கவிதையை இப்படிப் பார்க்க முடியுமா ஸார்? கவித்துவ உலக ஒப்பீடுகளையோ, வர்ணனைகளையோ யதார்த்தம் சார்ந்து மதிக்க முடியுமா ஸார்?’ என்று நான் கேட்டேன்

‘அப்படியா? எனக்குத் தெரியலே. ஒரு உதாரணம் சொல்லேன்’ என்றார் மௌனி.

நான் வாய்ப்பான வரிகளைச் சொல்ல முயன்றுகொண்டிருந்தேன். உடனடியாக எனக்கு எதுவும் ஞாபகத்துக்கு வரவில்லை.

‘அவசரமில்லை. ஒரு வருஷம் டைம் தரேன். பின்னால எழுது’ என்றார்.

‘பிச்சமூர்த்தி?’ என்றார் நம்பி.

‘நான் அவரைப் பத்தி ஒண்ணும் சொல்ல விரும்பலை’ என்றார் மௌனி.

‘ஏன் ஸார்?’ என்று கேட்டான் நம்பி.

‘அவர் மஹான். கும்பகோணம் தாகூர். பிரம்மரிஷி. கோச்சுண்டு சபிச்சா ஆமையாப் போயிடுவேன்’ என்றார்.

‘அவர் எழுத்தை மதிக்கிறவன் ஸார் நான். நீங்கள் கிண்டல் செய்வதைவிட விமர்சனமாக எதாவது சொல்லலாமே’ என்றேன்.

‘சமீபத்திலே ஒரு கட்டுரை படிச்சேன். நான் தாடி வளர்ப்பது ஏன்? என்ற தலைப்பில் எழுதியிருக்கிறான். கொஞ்சமாவது சொரணை இருக்கா? நீ எதுக்குத் தாடி வளத்தா எனக்கென்னடா? தாடி வளர்வது ஏன் என்று எழுது. நாலு பேர் தெரிஞ்சுக்க வேண்டிய விஷயம் அது’ என்றார்.

நம்பி பொய்ச் சிரிப்புச் சிரித்தான். அவனிடம் இந்த விஷயத்தை ஏற்கனவே சொல்லியிருக்கலாம் என்று தோன்றிற்று. அத்துடன் அவர் சொல்லுகிற விஷயங்கள் எல்லாமே சொல்லிச் சொல்லித் தடம் விழுந்து மாஜிக் காட்டுகிறவன் பேச்சுப் போல் இருந்தது.

எங்கள் மனம் சோர்வடைந்தது ஒரு நொடியில் அவருக்குத் தெரிந்துவிட்டது.

'அப்பறம் பேசலாம். இருக்கப் போறேளே ரெண்டு நாள்' என்றார். எழுந்து நின்று துண்டை உதறினார்.

நாங்கள் படுத்துக்கொண்டதும் தூக்கம் எங்களை ஆட்கொண்டது.

2

மறுநாள் புதுமைப்பித்தன், க.நா.சு. லாச.ரா. மூவரைப் பற்றியும் கேட்போம் என்று எனக்குத் தோன்றிற்று. நம்பியும் சரி என்றான். 'அதோடு மானமா நிறுத்திப்போம். கம்பன், வால்மீகி எல்லோரையும் பொட்டுக்கடலை ஆக்கிடுவாரோனு பயமா இருக்கு' என்றான்.

புதுமைப்பித்தனைப் பற்றி மௌனிக்கு நல்ல அபிப்பிராயம் இருந்தது. 'சோ.வி. கெட்டிக்காரன். ஹி இஸ் எ பாண் பொயட். ஹிஸ் கமாண்ட் ஓவர் த லாங்குவேஜ் ஈஸ் வொண்டர்ஃபுல்' என்றார். பு.பி.யைக் கேலி செய்யும் நோக்கம் அவருக்கு இல்லை என்பது தெரிந்தது.

க.நா.சுவைப் பற்றியும் அவருடைய அபிப்பிராயம் கொஞ்சம் உயர்வானதுதான். 'அவருடைய நாவல்கள், சிறுகதைகள் எல்லாம் எப்படி ஸார்?' என்று நான் கேட்டேன். அந்தக் கேள்விக்கு அவர் பதில் சொல்லவில்லை. 'எழுத்துலே கரித்துண்டுக்கும் வைரத்துக்குமான வித்தியாசம் அவனுக்குத் தெரியும். அந்த ஒண்ணே போருமே' என்றார். புதுமைப்பித்தன், க.நா.சு. ஆகியோரின் படைப்புகள் பற்றி அவர் எதுவும் கமிட் செய்து கொள்ளாதது என் மனதை உறுத்திற்று. லா.ச.ரா.வைப்பற்றிக் கேட்டபோது, 'என் வாயைப் பிடுங்கப்படாது. அவன் காதிலே விழுந்தா ஜென்மத்துக்குத் துடிச்சுண்டிருப்பான். வெண்ணெய் தடவி எனக்குச் சொல்லவும் தெரியாது' என்றார்.

'லா.ச.ராவைப் பத்திமட்டும் சொல்லுங்கோ. அதோட நிறுத்திக்கலாம்' என்றான் நம்பி.

'ஒரு வார்த்தை சொல்லுவேன். அதுக்கு மேலே கேக்கக் கூடாது' என்று நிபந்தனை போட்டார் மௌனி. 'அவனுக்குப் பறந்து சந்திர மண்டலத்துக்குப் போணம்னு ஆசை. ஆனா

சொட்டச் சொட்ட எண்ணெயெத் தேச்சுண்டு மெத்தையில நம்மகிட்ட வந்து படுத்துண்டுருவன்' என்றார்.

அவர் என்ன சொல்கிறார் என்றே எங்களுக்குப் புரியவில்லை. இடக்கு, கேட்கக் கேட்க உச்சிக்குப் போய்விடும் என்று தோன்றிற்று.

3

அதன்பின் நானும் நம்பியும், நான் மட்டும், நம்பி மட்டும் என்று பல தடவை மௌனியைப் பார்க்கப் போயிருக்கிறோம். இவை தவிர *1959*இல் சென்னையில் நடந்த அனைத்திந்திய எழுத்தாளர்கள் மாநாட்டிலும், *1966*இல் ஆலுவாயில் நடந்த அதே எழுத்தாளர் மாநாட்டிலும் அவரைச் சந்தித்து நிறையவே பழக எனக்கும் நம்பிக்கும் சந்தர்ப்பம் கிடைத்தது. ஒருமுறை நானும் வெங்கடசாமிநாதனும் அவரைப் பார்க்கப் போனோம். அதன் பின் நான் மட்டும் ஒரு தடவை பார்க்கப் போனேன் என்பதுதான் என் நினைவு. அதுதான் கடைசி முறை.

தொடர்ந்து நிகழ்ந்த சந்திப்புகளில் அவரிடம் பேசுவதில் எனக்கு ஆர்வம் குறைந்துகொண்டேதான் வந்தது. வேறுபல விமர்சனங்களுடன், பலமுறை பலரிடமும் சொல்லிவிட்ட விஷயங்கள் அவரிடம் அளவுக்கதிகமாக மீண்டும் வந்தன. ஒவ்வொரு தடவையும் புதிதாகக் கேட்பதுபோல் முகத்தை வைத்துக்கொள்வது எனக்கும் நம்பிக்கும் பெரிய தண்டனையாக இருந்தது.

அவருடைய இலக்கிய அபிப்பிராயங்களைத் தொடர்ந்து கேட்டுக்கொண்டிருந்தபோது அதன் சாராம்சம் தன் சமகாலத்தவர்கள் எல்லோரையும் வெங்காயம்போல் கொஞ்சம் கொஞ்சமாகவும் தளுக்காகவும் உரித்துக்கொண்டே வந்து தன்னை மட்டும் தனியாக நிறுத்திக்கொள்ளும் முயற்சியாகத்தான் பட்டது. எழுத்தாளர்களுக்கு இல்லாத ஒரு புதிய நோய் என்று இதைச் சொல்ல முடியாவிட்டாலும்கூட, மௌனியிடம் அது கடுமையாகவே இருந்தது. அத்துடன் மௌனியிடம் அவரையும் அவருடைய எழுத்துகளையும் தவிர வேறு எந்த விஷயத்தைப் பற்றியும் பேசுவது சாத்தியமில்லை. வேறு விஷயங்களுக்குள் நாம் நுழைந்தாலும் அங்கு நம்முடன் உறவாடுவதுபோல் ஜாலம் காட்டிவிட்டு மீண்டும் நம்மை அவருடைய உலகத்திற்குள், நமக்குத் தெரியாமலேயே, இழுத்துக்கொண்டு வந்து விடுவார். *1958*க்கு முந்திய மௌனியை எனக்குத் தெரியாது. அதற்குப் பின்னால் எனக்குத் தெரியவந்த மௌனி சிந்திப்பதையும் வாசிப்பதையும் எழுதுவதையும்கூட நிறுத்திப் பல வருடங்கள் ஆகிவிட்டன என்றுதான் பட்டது. உலகத்தைப் பார்க்காமல், வாழ்க்கையிலிருந்து எந்த எதிர்

வினையும் பெறாமல், தன்னைக்கூடப் பார்த்துக்கொள்ளாமல், தன் பிரதாபத்தின் போதையில் கரைந்து நிற்க விரும்பியவராகவே அவர் எனக்குத் தென்பட்டார். வாழ்க்கை மிகக் கடுமையாக அவரைச் சோதித்திருந்தது. இவை சார்ந்த துயரங்கள் வடிந்த பின்புகூட இச்சோதனைகளை இயற்கையின் விதிவிலக்கற்ற விளைவாகப் பார்க்காமல் தன் வாழ்க்கையில் ஏற்பட்ட வீழ்ச்சியாகவே அவர் நினைப்பதுபோல் தோன்றிற்று. ஓரளவு நெருக்கமான நண்பர்களிடம் கூடத் தனது துக்கங்களைப் பகிர்ந்துகொள்ள அவருக்கு உள்ளூர கூச்சம் இருந்தது. என்னை விடவும் பலமடங்கு அதிகமாக நம்பியை அவர் நேசித்தார். தன்னைப் பகிர்ந்துகொள்ள ஏதோ ஒரு தடுப்பு அவரிடம் இருப்பதை உணர்வதாக அவன் சொல்லியிருக்கிறான்.

எழுத்துப் பிரதியாக, பல இலக்கிய உருவங்களில், தன்னிடம் நிறையப் படைப்புகள் இருப்பதாக மௌனி பலமுறை எங்களிடம் சொல்லியிருக்கிறார். என் மனம் இதை ஒப்பவில்லை. ஏதேனும் ஒரு பகுதியைப் படித்துக்காட்ட பலமுறை கேட்டுக் கொண்டிருக் கிறோம். படித்துக்காட்டியதே இல்லை. தனக்கு மேல்நிலை கணிதத்திலிருந்த ஈடுபாடு பற்றிப் பிரஸ்தாபித்த மௌனி, கணிதம் முதுகலை படித்துக்கொண்டிருந்த ஒரு மாணவனிட மிருந்து பாட புத்தகத்தைப் பெற்று, விடிய விடிய உட்கார்ந்து அத்தனை கணக்குகளையும் ஒரு நோட் புத்தகத்தில் போட் டிருப்பதை எங்களிடம் காட்டினார்.

மௌனியிடம் பழகும்போது ஈரமோ நெகிழ்ச்சியோ இல்லாத மனித ஜென்மம் என்று பிறர் தன்னைச் சொல்லும்படி நடந்து கொள்வார். ஆனால் அவரிடம் நெருங்கிப் பழகப்பழக ஒட்டிக் கொள்ளும் குணம் அவரிடம் இருப்பது நெகிழ்ச்சியுடன் வெளிப்படும். அதிலும் நம்பியின் பிரிவு அவரை மிகவும் சங்கடப்படுத்தியிருக்கிறது. எவ்வளவு சொன்னாலும் கேட்காமல் எங்களை வழியனுப்ப அவர் பஸ் ஸ்டாண்டுக்கு வருவார். ஒரு தடவை பஸ் புறப்பட முடுக்கப்பட்ட பின் வெளியில் நின்றுகொண்டிருந்த மௌனி நம்பியைப் பார்த்து ‘எறங்கிடுங்கோ. மதுரைப் பக்கம் கனமழை கொட்டறதாம்’ என்றார். நம்பிக்கு அழுகையே வந்துவிட்டது. நாங்கள் ஊர் வருவது வரையிலும் மௌனியின் தழுதழுத்த குரல் காற்றோடு வந்து காதிற்குள் கேட்டுக்கொண்டே இருந்தது.

செப்டம்பர் *2001* சுந்தர ராமசாமி

பாண்டிச்சேரியில் மௌனி கருத்தரங்கில் ஆற்றிய உரை, *கணையாழி*, மௌனி சிறப்பிதழ், பிப்ரவரி 2002

மௌனியின் பெண்களும் ஆண்களும்

நவீனத் தமிழ்ச் சிறுகதையின் இரட்டைத் தூண்கள் என்று கருதப்படும் புதுமைப்பித்தனும் மௌனியும் பல வழிகளில் பரஸ்பரம் ஒருவரை ஒருவர் முழுமையாக்கிக் கொள்பவர்கள். புற உலகு அனுபவத்தின் சிக்கலான நுட்பங்களை வெளிப்படுத்தும் முறைகளில் புதுமைப்பித்த னின் சோதனை முயற்சி செயல்பட்டால் மௌனியின் சோதனை முயற்சி நிதர்சனத்தை நாம் உணரும் முறையில் செயல்படுகிறது.

1936க்கும் 1971க்கும் இடையில் மௌனி எழுதிய 24 கதைகளே அவருடைய மொத்த இலக்கியப் படைப்பு. அவற்றில் 15 கதைகள் 1938க்குள்ளாகவே பிரசுரம் பெற்று விட்டன. அவர் எழுதிப் பிரசுரம் ஆகாத ஒரு குறுநாவலின் பிரதி காணாமல் போய்விட்டது.

'ஏன்', 'குடும்பத்தேர்', 'கொஞ்ச தூரம்', 'காதல் சாலை', 'பிரபஞ்சகானம்', 'சுந்தரி' ஆகிய ஆறு கதைகள் 1936இல் வெளிவந்துள்ளன. அவை எந்த வரிசைப்படி எழுதப்பட்டன என்பது உறுதியாகத் தெரியவில்லை. இவற்றில் எந்தக் கதையுமே மௌனியின் மிகச்சிறந்த கதைகளின் பட்டியலில் இடம்பெறாது. ஆனாலும், மௌனியின் பிற கதைகளில் தொடர்ந்து வரும் சில கதைக் கருக்களை அவற்றில் சில கொண்டுள்ளன; காலம் மற்றும் அதனுடைய கதியில் தவிர்க்க முடியாமையையும் அந்த ஆறு கதைகள் தொட்டுச் செல்கின்றன.

'குடும்பத்தேர்', 'சுந்தரி' தவிரப் பிற கதைகள் நிறைவே றாத, அலைக்கழிக்கும் காதலைச் சித்தரிக்கின்றன; திடீரென நிகழும் நாடகப் பாங்கிலான மரணங்களையும் அவை கொண் டுள்ளன. பிந்திய கதைகளில் இருக்கப்போகும் உறவுகளின் சிக்கலும் நுட்பமும் நிச்சயமாக இக்கதைகளில் உள்ள உறவு களில் இல்லை. ஆனாலும், இயற்கை விவரணை, புற அல்லது இயற்கைப் பின்னணியால் பிரதிபலிக்கப்படும் மனநிலை, மற்றும் அக உணர்வுக் காட்சிகள் ஆகியவற்றை வெளிப் படுத்தும் கற்பனா சக்தி கொண்ட பத்திகள் துவக்ககாலக் கதைகளில் உள்ளன. உதாரணமாக, 'கொஞ்ச தூரம்' கதையில் வரும் துயரப்படும் காதலன் ஒரு தனித்த சாலையில் நடந்து செல்லும்போது அவன் பார்ப்பதும் கேட்பதும் குறித்த விவரிப்புகள், துன்புறும் இருளார்ந்த அவனுடைய சுயத்தின் எதிரொலிகளாகவே இருக்கின்றன: நதியின் போக்கில் சுழன் றோடும் இலைகள், பறந்துபோய் புதரில் மறைந்துபோகும் ஒரு ஒற்றைச் சிட்டுக்குருவி, இருளில் மறைந்துபோகும் கடைசிக் காக்கை, தனித்த பறவைகளின் குரல்கள்.

சிறிது வித்தியாசமான இரண்டு கதைகளில் ஒன்றான 'சுந்தரி', ஆங்கில மரபை மேற்கொண்ட ஒரு மத்தியதர தம்பதியை அங்கதத்துடன் சித்தரிக்கும் ஒரு முயற்சி. இந்த வகையில் மௌனிக்கு வெற்றி கிட்டவே இல்லை. 'குடும்பத்தேர்', மௌனியின் வழக்கத்துக்கு மாறான ஒரு கதை. அவருடைய பெரும்பாலான கதைகள், சமூக நியதிகளைக் கணக்கில் எடுத்துக்கொள்ளாத, விசித்திரமும், மரபை மீறியது மான உறவுகளைச் சார்ந்து இருக்கும்போது இந்தக் கதை, குடும்பம் மற்றும் குடும்பக் கடமைகளை மகிழ்ச்சியுடன் உறுதி செய்கிறது. முன்னேற்றம் என்பது குறித்த ஒரு சுவராஸ்யமான, விவேகம் தரும் ஒரு விசாரத்தை இக்கதை கொண்டுள்ளது; அந்த (குடும்ப வாழ்வின்) முன்னேற்றத்தை இந்திய மரபின் மிகச்சிறந்த பகுதியோடு எப்படி இணக்கமாக்கலாம் என்பதை யும் அக்கதை சொல்கிறது.

'மிஸ்டேக்', 'இந்நேரம்... இந்நேரம்', 'அழியாச்சுடர்', 'மாறுதல்', 'நினைவுச் சுழல்', 'சிகிச்சை', 'மாபெரும் காப்பியம்', 'எங்கிருந்தோ வந்தான்', 'மாறாட்டம்' ஆகிய ஒன்பது கதைகளும் அடுத்த காலகட்டமான 1937 - 1938ஆம் வருடங்களில் பிரசுரிக்கப்பட்டவை. மௌனி அதிகம் எழுதியதும், பலவகைப்பட்ட எழுத்து முறைகள் மற்றும் நடைகளில் சோதனைகள் செய்ததும் இந்தக் கட்டத்தில்தான். 'அழியாச்சுடர்', 'மாறுதல்' போன்ற அவருடைய மிகச்சிறந்த கதைகளும், சில வெற்றி பெறாத கதைகளும் இவற்றில்

அடங்கும். யதார்த்தவாதம், அங்கதம், நகைச்சுவை ஆகிய எழுத்து முறைகளை அவர் பயன்படுத்தும் 'மிஸ்டேக்', 'மாறாட்டம்' போன்ற கதைகளும், ஏற்கனவே அரைகுறையாக இருந்தவற்றை அவசரமாக ஒட்டுப்போட்டு – அவரே ஒத்துக் கொண்டதுபோல – எழுதிய 'எங்கிருந்தோ வந்தான்' போன்ற கதைகளும் அவ்வளவாக வெற்றிபெறவில்லை. அடுத்து, தன்னுடைய திருமணம் தொடர்பான பேச்சுவார்த்தைகள் நல்லபடியாக முடிய வேண்டுமென்று ஆவலுடன் எதிர்பார்க்கும் ஒரு பண்ணையாளை முக்கியக் கதாபாத்திரமாகக் கொண்ட ஒரே கதையான மௌனியின் 'இந்நேரம்... இந்நேரம்' ஒரு அசாதாரணமான கதை. சில மார்க்சிய விமர்சகர்களுக்கு இது பிடித்த கதை; மௌனியின் பிற படைப்புகள் சமூக அக்கறைகளிலிருந்து விலகி நிற்பதாகவும் இந்தக் கதை அளவுக்கு வட்டாரப் பண்பூட்டப்படவில்லையென்றும் அவர்கள் சொல்வதில் ஓரளவு நியாயம் இருக்கிறது.

யதார்த்தவாதம், அங்கதம் ஆகிய எழுத்துமுறைகளில் நடத்திய இந்தச் சோதனைகள் அன்றி – இந்த முறைகளை மௌனி மீண்டும் எப்போதும் கைக்கொள்ளவே இல்லை – *1937 - 38* காலகட்ட கதைகள், பிந்தைய கதைகளில் அதிகம் அவர் கையாளப்போகும் சில அக்கறைகளையும் படிமங்களையும் கவனப்படுத்துகின்றன. காதலும் இழப்பும் விரவி வரும் கதைக் கருக்கள், மௌனியின் பிரதான கதைப்பாத்திரங்கள் அனுபவிக்கும் நேசமின்மையில் நிறைவுபெறுகின்றன; எல்லாவற்றின் அநித்தியமும் இதற்குக் காரணம்; எனவே இக உலகின் அனுபவத்தைத் துளைத்து வெளியேறி வேறு வகை பிரத்தியட்சத்தை அடையும் ஆவல் அக்கதைப்பாத்திரங்களுக்கு இருக்கிறது. புலனுலகின் அனுபவத்திற்கும் கற்பனை உலகின் அனுபவத்திற்கும் இடையே தோன்றித் தோன்றி மறையும் நெருக்கத்தை 'எங்கிருந்தோ வந்தான்' உயிரோட்டத்துடன் விவரிக்கிறது; கடல் ஆழங்களின் குறுக்கே வரையப்பட்டுள்ள கோடுகளை வாழ்க்கைத் தோணி கடப்பது – பிரக்ஞைபூர்வமாக அப்படிச் செய்வதை அது உணராமலேயே – இக் கதையில் விவரிக்கப்படுகிறது. இந்தக் கதைகள் மூலமாகத்தான் மௌனி நனவோடை உத்தியை வளர்த்து முழுமையாக்கத் துவங்குகிறார்; பெரும்பாலும் சுய விசாரணையாகவும் சிந்தனையாகவும் வெளிப்படும் இது பிரதான கதைப்பாத்திரத்தின் மூலமாகவோ அல்லது நிகழ்வுகளை நுணுகிக் கண்டு கருத்துச் சொல்லும் ஒரு நண்பன் மூலமாகவோ செயல்படுகிறது.

*1938*இல் நிகழ்ந்த *மணிக்கொடி* பத்திரிகையின் மறைவுக்குப் பின் மீண்டும் *1948*இல்தான் மௌனியின் 'மனக்கோலம்',

'நினைவுச்சுவடு' ஆகிய இரண்டு கதைகள் தேனீ பத்திரிகையில் வெளியாயின. 'நினைவுச்சுவடு', 'உறவு, பந்தம், பாச'த்தையும், 'மனக்கோலம்'. 'சாவில் பிறந்த சிருஷ்டி'யையும் ஓரளவுக்கு முன் அறிவிக்கின்றன.

மௌனியின் கடைசி ஏழு கதைகளான 'சாவில் பிறந்த சிருஷ்டி' (1954), 'குடை நிழல்' (1959), 'பிரக்ஞை வெளியில்' (1960), 'மனக்கோட்டை' (1963), 'உறவு, பந்தம், பாசம்' (1968), 'அத்துவான வெளி' (1968), 'தவறு' (1971) ஆகியவை பதினேழு ஆண்டு காலப் பகுதியில் எழுதப்பட்டன.

மௌனியின் ஆரம்பகாலக் கதைகளில் பெரும்பாலானவை காதலின் வேதனையையும் இழப்பையும் சொல்லும்போது, அவருடைய பிந்தைய கதைகள் உறவுகளைப் பற்றிய நோக்கிலும், 'சுய'த்தின் நிலை உறுதியற்ற தன்மையை ஆராய்வதிலும் அதிகச் சிக்கலும் நுட்பமும் உடையனவாக இருக்கின்றன. பிரதான கதைப்பாத்திரத்தின் புறநிலை உருவங்களா (அல்லது பிரதிபலிப்புகளா), அல்லது தனித்தனி யான நபர்களா என்று வாசகன் உறுதியாக அறிய முடியாத அளவுக்குப் பாத்திரங்களை இரட்டிப்பு செய்யும் (மௌனிக்குப் பிடித்தமான) உத்தி அடிக்கடி இக்கதைகளில் கையாளப் படுகிறது.

அவருடைய கடைசிக் கதைகளான 'அத்துவான வெளி' யும், 'தவறு'ம் மிகச் சிக்கலானவை. இக்கதைகளில்தான் மௌனியின் புனைவு உலகம் என்று நாம் அறிந்துகொள்வது தொகுக்கப்படுகிறது: பெயர் கூறப்படாத இடத்தில் பெயர் அறியப்படாத 'அவன்'; பிரம்மாண்டமான மரங்கள், குறியீடாக வும், கனவுக் கூறுகளாகவும் திரும்பத் திரும்ப வரும் பாழ்வெளி கள், தெருக்காட்சிகள், எதிர்பாராத சந்திப்புகள் ஆகியவை பற்றிய விவரிப்புகள். தூக்கத்திற்கும் விழிப்பிற்கும் இடையில் ஊடாடி அல்லல்படும் மனநிலைகள் பற்றிய இக்கதைகள் எளிதில் கனவுகளுக்குள்ளும் மாயக்காட்சிகளுக்குள்ளும் நழுவிப்போகும் சர்ரியலிஸ்ட் தன்மைகொண்டவை. ஆனால் அவை ஸ்தூல உருவம் மற்றும் உயிர் இருப்பைப்பற்றியும் சொல்கின்றன; இருப்பின் மாயக்கூறைப்பற்றி சொல்வதால் வேதாந்த மரபையும் கொண்டுள்ளன. அக உணர்வும் மெடபிசிகல் தன்மையும் அல்லது நவீனப் பார்வையும் மிக மரபான பார்வையும் இக்கதைகளில் தொடர்ந்து ஒன்றையொன்று மறைத்து அடுத்தது மேலெழும்புவதாகத் தோன்றுகிறது.

மௌனியின் படைப்பை ஒட்டு மொத்தமாகப் பார்க்கும் போது சில குறிப்பிட்ட வகைக் கருக்களை அவர் வளர்த்து விரிவு பண்ணியிருப்பது தெரியவருகிறது: காதலும் அதன்

இழப்பும், எல்லாவற்றின் அநித்தியம், கால ஓட்டம், ஞாபகம், மரணம். 'அழியாச் சுடர்'ரில் துவங்கும் ரொமான்டிக் காதலின் அலைக்கழிப்பு, *1948*இல் தொடங்கும் கதைகளில் ஆண் பெண் உறவுகளின் சிக்கல்கள் பற்றிய நுட்பமான ஆய்வாக மாறுகிறது. பெண்கள் குறித்து ஓயாது ஊடாடி வருவதும் மிகுந்த உணர்ச்சிபூர்வமானதுமான அவருடைய சித்திரங்கள் இவ்வகைக் கருக்களுக்கு நிரூபணங்கள். திருமணமாகாத பெண், மனைவி, நகர் சார்ந்த நவீன விலைமகள், பாரம்பர்யமான தேவதாசி என்று பல்வேறு பங்குகளை வகிக்கும் பெண்களைப் பற்றிய மௌனியின் நுட்பமான கூர்நோக்குக்கு *1948*இன் கதைகளில் வரும் சுசீலாவும், கௌரியும் ஆரம்ப உதாரணங்கள். அவர்களில் பலர் பாரம்பர்யமான குடும்ப ரீதியிலான பங்கிலிருந்து வெளியே உள்ளவர்கள்; ஒரு சிலரே வழக்கமான குடும்பச் சூழலில் உள்ளவர்கள். 'சாவில் பிறந்த சிருஷ்டி', 'குடைநிழல்', 'பிரக்ஞை வெளியில்', 'உறவு, பந்தம், பாசம்' ஆகியக் கடைசி கதைகளில்தான் பெண்களைப் பற்றிய அவருடைய அற்புத மான, சுவாரஸ்யமான நுட்பமான பார்வைகள் வெளிப்படு கின்றன. மேற்குறிப்பிட்ட ஒவ்வொரு கதையும் பெண்களின் மலைக்க வைக்கும் சக்தியையும் ஆற்றலையும் ஆராய்கிறது. சவால் நிரம்பிய, மாறிக்கொண்டிருக்கும் காலங்களில் அந்தப் பெண்களின் வாழ்க்கையினுடைய சிக்கல்கள், அவற்றை எதிர்கொள்ள அவர்களுக்குத் தேவைப்படும் அல்லது அவர் களிடம் உள்ள உணர்ச்சிபூர்வ தன்னிறைவு மற்றும் ஆன்மீக சுதந்திரம் என்ற ரீதியில் தனித்தனியான பெண்களைப்பற்றிய ஆய்வாகவும் அக்கதைகள் உள்ளன. 'உறவு, பந்தம், பாசம்' கதையில் வரும் தேவதாசிப் பெண்ணான கௌரி இவ்வகைக்கு ஒரு உதாரணம்:

> அவள் பேசியது அவள் பேசினதாகவே தோன்றாது சப்தம் கொள்ளுகிறது. பேசும்போது அவள் சரீர ஒரு சிறு நெளிப்பில், தான் பேசியதையே தன்னின்றும் எப்படி உதறிவிடுகிறாள்? தான் பேசியதைத் தானே கேட்பவள் போன்று இருக்கிறது அவள் முகபாவம். எவ்வகையில், காரியத்தில், எவ்விதப் பொறுப்பையும் சுமக்காமல் உதறி, அவளால் வாழ்க்கை காண முடிகிறது? (ப.227)

'சாவில் பிறந்த சிருஷ்டி'யில் வரும் (வேறொரு) திருமண மான கௌரி அந்த நிலைக்குத் தன்னை இன்னும் அதிகமான ஒழுங்குடன் தயார்ப்படுத்திக்கொள்கிறாள்:

> உயிரைக்கொண்டு உடம்பைத் தொலைத்து வாழ முடிகிற தில்லை. பெண்களென்றால் ஆறுதலுக்கு அழுவதற்கு

மில்லை, சிரிப்பதற்குமில்லை ஆடவர்களிடையே. அவள் மார்பிலிருந்து விம்மியெழுந்த மூச்சானது சப்தமற்றுத் தான் வெளிக்கலந்தது. மனதில் ஒரு சக்தி வேகம்கொள்ள அவள் முகம் தெளிவடைந்து காணப்பட்டது. உலகைத் தழுவும் 'பெண்மை'யை விசுவரூபத்தில் கொண்டாள் போலும். *(ப.169)*

மௌனியின் கதைகளில் வரும் மரபான சில மனைவிகளில் இந்த கௌரியும் ஒருத்தி; இதில் குறிப்பிடத்தகுந்த விஷயம் என்னவென்றால், குடும்பச் சூழலில் அவள் காட்டப்படாமல் இரண்டு ஆண்களோடு பிரயாணம் செய்துகொண்டு அவர்களுடைய அற்பமான இறுமாப்பு வெளிப்படும் தேவைகளுக்கு ஈடுகொடுத்துத் தன்னுடைய சுதந்திரத்தைக் காத்துக் கொண்டிருக்கும் ஒரு பெண்ணாக அவள் சித்தரிக்கப்பட்டிருப்பதுதான்.

ஓரளவுக்குப் பெண்களைக் கனவியற்பாங்கில் மௌனி படைக்கிறார் என்று சொல்லலாம்; ஆன்மீக சுதந்திரத்துக்கான அவர்களுடைய திறமை, இகஉலக அனுபவத்தின் வாயிலைத் தாண்டி ஓர் அபூர்வ பிரத்தியட்சத்தை அடைய அவர்களுக்கு இருக்கும் வல்லமை ஆகியவற்றை உணர்ந்து மௌனி அப்படிச் செய்கிறார். விசித்திரம் என்னவென்றால் 'பெண்மை'யின் அந்த விசேஷப் பண்பை மௌனி கதைகளில் சில ஆண்களும் பெற்றிருக்கிறார்கள். உதாரணமாக, 'பிரக்ஞை வெளியில்' வரும் வயதில் சிறிய சுசீலா, சேகரனிடம் உள்ள அந்தப் பண்பைக் கண்டுணர்ந்து அதை அடைய ஏக்கம் கொள்கிறாள். மௌனி அவருடைய பெண் பாத்திரங்களுக்குத் தரும் அறிவார்ந்த கனமும், சுய ஆய்வு மற்றும் புரிந்துகொள்ளல் ஆகியவற்றில் அவர்களுக்கிருக்கும் திறமையும் அவருடைய காலத்துக்குப் புதியவை; அவருடைய சமகால எழுத்தாளர்களிடையே காணப்படாதவை. சமூக அக்கறைகளால் கவரப்படாத ஒரு எழுத்தாளரிடம் காணப்படும் இந்த அம்சம் ஆச்சரியமான வகையில் முற்போக்கானது.

ஆண் பெண்ணிடையே நிகழும் காதல் மற்றும் உறவு என்னும் கருத்துப்போக்கு மௌனியின் படைப்பு முழுதும் வெளிப்படுவதுபோல சுயம் பற்றிய கருத்துப்போக்கும் வெளிப்படுகிறது. மௌனியின் கதைகளில் வரும் அக உலகத் தேடல், மனதின் நிலைகள் மற்றும் வெளிகள், இவற்றுக்கும் புலன் அனுபவ உலகுக்கும் இடையே உள்ள உறவு ஆகியவை பற்றி அவருடைய விமர்சகர்கள் எல்லோரும் குறிப்பிட்டுப் பேசியிருக்கிறார்கள். 'சுயத்துவம்' என்ற கருத்தாக்கத்தை ஆய்வுக்கும், தேடுதலுக்கும் உட்படுத்த மௌனி பல வழிகளைக் காண்கிறார்.

எனவேதான் பாத்திரங்களை இரட்டை நிலையில் சித்தரிக்கும் உதாரணங்கள் நிகழ்கின்றன: 'சாவில் பிறந்த சிருஷ்டி'யில் கடந்த காலத்துக்கும் எதிர்காலத்துக்கும் இடையே நடக்கும் அசாதாரண விளையாட்டில் சந்தித்துக்கொள்ளும் முதிய மற்றும் இளைய 'சுயங்கள்'; ஒரே பெயர் கொண்ட இரண்டு சுசீலாக்கள் ('பிரக்ஞை வெளியில்'):

> உருவற்று, இடமற்று – தன் வழியே உலாவும் குணங்கள், நான், சுபாவம் எல்லாமே ஊடுருவத் துளைத்துச் செல்ல குறியென யதேச்சையில் குறுக்கிடுகிறது பெயர், உருக்கொள்ள? (ப.199)

'அத்துவான வெளி'யில் வரும் விந்தையானவனும், கேலி செய்பவனுமான 'மற்ற' அவன்; இவனோடு பிரதான கதாபாத்திரம் இடம் மாற்றிக்கொள்கிறது; 'மற்ற' அவன் இறுதியில் பிரதான கதாபாத்திரத்தை மரணத்துக்கு இட்டுச் செல்கிறான். 'சுயத்துவ'த்தின் இந்த நெகிழ்வுத்தன்மை திரும்பத் திரும்ப வரும் பிரயாணம் என்கிற அம்சத்தில் பிடிபட்டிருக்கிறது; ரயில் நிலையம் என்ற குறியீட்டிலும், குறிப்பாக 'தவறு' கதையில், இது நிகழ்கிறது:

> . . . இந்தப் பெரிய புகைவண்டி நிலையம், வண்டிகளில் பிரயாணம் செய்பவர்களுக்கு ஒரு ஆரம்ப முடிவு ஸ்தலம் – டெர்மினஸ். இங்கிருந்து ஆரம்பிக்கும் பிரயாண தொடர்கள் எங்கேயோ எப்போதோ எட்டுத் திக்குகளுக்கும் சென்றடைந்து, சிறிது தாமதித்து நின்று திரும்பவும் இங்கு வந்தடையும். நாலாபக்கத்து ஜனங்களும் இங்கிருந்து கிளம்பவும், ஆங்காங்கிருந்து வந்தடைய கூட்டுறவு கொள்ளுதலும் இங்கேதான். அநேக குண விசேஷங்கள் விட்டுப் பிரிந்து தவறுதலில் அநேகரை மாற்றடைவது நேருமிடம் (ப.245)

மௌனியின் மிகச்சிறந்த கதைகளில் ஒன்றான 'மாறுதல்', இழப்பு குறித்த அனுபவம் பற்றிய ஒரு குறிப்பிடத்தகுந்த நுண்ணிய வாசிப்பு. முதல் நாள் மாலையிலிருந்து உயிரற்றுப் போன தன் மனைவியுடன் முந்தைய இரவைத் தனியாகக் கழித்துவிட்டு ஒருவன் தன்னுடைய வீட்டு வாசற்படியில் நிற்கிறான். தெருவைப் பார்த்தபடி சாவுக்கு வருபவர்களை எதிர்பார்த்தவாறு நின்றிருக்கிறான். அவன் பார்க்கும் காட்சிகள் – ஒரு பார வண்டி, பதனீர்ப் பானைகள் முனைகளில் கட்டித் தொங்கவிடப்பட்ட மூங்கிற்கம்பைத் தோளில் தாங்கி நடக்கும் ஒருவன், ஒரு தனித்த ஆடு – தன்னுடைய மனைவியின் மரணத்தையும், மாறுதலையும், தன்னுடைய சொந்த இழப்பையும் துக்கத்தையும் அவன் படிப்படியாக ஏற்றுக்கொள்வதைப்

பிரதிபலிக்கின்றன. இருந்தும் இந்த மிகச்சிறந்த படைப்பில் எதுவும் வெளிப்படையாகச் சொல்லப்படவில்லை.

மௌனியின் எல்லாக் கதைகளையும் இணைக்கும் மைய இழையை உருவாக்கும் பல கதைக் கருக்களை 'மாறுதல்' குறிப்பால் உணர்த்துகிறது. கனவுக்கும் விழிப்பு நிலைக்கும், உயிரோடிருப்பவர்களுக்கும் இறந்தவர்களுக்கும், கற்பனைக்கும் நிதர்சனத்துக்கும் இடையே உள்ள எல்லைக்கோட்டை அல்லது குறுகிய இடைவெளியையும், இந்த எதிர்நிலைகளுக்கிடையே ஊடாடும் வல்லமைகொண்ட ஆண்களையும் பெண்களையும் மௌனியின் கதைக்கருக்கள் அமைத்துக்காட்டுகின்றன. *1938*லேயே குறுக்காகக் கோடுகள் வரையப்பட்ட கடலையும், பிரக்ஞை இல்லாமலேயே மனம் அப்பிரிவுகளைக் கடந்து செல்வதையும் கொண்ட படிமத்தை அவர் பயன்படுத்துகிறார். ஆனால் இந்தக் கதைக்கருக்கள் கடைசிக் கதைகளில் வியக்க வைப்பதும் தனிப்பண்பு கொண்டதுமான வழிகளில் வளர்த் தெடுக்கப்படுகின்றன.

'மனக்கோட்டை'யில் வரும் சேகரன், தன்னுடைய நண்பனின் இறப்புக்குப் பிறகும் தான் வாழ்வதன் மூலம் தன் நண்பனான சங்கரனின் உயிர் வாழும் வெளிப்பாடாகவும், அவனுடைய கனவுகளின் தொடர்ச்சியாகவும் தான் இருப்பதாகச் சொல்லிக்கொள்கிறான். 'குடைநிழ'லில் வரும் ஜோன்ஸூம் சுந்தரமும் மனிதர்கள் இறந்த பிறகும் தொடர்ந்து வாழும் அவர்களுடைய கனவுகளைப்பற்றி பேசுகிறார்கள். 'பிரக்ஞை வெளி'யில்,

> தூக்கத்திற்கும் விழிப்பிற்கும் உள்ள எல்லைக்கோடு, பிளவு கொண்டு ஒரு சிறுவெளி விரிவு தெரிவது போலும் அந் நடுவெளியில் நின்று உலக விவகாரங்களைக் கவனித்தான். உலகம் உண்மையெனத் தோன்றுவதற்கு – வஸ்துக்கள் வாஸ்தவமெனப்படுவதற்கு . . . (ப.*195*)

என்று மௌனி வெளிப்படையாக எழுதுகிறார்.

அனுபவத்தின் வெவ்வேறு உலகங்களும், நிதர்சனத்தின் வடிவங்களும் – நாம் அவற்றை உணர்வதுபோல – ஒன்றையொன்று மோதித் தாக்கிக்கொள்ளும் முறைதான் மௌனி என்ற புனைகதையாளரை வெகுவாகக் கவர்கிறது. அவருடைய ஆரம்பக் கதையான 'அழியாச்சுட'ரில் கேட்கப்படும் 'எவற்றின் நடமாடும் நிழல்கள் நாம்?' என்ற கேள்வி அவருடைய படைப்பு முழுதும் தொடர்ந்து வருகிறது. நாம் ஒரு பகுதியாக இருக்கும் நிதர்சனத்தின் இயல்பு என்ன?

ஒன்றன்மேல் ஒன்று கவிந்திருக்கும் உலகங்கள் மற்றும் அவற்றுக்கிடையே நிகழும் நிலைதிரிபுகள் ஆகியவற்றில் மௌனிக்கு இருந்த அதிக ஈடுபாட்டின் காரணமாக அவருடைய கதைகளில் வரும் பெரும்பாலான சம்பவங்கள் பாதி வெளிச்சத்தில் நடப்பது குறிப்பிடத்தக்கது – ஒளி மாறும் அந்தியில், நிழல் உண்டாக்கும் விளக்கு வெளிச்சத்தில், நட்சத்திரங்களும் பிறை நிலவும் உண்டாக்கும் வெளிச்சம் மட்டுமே உள்ள இரவில். இடைநிலை இடங்களான வாசற்படிகளும், நுழைவாயிலும் குறிப்பிடத்தக்க முக்கியத்துவம் கொள்கின்றன. நிலைமாறும் காலம், நிலைமாறும் வெளி.

புனைகதையின் சாத்திய எல்லைகளைத் தொடர்ந்து விரித்துக்கொண்டே போகும் ஒரு எழுத்தாளர் என்ற முறையில், 'கதையமைப்பு' மற்றும் அதன் வளர்ச்சி, அல்லது 'கதாபாத்திரம்', அல்லது புனைகதையில் நேர்க்கோட்டு காலவரிசை என்பவை பற்றிய நம்முடைய எதிர்பார்ப்புக்களை அவருடைய படைப்பு மறுதலிக்கிறது. பத்தொன்பதாம் நூற்றாண்டு ஐரோப்பிய புனைகதையின் மையமாக இருந்த யதார்த்தவாதத்தின் கட்டுப்பாடுகளை உடைத்துவிட்டு வெளிவரும் மௌனி, புதுமைப்பித்தன் வேறுவகையில் செய்ததுபோல, தமிழ்ச் சிறுகதையின் சாத்தியங்களை வெளிப்படுத்துகிறார். மௌனியின் புனைவுலகம் நிதர்சனத்தோடு தொடர்புகொண்டிருந்தாலும் சமூக ஆவணத்தின் உலகமாக அது இல்லை. மிகக் குறைந்த கதையமைப்பு, நனவோடை மொழி அமைப்பு, குறியீட்டு நிலக்காட்சிகள் மற்றும் குறிப்பிடத்தக்க கதைக்கூறு, கனவுகள் மற்றும் மாயக்காட்சிகள் ஆகியவை மூலம் அவருடைய புனைவுலகம் கட்டமைக்கப்பட்டிருக்கிறது.

தன்னுடைய கதைக்கருக்களைச் சுமந்து செல்ல புது வடிவங்களை மௌனி கண்டுபிடிக்கிறார். (கருவையும் வடிவத்தையும் பிரிக்க முடியாது என்று சச்சிதானந்தத்துக்குக் கொடுத்த பேட்டியில் மௌனி சொல்கிறார்.) திகைப்பூட்டும் புதிய ஒன்றை புது நடையில் சொல்லும் மௌனியின் முயற்சி பாராட்டை ஈர்ப்பதுபோலவே கடுமையான விமர்சனத்துக்கும் உள்ளாகிறது. 'மனக்கோலம்' கதையில் பின்வருவது போன்ற வாக்கியங்களைச் சொல்லாட்சி குறைபாடுகளுக்கு உதாரணங் களாக விமர்சகர்கள் எடுத்துக்காட்டுகிறார்கள்:

> சிலசமயம், அவன் பார்வையில் குறுக்காக அவளைக் கோயிலுக்கு போகப் பார்க்க நேரிடுவதும் உண்டு. (ப. 150)

இங்கு மௌனியின் தமிழ் வாக்கிய அமைப்பு குழப்ப மூட்டுவதாக இருந்தாலும், பார்த்தல் என்கிற நடைமுறையின் சிரமமான மறு ஆக்கத்திலிருந்து அது உருவாகிறது;

அவனுடைய 'பார்வையின் குறுக்காக' அவள் போவதின் கச்சிதமும், கூர்மையும் அதில் வெளிப்படுகிறது. இம்மாதிரியான அர்த்த நீட்சிக்கு அவருடைய சிக்கலான கதைகளில் நிறைய உதாரணங்கள் உண்டு. 'அத்துவான வெளி'யிலிருந்து ஒரு பிரசித்திபெற்ற தொடர்:

> மேலும் தனக்கு யாரையும் தெரிந்தும் தெரியாதது போலவும் இருக்க முடியும் என்ற எண்ணமும் கொள்ள யோஜனையில் அவன் புரியாவிட்டாலும் சிறிது அவனோடு பேசுவதில் கண்டுகொள்ள முடியுமெனவும், அவசியமானால் தெரியவில்லை என நம்பவைத்துத் தான் தன் வழியே போகவும் முடியுமென... *(ப. 233)*

இங்கும்கூட, பிரதான கதாபாத்திரம் (வாசகனும்), ஆவலைத் தூண்டும் 'மற்றவனை' முதன் முதலாகச் சந்திக்கும் போது அனுபவிக்கும் குழப்பத்தை திருக்குமறுக்கான இந்த வாக்கிய அமைப்பு துல்லியமாக பிரதிபலிக்கிறது.

சந்தேகமில்லாமல் மௌனியின் நடையில் ஆங்காங்கே சொல்லாட்சி குறைபாடுகளும் இருண்மைகளும் உண்டு. இருந்தாலும், ஆரம்பத்திலிருந்தே மௌனி தனக்கென்று ஒரு இலக்கண நடையையும் பயன்படுத்தத் துவங்கினார். அடிக்கடி அவருடைய வாக்கியங்கள் வரைமுறை குறிக்கும் வினைச் சொல்லான *(Modal Verb)* 'போலும்' என்பதில் முடிவடைகின்றன. பலமுறை இந்த அமைப்பு 'அப்படி என தோன்ற' (சமந்தாளென, கர்ப்பிணி என, ஜடமென ...) என்ற முறையிலும் வருகிறது. இதன் துணைகொண்டு, தோற்றத்திற்கும் மெய்ம்மைக்கும் இடையில் நிலை நிறுத்தப்பட்டுள்ள இருப்பின் தெளிவின்மையை மௌனியால் உணர்த்த முடிகிறது. இப்படியான நடை நிலக்காட்சிகள் பற்றிய குறியீட்டு விவரணைகளுக்கு (உதாரணத்துக்கு 'மனக்கோட்டை'யில் வருவதுபோல) எளிதில் இட்டுச் சென்று, 'அத்துவான வெளி' மற்றும் 'தவறு' கதைகளின் இறுதியில் நாம் அனுபவிக்கும் மனப்பீதி உலகங்களில் உச்சத்தை அடைகிறது:

> வேறு ஒரு விதமாகவும் அது மரமில்லை என அங்கே அப்படி நின்றிருக்க முடியாது என்றும் தோன்றவிருப்பதே அது மரமெனத் தோன்றப்போதுமான அத்தாக்ஷியாக இருந்து நிச்சயமாக மரமெனவே இருந்தது. *('அத்துவான வெளி' – ப. 238)*

> தறிதலை எனக் குதிக்கும் சேவல், இருளில் முண்டம் காணாது, கண்ட கண்டவைகளில் சார்ந்து பொழுது புலரக் கூவியது, விநோதமாகக் கேட்டது. கொஞ்சம்

வெளிச்சம் காணுமுன்பிருந்து பனை, தென்னை, ஆடு, மாடு, நாயெனவும் ஏன், மனிதனாகக்கூட இச்சேவலின் விடிவைக் கூவ முடியாது? ஆதாரம் தெரிந்தும் தவறை (பிரமை) தவிர்ப்பது எப்படி ... தவறென உலகைக் காண்பதில்தான் போலும்... (தவறு – ப. 247)

புதியதைச் சொல்ல தமிழ்மொழியை நெகிழ்வாக்கிய மௌனியைப் புதுமைப்பித்தன் பாராட்டிச் சொன்னதற்குக் காரணங்களாக இந்த உதாரணங்களைக் கொள்ளலாம். அவருடைய மொழி, கவிதையின் துலக்கத்தையும், அழகையும், இசைத் தன்மையையும், சிக்கனத்தையும் அதன் மிக அழகான சந்தர்ப்பங்களில் கொண்டிருக்கும். 'எவற்றின் நடமாடும் நிழல்கள் நாம்?' என்ற வரியில் வெளிப்படும் இசைத்தன்மை யும் மோனையும், சிக்கனமும் எண்ணத்தையும் வார்த்தையை யும் இணைக்கும் அற்புத சாதனங்கள்.

லக்ஷ்மி ஹோம்ஸ்ரோம்

கதா வெளியீடான மௌனி கதைகளுக்கு (ஆங்கிலம்) லக்ஷ்மி ஹோம்ஸ்ரோம் எழுதிய முன்னுரை இது. தமிழாக்கம் – ஆர். சிவகுமார்.

தமிழ் வாசகர்களுக்குப் பொருத்தமில்லாத பகுதிகள் மொழிபெயர்க்கப்படவில்லை.

படங்கள்

நண்பர்களுடன் மௌனி

(இடமிருந்து வலமாக)
சிட்டி, அசோகமித்திரன், மௌனி மற்றும் ஐராவதம்.

மௌனி தன் குடும்பத்துடன்

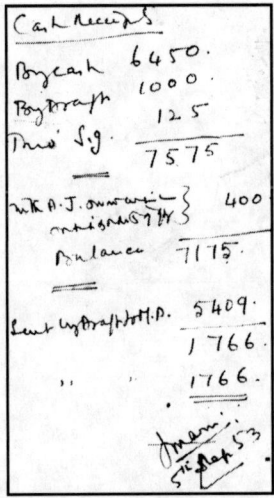

Cash Receipts

By cash 6450.
By Draft 1000.
Thro' S.g. 125
7575

[illegible] A.J. [illegible] } 400

Balance 7175

Sent by Draft to M.D. 5409.
1766.
" " 1766.

[illegible]
5th Sep 53

மௌனியின் கையெழுத்து